ഗ്രീൻ ബുക്സ്
ലോകോത്തര നോവലുകൾ
ജനറൽ എഡിറ്റർ: ഏ.വി. ഗോപാലകൃഷ്ണൻ

ജീവിതത്തിലെ ഒരു ദിവസം

മാൻലിയോ അർഗ്യൂട്ട

കവി, നിരൂപകൻ, നോവലിസ്റ്റ്.
1935ൽ എൽസാൽവദോറിലെ സാൻ മിഗ്വേലിൽ ജനനം.
പാബ്ലോ നെരൂദ, ഗാർസിയ ലോർക്ക തുടങ്ങിയ
പ്രഗല്ഭരുടെ സ്വാധീനവലയത്തിൽപെട്ട് കവിതകളെഴുതി.
എൽസാൽവദോറിലെ സാഹിത്യ സമൂഹവുമായിട്ടിടപഴകി.
'കമ്മിറ്റഡ് ജനറേഷൻ' എന്ന വിപ്ലവസംഘടനയിൽ അംഗമായിരുന്നു.
സാർത്രിന്റെ അസ്തിത്വ ചിന്തകളോട് ആഭിമുഖ്യം പുലർത്തി.
വൺഡേ ഓഫ് ലൈഫ് എന്ന നോവലിൽ അസ്തിത്വചിന്തയുടെ
പ്രതിഫലനങ്ങൾ കാണാം. സർക്കാരിന്റെ നടപടികളെ നിശിതമായി
വിമർശിച്ചതിനെത്തുടർന്ന് 1972ൽ കോസ്റ്ററിക്കയിലേയ്ക്കു
ഒളിവിൽ പോകേണ്ടി വന്നു. 1990ൽ എൽസാൽവദോറിൽ തിരിച്ചെത്തി.
ഇപ്പോൾ അവിടുത്തെ നാഷനൽ പബ്ലിക് ലൈബ്രറിയുടെ ഡയറക്ടറാണ്.
വൺഡേ ഓഫ് ലൈഫ്, ലിറ്റിൽ റെഡ് റൈഡിങ് ഹുഡ് ഇൻ ദി റെഡ് ലൈറ്റ് ഡിസ്ട്രിക്ട്, കസ്കാറ്റ്ലാൻ വേർ ദി സതേൺ സീ ബീറ്റ്സ്, എ പ്ലേസ് കാൾഡ് മിലാഗ്രോ ഡി പാസ് എന്നിവ മുഖ്യ കൃതികളാണ്. കൃതികളിൽ മിക്കതും
ലോകത്തിലെ വിവിധ ഭാഷകളിൽ വിവർത്തനം ചെയ്യപ്പെട്ടിട്ടുണ്ട്. *വൺഡേ ഓഫ് ലൈഫ്* എന്ന നോവലിന്റെ പ്രസാധനം എൽസാൽവദോറിൽ നിരോധി
ക്കപ്പെട്ടതിനെത്തുടർന്ന് അർജന്റീനയിൽനിന്നാണ് അതു പ്രസാധനം ചെയ്തത്.

രഘുനാഥൻ പറളി: 1974ൽ പാലക്കാട് ജില്ലയിലെ പറളിയിൽ ജനനം.
ദർശനങ്ങളുടെ മഹാവിപിനം, ഭാവിയുടെ ഭാവന എന്നീ നിരൂപണ ഗ്രന്ഥങ്ങൾ
രചിച്ചു. *സി.പി. രാമചന്ദ്രൻ, വിശ്വോത്തരകഥകൾ - രാഷ്ട്രീയ കൊലപാതക ങ്ങൾ* എന്നീ കൃതികൾ എഡിറ്റ് ചെയ്തിട്ടുണ്ട്. *ഡ്രീഗാ നദിയിലെ പാലം, പെനാൽറ്റി കാക്കുന്ന ഗോളിയുടെ ഉദ്വേഗം* എന്നീ കൃതികൾ
(കെ.പി. രാജേഷിനോടൊപ്പം) വിവർത്തനം ചെയ്തു.
ഗവ. സ്കൂൾ അധ്യാപകനായി പാലക്കാട്ട് ജോലി ചെയ്യുന്നു.
വിലാസം: *പറളി പി.ഒ., പാലക്കാട് - 678612.*
email: reghunathan@gmail.com

രാജേഷ് കെ.പി.: 1973ൽ ജനനം. നെന്മാറ, ഒറ്റപ്പാലം എൻ.എസ്.എസ്.
കോളേജുകളിൽ വിദ്യാഭ്യാസം. ഇംഗ്ലീഷ് സാഹിത്യത്തിലും പബ്ലിക്
അഡ്മിനിസ്ട്രേഷനിലും ബിരുദാനന്തര ബിരുദം.
പാലക്കാട് വാണിജ്യ നികുതി വകുപ്പിൽ ജോലി ചെയ്യുന്നു.
'ഡ്രീഗാ നദിയിലെ പാലം', 'പെനാൽറ്റി കാക്കുന്ന ഗോളിയുടെ ഉദ്വേഗം'
എന്നീ കൃതികൾ സംയുക്തമായി വിവർത്തനം ചെയ്തു.
വിലാസം: *കുട്ടിനാരായണ നിവാസ്, വരവോട് പി.ഒ., പാലക്കാട്.*

ലോകോത്തര നോവലുകൾ

ജീവിതത്തിലെ ഒരു ദിവസം

മാൻലിയോ അർഗ്യൂട്ട

വിവർത്തനം:

രഘുനാഥൻ പറളി

രാജേഷ് കെ.പി.

ഗ്രീൻ ബുക്സ്

green books private limited
gb building, civil lane road, ayyanthole,
thrissur- 680 003, kerala, ph: +91 487-2381066, 2381039
website: www.greenbooksindia.com
e-mail: info@greenbooksindia.com

english title
one day of life

malayalam
jeevithathile oru divasam
novel
by
manlio argueta

translated by
raghunathan parali & rajesh k.p.

first published december 2007

cover design : rajesh chalode

branches:
thrissur 0487-2422515
thiruvananthapuram 0471-2335301
calicut 0495 4854662
ernakulam 8589095302

isbn : 978-81-8423-071-0

GBPL/217/2007/X002

മുഖക്കുറി

ലോകോത്തരനോവലുകളുടെ ഒന്നാംഘട്ടമെന്ന നിലയിൽ ഗ്രീൻ ബുക്സ് പ്രസിദ്ധീകരിക്കുന്ന ആദ്യത്തെ നാലു പുസ്തകങ്ങളിലൊന്നാണ് 'ജീവിതത്തിലെ ഒരു ദിവസം'. ഈ പുസ്തകം രാഷ്ട്രീയ നോവലുകളുടെ ഗണത്തിൽപെടുന്നു. ഒരിക്കൽ അപ്രതിരോധ്യമെന്നു തോന്നിയ മതിലുകൾ തകരുന്നു. പ്രത്യയശാസ്ത്രങ്ങളുടെ ചൂടും വെളിച്ചവും നഷ്ടമാകുന്നു. ഇരുമ്പുമറകളും ചിലന്തിവലകളും അപ്രത്യക്ഷമാകുന്നു. ശരിതെറ്റുകൾ വിലയിരുത്തപ്പെടുന്നു. ചരിത്രത്തിന്റെ ഈ ശുദ്ധീകരണമാണ് രാഷ്ട്രീയ നോവലുകളുടെ പരിപ്രേക്ഷ്യം. മലയാളത്തിലെ വായനക്കാർക്ക് ഇതു തീർച്ചയായും നവ്യമായ ഒരനുഭവമായിരിക്കുമെന്ന് ഞങ്ങൾ കരുതുന്നു.

കൃഷ്ണദാസ്

മാനേജിങ് എഡിറ്റർ

അവതാരിക

ഒരു ദിവസത്തെ ജീവിതത്തിന്റെ സത്യവാങ്മൂലം

ഏ.വി. ഗോപാലകൃഷ്ണൻ

ലാറ്റിൻ അമേരിക്കൻ സാഹിത്യത്തെ ലോകസാഹിത്യത്തിൽത്തന്നെ ശ്രദ്ധേയമാക്കിയത് രാഷ്ട്രീയനോവലുകളാണ്. നോബൽ സമ്മാനിതനായ അസ്തൂറിയാസിന്റെ പ്രസിഡന്റിനു പിന്നാലെ ഏകാധിപതികളുടെ ഒരു ഘോഷയാത്ര തന്നെയുണ്ടായി. എന്നാൽ ഇതിൽനിന്നും തികച്ചും വ്യത്യസ്തമായ ഒരു രാഷ്ട്രീയനോവലിന്റെ വഴി തെരഞ്ഞെടുത്ത എഴുത്തുകാരനാണ് മാൻലിയോ അർഗ്യൂട്ട.

കോളനിവത്ക്കരണം മൂലം മിക്കവാറും പാശ്ചാത്യവത്ക്കരിക്കപ്പെട്ടുപോയ, ലാറ്റിനമേരിക്കയിലെ തദ്ദേശീയരായ ഇന്ത്യൻ വംശജരുടെ സാംസ്കാരികവും മതപരവുമായ വ്യക്തിത്വം നിലനിർത്തുന്നതിനുള്ള പ്രവർത്തനങ്ങൾ അർഗ്യൂട്ടയ്ക്കു പ്രചോദനമായി. മുഖ്യധാരയിലുള്ള സർക്കാരും അധികാരികളും, പുരാതനവും പരമ്പരാഗതവുമായ ഇവരുടെ വിശ്വാസങ്ങൾ ഉപേക്ഷിക്കാൻ, എന്തിന് വസ്ത്രധാരണ രീതികൾ വരെ പാശ്ചാത്യവത്കരിക്കാൻ നിർബ്ബന്ധിച്ചു. പ്രാദേശികമായ ഭാഷകൾ സംസാരിക്കുന്നതു വിലക്കി. പാരമ്പര്യം നിലനിർത്താനുള്ള അവരുടെ ശ്രമങ്ങൾ രാഷ്ട്രീയമായ അസന്തുഷ്ടിക്ക് ഇടയാക്കി. ലാറ്റിനമേരിക്കയിൽ CAMPESINO എന്ന പേരിൽ അറിയപ്പെട്ട ഇന്ത്യൻ വംശജരിൽപ്പെട്ട കർഷകരും ഇത്തരം വിവേചനങ്ങൾക്ക് ഇരയായി. എന്നിട്ടും അവർ അവരുടെ ഭാഷയും വിശ്വാസങ്ങളും കൈവിട്ടുകളയാൻ ആഗ്രഹിച്ചില്ല. അവർ മുഖ്യധാരയിൽനിന്ന് വേർതിരിക്കപ്പെട്ടു: ഉദാഹരണത്തിന് മെക്സിക്കോയിലെ കാലി വളർത്തുന്ന പ്രദേശങ്ങളിലെ ജനങ്ങളെയും സംസ്കാരത്തെയും CARRO (മെക്സിക്കൻ ഭാഷയിൽ കാലി മേയ്ക്കുന്നവൻ) എന്ന പേരിൽ അകറ്റി നിർത്തി. ഇങ്ങനെ വേർതിരിക്കപ്പെട്ടുപോയ ജനത ജീവിക്കാനുള്ള തത്രപ്പാടിൽ വല്ലാത്ത ദുരിതങ്ങൾ അനുഭവിക്കുകയായിരുന്നു. അതുകൊണ്ടുതന്നെ പല സമരങ്ങളിലും പങ്കെടുക്കാൻ അവർ

നിർബന്ധിതരായി. അവർ തൊഴിലാളി സംഘടനകളും രാഷ്ട്രീയ സംഘടനകളും ഉണ്ടാക്കി. അധികാരികളുടെ ഭാഗത്തുനിന്നുണ്ടായ അടിച്ച മർത്തലുകൾ അവരെ ഗറില്ലാസംഘങ്ങളാക്കി. തദ്ദേശീയരായ ഇന്ത്യൻ വംശജരുടെ സ്വന്തമായ വ്യക്തിത്വം കാത്തുസൂക്ഷിക്കുന്നതിനുള്ള ഉത്കണ്ഠകളും സംസ്കാരം കൈവിട്ടു പോകാതിരിക്കാനുള്ള സ്വകാര്യ ങ്ങൾക്കുമിടയിൽ ഭാവിയെക്കുറിച്ചുള്ള പ്രതീക്ഷകളും അന്യോന്യം സഹകരിച്ചുകൊണ്ടുള്ള പൊരുതലുകളും ലാറ്റിനമേരിക്കൻ സാഹിത്യ ത്തിലെ പ്രധാന വിഷയങ്ങളായി. സാംസ്കാരികവും രാഷ്ട്രീയവുമായ ലാറ്റിനമേരിക്കൻ സമൂഹത്തിലെ ചേരിതിരുവുകൾ മൂലം ഉണ്ടാകുന്ന സംഭവങ്ങൾ ഔദ്യോഗിക ചരിത്രങ്ങളിൽനിന്ന് തഴയപ്പെട്ടു. ഇത്തരം ചരിത്ര സംഭവങ്ങളുടെ സത്യസന്ധമായ സാക്ഷ്യങ്ങളാണ് അർഗ്യൂട്ടയുടെ നോവലുകൾ. ചരിത്രസംഭവങ്ങളും വ്യക്തിപരമായ അനുഭവങ്ങളും രാഷ്ട്രീയപ്രകടനങ്ങളിലും സമരങ്ങളിലും ചെറുത്തുനില്പുകളിലും പങ്കെടുത്തവരുടെ സാക്ഷിമൊഴികളും തന്റെ സാഹിത്യത്തിനായി അദ്ദേഹം ഉപയോഗിക്കുന്നു. ഇത്തരത്തിൽ അർഗ്യൂട്ടയും മറ്റും രൂപപ്പെ ടുത്തിയെടുത്ത സാഹിത്യം 'സത്യവാങ്മൂല സാഹിത്യം' (TESTIMONIO) എന്നാണ് അറിയപ്പെടുന്നത്.

1931നും 1979നും ഇടയ്ക്ക് എൽസാൽവദോറിലെ പട്ടാള ഏകാധിപത്യ സർക്കാരുകളുമായുള്ള പോരാട്ടങ്ങളിലൂടെ ഗറില്ലാസംഘങ്ങൾ തദ്ദേശീ യരായ ഇന്ത്യൻ വംശജരിലും മുഖ്യധാരയിലും സ്വാധീനം നേടി. 1932ൽ പട്ടാളവും ഇന്ത്യൻ വംശജരുമായുണ്ടായ സംഘട്ടനം ചരിത്രപ്രാധാന്യ മുള്ളതാണ്. ഇന്ത്യൻ വംശജരുടെ ഭാഷയും വസ്ത്രധാരണ രീതികളും ആചാരങ്ങളും നിരോധിക്കപ്പെട്ടു. അതിനുശേഷം ഇന്ത്യൻ വംശജർ അവരുടെ "ഭാഷയും സംഗീതവും നൃത്തവും വസ്ത്രവും വിശ്വാസങ്ങളും ആചാരങ്ങളും സൂക്ഷിച്ച് ഒളിപ്പിച്ചുവച്ചു." എന്നാൽ അർഗ്യൂട്ട ഇതിനെ ക്കുറിച്ചു പറയുന്നത് 1975ൽ എൽസാൽവദോറിൽ 'മിസ് യൂണിവേഴ്സ്' മത്സരം നടത്തുകയുണ്ടായി. ഇതുമൂലം വീണ്ടും തദ്ദേശീയവംശങ്ങളുടെ വസ്ത്രധാരണ, ആചാരങ്ങളിലേക്ക് വീണ്ടും വെളിച്ചം വീഴാൻ ഇടയാക്കി. രാഷ്ട്രം വീണ്ടും കലാപകലുഷിതമായി. സർക്കാരിനെ തുറന്ന് എതിർ ത്തിരുന്ന ആർച്ച് ബിഷപ്പ് ഓസ്കാർ റൊമേറോ കൊല്ലപ്പെട്ടു. 1980-92 കാലഘട്ടത്തിൽ ഒരു ലക്ഷത്തോളം പേർ കൊല്ലപ്പെട്ടു. 1992ൽ ഗൊറില്ലാ സംഘങ്ങളെ രാഷ്ട്രീയ പാർട്ടിയായി അംഗീകരിച്ചു. സമാധാനം തിരിച്ചു വന്നു.

1935 നവംബർ 24ന് മാൻലിയോ അർഗ്യൂട്ട എൽസാൽവദോറിൽ ജനിച്ചു. ജീൻ പോൾ സാർത്രിനാൽ സ്വാധീനിക്കപ്പെട്ട സാമൂഹ്യ സാംസ്കാരിക പ്രതിബദ്ധതയോടെ രാഷ്ട്രീയത്തിൽ സജീവമായി ഇടപെടുന്ന

സാഹിത്യകാരനാണ് അർഗ്യൂട്ട. "മനുഷ്യരെ അമൂർത്തമായോ, താത്ത്വി കമായോ കാണുന്നതിനു പകരം, ദുരിതങ്ങളനുഭവിക്കുന്ന രക്തവും മാംസ വുമുള്ളവരായി അറിയുന്നു." മുപ്പതു വയസ്സുവരെയും കവിത മാത്രം എഴുതിക്കൊണ്ടിരുന്ന അർഗ്യൂട്ട അവിചാരിതമായാണ് നോവലിൽ കൈവയ്ക്കാൻ ഇടയായത്. 1970കളുടെ രാഷ്ട്രീയത്തിന്റെ ഭീകരതയെ ക്കുറിച്ച് എഴുതിത്തുടങ്ങിയതോടെ അധികാരികൾക്ക് അദ്ദേഹം ഒരു തല വേദനയായി മാറി. പലതവണ അറസ്റ്റു ചെയ്തു തടവിലാക്കപ്പെട്ടു. 'ജീവിതത്തിലെ ഒരു ദിവസം' 1980ൽ പുറത്തുവന്നതോടെ അദ്ദേഹത്തിന് സാൽവദോറിൽ കഴിയാനാകാതായി - പുസ്തകം നിരോധിക്കപ്പെടു കയും കണ്ടുകെട്ടുകയും ചെയ്തു. കോസ്റ്ററിക്കയിലേക്ക് അദ്ദേഹം ഒളിച്ചു കടന്നു. ആഭ്യന്തരയുദ്ധം അവസാനിക്കുന്നതുവരെ, 1992, അദ്ദേഹ ത്തിന് എൽസാൽവദോറിലേക്കു തിരിച്ചുവരാനായില്ല. ചരിത്രസംഭവ ങ്ങളെ സത്യസന്ധമായി രേഖപ്പെടുത്തിയ തന്റെ നോവലുകൾ എൽസാൽവദോറിന്റെ ചരിത്ര ഇതിഹാസമെന്നാണ് അർഗ്യൂട്ട വിശേഷി പ്പിക്കുന്നത്.

ജീവിതത്തിലെ ഒരു ദിവസമെന്ന തലവാചകം എൽസാൽവദോറിലെ ജീവിതത്തെ നിർവ്വചിക്കുന്നതാണ്. അറിയപ്പെടാതിരുന്ന തദ്ദേശീയരായ ഇന്ത്യൻ വംശജരുടെ ഉന്നതമായ സംസ്കാരത്തിലേക്കും മനുഷ്യത്വത്തി ലേക്കുമുള്ള അന്വേഷണം കൂടിയാണ് ഈ നോവൽ. വിത്തുകൾക്കും വളങ്ങൾക്കും വില കുറയ്ക്കണമെന്നാവശ്യപ്പെട്ട് ബാങ്കിൽ പ്രതിഷേധ പ്രകടനം സംഘടിപ്പിച്ചതു കാരണം അധികാരികൾ ജസ്റ്റിനോവിനെ കൊന്ന് അയാളുടെ തല പാതയരികിൽ ഒരു കമ്പിൽ നാട്ടി നിർത്തു ന്നുണ്ട്. ഉടനെത്തന്നെ ജസ്റ്റിന്റെ സുഹൃത്തുക്കൾ കൊലയാളികളെ കണ്ടെത്തുന്നു. അവർ മാപ്പപേക്ഷിക്കുന്നു. ജസ്റ്റിനെ സംസ്കരിക്കാൻ അവർ നിർബന്ധിക്കുന്നു. അതിനുശേഷം കൊലയാളികൾക്ക് സുഹൃത്തു ക്കൾ മാപ്പു നല്കുകയാണ്. മാപ്പു നല്കുന്നതിനെ ന്യായീകരിക്കുന്നു മുണ്ട്. "മറ്റെന്തിനേക്കാളും ദൈവത്തെ ഭയന്ന്. പിന്നെ നമ്മൾ കൊല യാളികളുമല്ല" എന്നാണവർ പറയുന്ന ന്യായം. അക്രമരഹിതമായ സമര ത്തിനു മാത്രമേ ഇന്ത്യൻ വംശജർക്കു താത്പര്യമുള്ളൂ എന്നാണിത് അടിവരയിടുന്നത്; തോക്കിനു പകരം ബൈബിൾ. വിദ്യാസമ്പന്നരായ, പാശ്ചാത്യസംസ്കാരത്തിന് ഉടമകളായ മുഖ്യധാരാ വംശജരേക്കാളും അപരിഷ്കൃതരെന്നു മുദ്രയടിക്കപ്പെട്ട ഇന്ത്യൻ വംശജർ സംസ്കാര സമ്പന്നരും മനുഷ്യത്വമുള്ളവരുമാണെന്ന് അർഗ്യൂട്ട ഓർമ്മിപ്പിക്കുന്നു.

അന്യോന്യം സ്നേഹിച്ചും സഹകരിച്ചും കഴിയുന്ന സമൂഹമാണ് ഇന്ത്യൻ വംശജരുടേത്. ഒരു കുടുംബം പോലെ കഴിയുന്ന അവരെ ശുഭാപ്തി വിശ്വാസവും നല്ല നാളെയെക്കുറിച്ചുള്ള പ്രതീക്ഷയും കൈവിടുന്നേയില്ല.

ഈ ദുരിതങ്ങൾക്കും ദുരന്തങ്ങൾക്കുമിടയിൽ ഓരോ ദിവസമായി ജീവിച്ചു തീർക്കാൻ കഴിയുന്നത് അതുകൊണ്ടുതന്നെയാണ്.

അച്ഛന്റെയും അമ്മയുടെയും തണലിൽ അല്ലലില്ലാത്ത ബാല്യം സ്വപ്നം കാണാൻപോലും കഴിയാത്ത കുട്ടികളെയാണ് ഇവിടെ നാം കണ്ടുമുട്ടുന്നത്. നിഷ്കളങ്കത നഷ്ടപ്പെടുന്ന പെൺകുട്ടികൾ. ഉത്തരവാദിത്തങ്ങൾ ഏറ്റെടുത്തു സ്വപ്നങ്ങൾ കാണാൻ പോലും സമയം ലഭിക്കാത്ത ബാല്യം. അന്നന്നത്തെ ജീവിതം കഴിച്ചുകൂട്ടാൻ അവർ കഠിനാധ്വാനം ചെയ്യേണ്ടതുണ്ട്. സമൂഹത്തിന്റെ ദുരിതങ്ങൾ എങ്ങനെ കുടുംബത്തെ ഛിന്നഭിന്നമാക്കുന്നുവെന്ന് വളരെ ചെറുപ്പത്തിൽ തന്നെ അവർ മനസ്സിലാക്കുന്നു. പതിനാലു വയസ്സുകാരിയായ അഡോൾഫിന മറിയയുടെ അമ്മയോട് പറയുന്നതു കേൾക്കുക: "നിങ്ങൾ ക്രിസ്റ്റ്യൻ ഫെഡറേഷനിൽ അംഗമാണ് എന്ന് എനിക്കു മനസ്സിലായി. ഞാനും കർഷകത്തൊഴിലാളികൾക്കൊപ്പമാണ്. ഇതു മാത്രമേ നമുക്കു വഴിയുള്ളൂ: നമ്മൾ സംഘടിക്കണം."

'വാക്കുകൾകൊണ്ടുമാത്രം ജനങ്ങളെ എങ്ങനെ ദ്രോഹിക്കാം' എന്നു പരിശീലനം നേടിയവരാണ് അധികാരികൾ. ഇന്ത്യൻ വംശജർ ജനാധിപത്യത്തെ മാത്രമല്ല, ക്രിസ്തുമതത്തെയും എതിർക്കുന്നവരാണെന്നാണ് അധികാരികൾ ചിന്തിക്കാൻ പഠിപ്പിക്കുന്നത്. അധികാരികൾ ജനങ്ങളെ അവരുടെ വഴിയിലൂടെ മാത്രം ചിന്തിക്കാൻ പ്രേരിപ്പിക്കുന്നു. ഇതിനെല്ലാം പരിശീലനം കൊടുത്ത ശേഷമാണ് പോലീസിനെ തോക്കുമായി ഇന്ത്യൻ വംശജരുടെ ഇടയിലേക്കു വിടുന്നത്. അർഗ്യൂട്ടയുടെ ഇന്ത്യൻ വംശജർ ദുരന്തങ്ങൾക്കും പീഡനങ്ങൾക്കുമപ്പുറത്തേക്കു തോക്കുകൾ കൂടാതെയാണ് നടന്നുനീങ്ങുന്നത്.

ജീവിതത്തിലെ ഒരു ദിവസം ചിട്ടയോടെയുള്ള അടിച്ചമർത്തലിനെ കേന്ദ്രീകരിക്കുന്നു; അക്രമത്തിന്റെ മറ്റൊരു തലം നമ്മൾ അറിയുന്നു. അപരിചിതമായ ദുരിതങ്ങളുടെയും ദുരന്തങ്ങളുടെയും ഇടയിൽ പ്രതീക്ഷ കൈവിടാതെ ഓരോ ദിവസത്തെ ജീവിതവും ജീവിച്ചു തീർക്കുന്ന സ്ത്രീകളും കുട്ടികളും. പട്ടിണി കിടക്കുന്ന, കൂട്ടക്കൊല ചെയ്യപ്പെടുന്ന, ക്രൂരമായ പീഡനങ്ങൾക്കു വിധേയമാകുന്ന പൊടുന്നനെ 'കാണപ്പെടാതാകുന്ന' ജനങ്ങൾ. എന്നാലും 'പ്രശ്നങ്ങൾ' നമ്മുടെ അറിവില്ലായ്മയാണ് എന്ന് അറിയുന്നവർ; "അറിവു നേടുന്നതോടുകൂടി ജീവിതം തെളിനീരുപോലെ സുതാര്യമാകും എന്നു മനസ്സിലാക്കിയവർ. ഓരോ കൊലപാതകവും അവരെ ശക്തരാക്കുകയാണ്." "അവർക്കു നമ്മളെയെല്ലാവരെയും കൊല്ലേണ്ടി വരും." മതവിശ്വാസത്തിലൂന്നിയ മോചനപ്രസ്ഥാനങ്ങളെക്കുറിച്ചുള്ള അന്വേഷണത്തിന് ജീവിതത്തിലെ ഒരു ദിവസം അന്തർധാരയായി വർത്തിക്കുന്നു.

■

ജീവിതത്തിലെ 'ഒരേ' ദിവസങ്ങൾ

രഘുനാഥൻ പറളി

ഓരോ ദിവസത്തെയും ജീവിതം വിലപ്പെട്ടതാകുന്നത് അടുത്ത ദിവസം ജീവിതം ഉണ്ടാകുമെന്ന് ഉറപ്പില്ലാതിരിക്കുമ്പോഴാകണം. ഒരു പക്ഷേ അന്നേ ദിവസത്തെ ജീവിതം പൂർത്തിയാകുമോ എന്നു തന്നെ നിശ്ചയമില്ലാത്ത വേളയിലാകണം. മാൻലിയോ അർഗ്യൂട്ടയുടെ 'ജീവിതത്തിലെ ഒരു ദിവസം' അക്ഷരാർത്ഥത്തിൽ വിലപ്പെട്ട ഒരു ദിവസമായിത്തീരുന്നത് ഇങ്ങനെയൊരു പശ്ചാത്തലത്തിലാണ്. തികച്ചും ഭീതിദവും ഹിംസാത്മകവും വേദനാജനകവുമായ ഒരു രാഷ്ട്രീയാവസ്ഥയുടെയും അതിനെതിരെയുള്ള സാധാരണ മനുഷ്യന്റെ തളരാത്ത പോരാട്ടത്തിന്റെയും ആത്മത്യാഗത്തിന്റെയും നേർസാക്ഷ്യമായാണ് ഈ കൃതി നാം വായിക്കുന്നത്. രാവിലെ അഞ്ചേ മുപ്പതിന് ആരംഭിച്ച് വൈകുന്നേരം അഞ്ച് മണിക്ക് അവസാനിക്കുന്ന നോവൽ എൽസാൽവദോറിലെ ആഭ്യന്തരയുദ്ധത്തിന് ഇരകളാകാൻ വിധിക്കപ്പെട്ട ഇന്ത്യൻ വംശജരായ ഒരു കൂട്ടം പാവം മനുഷ്യരുടെ നരകയാതനയുടെ ഏറ്റവും ഗാഢവും സൂക്ഷ്മവുമായ അവതരണമായിത്തീരുന്നു. മനുഷ്യചരിത്രത്തിലെയും സാൽവദോറൻ ചരിത്രത്തിലെയും ഒരു ദിനം - കാലത്തിന്റെ ഒരു 'തുള്ളി' - ഇവിടെ ചമയങ്ങളില്ലാതെ യഥാതഥമായി പുനരാവിഷ്കരിക്കപ്പെടുകയും പരിശോധിക്കപ്പെടുകുമാണ്. അതിഹ്രസ്വമായ ഒരു സമയമാണെങ്കിലും, പക്ഷേ അതു ചരിത്രത്തിന്റെയും മനുഷ്യജീവിതത്തിന്റെയും അർത്ഥവത്തായ ഒരു പരിച്ഛേദമായിത്തീരുകയുമാണ്. ഈ നോവലിന്റെ മറ്റൊരു പ്രത്യേകത, അധികാരിവർഗ്ഗത്തിന്റെ നിരന്തര പീഡനത്തിനു വിധേയരാകുന്ന ഒരു സമൂഹത്തിലെ ഉപസമൂഹമായ, എല്ലാ തിക്താനുഭവങ്ങളും നിശ്ശബ്ദം ഏറ്റുവാങ്ങുന്ന, സ്ത്രീകളുടെ ലോകത്തെ അതിതീക്ഷ്ണമായി കൃതി അവതരിപ്പിക്കുന്നു എന്നതാണ്. അക്ഷരാർത്ഥത്തിൽ ഒരു സ്ത്രീപക്ഷ രചന എന്നു വിളിക്കാവുന്ന ഒരു നോവലാണിത്. ഗ്വാഡലൂപ്പെ ഗൊർദാദൊ എന്ന നാല്പത്തിയഞ്ചു വയസ്സുള്ള, അമ്മയും മുത്തശ്ശിയുമായ, ഒരു ഇന്ത്യൻ കർഷക സ്ത്രീയുടെ, കാഴ്ചകളിലൂടെയും കാഴ്ചപ്പാടുകളിലൂടെയും ദുരന്തങ്ങളിലൂടെയും ഓർമകളിലൂടെയും വേദനകളിലൂടെയും പ്രതീക്ഷകളിലൂടെയും നഷ്ടങ്ങളിലൂടെയും സ്വപ്നങ്ങളിലൂടെയും എല്ലാമാണ് നോവൽ പ്രധാനമായും വികസിച്ചു വരുന്നത്. ഒപ്പം, മരിയ റൊമേലിയ,

മരിയ പിയ, അഡോൾഫിന തുടങ്ങിയവരുടെ ചിന്തകളും കടന്നു വരുന്നുണ്ട്. ത്യാഗപൂർണ്ണവും സഹനഭരിതവുമായ ജീവിതത്തിന് ഉടമകളായ പുരുഷന്മാരെ എല്ലാം-ജസ്റ്റിനൊ, ജോഷെ ചെപ്പെ ഗൊർദാദ്, ഹീലിയൊ ഫെർണാണ്ടസ്, എമിലിയോ റാമിറെസ്-നോവലിൽ നാം കാണുന്നത് ഈ സ്ത്രീകളുടെ ചിന്തകളിലൂടെയും ഓർമകളിലൂടെയും ആണെന്നത് ഏറെ ശ്രദ്ധേയമാണ്. ഇതിനു മറുപുറമായി അധികാരികളും ഇടയ്ക്കിടെ സംസാരിക്കുന്നുണ്ടെന്നത്, പൊതുവിൽ, നോവൽ ക്രാഫ്റ്റിനും ആഖ്യാനത്തിനും ഏറെ ശകലീകൃതമായ ഒരു സ്വഭാവം നല്കുന്നുണ്ട്. അതുകൊണ്ടുതന്നെ സൂക്ഷ്മവായന ഇവിടെ ഒരു അനിവാര്യതയായി മാറുന്നു. സ്ത്രീയുടെ സഹനശക്തിയും രാഷ്ട്രീയമായ അവകാശബോധവും (പുതിയതായി ഉണ്ടാകുന്നത്) സമന്വയിക്കപ്പെടുമ്പോൾ ഉണ്ടാകുന്ന അവിശ്വസനീയമായ കരുത്ത് നോവലിന്റെ പ്രമേയത്തെതന്നെ നിർണ്ണയിക്കുന്നുണ്ട്. 'ജീവിതത്തിലെ ഒരു ദിവസം' എന്ന കൃതി, ഏതു കഠിന പരിതോവസ്ഥയിലും തളരാതെ ജീവിതത്തെ മുന്നോട്ടു കൊണ്ടുപോകാൻ. ഓരോ അനുവാചകനെയും സജീവമായി പ്രേരിപ്പിക്കുന്നുണ്ടെങ്കിൽ അതിന്റെ അടിസ്ഥാനകാരണവും മറ്റൊന്നല്ല.

എൽസാൽവദോറിലെ കോളനിസ്ഥാപകരായ സ്പാനിഷുകാരിൽ നിന്നും (1840ൽ) സ്വാതന്ത്ര്യം നേടി, നൂറു വർഷത്തിലധികം കഴിഞ്ഞിരുന്നെങ്കിലും. അവശേഷിച്ച സ്പാനിഷ് പ്രഭുത്വത്തിന്റെ പിടിയിലായിരുന്നു തുടർന്നും സാൽവദോറൻ സമൂഹം. ഇതു പിന്നീട് അവിടെ, അമേരിക്കൻ സഹായത്തോടെയുള്ള ആഭ്യന്തര യുദ്ധത്തിനു വഴിതെളിക്കുകയും, അടിച്ചമർത്തപ്പെട്ട സാൽവദോറന്മാരിൽ നിന്നുതന്നെ അമേരിക്ക പുതിയ 'മൃത്യു സംഘ'ങ്ങളെ (ഡെത്ത് സ്ക്വാഡ്) വികസിപ്പിച്ചെടുക്കുകയും ചെയ്തു. വാക്കുകൾ ഉപയോഗിച്ച് മറ്റുള്ളവരെ എങ്ങനെ പരമാവധി വേദനിപ്പിക്കാമെന്നതിനുപോലും പ്രത്യേക മനഃശാസ്ത്ര ക്ലാസ്സുകൾ നൽകിയായിരുന്നു പരിശീലനം. തങ്ങളുടെ ഇന്ത്യൻ നിറത്തെയും വംശത്തേയും കുറിച്ച് ഏറെ അപകർഷതാബോധമുള്ള തദ്ദേശീയരായ പല ആളുകളും, 'ഡെത്ത് സ്ക്വാഡ്' അംഗങ്ങളാകുന്നതിലൂടെയാണെങ്കിൽ പോലും, പാശ്ചാത്യർക്കു തുല്യരാകാൻ വ്യഗ്രത പ്രകടിപ്പിക്കുന്നവരായിരുന്നു. അത്, തങ്ങളുടെ സഹോദരന്മാരെയോ മാതാവിനെയോ വധിച്ചിട്ടാണെങ്കിൽപോലും പ്രശ്നമല്ലെന്ന ഒരു മനോഘടനയിലേക്ക്, പിന്നീട്, മസ്തിഷ്ക പ്രക്ഷാളനത്തിലൂടെ, ഇത്തരം സംഘാംഗങ്ങൾ എത്തിപ്പെടുന്നുണ്ട്. സ്ത്രീകളോട് തികച്ചും സംസ്കാരശൂന്യമായാണ് ഇവർ പെരുമാറുന്നത് സ്ത്രീകളെ നിരന്തരം 'വേശ്യകൾ' എന്നു സംബോധന ചെയ്യാൻ ഈ പുതിയ അധികാരിവർഗ്ഗം മടിക്കുന്നില്ല. സ്വന്തം സഹോദരിമാരെ ഭർത്സിച്ച് സംസാരിക്കാൻ പോലും ഇവർക്കു ലജ്ജയില്ല. ജനാധിപത്യത്തിന്റെ പുനഃസ്ഥാപനത്തിനായി പ്രവർത്തിക്കുന്നു എന്ന് അവകാശപ്പെടുന്ന ഈ അധികാരികളുടെ മുഖ്യ ശത്രു, പക്ഷേ, ജനങ്ങളാണെന്നതാണ് ഏറ്റവും വലിയ ഐറണി (അല്ലെങ്കിലും ഇത്തരം ഐറണികളാണല്ലോ പലപ്പോഴും ചരിത്രം!) ലൂപ്പെയുടെ അയൽക്കാരിയുടെ മകനായ മാർട്ടിനെസ് (പ്രൈവറ്റ് മാർട്ടിനെസ്)

അധികാരികളുടെ യൂണിഫോം അണിഞ്ഞുകൊണ്ടുതന്നെ ഇക്കാര്യങ്ങൾ, മടിയേതുമില്ലാതെ, ഏറ്റുപറയുന്നുണ്ട്.

അതേസമയം നിരന്തരമായി അടിച്ചമർത്തപ്പെട്ടുകൊണ്ടിരിക്കുന്ന ഒരു ജനതയിൽ, തങ്ങളുടെ അവകാശങ്ങളെക്കുറിച്ചുള്ള ബോധമുണ്ടാകുമ്പോൾ സ്വാഭാവികമായി സംഭവിക്കുന്ന വിപ്ലവാത്മകതയാണ് സാൽവദോറൻ ജനതയിൽ ശക്തി പ്രാപിക്കുന്നത്. ക്രിസ്ത്യൻ ഫെഡറേഷൻ, കർഷകരുടെ ലീഗ് തുടങ്ങിയ 'വിപ്ലവ സംഘടനകൾ'(അധികാരികളുടെ ഭാഷ്യം) ജനങ്ങളിൽ നിന്ന് രൂപപ്പെട്ടു വരുന്ന ഒരു സാഹചര്യമാണത്. മാർട്ടിനെസിനെപ്പോലെ ആത്മവഞ്ചനയ്ക്കു മുതിരാത്ത ഭൂരിപക്ഷം ഗ്രാമീണരുടെ കൂട്ടായ്മകളാണിവയെല്ലാം. ക്രിസ്ത്യൻ ഫെഡറേഷന് രൂപം നൽകി എന്നതിനാലാണ് അഡോൾഫിനയുടെ പിതാവ് ഹീലിയോ ഫെർണാണ്ടസിനെ പട്ടാളക്കാർ പിടിച്ചുകൊണ്ടു പോകുന്നത്. അതേ സമയം ഹിംസാത്മകമായ ചലനങ്ങളൊന്നും ഈ ഗ്രാമീണ കാർഷിക ജനതയിൽ നിന്നുണ്ടാകുന്നില്ല. അവരുടെ സമരങ്ങൾ മുഖ്യമായും വിത്തിനും വളത്തിനും നിഷേധിക്കപ്പെട്ട മറ്റവകാശങ്ങൾക്കും വേണ്ടിമാത്രമാണ്. എന്നാൽ ജസ്റ്റിനോ കൊലചെയ്യപ്പെടുകയും തല ഒരു പോസ്റ്റിൽ കുത്തിവെച്ചനിലയിൽ പ്രദർശിപ്പിക്കപ്പെടുകയും ചെയ്യുമ്പോൾ ജനങ്ങൾ കുറേക്കൂടി തീവ്രമായി പ്രതികരിക്കുന്നുണ്ട്. ഇന്നലെകളിൽ, ജനങ്ങളുടെ അടിസ്ഥാന പ്രശ്നങ്ങളിൽ ഇടപെടാതെ ജനങ്ങളുടെ മരണാനന്തര ജീവിതത്തെക്കുറിച്ചും ലഭിക്കാനിരിക്കുന്ന സ്വർഗ്ഗത്തെക്കുറിച്ചും മാത്രം സംസാരിച്ചിരുന്ന പാതിരിമാർ മാറുകയും, ജനങ്ങളുടെ രാഷ്ട്രീയാവകാശങ്ങളെ പിന്തുണയ്ക്കുന്ന പുതിയ പാതിരിമാർ പ്രത്യക്ഷപ്പെടുകയും ചെയ്യുന്ന, കാത്തലിക് പള്ളിയുടെ ഒരു ക്രിയാത്മക പരിണാമം കൂടി നോവലിൽ തെളിഞ്ഞു വരുന്നുണ്ട്. അമേരിക്കൻ പിന്തുണയുള്ള അധികാരികൾ 'ശത്രുക്കൾ' എന്നു വിവക്ഷിക്കുന്നതു തന്നെ, അടിത്തട്ടിൽ കിടക്കുന്ന, എന്നാൽ തങ്ങളുടെ അവകാശങ്ങളെക്കുറിച്ചു സംസാരിച്ചു തുടങ്ങിയ ഈ പാവം ജനങ്ങളെയാണ്. അതുകൊണ്ടുതന്നെ അവകാശബോധമുള്ള ഓരോ സംഘടനാ പ്രവർത്തകനും പ്രവർത്തകയും ഉറ്റകമ്മ്യൂണിസ്റ്റുകാർ മാത്രമല്ല ക്രിസ്ത്യൻ മതത്തിന്റെ ശത്രുക്കൾ കൂടിയാണെന്ന് 'അധികാരികൾ' പ്രചരിപ്പിക്കുന്നുണ്ട്. ഒപ്പം പാതിരിമാരിൽ സംഭവിച്ച അപകടകരമായ മാറ്റവും അവർ ശ്രദ്ധാപൂർവ്വം വീക്ഷിക്കുന്നു. ജനങ്ങളെ ഭയപ്പെടുത്താനായി ഒരു പാതിരിയെ ക്രൂരമായി പീഡിപ്പിക്കാനും അവർ മടിക്കുന്നില്ല.

ഇത്രയും തീക്ഷ്ണമായ രാഷ്ട്രീയ പശ്ചാത്തലം ഉൾക്കൊള്ളാനോ അതിന്റെ കാരണങ്ങൾ മനസ്സിലാക്കാനോ ആരംഭത്തിൽ ലൂപ്പെയ്ക്കു കഴിയുന്നില്ല. എന്നാൽ അത് സ്വന്തം കുടുംബത്തിൽ സൃഷ്ടിക്കുന്ന ആഘാതങ്ങളും ഭർത്താവ് ജോഷെ ചെപ്പെയുടെ നിരന്തരമായ ഉദ്ബോധനങ്ങളുമാണ് തന്റെ ഹൃദയം കഠിനമാക്കാൻ ക്രമേണ അവരെ സഹായിക്കുന്നത്. തന്റെ മകൻ ജസ്റ്റിനൊ ക്രൂരമായി വധിക്കപ്പെടുന്നത്, ഭർത്താവിന് വീടുവിട്ട് മലമുകളിൽ ഒളിച്ചു കഴിയേണ്ടി വരുന്നത്, മകൾ മരിയ പിയയുടെ ഭർത്താവ് ഹീലിയോ ഫെർണാണ്ടസിനെ പട്ടാളം പിടിച്ചു കൊണ്ടു പോകുന്നത്, പട്ടാളക്കാർ ജോഷെയെ കഠിനമായി അപമാനിക്കുന്നത്, മകളുടെ മകളായ പതിനാലുകാരി അഡോൾഫിനയും പട്ടാളക്കാരുടെ ഒരു ലക്ഷ്യമായി

ത്തീരുന്നത് - എല്ലാം എല്ലാം ലൂപ്പെയെ കഠിനമായി ഉലയ്ക്കുമ്പോഴും അവർ നിലംപതിക്കുന്നില്ല. ഏറ്റവുമൊടുവിൽ, അധികാരികളുടെ അടിയേറ്റ് മൃതപ്രായ നായും വിരൂപനായും ഭർത്താവ് ജോഷെ, ലൂപ്പെയ്ക്കു മുന്നിൽ പ്രദർശിപ്പിക്ക പ്പെടുമ്പോൾ, അയാളെ അറിയുമോ എന്നു പട്ടാളം ചോദിക്കുമ്പോൾ, കഠിനദുഃഖം മറച്ചുവച്ച്, 'അറിയില്ല' എന്നു പറയാനുള്ള ആത്മബലവും ലൂപ്പെ പ്രകടിപ്പിക്കുന്നു. ഇതെല്ലാം പക്ഷേ ജോഷെ പഠിപ്പിച്ച പാഠങ്ങളിൽ നിന്നും, നല്കിയ നിർദ്ദേശ ങ്ങളിൽ നിന്നും ലൂപ്പെ ആർജ്ജിച്ച കരുത്തത്രെ! ചെപ്പെയാണ് തന്റെ മനഃസാക്ഷി എന്ന് ഒരു ഘട്ടത്തിൽ ലൂപ്പെ പറയുന്നത് ഏറെ ഹൃദയസ്പർശിയാണ്. "സംഘടനാ ജോലി വല്ലാത്തൊരു സംഗതിയാണ്. ഒറ്റ വാക്കുകൊണ്ട് ഇതു നിർവ്വചിക്കാനാ കില്ല. നമ്മുടെ താത്പര്യം നോക്കാതെ മറ്റുള്ളവരുടെ നന്മയെക്കരുതി ചെയ്യുന്ന എല്ലാ കാര്യങ്ങളും മനഃസാക്ഷിയാണ്" എന്ന് ജോഷെ ചെപ്പെ പറയുമ്പോഴാണ്, ലൂപ്പെ, ചെപ്പെയാണ് തന്റെ മനഃസാക്ഷി എന്നു മറുപടി പറയുന്നത്.

ലൂപ്പെയുടെയും ജോഷെയുടെയും മകളായ മരിയ പിയയുടെ മകൾ അഡോൾഫിന, നോവലിലെ ഒരു ചാലക ശക്തിയാണ്. ഒരർത്ഥത്തിൽ, പോരാടുന്ന ജനതയുടെതന്നെ, ഭാവിയുടെയും പ്രതീക്ഷയുടെയും പ്രതീക മായാണ് അവൾ നിലകൊള്ളുന്നത്. പതിനാലു വയസ്സുമാത്രം പ്രായമുള്ള അവൾ പക്ഷേ മുതിർന്നവർക്കു സമാനമായ രാഷ്ട്രീയാനുഭവങ്ങൾ ആർജ്ജിക്കുകയും, അനുഭവങ്ങൾ പങ്കുവയ്ക്കുകയും ചെയ്യുന്നു. മരിയ പിയയിൽ നിന്നും ലൂപ്പെ മുത്തശ്ശിയിൽ നിന്നുമെല്ലാം അതിനവൾ ശകാരം കേൾക്കുന്നുണ്ട്. വാസ്തവത്തിൽ അഡോൾഫിനയുടെ ഈ 'പക്വത' അവരിൽ ഭയമാണ് ജനിപ്പിക്കുന്നത്. ജസ്റ്റിനോ അമ്മാവന്റെ ദാരുണമായ കൊലയും, സ്വന്തം പിതാവിന്റെ (ഹീലിയോ ഫെർണാ ണ്ടസ്) അനിശ്ചിതത്വം നിറഞ്ഞ തടവും, ജോഷെ മുത്തച്ഛന്റെ സ്വയം മറന്നുള്ള സംഘടനാ പ്രവർത്തനവും, സുഹൃത്ത് മരിയ റൊമേലിയയുടെ പിതാവ് എമിലിയോ റാമ്യറെസിനുണ്ടായ പീഡാനുഭവങ്ങളുമെല്ലാം അവളെ കൂടുതൽ രാഷ്ട്രീയ ബോധമുള്ളവളാക്കുന്നു. കർഷക ലീഗുമായി അവൾക്ക് ഒരു ബന്ധവും ഉണ്ടാകു ന്നുണ്ട്. ജസ്റ്റിനോയുടെ മരണത്തെത്തുടർന്നുണ്ടായ സംഭവ വികാസങ്ങൾ, ഒടുവിൽ, ക്രിസ്ത്യൻ പള്ളിയിൽ, ഒരു പ്രകടനത്തിന്റെ സ്വഭാവമാർജ്ജിക്കുമ്പോൾ അതിൽ അഡോൾഫിന, സജീവമായ പങ്കാണ് വഹിക്കുന്നത്. സ്നേഹത്തിലും, സഹനത്തിലും, ധൈര്യത്തിലും, വിപ്ലവവീര്യത്തിലും, ലൂപ്പെയുടെ അർത്ഥ പൂർണ്ണമായ ഒരു തുടർച്ചയാകുകയാണ് എല്ലാരീതിയിലും അഡോൾഫിന. പട്ടാളക്കാർ, ഒടുവിൽ അഡോൾഫിനയ്ക്കും ലൂപ്പെയ്ക്കും മുന്നിലെത്തിക്കുന്ന ജോഷെയെ, അഡോൾഫിന തിരിച്ചറിയാത്തതിൽ ഏറെ ആശ്വസിക്കുന്നുണ്ട്, ലൂപ്പെ. എന്നാൽ, തുടർന്ന് അഡോൾഫിന, പ്രൈവറ്റ് മാർട്ടിനെസിന്റെ ശവശരീരം താൻ ഭാവനയിൽ കാണുന്നതിനെക്കുറിച്ച് ലൂപ്പെയോട് വിവരിക്കുമ്പോൾ അവർപോലും വിറച്ചുപോകുന്നു. അതു ലൂപ്പെയുടെതന്നെ സ്വപ്നമോ അല്ലെങ്കിൽ അതിന്റെ തുടർച്ചയോ ആണെന്നതാണ് അടിസ്ഥാന കാരണം; അത് അവർ അഡോൾഫിനയോട് പറയുന്നില്ലെങ്കിലും. അധീശശക്തികളുടെ അന്ത്യം എന്ന സ്വപ്നത്തിന് നൽകിയ/നൽകേണ്ടുന്ന വലിയ വിലകളും അവർ

ഓർത്തുപോയിരിക്കാം. അതേസമയം, തന്റെ ഭാവനയെക്കുറിച്ച് "എന്റെ മനസ്സ് എന്നോടു പറഞ്ഞു. ഇതുവരേയ്ക്കും എന്റെ മനസ്സ് എന്നോട് കള്ളം പറഞ്ഞിട്ടില്ല" എന്ന അഡോൾഫിനയുടെ ഉറച്ച വാക്കുകൾ- ലൂപ്പെയുടെ സന്ദേഹത്തിനു മറുപടിയായി പറയുന്ന വാക്കുകൾ- ഭാവിയിലേക്കു മാത്രം സഞ്ചരിക്കുന്നവയാണ്.

വിരാമമില്ലാത്ത പ്രതീക്ഷയുടെയും തളരാത്ത മനുഷ്യവീര്യത്തിന്റെയും സാക്ഷ്യപത്രമായാണ് മാൻലിയോ അർഗുട്ടയുടെ 'ജീവിതത്തിലെ ഒരു ദിവസം' എന്ന കൃതി നമ്മെ സംബോധന ചെയ്യുന്നത്. യഥാർത്ഥമായ ഒരു ജീവിതാവസ്ഥയുടെ കലർപ്പില്ലാത്ത ആവിഷ്കരണം, ഒരു 'ആഘാത ചികിത്സ' പോലെ ഇവിടെ നമ്മളിൽ പതിക്കുകയാണ്. അതിലൂടെ നമ്മളിലേക്കെത്തുന്ന ആന്തരികമായ ഊർജ്ജം പക്ഷേ ഒട്ടും ചെറുതല്ലതാനും. 1980 മുതൽ 1992 വരെ എൽസാൽവദോറിലെ ആഭ്യന്തരയുദ്ധം നീണ്ടുനിന്നു എന്നതും എൽസാൽവദോർ സർക്കാർ 1980 ൽ ഈ നോവൽ നിരോധിച്ചു എന്നതും രാഷ്ട്രീയ ഭീകരതയെക്കുറിച്ച് എഴുതുകയും പ്രവർത്തനങ്ങളിൽ ഏർപ്പെടുകയും ചെയ്തതിന് മാൻലിയോ അർഗുട്ടയെ പലതവണ അറസ്റ്റ് ചെയ്യുകയും നാടുകടത്തുകയും ചെയ്തു എന്നതും, 'ജീവിതത്തിലെ ഒരു ദിവസത്തെ' ജീവിതത്തിലെ 'ഒരേ' ദിവസങ്ങളാക്കുന്ന- ആവർത്തിത പീഡനദിനങ്ങളാക്കുന്ന- ചരിത്രപരവും മാനുഷികവുമായ യാഥാർത്ഥ്യങ്ങളായി പെരുകുകയാണ് നമുക്കു മുന്നിൽ. അതു തന്നെയാണ് ഈ കൃതിയുടെ യഥാർത്ഥ ഔന്നത്യവും.

■

രാവിലെ 05.30

ദൈവദത്തമായ ഒരു ദിവസം പോലും, പ്രഭാതത്തിൽ അഞ്ചുമണിക്കുള്ള എന്റെ ഉണർച്ച കൂടാതെ കടന്നു പോകുന്നില്ല. നേരത്തെ പലതവണ കോഴി കൂവിയപ്പോൾതന്നെ ഞാൻ ഉണർന്നിരുന്നു. ഒരു പക്ഷിയുടെ കരച്ചിലിനു മാത്രം തുളച്ചുകയറാൻ കഴിയുന്ന ആകാശത്തിന്റെ ആ ഇരുളിലും ഞാൻ ഉന്മേഷവതിയായി.

ക്ലാരിനെരോ..... ക്ലാരിനെരോ എന്ന് ചിലച്ചുകൊണ്ട് ക്ലാരിനെരൊ പക്ഷി കുടിലിനു മുകളിലൂടെ പറന്നു പോകുന്നു. വാസ്തവത്തിൽ എന്നെ ആരും ഉണർത്തേണ്ട ആവശ്യമില്ല. കാരണം പുലർച്ചേ ഉണരുന്ന ക്ലാരിനെരൊ ഉച്ചത്തിൽ കലപില കൂട്ടുന്ന പ്രകൃതമാണ്.

എന്തുതന്നെയായാലും എഴുന്നേല്ക്കേണ്ട സമയം തീരുമാനിക്കുന്നത് ഞാൻ മാത്രമാണ്. കൃത്യസമയം പാലിക്കുന്നതിന് ഒരു സൂത്രമുണ്ട്. മരപ്പലകകൾ കൊണ്ടുണ്ടാക്കിയ ചുമരിലെ വിള്ളലുകൾ. ടിഹ്വിലോട്ടെ (tihuilote) മരം ഉപയോഗിച്ചാണ് എന്റെ കുടിലുണ്ടാക്കിയിരിക്കുന്നത്. ഇവിടെ ചുറ്റും കാണുന്ന ഒരു മരമാണത്. അതിൽ നിന്ന് വലിയ തടികൾ കിട്ടും. പക്ഷേ, അത്രയ്ക്ക് ബലമില്ലാത്തതുകൊണ്ട് കൂടെക്കൂടെ മാറ്റണമെന്നുള്ളതാണ് ആകെയുള്ള പ്രശ്നം. ചിതൽ കയറാത്തതിനാൽ ടിഹ്വിലോട്ടെ ഞങ്ങൾക്കിഷ്ടമാണ്. ചിതൽ, മരം ഒന്നാകെ തിന്നുകളയും; നിങ്ങൾ തിരിച്ചറിയും മുന്നേ എല്ലാം നശിച്ചു കഴിഞ്ഞിരിക്കും.

ചുമരിലെ വിള്ളലുകളിലൂടെ ഞാൻ രാത്രിയെ നോക്കും.

ഒരിടത്തുതന്നെ ഒരുപാടുനേരം കിടന്നതിനുശേഷം ഞങ്ങളുടെ ശ്രദ്ധ ഓരോ ഇടങ്ങളിൽ അലിഞ്ഞുചേരും; എരുമച്ചാണകം അവശേഷിപ്പിച്ച പാടിൽ,

വൈക്കോൽ കൊണ്ടുണ്ടാക്കിയ മേൽക്കൂരയിലെ ചെറിയ രൂപത്തിൽ. രാത്രി വിടവാങ്ങുമ്പോഴുള്ള ആകാശത്തെ നോക്കുന്നതാണ് എനിക്ക് കൂടുതലിഷ്ടം. ഒരു നിത്യസംഭവം. ചെറിയൊരു തുളയിലൂടെ പകൽനക്ഷത്രത്തെ എനിക്കു കാണാം. അതത്രയ്ക്ക് വലിപ്പമുള്ള ഒന്നായതിനാൽ എനിക്കറിയാമതിനെ. അത് മിന്നി മിന്നിക്കൊണ്ടിരിക്കും. ആദ്യമതിനെ കാണാൻ കഴിയില്ല; പിന്നീട്, നക്ഷത്രങ്ങളും ചന്ദ്രനും സൂര്യനും ആകാശത്തിലൂടെ നടന്നു പോകുമ്പോൾ, അത് ചെറിയ തുളയിലെത്തും.

വലിയ നക്ഷത്രം ചെറിയ തുളയിലെത്തിപ്പെടുമ്പോൾ (അതെവിടെയാണെന്നത് കൃത്യമായി എനിക്കറിയാം) രാവിലെ നാല് മണിയാണ്. അപ്പോഴേക്കും ഞാൻ ഉണർന്നിരിക്കും, പക്ഷേ എഴുന്നേല്ക്കില്ല. ഉറക്കം ഭാവിച്ചുകൊണ്ട് ഞാനങ്ങിനെ കിടക്കും; തണുപ്പാണെങ്കിൽ ജോഷെയെപ്പറ്റിച്ചേർന്നുകൊണ്ടും, ചൂടാണെങ്കിൽ പുറം തിരിഞ്ഞുകൊണ്ടും. അങ്ങനെ ചുവരിലെ വിള്ളലുകളിലൂടെ ആകാശത്തിന്റെ ചിത്രങ്ങളെ എനിക്കു കാണാം; തേൾ, കലപ്പ, സാന്റ ലൂസിയയുടെ കണ്ണുകൾ, അങ്ങനെ മറ്റു പലതും.

തലയ്ക്കു മുകളിലൂടെ പറന്നു പോകുന്ന പക്ഷി ക്ലാരിനെരോയാണ്; ക്ലാരിനെരോ, ക്ലാരിനെരോ എന്ന് വിളിച്ചു കൂവുന്നതു കൊണ്ടു തന്നെ എനിക്കതിനെ അറിയാം. പകലടുക്കുമ്പോൾ അതിന്റെ തൂവലുകളിലെ സദാ മാറിക്കൊണ്ടിരിക്കുന്ന നിറങ്ങൾ നിങ്ങൾക്കു കാണാം.

ക്ലാരിനെരോ തിളങ്ങുന്നു.

അവ മരിച്ചവരെപ്പോലെയാണ് പെരുമാറുന്നതെന്ന് ആളുകൾ പറയുന്നു.

കാരണം അവ മിക്കസമയവും ശ്മശാനങ്ങൾക്കരികെയാണ് കഴിച്ചു കൂട്ടുന്നത്.

അവ പറക്കുന്നതും പാടുന്നതും നോക്കിയിരിക്കാൻ എനിക്കിഷ്ടമാണ്. പുലരിയെന്നാൽ പക്ഷികളുടെ കൂട്ടമല്ലാതെ മറ്റെന്താണ. അവയിൽ കേമൻ, കറുപ്പിന്റെ വശ്യത ചൊരിയുന്ന ക്ലാരിനെരോതന്നെ.

ആകാശം, ജീവൻ വെടിഞ്ഞ പക്ഷിയുടെ രക്തത്തിന് നിറഭേദം നല്കുന്നു.

കുന്നുകൾ ഉണരാൻ തുടങ്ങുന്ന ഇടത്തിൽ പുലരിയുടെ ആദ്യ കിരണങ്ങൾ പ്രത്യക്ഷമാവുന്നു. ഇരുട്ടിലെ തീക്കൊള്ളിയുടെ നിറം. കന്യകയുടെ മേൽപ്പുടവപോലെ എത്ര സുന്ദരം എന്ന് വെളിച്ചത്തിന്റെ മിന്നുന്നവീചികൾ എന്നെക്കൊണ്ട് പറയിക്കുന്നു. പിന്നീട് നട്ടുച്ചയിലെ കിണറ്റിലെ വെള്ളമെന്ന പോലെ ആകാശം വ്യക്തമാകുന്നു. ചില്ലിന്റെ വർണ്ണത്തുണ്ടുകൾ. ഉടഞ്ഞ കുപ്പിയുടെ കഷ്ണങ്ങൾ. ജലാശയത്തിനുകീഴെ മേഘങ്ങൾ ഒഴുകുന്നു. മേഘങ്ങൾ ദൈവത്തിന്റെ പുതപ്പുകളാണ്. നാനാ വർണ്ണങ്ങളുടെ ഗ്വാട്ടിമാലൻ നെയ്ത്താണ് ആകാശം. ഇത് ജീവിതത്തിന്റെ ഭാഗമാണ്. ഞാൻ ചെറുതായിരിക്കുമ്പോൾ തന്നെ, എട്ടോപത്തോ വയസ്സു

മുതൽ തന്നെയെന്നു തോന്നുന്നു. നല്ലവണ്ണം ഓർക്കുന്ന ഒരു കാര്യമാണിത്. അതായത് ഞാൻ ജോഷെയെ കണ്ടുമുട്ടിയപ്പോൾ മുതൽ. കുടിലിന്റെ മരച്ചുവരുകൾ പിന്നീട് മാറി. പക്ഷേ ഇടങ്ങൾക്കും വിള്ളലുകൾക്കും മാറ്റമില്ല തന്നെ. അതുപോലെ കടന്നു പോകുമ്പോൾ ഇങ്ങോട്ട് എത്തിനോക്കുന്ന പകലിനും നക്ഷത്രത്തിനും എനിക്കും മാറ്റമില്ല.

"ഡോണ റുബേനിയ, ലൂപ്പെക്ക് നിന്നെ നേരത്തെതന്നെ ഇഷ്ടമായിരുന്നു" അലമാരയ്ക്കു പിറകെ നിന്നുകൊണ്ട് ക്ലാരിനെരൊയുടെ കൊക്കുകൾ പോലെ പുറത്തേക്ക് തുറിച്ചുനിന്ന, എന്റെ മുലകളിലേക്ക് അപ്പോൾ ഞാൻ നോക്കി. ഞാനൊരു പൊട്ടിപ്പെണ്ണായിരിക്കുമ്പോൾ തന്നെ അദ്ദേഹത്തിന് എന്നെ അറിയാം. *"ഡോൺ ജോഷെയോട് നമസ്തേ പറയൂ; ചിണുങ്ങാതെ, ഉം പറ. നിന്റെ നാവ് വിഴുങ്ങിപ്പോയോ?"* അന്നുമുതൽക്ക്, ഞാനുണർന്ന് പേടിപ്പെടുത്തുന്ന ഇരുട്ടിലേക്കു നോക്കുമ്പോൾ ഞാൻ ജോഷെയെ ഓർത്തു തുടങ്ങിക്കഴിഞ്ഞിരിക്കും. പകലിൽ ഞാൻ സന്തോഷവതിയാണ് - മരത്തിലെ ഇലകൾക്കു തീപിടിച്ച പോലെയാണ് പകൽ. ഞാൻ തീർത്തും സന്തോഷ വതിയാണ്; സത്യമായിട്ടും ഞാനൊരിക്കലും ദുഃഖിച്ചിട്ടില്ല. പക്ഷേ, ദയവായി ഇരുട്ടിനെക്കുറിച്ചും രാത്രിയെക്കുറിച്ചും എന്നോടു പറയരുത്. കാരണം അതെന്നെ മൂത്രമൊഴിപ്പിക്കും. *ഞാൻ കരുതുന്നത്, ലൂപ്പെയെ നിങ്ങളെനിക്കു തന്നാൽ നിങ്ങൾക്ക് വിഷമിക്കേണ്ട ആവശ്യം വരില്ല. അവൾക്കെന്നെ സഹായിക്കാനുമാകും. ഒറ്റയ്ക്ക് കഴിഞ്ഞ് ഞാൻ മടുത്തു. "ലൂപ്പെയെ നിങ്ങളെനിക്ക് തന്നാൽ"* എന്ന അദ്ദേഹത്തിന്റെ വാക്യം കേട്ടുകൊണ്ടു കടന്നു വരാനിടയായത് എന്നെ നാണിപ്പിച്ചു. "പെണ്ണേ, പുറത്ത് പോ, മൂത്തവര് സംസാരിക്കുന്നത് കണ്ടില്ലേ?" ഞാൻ ഇടവഴിയിലേക്ക് ഓടിപ്പോയി. എങ്കിലും കുറച്ച് വാക്കുകൾ എനിക്കു കേൾക്കാമായിരുന്നു. *"അവളിപ്പോഴും കുട്ടിയാണെന്നത് എനിക്കറിയാം. പക്ഷേ അതുകൊണ്ടാണ് ഞാനവളെ ഇഷ്ട പ്പെടുന്നത്. കാരണം അവളുടെ ഈ വയസ്സിൽ അവൾ സുന്ദരിയും മിടുക്കിയു മാണ്. എനിക്കവൾ നന്നായി ഒക്കും."*

ഗ്വാട്ടിമാലൻ നെയ്ത്തിന്റെ പ്രതിഫലനങ്ങൾ എന്റെ കണ്ണിൽ ഓളം വെട്ടി. ഞാൻ ആകാശത്തേക്കു നോക്കി. പൂവൻകോഴിയുടെ തൂവലുകളിൽ നിന്നും തെറിച്ചുവരുന്ന വെളിച്ചം പോലെ-എന്റെ കണ്ണിൽ മിന്നലുകൾ നിറഞ്ഞു. രക്തം നിറഞ്ഞ മുറിപ്പാടുകളുള്ള ആകാശത്താഴ്വരകൾ. ഒരു മുറിവ് ഒരു മുറിവുതന്നെയാണ്.

ഞാൻ വിറയ്ക്കാൻ തുടങ്ങി- രാത്രിയുടെ ശൈത്യമാണ് മരണത്തെ നിഷേധിക്കുന്നത്. ഒരുപക്ഷേ ജസ്റ്റിനോയെ കുറിച്ചുള്ള ഓർമ്മകൾ.

നനവാർന്ന് വിറകൊള്ളുന്ന പുളിയിലകളുടെ അതേ തണുപ്പ്. തണുപ്പ് മരണത്തിന്റേതാകുമ്പോൾ ഒരുവനത് അറിയാം; അത് മറ്റൊരിടത്തു നിന്നുമാണ് വരുന്നത്: ഒരു തരം ഭീതിയോടെ, അല്ലെങ്കിൽ ഒരാൾ ഈ

ലോകത്ത് ഇല്ലാതായ പോലെ. പല്ലുകൾ കൂട്ടിയിടിക്കും, കുളിരുകോരും, രോമങ്ങൾ എഴുന്നേറ്റ് നില്ക്കും. ഒരിക്കലും അവസാനിക്കാത്ത പ്രകമ്പനങ്ങൾ.

യേശുവിന്റെ പരിശുദ്ധ മാതാവ് പാപം കൂടാതെ ഗർഭംധരിച്ചു

സഹനവും ധൈര്യവും തിരിച്ചുപിടിക്കാൻ അതേയുള്ളൂ ഏക പോംവഴി. ഏതായാലും ഭീരുക്കളായി ഞങ്ങൾ വിറച്ചുകൊണ്ടേയിരിക്കില്ല. ആദ്യം ഉണരുക. നിങ്ങൾ എഴുന്നേറ്റ് മാവിൻകീഴിൽ മൂത്രമൊഴിക്കാനായി പോകുന്നു. തുടർന്ന് വെട്ടുകത്തി ഊരിയെടുത്ത് തുപ്പൽ നനച്ച കൈകൊണ്ടത് തുടയ്ക്കുന്നതിന്റെ ശബ്ദം ഞാൻ കേൾക്കും. ഒരുപക്ഷേ, എന്റെ കുടുംബത്തിന്റെ സ്വാധീനമാവാം എന്നെ ഏതാണ്ടൊരു ഭീരുവാക്കിയത്. എപ്പോഴും എന്നെ തുറിച്ചുനോക്കുന്ന സഹോദരന്മാരുടെ ഒപ്പമാണ് ഞാൻ വളർന്നുവന്നത്: "എന്നെ നിയന്ത്രിച്ചും, ശ്രദ്ധിച്ചും, സൂക്ഷിക്കണമെന്ന് നിർദ്ദേശിച്ചും, അങ്ങോട്ട് പോകരുത്, ഇരുട്ടിൽ നടക്കരുത് എന്നൊക്കെ ഉപദേശിച്ചും." നിങ്ങളൊരു പെൺകുട്ടിയാണെങ്കിൽ നിങ്ങൾക്ക് ലഭിക്കാനിടയുള്ള എല്ലാ ശ്രദ്ധയും നിങ്ങൾക്കു മനസ്സിലാക്കാനാകും. (ഒരേയൊരു പെണ്ണാണ് നിങ്ങളെങ്കിൽ, ഇതിൽ കൂടുതലും.) എനിക്ക് പുഴുക്കളെ ഒന്നു നോക്കാൻപോലും കഴിയില്ല. അതിനെ കാണുന്നതിനെക്കുറിച്ചുള്ള ചിന്ത പോലും എന്നെ പേടിപ്പിക്കും; തലയിൽ ചെറിയ കൊമ്പുകളും പച്ച തലക്കെട്ടും. രാത്രിയിൽ വാഴകളിലേക്കു പോലും ഞാൻ നോക്കാറില്ല. ഇലകളിൽ സീഗ്യനാബകളും അപിറ്റിയോയും വരച്ചുവച്ചിരിക്കും. പ്രഭാതം എനിക്ക് ഏറെ സന്തോഷം നല്കുന്ന സമയമാണ്. കാരണം വെളിച്ചം എനിക്ക് അത്രയധികം ഇഷ്ടമാണ്. പകൽ ഞാൻ വളരെ സന്തോഷവതിയാണ്. ആറു മണിക്കു പൊന്തകൾക്ക് പിറകിൽ സൂര്യനുയരുമ്പോൾ മലകൾക്കു മുകളിൽ, ഒരു പട്ടത്തെപോലെ വെളിച്ചം പൊങ്ങിവരുമ്പോൾ ആ സന്തോഷം വീണ്ടും വർദ്ധിക്കുന്നു.

സുപ്രഭാതം.

യഹോവയോടൊപ്പം ഞാൻ ഉറങ്ങുന്നു, ദൈവത്തിന്റെയും പരിശുദ്ധാത്മാവിന്റെയും അനുഗ്രഹത്തിനായി ഞാൻ യഹോവയോടൊപ്പം ഉണരുന്നു.

പകുതി ദുഃഖച്ഛായയുള്ള എന്റെ ഉടുപ്പ് ഞാനെടുത്തിട്ടു; എന്റെ അമ്മ മരിച്ചതിൽ പിന്നെ ഇത്തരം ഉടുപ്പുകളാണ് ഞാൻ ഉപയോഗിക്കാറുള്ളത്. ഞാൻ പ്രത്യേകിച്ചും ഇഷ്ടപ്പെടുന്നത് വെളുത്ത പശ്ചാത്തലത്തിൽ ചെറിയ പൂക്കളും പുള്ളികളുമുള്ള ഉടുപ്പുകളാണ്. ഒരു കറുത്ത പശ്ചാത്തലത്തിൽ എത്തുന്ന ഏത് ഡിസൈനും. കാരണം അങ്ങനെയാണ് അമ്മ മരിക്കാൻ നേരത്ത് ഞാൻ വാക്കുകൊടുത്തത്. എനിക്ക് മൂന്ന് ഉടുപ്പുകളേ ഉള്ളൂ. പക്ഷേ, തീറ്റ കൊടുക്കുന്ന നേരം തിങ്ങിക്കൂടുന്ന പന്നികൾ തെറിപ്പിക്കുന്ന ചളി, ഏതാണ്ട് കടുത്ത നിറമുള്ള ഉടുപ്പുകൾ അങ്ങനെ വെളിവാക്കില്ല. നിങ്ങൾ വിശ്വസിക്കില്ല, പക്ഷേ എനിക്കറിയാവുന്നതിൽ വച്ച് ഏറ്റവും ആർത്തി പൂണ്ട മൃഗം പന്നിയാണ്.

എഴുന്നേറ്റാൽ കിണറ്റിലേക്കാണ് നേരെ വച്ചുപിടിപ്പിക്കുക; ഞാൻ പത്തു കുടം വെള്ളം കോരും- കുളിക്കാൻ, പന്നികളുടെ തീറ്റയ്ക്ക്, ചോളത്തിന്, പിന്നെ തോട്ടത്തിലെ ചില ചെടികൾക്ക്. ചെപ്പെയും ജസ്റ്റിനോയും നട്ടതാണവ.

അധികം കുഴിക്കാതെ വെള്ളം കിട്ടിയതിൽ ഭാഗ്യവാന്മാരാണ് ഞങ്ങൾ; ഈ ചുറ്റുവട്ടത്ത് കിണറുള്ളത് ഞങ്ങൾക്കു മാത്രമാണ്. മിക്ക ആളുകൾക്കും പുഴയിലേക്കോ തോട്ടിലേക്കോ പോകേണ്ടതുണ്ട്- കിണർ കുഴിച്ച് പണം കളയാൻ അവരിഷ്ടപ്പെടുന്നില്ല. ജോഷെ വെള്ളം കണ്ടുപിടിച്ചിരുന്നില്ലെങ്കിൽ ഞങ്ങൾക്കു കിണറുണ്ടാകുമായിരുന്നില്ല. പറമ്പിന്റെ ഒരു ഭാഗത്ത് മണ്ണ് എപ്പോഴും നനഞ്ഞിരുന്നതും അവിടെയുള്ള നാരകമരം വർഷം മുഴുവൻ ഇലപഴുക്കാതെ നിന്നതും ജോഷെ ശ്രദ്ധിച്ചു.

ലൂപ്പെ ഇവിടെ വെള്ളമുണ്ട്, നല്ല ബോധത്തോടെ തന്നെയാണ് ഞാൻ പറയുന്നത്. കിണർ കുഴിക്കാരനെ വിളിക്കാനുള്ള ശേഷി ഞങ്ങൾക്കില്ലാത്തതിനാൽ ജോഷെയുടെ കണ്ടുപിടുത്തത്തിൽ കാര്യമില്ലെന്ന് ഞാൻ കരുതി.

ഇവിടെ ചലാറ്റെയിൽ വീട്ടിൽ വെള്ളമുണ്ടാകേണ്ട ആവശ്യമില്ല. കാരണം പുഴവെള്ളം അത്രയധികം ഉണ്ട്. നിങ്ങൾ പുഴയിലേക്കു പോകാൻ ഇഷ്ടപ്പെടുന്നില്ലെങ്കിൽ തോട്ടിലേക്കു പോകാം. ദൂരെ പോയി വെള്ളം എടുത്തു വരുന്നതിനെക്കുറിച്ച് നിങ്ങൾ വിഷമിക്കേണ്ടതുമില്ല. പുഴയിലേക്ക് ഏതാണ്ട് അരമൈലോളം ദൂരമുണ്ട്. തോട് അടുത്താണെങ്കിലും ഇടയ്ക്ക് ചളി കയറും. പ്രത്യേകിച്ച് മഴ ധാരാളം പെയ്യുമ്പോഴും വെള്ളപ്പൊക്കം ഭീതി വിതയ്ക്കുമ്പോഴും.

ഒരു കിണർ കുത്തുന്നവന് കൂലികൊടുക്കാൻ നിങ്ങളെന്തു ചെയ്യേണ്ടതുണ്ടെന്ന് നിങ്ങൾക്കറിയാം. പക്ഷേ ജോഷെ സ്വയം കിണർ കുഴിച്ചു. അധികം കുഴിക്കേണ്ടി വന്നില്ല; അതാണ് നാരകം പച്ചപ്പോടെ കാണപ്പെടുന്നത്. *പന്നികൾക്കിത് ഇഷ്ടമാകും ജോഷെ, വെള്ളം ധാരാളമുള്ളതുകൊണ്ട് അവറ്റ വേനലിൽ ചാവില്ല.*

വെള്ളത്തിന്റെ കാര്യംപോലെത്തന്നെ എനിക്ക് മറ്റൊരു കാര്യമുള്ളത് കൊഴുപ്പുള്ള സോപ്പാണ്. സോപ്പ് ചോളം പോലെ പരിശുദ്ധമാണ്: അത് പേനിനെ കൊല്ലുകയും താരനകറ്റുകയും മാത്രമല്ല നിങ്ങളുടെ തലമുടി പട്ടുപോലെ ആക്കുകയും ചെയ്യും. ചീപ്പ് സുഖമായി ഉപയോഗിക്കാനാകുന്നതുകൊണ്ട് അങ്ങനെ കേടുവരികയും ഇല്ല.

ഞായറാഴ്ച തോട്ടിൽ നിന്ന് വെള്ളം കൊണ്ടുവരാൻ സഹായിക്കാം. അടുപ്പിനടുത്തായി കുഴിച്ചിട്ടിട്ടുള്ള വലിയ മൺഭരണിയിൽ ഞങ്ങൾ വെള്ളം നിറച്ചിരുന്നു. ഇപ്പോൾ ഞാനാണ് കിണറ്റിൽ നിന്ന് വെള്ളം കൊണ്ടുവരുന്നത്;

നാല് വലി വലിച്ചാൽ വെള്ളം കിട്ടുമെന്നത് കൊണ്ട് സംഗതി എളുപ്പമാണ്. പത്ത് കുടം നിറയ്ക്കാൻവേണ്ടി നിങ്ങൾ നടുവൊടിക്കേണ്ടതുമില്ല.

ഇത് ആണുങ്ങളുടെ പണിയാണ്. കുടം ചുമലിൽ വച്ച് പുഴയിൽ നിന്ന് ഞാൻ വരുമ്പോൾ അദ്ദേഹം പറയും. അതുകൊണ്ടാണ് വെള്ളം ഇത്ര എളുപ്പത്തിൽ കിട്ടിയതിൽ ഞങ്ങൾ ഭാഗ്യവാന്മാരാണെന്ന് പറയുന്നത്. കിണർ കുഴിക്കേണ്ടെന്ന് കരുതിയവളാണ് നീ. ഞാനല്ല അത് വേണ്ടെന്ന് കരുതിയത്.

പെട്ടെന്ന്, കിയോ കിയോ കരഞ്ഞുകൊണ്ട് മുകളിലൂടെ ക്ലാരിനെരൊ പറന്നുപോയി. സ്വർണ്ണനിറം പൂണ്ട ആകാശത്തിൽ അതൊരു കറുത്ത വര നല്കി. കാരണം സമയം അഞ്ചരയായി കഴിഞ്ഞു. അപ്പോഴാണ് നക്ഷത്രങ്ങൾ വിട പറയുന്നത്, വലുതും ഉരുണ്ടവയുമൊഴിച്ച്.

പകൽ നക്ഷത്രത്തിന്റെ സാന്നിദ്ധ്യത്തിലാണ് ഞാനെപ്പോഴും കുരിശു വരയ്ക്കുന്നത്. ദൈവത്തോടൊപ്പം (യഹോവയോടൊപ്പം) ഞാൻ ഉറങ്ങാൻ പോകുന്നു, ദൈവത്തോടൊപ്പം ഞാനുണരുന്നു. നിങ്ങളത് ശീലം കൊണ്ട് ചെയ്യും. എന്തുകൊണ്ടെന്നറിയില്ല, വെളിച്ചം ഇരുളാൻ തുടങ്ങുമ്പോൾ ഞാൻ ഉൽക്കണ്ഠാകുലയാകും; ഈയൊരു വല്ലാത്ത വികാരം പെട്ടെന്ന് എന്നെ കീഴ്പ്പെടുത്തിക്കളയും. ചുവന്ന നീരൊഴുക്കുപോലെ ശക്തിയാർജ്ജിക്കുന്ന പകലിന്റെ കാന്തികത മൂലമാകാം ഇത്.

കാപ്പി കുടിച്ച് പെട്ടെന്ന് ശരിയാവ്, അല്ലെങ്കിലേ വൈകി.

കോഴികൾ കൂടുകളിൽ നിന്ന് ചാടിയിറങ്ങി ചോളം തിരയാൻ തുടങ്ങി ക്കഴിഞ്ഞിരിക്കുന്നു. അവ വളരെ അടുത്തു ചെന്ന് കല്ലുകളും മുട്ടത്തോടുകളും തിന്നാൻ തുടങ്ങി.

കോഴികൾ വയർ നിറച്ചു. തുടുത്ത ആകാശത്തോടുകൂടിയ പ്രഭാതത്തിൽ അതൊരു ബഹളംതന്നെയാണ്. അകത്ത് "മമ്മാ" മമ്മാ" എന്ന് വിളിച്ചുകൊണ്ട് കുട്ടികൾ കിടക്കയിൽ നിന്ന് ചാടി എഴുന്നേല്ക്കുന്നു. എല്ലാവരും നിന്നെ ഓർക്കുന്നുണ്ടാകും എന്തെന്നാൽ ഈ സമയം നീയവരുടെ പിന്നിൽ തട്ടി അവരെ ഉണർത്തുകയായിരിക്കും.

അങ്ങനെ അവർ വെട്ടുകത്തികളോടെ കാപ്പിത്തോട്ടത്തിലേക്കു പോകാൻ തയ്യാറാകും.

"പെട്ടെന്ന് പെട്ടെന്ന്- കോഴികൾ കൂട്ടിൽ നിന്നിറങ്ങി കഴിഞ്ഞു ഒരു കർഷകഗാനം. ഞങ്ങൾ പോവുകയായി മമ്മാ." ക്രിസ്തുമസിന് ജോഷെ നല്കിയ സുന്ദരൻ തൊപ്പികൾ അവരെടുത്തിട്ടു.

പ്രാതലിന് കാപ്പിയും ഉപ്പിട്ട ചുടു ടോർട്ടില്ലയും.

ഇതാണ് ഞങ്ങളുടെ ജീവിതം; മറ്റൊന്നും ഞങ്ങൾക്കറിയില്ല. അതു കൊണ്ടാണവർ ഞങ്ങൾ സന്തുഷ്ടരാണെന്ന് പറയുന്നത്. എനിക്കറിഞ്ഞുകൂട. എന്തു കാര്യമോ ആയിക്കൊള്ളട്ടെ "സന്തോഷം" എന്ന വാക്ക് എന്നോടൊന്നും

തന്നെ പറയുന്നില്ല. ശരിക്കും അതിന്റെ അർത്ഥമെന്താണെന്നുപോലും എനിക്കറിഞ്ഞുകൂടാ. എന്റെ മകൻ ജസ്റ്റിനോയ്ക്ക് അത് സംഭവിച്ചതിനു ശേഷം ഞാൻ എന്നിൽതന്നെ ഒതുങ്ങാനാണ് ആഗ്രഹിച്ചത്. അതു കൊണ്ടല്ല ഞാൻ വ്യസനപ്പെടുന്നത്. അത് എനിക്കു വിശദീകരിക്കാൻ കഴിയാത്ത ഒന്നാണ്.

ചിലപ്പോൾ ഞങ്ങൾക്ക് നല്ല സമയമുണ്ടായിട്ടുണ്ടെന്നത് സത്യമാണ്. എന്റെയാളുകൾ എന്നോടൊപ്പമുള്ള വേദന അനുഭവിക്കണമെന്നതിൽ യാതൊരു അർത്ഥവുമില്ല. നല്ലതും ചീത്തയും എങ്ങനെ പരസ്പരം തുല്യമായി പങ്കുവയ്ക്കാമെന്ന് ഞങ്ങൾക്ക് അറിയാമെങ്കിൽ പോലും.

കുരുമുളക് ചെടികളും നാരകവും ഗ്വിസ്കില്ലും പിപ്പിയനും സ്വയം മുളച്ചു തളിർത്ത സപ്പോട്ടയും നനച്ചു കൊണ്ട് ഞാൻ ഓരോ ചെടിയും കടന്നുപോയി. ഇനി ഞാൻ പന്നികൾക്ക് വേണ്ട തീറ്റ തയ്യാറാക്കും. ഇനിയങ്ങോട്ട് അവ എന്നെ വിട്ടുമാറില്ല. പിന്നാലെ നടന്നും, മുട്ടിലിടിച്ചും. ഞാൻ കുറച്ച് തൊഴി വച്ചു കൊടുക്കും. എന്നാലേ സമാധാനത്തോടെ തീറ്റ ശരിയാക്കാനാവൂ. ലൂപ്പെ, ഈ പന്നികൾ വല്ലാത്ത ബുദ്ധിമുട്ടായി മാറിയിരിക്കുന്നു. ഇവറ്റയ്ക്ക് വേണ്ടി നാമുണ്ടാക്കുന്ന പണം തീറ്റയ്ക്കു പോലും മതിയാകുന്നില്ല. ക്രിസ്തുമസിന് പിള്ളേർക്ക് സമ്മാനങ്ങൾ വാങ്ങികൊടുക്കാനുള്ള സമ്പാദ്യമാണ് പന്നികൾ. അതുകൊണ്ടാണ് ഞാനെപ്പോഴും ചെറിയൊരു കൂട്ടത്തെ സൂക്ഷിക്കുന്നത്.

അവ ഒരുപാട് പണിയുണ്ടാക്കുമെങ്കിൽ തന്നെ ഞങ്ങളവയെ ഡോൺ സെബാസ്റ്റ്യന് വിറ്റ് എന്തെങ്കിലുമുണ്ടാക്കും. *അവ കൂട്ടം കൂടി നടന്ന് നിറയെ കുഴികളുണ്ടാക്കുകയും നടപ്പാത മുഴുവൻ മലവും ശരീരത്തിലെ കീടങ്ങളെയും കൊണ്ട് നിറയ്ക്കും. പക്ഷേ ലൂപ്പെ, നീ എന്നത്തെയും പോലെ ഉറച്ചു തന്നെയാണ്.* എത്രമാത്രം കുഴപ്പങ്ങൾ അവറ്റകൾക്കുണ്ടാക്കാൻ കഴിയുമെന്ന് കാണിക്കാനായി അവ വീട്ടിനകത്തു പ്രവേശിക്കുന്നതുപോലും ഞാനൊരിക്കലും നിന്നോട് പറയില്ല. ഈ പന്നികൾ നിനക്കു വട്ടുണ്ടാക്കുന്നുണ്ടെന്നത് ശരിതന്നെ. പക്ഷേ, ഇവ നമ്മുടെ ഏക പ്രതീക്ഷയും ആകുന്നു. നമുക്കൊരിക്കലും നിഷേധിക്കാൻ പറ്റാത്ത വല്ലതും കുട്ടികൾ ചോദിച്ചാൽ, ഈ പന്നികളാണ് നമ്മുടെ ആകെയുള്ള പ്രതീക്ഷ. വിശേഷദിവസങ്ങളിൽ, വർഷത്തിലൊരിക്കലെങ്കിലും ഒരു പുതിയ ഷർട്ടോ പാന്റോ അവർക്കു വാങ്ങിക്കൊടുക്കേണ്ടതല്ലേ. ക്രിസ്തുമസിന് എല്ലാവരും പുത്തനുടുപ്പുകളിടും. കുട്ടികൾ ഉണ്ണിയേശുവിൽ നിന്ന് ചിലത് പ്രതീക്ഷിക്കുകയും ചെയ്യും. *അതെനിക്ക് വിട്ടേക്ക്. അവർക്കെന്തെങ്കിലും കൊടുക്കേണ്ട കടമ എനിക്കാണ്. ഞാൻ ബുദ്ധിമുട്ടേണ്ടി വന്നെങ്കിൽ തന്നെ എന്തെങ്കിലുമവർക്ക് വാങ്ങി കൊടുക്കും. അത് ഒരുപക്ഷേ, നീ അവർക്ക് വാങ്ങികൊടുക്കാറുള്ള കളിമൺ വിസിലുകളാണെങ്കിൽ പോലും.* നിങ്ങളവർക്കു വാങ്ങികൊടുക്കാറുള്ള ഒരേയൊരു കളിപ്പാട്ടമാണ് വിസിൽ. അവയ്ക്ക് വില കുറവാണെന്ന് മാത്രമല്ല

കുട്ടികൾക്കതിഷ്ടവുമാണ്. ആ അനുഗ്രഹീത ദിവസം മുഴുവൻ വിസിലടിച്ചു കൊണ്ടവർ ചുറ്റും നടക്കും.

പന്നികളെക്കൊണ്ട് വല്ല ഉപകാരവുമുണ്ടെന്ന് നീ കരുതുന്നുണ്ടെങ്കിൽ അക്കാര്യം നിനക്കു വിട്ടിരിക്കുന്നു. ഇതെന്റെ കാര്യമാണ്. നവമ്പറിൽ ഞാനവയെ നല്ല വിലയ്ക്കു വില്ക്കും.

പണത്തിന്റെ ഒരു ഭാഗം മധുരപലഹാരങ്ങൾക്കും ബാക്കി സ്കൂളിൽ പോകുന്നവർക്കുള്ള നോട്ട് പുസ്തകങ്ങൾക്കും പെൻസിലുകൾക്കും ടെക്സ്റ്റ് ബുക്കുകൾക്കും. ഞാൻ മുതിർന്ന പിള്ളേർക്കു വേണ്ടി വ്യത്യസ്ത ഉടുപ്പുകൾ വാങ്ങും; ഞായറാഴ്ചകളിൽ അവർക്ക് ശരിക്കുമുള്ള ആളുകളെപ്പോലെ വസ്ത്രം ധരിക്കാമല്ലോ. അവർ ഇപ്പോൾ ചെറിയ കുട്ടികളല്ല. അവരെ മുഷിഞ്ഞ തുണിയുമിട്ട് നടത്താൻ ഞാൻ അനുവദിക്കില്ല; പ്രത്യേകിച്ച് അവരിപ്പോൾ കുറച്ച് പണം സമ്പാദിക്കുന്നുണ്ട്. അത് മുഴുവൻ എന്റെ കൈയിൽ കൊണ്ടുത്തരികയും ചെയ്യുന്നുണ്ട്.

ചോളക്കഞ്ഞി കുടിച്ചു കഴിഞ്ഞാൽ പന്നികൾ കിണറ്റിനടുത്തുള്ള കുഴിക്കടുത്തുചെന്ന് മാന്താൻ തുടങ്ങും. അത് പക്ഷേ ഉച്ചയ്ക്കു മാത്രമാണ്. പകൽ നേരത്ത് നിങ്ങൾക്ക് ചെയ്യാനുള്ളത് ഇടയ്ക്കിടെ അല്പം ചോളം എറിഞ്ഞുകൊടുക്കുകയാണ്. പന്നികൾക്ക് അത് ധാരാളമാണ്.

ചിലപ്പോൾ നട്ടുച്ചനേരത്ത് ഞാൻ സാധനങ്ങൾ വാങ്ങാൻ ഡെറ്റോർ അങ്ങാടിയിൽ ചെല്ലും. ഉപ്പ്, കാപ്പിപ്പൊടി, പിന്നെ കുറച്ച് തേങ്ങയും അല്ലെങ്കിൽ അച്ചാറുകളും. പിള്ളേർക്കതിഷ്ടമാണ്. പ്രത്യേകിച്ച് അവർ നട്ടുച്ചനേരത്ത് പാടത്ത് ചില്ലറ ജോലികളും കഴിഞ്ഞു വരുമ്പോൾ.

ഞങ്ങൾക്കു വാങ്ങിക്കേണ്ടാത്ത ഒരേയൊരു സാധനമാണ് ചോളം. ഒരു വർഷത്തിനു വേണ്ട ചോളം ഞങ്ങളുണ്ടാക്കും. അയൽക്കാർക്കു വില്ക്കാനും ബാക്കി കാണും.

ഡോൺസെബാസ്റ്റ്യന്റെ കട അവിടെയാണുള്ളത്. അയാൾ കടം തരും; ടൗണിനെ അപേക്ഷിച്ച് അത്ര വിലക്കൂടുതലൊന്നുമില്ല. മാസത്തിലൊരു പ്രാവശ്യം തീരെ ചെറിയ ചില ആവശ്യങ്ങൾക്കായി ജോഷെ ടൗണിലേക്കു പോകും- ഡോൺ സെബാസ്റ്റ്യൻ ഇവിടെ വില്ക്കാത്ത സാധനങ്ങൾക്കായി. ചോളം വേവിക്കാൻ വേണ്ട ചുണ്ണാമ്പ്, വയറുവേദനയ്ക്കുപയോഗിക്കുന്ന ഒരുതരം മരുന്ന്, ആവശ്യമുള്ളതും അവിടെനിന്നു വാങ്ങുന്നതാണ് കൂടുതൽ നല്ലതെന്നു കരുതുന്നതുമായ മറ്റു സാധനങ്ങളും. സ്ഥലം വിടുന്നതിനു മുന്നെ ഞാൻ അടുപ്പിൽ ധാന്യമിട്ട് ആ ദിവസത്തിനുവേണ്ട വെള്ളം കിണറ്റിൽ നിന്ന് കോരിയിരിക്കും.

കുട്ടികളിൽ ചെറിയവർ സ്ക്കൂളിൽ ആയിരിക്കുകയും മുതിർന്നവർ തങ്ങളുടെ അച്ഛന്മാരുടെയൊപ്പം പാടത്ത് പണിയെടുക്കുകയും ചെയ്യുന്ന നേരത്താണ് ഞാനീ പണികളെല്ലാം ചെയ്യുക. വേനലിൽ, ഈ സമയത്ത്

കിട്ടുന്ന പണി, വിതയ്ക്കാനായി നിലം ശരിയാക്കുന്ന പണിയാണ്. കാരണം മഴക്കാലം അടുത്തിരുന്നു. മുൻപ് പൊന്തയും മറ്റും വെട്ടിത്തെളിച്ചിരുന്നില്ല. തീവച്ചാൽ മതിയായിരുന്നു. പിന്നീട്, പട്ടണത്തിൽനിന്നു വന്ന ചിലയാളുകളാണ് തീവയ്ക്കുന്നത് മണ്ണ് നശിപ്പിക്കുമെന്നും വെട്ടുന്നതാണ് നല്ലതെന്നും പറഞ്ഞത്. ഇപ്പോൾ, ചെലവ് അധികമാവുമെങ്കിൽ കൂടി, പൊന്തയും കളയും വെട്ടിക്കളയുന്ന രീതിയാണ് മുതലാളിമാർക്ക് താത്പര്യം. അത് ഞങ്ങൾക്കും നന്നായി- കുറച്ചു കൂടി വരുമാനമായി. കൊയ്ത്തു മുഴുവൻ കഴിഞ്ഞ ഈ സമയത്ത് ഒരാൾക്ക് ആകെ കിട്ടുന്നത് നിലം ശരിയാക്കുന്ന പണിയാണ്. സംഗതി നന്നായി നടക്കും. കാരണം കാപ്പിത്തോട്ടത്തിലേക്കുള്ള ദൂരം കുറച്ചു മൈൽ മാത്രമേയുള്ളൂ. മുതലാളിമാർ നല്ല കൂലിയും തരും- ജോഷെ എന്നോടു പറഞ്ഞിട്ടുണ്ട്. ഞങ്ങളുടെ എല്ലാ കുട്ടികളും വായിക്കാൻ പഠിച്ചിരിക്കണമെന്നാണ് എന്റെ ആഗ്രഹം. വെറും കൂലിക്കാരായി ജീവിക്കുകയും ഞങ്ങളുടെയത്ര കഷ്ടപ്പെടുകയും ചെയ്യേണ്ടതില്ലല്ലോ. പ്രത്യേകിച്ച് പണിയില്ലാത്ത സമയത്ത് ഞങ്ങൾക്കൊന്നും വേറെ അവർക്കു നല്കാനില്ല; കഷ്ടിച്ചു ഭക്ഷണത്തിനു വേണ്ടത് സമ്പാദിക്കുകയും അല്ലെങ്കിൽ ക്രിസ്തുമസിന് ഒരു ഷർട്ട് വാങ്ങിക്കുകയും അല്ലാതെ. കുട്ടികളാണ് ഞങ്ങളുടെ ആകെ പ്രതീക്ഷ. വയസ്സായ കാലത്ത് ഞങ്ങൾക്കൊരു കൈ സഹായമെങ്കിലും ആകുമല്ലോ. വയസ്സായാൽ നിങ്ങളൊരു ബാദ്ധ്യതയാണ്. പണിയെടുക്കാനുള്ള ത്രാണിയുമുണ്ടാകില്ല. മരിക്കുകയല്ലാതെ മറ്റൊന്നും ചെയ്യാനില്ല. കുട്ടികളുണ്ടെങ്കിൽ അവരെപ്പോഴും സഹായകമാകും. എങ്ങനെയെങ്കിലും വയസ്സായവരെ സംരക്ഷിക്കുകയും ചെയ്യും.

ഞങ്ങൾ ത്യാഗം സഹിച്ചും കുഞ്ഞുങ്ങളെ സ്ക്കൂളിലേക്കയക്കണമെ ന്നത് ഞാൻ സമ്മതിക്കുന്നു. പിന്നീടവർ, വിവരമില്ലാതെ മറ്റുള്ളവരാൽ പറ്റിക്കപ്പെടുകയില്ലല്ലോ. സത്യം പറഞ്ഞാൽ തിരിച്ചറിയൽ കാർഡുകളിൽ ഞങ്ങൾ ഒപ്പിടുന്നത് കഷ്ടിച്ച് എന്തോ കുത്തിവരഞ്ഞാണ്; എഴുത്തും വായനയും അറിയാത്തവരായി മറ്റുള്ളവർ കാണരുതല്ലോ. നിങ്ങൾക്ക് വായിക്കാനറിയുമോ? അറിയാം. എഴുതാനോ? എഴുതാനും. പക്ഷേ ഞങ്ങൾക്ക് ഓരോ അക്ഷരങ്ങളായി മാത്രമേ വായിക്കാൻ കഴിയൂ. അതുതന്നെ ശരിക്കറിയില്ലെന്നും വേണം പറയാൻ. കാരണം അച്ചടിച്ച ഒരു പേജ് ഞാൻ കണ്ടിട്ട് വർഷങ്ങളായി. ഞാൻ കാണുന്നത് ടെറ്റൗറിലെ കടയിൽ കാണപ്പെടുന്ന പേരുകളിലെയും മറ്റുമുള്ള എനിക്ക് ഹൃദിസ്ഥമായ വാക്കുകളാണ്; കുട്ടികൾ വീട്ടിൽ പഠിക്കുമ്പോൾ ഞാനിടക്കിടെ അക്കങ്ങളിലും കുത്തിവരകളിലും എത്തിനോക്കാറുണ്ടെങ്കിൽ പോലും. ജോഷെയെക്കുറിച്ചാണെങ്കിൽ, എന്താണ് സ്വരങ്ങളെന്നെങ്കിലും അറിയുമോയെന്നത് സംശയമാണ്. വായിക്കുന്നത് മറന്നുപോയോ എന്ന് ജോഷെയോടു ചോദിച്ചിട്ടില്ല. അദ്ദേഹത്തിനത് ആവശ്യമില്ല.ത്തിഅദ്ദേഹത്തിനുവേണ്ടത് തന്റെ പണിക്കത്തിയും കൂട്ടുകാരും മാത്രം. അതാണ് ജോഷെയുടെ ജീവിതം.

എന്റെ അച്ഛനമ്മമാർക്ക് എന്നെ ഒന്നാം തരം വരെ മാത്രമേ പഠിപ്പിക്കാൻ കഴിഞ്ഞുള്ളൂ. അവർ വേണ്ടെന്നുവച്ചിട്ടല്ല. ഞങ്ങൾ ഒരുപാട് പേരാണ് വീട്ടിൽ ജീവിച്ചുപോന്നത്. ചോളം അരയ്ക്കുന്നതിന്റെയും ഭക്ഷണം പാകം ചെയ്യുന്ന തിന്റെയും പിന്നെ ചോളപ്പാടങ്ങളിൽ പണിയെടുക്കുന്ന ഏട്ടന്മാർക്ക് ടോർട്ടില്ല എത്തിക്കുന്നതിന്റെയും ചുമതലയുള്ള ആകെയുള്ള ഒരേയൊരു പെണ്ണായിരുന്നു ഞാൻ.

പാടത്ത് ഏട്ടന്മാർ എല്ല് വെള്ളമാക്കി പണിയെടുത്തു. എന്റെ അച്ഛനും.

ഞാനും അമ്മയുമായിരുന്നു വീടു നോക്കിയിരുന്നത്. ഞങ്ങൾ പതിനാലു പേരോളം വരും- ഞാനും എന്റെ കുട്ടികളും പതിനൊന്ന് സഹോദരന്മാരും- മൂന്നു കുട്ടികൾ മരിച്ചുപോയിട്ടും. അവർ ശരീരത്തിൽ വെള്ളം വറ്റിയാണ് മരണപ്പെട്ടത്. അവസാനത്തെ കുട്ടിയെ, രക്തം തലയിലേക്കൊഴുകാനായി അച്ഛൻ തലകീഴായി പിടിച്ചത് ഞാനോർക്കുന്നു. പക്ഷേ ഒന്നും സംഭവിച്ചില്ല. തല താണുതന്നെ അവൻ മരിച്ചു. വയറിളക്കത്തിന്റെ തീവ്രമായ ആക്രമണം ബാധിച്ച അവരുടെ തലകൾ കൂമ്പി വീണു; വയറിളക്കം ഒരിക്കൽ തുടങ്ങിയാൽ പിന്നെ രക്ഷയില്ല. അവരെല്ലാം തന്നെ ഒന്നാം പിറന്നാളിനു മുന്നേ മരണപ്പെട്ടു. തീരെ കുഞ്ഞുങ്ങളായിരിക്കുമ്പോഴാണ് കുട്ടികൾ വെള്ളം വറ്റി മരിക്കുക. കാരണം അവരുടെ എല്ലുകൾക്ക് അപ്പോൾ ബലമുണ്ടാ യിരിക്കുകയില്ലല്ലോ. നിങ്ങൾ ശ്രദ്ധിച്ചില്ലെങ്കിൽ വയറിളക്കം ബാധിക്കുകയും നെറ്റി കൂമ്പുകയും ചെയ്യും.

കുട്ടികൾ സ്വർഗ്ഗത്തേക്കു പോകും. അങ്ങനെയാണ് അച്ചൻ പറഞ്ഞി ട്ടുള്ളത്. അതിനാൽ ഞങ്ങൾ വിഷമിച്ചില്ല. ഞങ്ങൾ എപ്പോഴുമത് വിശ്വസി ച്ചിരുന്നു.

മാമോദിസ മുക്കുന്നതിനു മുമ്പേ അവർ പെട്ടെന്ന് മരിച്ചുപോകുമോ എന്നത് മാത്രമാണ് ഞങ്ങളെ അലട്ടിയിരുന്നത്. എങ്കിൽ മോശമാണ്. കാരണം കുട്ടികളിൽ യഥാർത്ഥ പാപമുണ്ട്. ആ പാപത്തോടു കൂടി മരിച്ചാൽ അവർ നേരെ നരകത്തിലേക്കാണ് ചെല്ലുക. നരകത്തിൽ അത്രയ്ക്ക് പീഡനങ്ങ ളില്ലെങ്കിലും അവിടെ അതൊരു ശിക്ഷതന്നെയാണ്. അത്ര പൊള്ളി ക്കില്ലെങ്കിലും എപ്പോഴും തീ കത്തിക്കൊണ്ടിരിക്കും.

മതപ്രഭാഷണത്തിനു വരുമ്പോൾ അതാണ് അച്ചന്മാർ പറയാറുള്ളത്. അതുകൊണ്ട് കുട്ടികൾക്ക് ചെറിയ വയറിളക്കം പിടിപെട്ടാൽ തന്നെ ഞങ്ങൾ ഉടൻ തിരുസ്നാന ജലം അവരിൽ തളിക്കും.

രാവിലെ 05.45

ഒരു ദിവസം ഒരു തവളയെ കല്ലെറിയാൻ തുടങ്ങുകയായിരുന്നു. മനഃസാക്ഷിയുടെ ശബ്ദം അപ്പോഴാണ് ഞാൻ ആദ്യമായി കേട്ടത്.

ഞാൻ കൈയോങ്ങി. എനിക്ക് പന്ത്രണ്ട് തികഞ്ഞിട്ടേ ഉണ്ടായിരുന്നുള്ളൂ. ഞാൻ ആ സമയം നന്നായി ഓർക്കുന്നു. കാരണം ഞാൻ അപ്പോൾ ഒരു പെണ്ണായിത്തീർന്നിരുന്നു. എനിക്ക് ആദ്യത്തെ ആർത്തവം നടന്നിരുന്നു.

ഞാൻ കല്ലെറിയാൻ തുടങ്ങുമ്പോഴാണ് തവളയെ കല്ലെറിയരുതെന്ന ആ ശബ്ദം, മനഃസാക്ഷിയുടെ ശബ്ദം ഞാൻ കേട്ടത്.

"ഈ പാവം ജീവി നിന്നോടെന്താണ് ചെയ്തത്?"

ഞാൻ മരവിച്ചുപോയി. അങ്ങനെയാണ് എന്റെ ഉള്ളിൽ നിന്ന് തന്നെ വന്ന ആ ശബ്ദത്തെക്കുറിച്ച് ഞാൻ ബോധവതിയായത്. അത് ഞങ്ങളുടെ ശബ്ദമല്ല. എനിക്ക് ചെറുതായൊരു പേടി തോന്നി. ഞാനാ ശബ്ദത്തെ ശിക്ഷയുമായി കൂട്ടിയിണക്കി.

"ഇതൊരു പാപമായി നിനക്ക് തോന്നുന്നില്ലേ?" എന്റെ മനഃസാക്ഷി ചോദിച്ചു. കല്ല് പുറകിലൂടെ ഏതാണ്ട് എന്റെ കഴുത്തിലേക്കു വീണ് ഉടുപ്പിനെ ഉരുമ്മിക്കൊണ്ട് താഴെ വീണു. ശബ്ദം കേട്ട മാത്രയിൽ, കയ്യുയർത്തി കല്ല് പിടിച്ചു നിന്ന എന്റെ കൈവിരലുകളുടെ പിടി അയഞ്ഞ് കല്ല് താഴേക്കു വീഴുകയായിരുന്നു.

ആ ശബ്ദം നമ്മളിൽ ജീവിക്കുന്നു. ഉറക്കത്തിൽപ്പോലും നമ്മോടത് സംസാരിക്കുന്നു. അത് നമ്മെ എപ്പോഴും ശ്രദ്ധിക്കുന്നു.

അതുകൊണ്ടാണ് ഉറങ്ങിക്കഴിഞ്ഞാലും നാം തേങ്ങുന്നത്, ഏറ്റവും സത്യസന്ധമായ രീതികളിൽ നാം തേങ്ങുന്നത്.

മനഃസാക്ഷിയുടെ ശബ്ദമെന്നത് ഒരു സ്വപ്നമാണ്. കുറച്ചുകൂടി നന്നായി പറയുകയാണെങ്കിൽ അതൊരു സ്വപ്നമല്ല; അതൊന്നിന്റെ സാദൃശ്യമാണ്. റോസ് നിറമാർന്ന ചില്ലുകളിലൂടെയാണ് നാം സ്വപ്നത്തിൽ ഓരോന്നിനേയും കാണുക. എന്നാൽ മനഃസാക്ഷിയുടെ ശബ്ദം കഠിനമാണ്- തീർത്തും അസുഖകരം. ശാസനയുടെ ശബ്ദമാണത്- അത് ചെയ്യരുത്- ഇത് ചെയ്യുക. അത് പാപമാണ്, ചെയ്യരുത്. അങ്ങനെ സ്വാതന്ത്ര്യം നഷ്ടപ്പെടുകയാണ് പിന്നെ.

പറഞ്ഞുവന്നത് കല്ല് പിറകെ വീണതും തവള ചാടിച്ചാടി പച്ച പുതച്ച ഒരു ചെളിക്കുണ്ടിലേക്ക് കുതിച്ചു ചാടി. അതിന്റെ ആ കുതിപ്പ് എന്നെ പേടിപ്പിച്ചുകളഞ്ഞു.

"നീ തവളയെ കല്ലെറിഞ്ഞാൽ" ആ ശബ്ദം പറഞ്ഞു: "അവൻ നിന്റെ മേൽ പാല് തെറിപ്പിച്ച് നിന്റെ തൊലി പരുപരുത്തതാക്കും. ഒരു തവളയുടേത് പോലെ ചുക്കിച്ചുളിഞ്ഞ് വൃത്തികെട്ട തൊലിയാകും നിന്റേത്." എന്തായാലും, മനഃസാക്ഷിയുടെ ശബ്ദം നമുക്ക് ഉപകാരങ്ങൾ ചെയ്യുന്നു. പക്ഷേ ആരും ചോദിക്കാതെ തന്നെ ലഭിക്കുന്ന ഉപകാരങ്ങളാണവ.

മനഃസാക്ഷിയുടെ ശബ്ദം എനിക്ക് നല്ലൊരു കാര്യം തന്നത് അത് കാഡിയോസിന്റെ രൂപം കൈവരിച്ചപ്പോഴാണ്. ഞാൻ കുറച്ച് ഉണ്ടനൂലുകളും വാങ്ങി ഡെറ്റൗറിൽ നിന്ന് വരികയായിരുന്നു. സംസാരിച്ചു നിന്നതിനാൽ ഞാൻ വൈകുകയും നേരം ഇരുട്ടുകയും ചെയ്തിരുന്നു. ചരടുകൾ പൊട്ടിയതിനാൽ കിടക്ക ഞങ്ങൾക്കു കൂട്ടി കെട്ടേണ്ടതുണ്ടായിരുന്നു. "പോ.... നീ പോയി വാങ്ങ്.... എനിക്ക് തീരെ വയ്യ." അങ്ങനെയാണ് ജോഷെ എന്നോടു പറഞ്ഞത്. "നേരം വൈകും മുമ്പ് പെട്ടെന്നെത്തണം." ഷാൾ വലിച്ചിട്ട് ഞാൻ ഡെറ്റൗറിലേക്കു കുതിച്ചു.

"ഹൊ ഡോൺ സെബാസ്, ഞാനിന്ന് ഇരുട്ടിൽപ്പെട്ടു." കടയിലാകട്ടെ നൂലുണ്ടയും ഉണ്ടായിരുന്നില്ല. "ലൂപ്പെ... ഒന്ന് നിക്ക്. ഈ മെഴുകുതിരിയെടുത്തോ. നാളെ തന്നാൽ മതി. വെറുതെ വിവരക്കേട് കാണിച്ച് ഇരുട്ടിൽ കാല് കളയണ്ട."

അയാൾക്കതുകൊണ്ട് ബുദ്ധിമുട്ടേണ്ടിവരുമോ എന്നതു കൊണ്ട് എത്ര മെഴുകുതിരി ഇരിപ്പുണ്ടെന്ന് ഞാൻ ചോദിച്ചു: "അതിൽ കാര്യമില്ല. ഞങ്ങൾ ഉറങ്ങാറായി." "ഹേ ഡോൺ സെബാസ്, നിങ്ങളിപ്പോഴൊരു അമ്മക്കോഴിയെ പോലെയുണ്ട്." നന്ദി പറഞ്ഞ് ഞാൻ സ്ഥലം വിട്ടു. "എന്ത് സംഭവിച്ചാലും മെഴുകുതിരി കെടും."

ഞാൻ നേരത്തെ സ്ഥലം വിട്ടിരുന്നെങ്കിൽ കുഴപ്പമുണ്ടാകുമായിരുന്നില്ല. പക്ഷേ അതിനിടയ്ക്കാണ് ഡോൺസെബാസിന്റെ ഭാര്യയെ കണ്ടത്. അങ്ങനെ ശരിക്കും വൈകി. " ശരി. മെഴുകുതിരി വേണ്ടെങ്കിൽ വേണ്ട. പക്ഷേ പുറത്ത് പോയി വെളിച്ചമില്ലാതെ ബുദ്ധിമുട്ടിയെന്ന് പറയരുത്." അങ്ങനെ ഞാൻ ഓട്ടം തുടങ്ങി. "പിന്നെ കാണാം നിന്നാകൊൻച, ദൈവം തുണ", ഞാൻ റോഡിലെത്തിയതും അവൾ വിളിച്ചു പറഞ്ഞു.

ഇരുട്ടുമായൊന്ന് പഴകി കഴിഞ്ഞാൽ പിന്നെ പ്രശ്നമുണ്ടാകില്ലെന്നാണ് കരുതിയത്. "പിശാചിന്റെ മുമ്പിൽ ചെന്ന് പെടാതിരിക്കട്ടെ." നിന്നാകൊൻച വിളിച്ചു പറഞ്ഞു. "പകലായാലും ഇരുട്ടായാലും പിശാചുക്കൾ വരും", ഞാൻ ഉറക്കെ തിരികെ പറഞ്ഞു.

പേടിക്കുന്ന അവസ്ഥയെക്കുറിച്ച് ചിന്തിക്കാൻ തുടങ്ങിയതും എന്റെ മുട്ട് കൂട്ടിയിടിക്കാൻ തുടങ്ങി.

ഞാൻ പതുപതുത്ത പുല്ലിൽ മാത്രം ചവിട്ടി നടന്നു. അത്തരം ഭാഗത്ത് കുഴികൾ ഉണ്ടാവില്ല.

പെട്ടെന്നാണ് എന്റെ മുന്നിൽ വലിയൊരു ജന്തു നില്ക്കുന്നത് കണ്ടത്. അതെന്നോട് പുല്ലിലൂടെ നടക്കരുതെന്ന് പറഞ്ഞു. ആ ശബ്ദത്തിൽ മനഃസാക്ഷിയുടെ ശബ്ദത്തെ ഞാൻ തിരിച്ചറിഞ്ഞു. ഓറഞ്ച് മൊട്ടുകളുടെ മണം കൊണ്ട് 'കദെയൊസ്' ആയിരിക്കുമെന്നാണ് ഞാൻ കരുതിയത്. കാരണം 'കദെയൊസിന്' ഓറഞ്ച് മരങ്ങൾക്കു പിറകെ കഴിയാനാണിഷ്ടം. അങ്ങനെ ഓറഞ്ചിന്റെ മണം പറ്റിപ്പിടിക്കും. "ഈ പട്ടിക്ക് ഇപ്പോ എന്താ വേണ്ടത്?" സ്വയം ധൈര്യപ്പെടുത്താൻ ഞാൻ ചോദിച്ചു. അതൊരു പട്ടിയല്ലെന്ന് എനിക്കുറപ്പായിരുന്നു. എനിക്കു തെല്ലും പേടി തോന്നിയിരുന്നില്ല. അതെ, അതാണ് കദെയൊസിന്റെ നല്ല വശം. ആളുകളെ പേടിപ്പെടുത്തുന്നതിന് പകരം അവർക്ക് ഒരു പ്രത്യേക ആത്മവിശ്വാസമാണ് അവൻ നല്കുക. കദെയൊസ് മോശമായാൽ, ഒന്നും മിണ്ടാതെ, വെറുതെ ഒന്നു നോക്കിക്കൊണ്ട് നിങ്ങളെ മൂത്രം ഒഴിപ്പിക്കുമെന്ന് ആളുകൾ പറയാറുണ്ട്.

"മാറിപ്പോ" അവൻ പറഞ്ഞു.

ഞാൻ ആ നേരിയ പുൽപ്പാതയിൽ നിന്ന് മാറി. അവൻ അപ്രത്യക്ഷമായി. ചളി നിറഞ്ഞ പാതയിലൂടെ ഒന്നു രണ്ടടി നടന്നതും ചീറ്റുന്ന പാമ്പിന്റെ ആദ്യ ശബ്ദം ഞാൻ കേട്ടു. ഭാഗ്യത്തിന് കൃത്യസമയത്ത് ഒഴിഞ്ഞുമാറിയതു കൊണ്ട് കടി കിട്ടിയില്ല. എന്റെ തൊട്ടടുത്ത് അത് ശബ്ദമുണ്ടാക്കുന്നത് ഞാനറിഞ്ഞു.

"രക്ഷപ്പെട്ടേ പറ്റൂ" ഭ്രാന്തിയെപ്പോലെ ഞാൻ ഓടി. അതിന് എന്റെ അടുത്തെത്തണമെന്ന് ഉണ്ടായിരുന്നു. പക്ഷേ ഞാൻ ദൂരത്തെത്തിക്കഴിഞ്ഞിരുന്നു. അതിനാൽ അതിന്റെ ശബ്ദം മാത്രമേ പിന്നെ കേൾക്കാനുണ്ടായിരുന്നുള്ളൂ. "വൃത്തികെട്ട ജന്തു" ഞാൻ പറഞ്ഞു.

ആ പാമ്പിൽ നിന്ന് മനഃസാക്ഷിയുടെ ശബ്ദമാണ് എന്നെ രക്ഷപ്പെടുത്തിയത്. എന്തിനധികം പറയുന്നു, എന്റെ വഴികളെ ആ ശബ്ദം പ്രകാശമയമാക്കി. കാരണം അതിന് എല്ലാം അറിയാം. അതാണ് മനഃസാക്ഷിയുടെ ശബ്ദം ഒരാൾക്ക് സ്വന്തമല്ലെന്നും ഞാൻ പറഞ്ഞത്. അത് എവിടെ നിന്ന് വരുന്നുവെന്ന് ദൈവത്തിന് മാത്രമറിയാം.

രാവിലെ 6 മണി

ചലാറ്റനെംഗോയിൽ നിന്നുള്ളവരാണ് ഞങ്ങൾ. പട്ടണത്തിൽനിന്നും പത്ത് കോളനികൾക്കപ്പുറം ചലാറ്റയുടെ പ്രാന്തപ്രദേശമാണത്. അതുകൊണ്ടു തന്നെയാണ് ഞങ്ങൾ കിലോമീറ്റർ എന്നു .വിളിക്കുന്നതും. ഇവിടത്തെ ആളുകൾ പാടാനിഷ്ടമുള്ളവരാണ്; എന്തിനും ചിരിക്കുന്നവരും. ഞങ്ങൾ ഏതാണ്ടെല്ലാവരും തന്നെ ദരിദ്രരാണെങ്കിലും അതിൽ ഞങ്ങൾക്ക് നാണക്കേടൊന്നുമില്ല. അതിൽ അഭിമാനിക്കാനും ഒന്നുമില്ല. ഇതൊന്നും തന്നെ ഞങ്ങൾക്ക് വല്യ കാര്യമുള്ള സംഗതികളല്ല. ജീവിതം എത്രവർഷം കഴിഞ്ഞും ഒരുപോലെതന്നെ. വലിയ മാറ്റങ്ങൾ ഒന്നും തന്നെ ഇല്ല. പരസ്പരം അറിയുന്ന ഞങ്ങൾ ഞങ്ങളെല്ലാവരെയും ഒരുപോലെ കണക്കാക്കുന്നു. ഒരു കാളവണ്ടിയുള്ളവനും ഒരു മൺവെട്ടിയിൽ കൂടുതലായി ഒന്നുമില്ലാത്തവനും തമ്മിൽ ഒരു വ്യത്യാസവുമില്ല.

നിങ്ങളെ ആവേശം കൊള്ളിക്കുന്ന വളരെ പ്രശസ്തമായ രാഷ്ട്രീയ ഗാനങ്ങളായ 'റാഞ്ചെരാ'സും പ്രണയഗാനങ്ങളും മറ്റും ജോഷെ ഗിറ്റാർ വായിച്ച് പാടും. നിന്റെ "പ്രണയത്തിനായി ഞാൻ എത്രമാത്രം തുടിക്കുന്നു." എന്നത് അവന്റെ ഇഷ്ടഗാനമാണ്. ഒരുപക്ഷേ അതുമാത്രമായിരിക്കാം അവന് നന്നായി അറിയാവുന്നത്.

എല്ലാവർക്കും മനസ്സിലാവുന്ന സുന്ദരൻ വരികളായതിനാൽ 'റാഞ്ചെരാസ്' ഞങ്ങൾക്കിഷ്ടമാണ്. മറ്റൊരു തരത്തിലുള്ള പാട്ട് കുറച്ചായിട്ടേ ഉള്ളൂ; പാതിരിയോടൊപ്പം പിള്ളേർ പള്ളിയിൽ എത്തിയപ്പോഴാണത്. പ്രതിഷേധ പാട്ടുകളെന്നറിയപ്പെടുന്ന ഗാനങ്ങളാണ് അവർ പാടിയത്.

അതെ, പക്ഷേ പിന്നീട് എല്ലാം മാറി.

പണ്ടൊക്കെ ഡെറ്റ്വർ ചാപ്പലിൽ പാതിരി കുർബാന കൈക്കൊള്ളുമ്പോൾ ഞങ്ങൾക്ക് പ്രതീക്ഷ നല്കുമായിരുന്നു: " കുറച്ചു കൂടി ക്ഷമിക്കുക." അവർ ഞങ്ങളോട് വിഷമിക്കരുതെന്ന് പറയും; സ്വർഗ്ഗരാജ്യം ഞങ്ങളുടേതാണെന്നും ഭൂമിയിൽ ലളിതമായി ജീവിക്കണമെന്നും പക്ഷേ സ്വർഗ്ഗരാജ്യത്തിൽ ഞങ്ങൾക്ക് വലിയ സന്തോഷമുണ്ടാകുമെന്നും. പിന്നെ ഭൗതികാസക്തി അരുതെന്നും. വിരകൾ മൂലം ഞങ്ങളുടെ കുട്ടികൾ മരിച്ചുകൊണ്ടിരിക്കുക യാണെന്ന് ഞങ്ങൾ പരാതിപ്പെടുമ്പോൾ അവർ വയറിളക്കാനാണ് ശുപാർശ ചെയ്യുക. പക്ഷേ എത്രയൊക്കെ വയറിളക്കിയാലും കുട്ടികൾ മരിക്കും. അകത്തിരുന്ന് കുട്ടികൾ ഭക്ഷിക്കുന്ന പുഴുക്കളെ വായിലൂടെയും മൂക്കിലൂടെയും പുറത്തുചാടിക്കണം. ഞങ്ങൾ കുട്ടികളുമായി, കണ്ണുകളുള്ള അസ്ഥികൂടങ്ങളുമായി വരുമ്പോൾ അച്ചൻ പറയും-സമാധാനിപ്പിൻ, പ്രാർത്ഥിപ്പിൻ; ചെറിയ കാണിക്കകൾ അർപ്പിക്കുവിൻ. അങ്ങനെ പോകുന്ന വഴിക്കാണ് എന്റെ ഒരു കുഞ്ഞ് മരണപ്പെട്ടത്-നിർജ്ജലീകരണംകൊണ്ടും വിരകളുടെ ആക്രമണം കൊണ്ടും. ഭാഗ്യത്തിന് ഈ അസുഖം കൊണ്ട് എന്റെ ഒരു കുഞ്ഞുമാത്ര മാണ് മരിച്ചത്.

-ശരി, നിന്റെ കുഞ്ഞിന് എന്തുപറ്റി?

-അച്ചോ നോക്കൂ....... വെള്ളം പൊയ്ക്കോണ്ടേയിരിക്കുന്നു.

-നീ നല്കിയ പാൽ മോശമായിരിക്കും.

-ഇല്ലച്ചോ.... അവൻ പാല് കുടിക്കാറില്ല.

-അപ്പോ?

-വിരകളാണ്.

-നീ അവനെ ഉടൻ വയറിളക്കി നന്നായി ഭക്ഷണം നല്കുക. എന്താണവന് കൊടുക്കുന്നത്?

-പകലിൽ ചോളപ്പൊടി കലക്കിയതും വൈകീട്ട് പഞ്ചസാര കലക്കിയ വെള്ളവും.

-ലൂപ്പെ നിന്റെ കുഞ്ഞിനെത്രയായി?

-ഒൻപത് മാസം കഴിഞ്ഞച്ചോ.

-നീ അവന് വെണ്ണയെങ്കിലും കൊടുക്കണം. പാലില്ലെങ്കിൽ പകരം വെണ്ണയാണ് നല്ലത്.

-ഡിറ്റ്വറിലെ കടയിൽ നിന്ന് നിനക്ക് കുറച്ച് പാല് വാങ്ങാം. അത് ഇതേ പാലാണ്. പക്ഷേ നമുക്കത്തരം ആഡംബരങ്ങൾ പറ്റില്ല. മാത്രമല്ല ജോഷെയുടെ മുതലാളി അവനോടത് പറഞ്ഞിട്ടുണ്ട്. പാൽ കുട്ടികൾക്ക് വയറുവേദനയുണ്ടാക്കുമെന്നും പാലു കുടിക്കുന്നതും ഇറച്ചി കഴിക്കുന്നതും കുട്ടികളെ സംബന്ധിച്ചിടത്തോളം നല്ല ശീലമല്ലെന്നും ഞങ്ങൾക്ക് മുൻപേ അറിയാവുന്ന കാര്യമാണ്.

-ഭൂവുടമ നിന്നോടത് പറഞ്ഞിട്ടില്ലേ?

-ഉണ്ട്. അത് എല്ലാവർക്കും അറിയുന്ന കാര്യമാണ്.

-എന്നിട്ടെന്തു കാര്യം? ദൈവഹിതം നടക്കട്ടെ.

—പരിശുദ്ധജലം തെളിച്ചാൽ നന്നായിരുന്നു അച്ചോ

-പക്ഷേ കുഞ്ഞേ നീയവന്റെ തലതൊട്ടപ്പനെ കൊണ്ടുവരാൻ മറന്നല്ലോ.

- അദ്ദേഹത്തെ നാളെ കണ്ടെത്തണമെങ്കിൽ ഒരുപാട് സമയമെടുക്കും. അച്ചൻ വല്ല മരുന്നും കുറിച്ച് തരുമെന്നാണ് കരുതിയത്. അൽതാമിസ ചെടിയെടുത്ത് വയറിളകുന്നതിനുള്ള മരുന്നുണ്ടാക്കണമെന്ന് വിചാരിച്ചതാണ്. പക്ഷേ, അതിന് തോട്ടിലേക്കു പോകണം. ഇവിടെ ജോഷെയുമില്ല

എന്റെ കുഞ്ഞേ അൽതാമിസ ഞാൻ ശരിയാക്കിത്തരം, പക്ഷേ അതു കൊണ്ടൊന്നും സൂക്കേട് മാറാൻ പോകുന്നില്ല. കൃമിക്കുള്ള മരുന്നു മാത്രമേ ഇത്തരം കേസുകളിൽ ഫലിക്കൂ.

-മരുന്ന് എവിടെ കിട്ടുമച്ചോ?

-കുഞ്ഞേ അതു നിന്റെ ജോലിയാണ്. നിനക്കെന്തുകൊണ്ട് അവന്റെ അപ്പനെ നാളെ കൊണ്ടുവന്ന് കുഞ്ഞിനെ സ്നാനം ചെയ്തുകൂടാ, ഒരുപക്ഷേ.....

അച്ചൻ എന്നോട് വിശ്വാസം കൈവിടരുതെന്ന് പറയും; കുട്ടി രക്ഷപ്പെട്ടി ല്ലെങ്കിൽ ആരുടെയെങ്കിലും ശ്രദ്ധക്കുറവാണെന്നും. പള്ളിയിലുള്ള വിശ്വാസം ഒരിക്കലും നഷ്ടപ്പെടുത്താനാവില്ല. യേശു മരണപ്പെട്ടത് ഇങ്ങനെയാണ്. അങ്ങനെ പാതിരി പരിശുദ്ധജലം അവനിൽ തളിക്കും. അതിനാൽ നരകത്തിലൂടെ കടക്കാതെ നേരിട്ട് സ്വർഗ്ഗം പ്രാപിക്കാനാവും. നമുക്കൊന്നും ചെയ്യാനാവില്ല. സ്വീകരിക്കാൻ മാത്രമേ കഴിയൂ; അത് ദൈവഹിതമാണ്. ചിലപ്പോൾ, ഞങ്ങൾ കുഞ്ഞുങ്ങളെ ഓർത്ത് കരയുക പോലുമില്ല. കാരണം മരണമെന്നത് ദൈവം അവർക്ക് നല്കിയ സമ്മാനമാണെന്ന് ഞങ്ങൾ സ്വയം ബോദ്ധ്യപ്പെടുത്തിയിട്ടുണ്ട്. ഈ കണ്ണീർച്ചാലുകളിലെ ദുര്യോഗത്തേക്കാൾ നല്ലത് മരണം തന്നെയാണ്.

പാതിരി അത്രകണ്ട് ഞങ്ങളെ കീഴ്പ്പെടുത്തി കഴിഞ്ഞിരുന്നതിനാൽ ഞങ്ങളുടെ ഹൃദയങ്ങളും കല്ലായി മാറിത്തുടങ്ങിയിരുന്നു. എന്റെ മകൻ മരിച്ചപ്പോൾ അവന് വേണ്ടി ഞാൻ ഒന്നു കരയുക പോലും ചെയ്തില്ല. കാരണം മരണമെന്നത് അത്രകണ്ട് സ്വാഭാവികമായി കഴിഞ്ഞതിനാൽ അവനെ കൊണ്ടുപോയതിന് ഞങ്ങൾ ദൈവത്തോട് നന്ദി പറയുകയാണ് ചെയ്തത്- ഓരോ രണ്ടാഴ്ച കൂടുമ്പോഴും ചലാറ്റെയിലെ ഞങ്ങളുടെ ഭാഗത്തേക്ക് സമാശ്വസിപ്പിക്കാൻ വരുന്ന പാതിരി അത്രയ്ക്കാണ് പറഞ്ഞു വിശ്വസിപ്പിച്ചിരിക്കുന്നത്.

-കുഞ്ഞിനെ കൊണ്ടുവന്നത് നന്നായി. അത്രയ്ക്ക് പനിയുണ്ട്.

-അതെയച്ചോ.... കുറച്ച് വെള്ളം തളിക്കണം.

-തീർച്ചയായും, അതിനാണ് ഞങ്ങളെത്തിയിരിക്കുന്നത്. പാപികളുടെ ആത്മാവിനെ മോചിപ്പിക്കാൻ. കുറച്ചുകൂടി നേരത്തെ കൊണ്ടുവരേണ്ടതായിരുന്നു. കുഞ്ഞിന്റെ ജീവൻ ഏതാണ്ട് നിലച്ചിരിക്കുന്നു; നിങ്ങൾ കൊണ്ടുവരാൻ ശരിക്കും വൈകിച്ചിരിക്കുന്നു. ഒന്നോർത്തു നോക്കിയേ, ഇവൻ വരുന്ന വഴിക്ക് മരിച്ചു പോയിരുന്നെങ്കിലോ.

-നിങ്ങളിവിടെ രണ്ടാഴ്ച മുൻപ് വരുമ്പോൾ കുട്ടി നന്നായിരിക്കുന്നുണ്ടായിരുന്നു. അവനിത്ര പെട്ടെന്ന് അസുഖം വരുമെന്ന് ഞാൻ കരുതിയില്ല.

-എന്നാലും, നിങ്ങളെപ്പോഴും അവസാന നിമിഷം വരെ കാര്യങ്ങൾ നീട്ടി വയ്ക്കുന്ന കൂട്ടരാണ്.

-അവന്റെ തലതൊട്ടപ്പനെ ശരിയാക്കിയിട്ടുണ്ടച്ചോ.

-ശരി. കുറച്ചൊന്ന് കാക്ക്. ഒരു മിനിറ്റിനകം ശ്രദ്ധിക്കാം. ഞാനൊന്ന് കുർബാന കഴിക്കട്ടെ. കുഞ്ഞ് കുറച്ച് നേരം കൂടി ജീവിക്കും.

-നന്ദിയച്ചോ

പിന്നീട് പെട്ടെന്ന് പാതിരിമാർക്ക് മാറ്റം സംഭവിച്ചു തുടങ്ങി. അവർ ഞങ്ങളെ പരസ്പര സഹായത്തിനും ലാഭം പങ്കുവയ്ക്കുന്നതിനും സംഘങ്ങളിൽ ചേർക്കാൻ തുടങ്ങി. ഒരാളെ സഹായിക്കുന്നത് നല്ല കാര്യമാണ്; എല്ലാവരുമായി സമാധാനത്തിൽ കഴിയുക, പരസ്പരം അറിയുക, സൂര്യനുദിക്കും മുൻപ് എഴുന്നേറ്റ് കുട്ടികളൊത്ത് പണിക്കു പോവുക, പന്നികളെ നോക്കുക, നല്ല വിലയ്ക്ക് മുട്ടകൾ വില്ക്കുക; ഇക്കാര്യത്തിൽ ഡോൺ സെബാസിന്റെ കടയിൽ കൊടുത്താൽ കാര്യമായി ഒന്നും കിട്ടാത്തതുകൊണ്ട് മുട്ടകൾ പട്ടണത്തിലാണ് വില്ക്കുക; ഇക്കാര്യത്തിൽ ഡോൺസെബാസ് അറുപിശുക്ക് കാണിക്കുന്നതിൽ തോല്ക്കാറില്ല. ഇവിടം ചുറ്റുപാടെല്ലാം തന്നെ നന്നായി വരികയാണ്. പാതിരിമാർ ആർക്കും മനസ്സിലാവാത്ത ജല്പനങ്ങൾ പോലുള്ള കുർബാനകൾ നിർത്തുകയും പ്രഭാഷണങ്ങളിൽ മാറ്റം വരുത്തുകയും ചെയ്തു.ഡോമിനസ് ഓബിസ്പു, സിണിലെ പിശാചിനെ ചവിട്ടിപ്പുറത്താക്കും എന്നു ഞങ്ങൾ കളിയാക്കി പറയുന്ന ഡോമിനസ് ഓബിസ്പോസൊന്നും പിന്നീട് ഞങ്ങൾക്കു കേൾക്കേണ്ടതായി വന്നിട്ടില്ല. ഞങ്ങളുടെ കണ്ണുകളും കാതുകളും പാതിരിമാർ തുറക്കാൻ തുടങ്ങിയതോടെ ഇപ്പോൾ കുർബാന ഗൗരവമുള്ള സംഗതിയാണ്. അവരിൽ ഒരാൾ ഞങ്ങളോട് എപ്പോഴും ആവർത്തിക്കും: "സ്വർഗ്ഗരാജ്യം നേടാൻ ആദ്യം ഭൂമിയിൽ ഒരു സ്വർഗ്ഗം സൃഷ്ടിക്കാൻ നമ്മൾ പോരാടേണ്ടതുണ്ട്." ഇതാണ് നല്ല രീതിയെന്ന് ഞങ്ങൾ മനസ്സിലാക്കാൻ തുടങ്ങി. അവർക്ക് മുൻപുണ്ടായിരുന്ന പാതിരിമാർ എന്തുകൊണ്ടാണ് ഞങ്ങളെ അനുഷ്ഠാനങ്ങളിൽ മുഴുകാൻ നിർബന്ധിച്ചതെന്ന് ഞങ്ങൾ അവരോട് ചോദിക്കും: "മുൻപുള്ളത് മറന്നുകളയുക." ചെറുപ്പക്കാരായ പാതിരിമാർ ഉത്തരം നല്കും.

ഞങ്ങളുടെ കുഞ്ഞുങ്ങൾ മരിക്കുന്നില്ലെന്നതാണ് പ്രധാനപ്പെട്ട കാര്യം. ഒരാൾക്ക് ചെയ്യാവുന്ന കൊടിയ പാപം ഒരു കുഞ്ഞിനെ മരണത്തിന് വിട്ടു കൊടുക്കുക എന്നതാണ്. അസുഖത്തിന്റെ ആദ്യലക്ഷണം കാണുന്നതോടെ ഞങ്ങൾ പാതിരിമാരെ തിരക്കും. അവർ പലപ്പോഴും ചലാറ്റെയിൽ ഉണ്ടാകുമായിരുന്നു. ഇപ്പോൾ അവരോടുള്ള ഭയം കുറഞ്ഞു തുടങ്ങി. മുൻപെല്ലാം അവർ ഞങ്ങളിൽ ഭയം നിറയ്ക്കുമായിരുന്നു. ചെറിയൊരു ചലനം കൊണ്ട് ഞങ്ങളെ ഇല്ലാതാക്കി കളയാൻ കെല്പുള്ള മാന്ത്രികരായി ഞങ്ങൾ അവരെ കണ്ടിരുന്നു. മാത്രമല്ല അവരെ ഞങ്ങൾ വിശ്വസിച്ചിരുന്നതുമില്ല. മറ്റേതോ ലോകത്തിൽ നിന്നെന്ന പോലെയോ ദൈവത്തിന്റെ ഗാംഭീര്യമെന്ന പോലെയോ പരുക്കൻ ശബ്ദത്തിലായിരുന്നു അവർ സംസാരിച്ചിരുന്നത്. കറുത്ത വസ്ത്രങ്ങളിൽ അവർ അങ്ങുമിങ്ങും ഒഴുകി നടക്കുന്നതായി തോന്നിച്ചു. ചോളങ്ങളും കോഴികളും അവർ ആവശ്യപ്പെടും. പള്ളിയിലെ പാതിരിയെ ഏതു തരത്തിലെങ്കിലും നിഷേധിക്കുന്നത് പാപമായി കരുതിയതിനാൽ, ഞങ്ങൾക്ക് ഇല്ല എന്ന് പറയാൻ കഴിയുമായിരുന്നില്ല.

- അച്ചനു സന്തോഷമാകുമെങ്കിൽ പരിശുദ്ധ വാരത്തിനുവേണ്ടി ഞാൻ നല്ലൊരു കോഴിയെ തീറ്റിച്ചുവരുന്നുണ്ടച്ചോ.

-നന്ദിയുണ്ട് ലൂപ്പെ. നിനക്ക് വല്ലതും ഉണ്ടാവുന്നത് വരെ ഒന്നും തരാതിരിക്കുന്നതാണ് നല്ലത്.

-അച്ചന് തയ്യാറെടുക്കാൻ വേണ്ടിയാണ് ഞാനിതെല്ലാം പറയുന്നത്.

-അല്ലല്ല, അങ്ങനെയല്ല അത് ചെയ്യേണ്ടത്. ഒന്നുകിൽ അടുത്ത തവണ കോഴിയെ കൊണ്ടുവരിക, അല്ലെങ്കിൽ എല്ലാം മറക്കുക. പരിശുദ്ധവാരത്തിന് ഇനിയും നാലുമാസമുണ്ടെന്നറിയില്ലേ?

-എന്നാൽ ക്രിസ്തുമസിന് ഞാനൊരു ചെറിയ പന്നിയെ കൊണ്ടുവരാം.

-ഇടവകയിൽ പറ്റില്ലെങ്കിൽ ഞാനീ പന്നിയെ കൊണ്ടുപോയി എന്തു ചെയ്യാനാണ്. നിനക്ക് എല്ലാം വൃത്തിയാക്കി കൊണ്ടുവരാവുന്നതുകൊണ്ട് കോഴി കുഴപ്പമില്ല.

-അല്ലച്ചോ, ഞാൻ പന്നിയെ വറക്കാൻ പാകത്തിൽ ഇറച്ചിയാക്കി ക്കൊണ്ടുവരാം.

-നല്ല കാര്യം, അത് വേറെ സംഗതി. നീ നിന്റെ ഇറച്ചി എനിക്കു തന്ന് നിനക്കുള്ളത് നഷ്ടപ്പെടുത്തരുത്.

-ഇല്ലച്ചോ. ഇറച്ചിക്കറിക്ക് വേണ്ടി കാലും തലയും കുടലും ചോരയും ഞാൻ മാറ്റിവെക്കും.

കുഞ്ഞേ നിന്റെ ഇഷ്ടം. എനിക്കെന്തെങ്കിലും തരണമെന്നതിന് നിർബന്ധമൊന്നുമില്ല.

-തീർച്ചയായും. ഇത് ഞങ്ങളുടെ സന്തോഷമാണച്ചോ.

-ജോഷെയോട് പറഞ്ഞ് പന്നിക്ക് നല്ല തീറ്റ കൊടുക്ക്. ഒന്നു തടിക്കട്ടെ. ക്രിസ്തുമസിന് ഇനി മൂന്നാഴ്ചയേ ഉള്ളൂ.

പുണ്യാളന്റെ മട്ടിലുള്ള പാതിരിയുടെ സാന്നിദ്ധ്യം ഞങ്ങളിൽ പക്ഷേ, ഭീതിയും സംശയവും മാത്രമേ ഉണ്ടാക്കിയുള്ളൂ. പാമ്പിനെക്കാൾ അവർ തരം താണവരാണ് (അവരിൽ ദേഷ്യവും വെറുപ്പും ഉളവാക്കിയതിൽ നിന്ന് ദൈവം ഞങ്ങളെ കാക്കട്ടെ.) നരകത്തെക്കുറിച്ച് പറഞ്ഞ് അവർ പകരം വീട്ടും. നന്നായിരിക്കണമെന്ന് അവർക്കു തോന്നുമ്പോൾ അവർ തീർച്ചയായും നന്നായിരിക്കും.

-നോക്ക് ലൂപ്പെ, കുർബാനക്ക് ജോഷെ വരുന്നില്ലെങ്കിൽ പിന്നീട് പാപനിവൃത്തിക്ക് വരേണ്ടെന്ന് അവനോട് പറഞ്ഞേക്കുക.

-ജോഷെക്ക് പണിയുണ്ട്.

ഞായറാഴ്ചയും?

-അതെയച്ചോ. കളപറിക്കുന്നത് തുടങ്ങിയതോടെ, ശരിക്കും വിടാതെ പണി എടുത്താലേ വല്ലതും കാണൂ. ഇപ്പോൾ പണിയുണ്ട്.

-അപ്പോഴവൻ വീട്ടിൽ വരുന്നില്ലേ?

-ഇല്ലച്ചോ. സാന്താടെക്ലയിലോട്ട് പോയിക്കഴിഞ്ഞാൽ രണ്ടാഴ്ച കഴിഞ്ഞേ മടങ്ങൂ.

-അപ്പോൾ വീട്ടിൽ നീ തനിച്ചാണോ?

-അതെ. ജനുവരിയൊഴിച്ച്. നിലത്ത് വീണ കാപ്പിക്കുരു പെറുക്കാൻ പിള്ളേർ സഹായിക്കും. ഞാനും പോകും. കുറച്ചു വല്ലതും കൂടുതൽ സമ്പാദിക്കാലോ.

-ശരി ലൂപ്പെ. കുറച്ച് മിഠായിയുണ്ട്. കുട്ടികൾക്ക് കൊടുക്ക്. പക്ഷേ അവരെ മുഴുവൻ തിന്നാൻ വിടണ്ട. ഒരു നേരത്ത് ഒരെണ്ണം. എന്നാലേ ക്രിസ്തുമസ് വരെ കാണൂ.

-വളരെ നന്ദിയച്ചോ.

-ചേപ്പെയെ കൊണ്ടുവരാൻ മറക്കരുത്. വെറുതെ ഓരോ ചിന്തകളുണ്ടാക്കി നടക്കാതെ അവനോട് കുർബാനയ്ക്ക് വരാൻ പറ.

-ശരിയച്ചോ.

എവിടെ വച്ചാണെന്നറിയില്ല, ഒരു സമ്മേളനം നടന്നതിനെക്കുറിച്ച്, ചലാറ്റെയും ഞങ്ങളുടെ വീടുകളും സന്ദർശിച്ചിരുന്ന ചെറുപ്പക്കാരായ പാതിരിമാരും പറഞ്ഞിരുന്നു. ഒരുപക്ഷേ അതിനുശേഷം മതം പഴയതു പോലെയായിരുന്നില്ല. പാതിരിമാർ പണി സമയത്തുള്ള വസ്ത്രങ്ങളിലാണ് കാണപ്പെട്ടത്. അവർ ഞങ്ങളെപ്പോലെ ചോരയും നീരുമുള്ളവരായി ഞങ്ങൾ കണ്ടു. നന്നായി വസ്ത്രം ധരിച്ചിരുന്നു എന്നുമാത്രം. അവരുടെ ശബ്ദം

സാധാരണ മട്ടിലായിരുന്നു. കോഴികളും മറ്റും അവർ ആവശ്യപ്പെട്ടിരുന്നില്ല. അതിനു പകരം പട്ടണത്തിൽ നിന്നും ഞങ്ങളുടെ വീട്ടിലേക്കു വരുമ്പോൾ ചില സമ്മാനങ്ങൾ തന്നിരുന്നു.

-ഇതാ നിന്റെ ചെറിയ കുഞ്ഞിന്.

അവർ കിലോമീറ്ററിലേക്ക് ഇറങ്ങി വന്ന് ഞങ്ങൾ എങ്ങനെയാണ് ജീവിക്കുന്നതെന്ന് കാണും. പഴയ പാതിരിമാർ ഇടവകയിലെ എല്ലാ കാര്യങ്ങളും നോക്കി നടത്തുകയും ജീപ്പിൽ ചെന്നിറങ്ങുകയും പ്രാർത്ഥന നടത്തുകയും ചെയ്യുമായിരുന്നെങ്കിലും ഇവരെപ്പോലെ ഇത്രയേറെ ഞങ്ങളുടെ അടുത്തേക്കു വരാറുണ്ടായിരുന്നില്ല. കുർബാന കഴിഞ്ഞതും ജീപ്പിൽ ചാടിക്കയറി പൊടി പറത്തി അവർ അപ്രത്യക്ഷരാവുകയായിരുന്നു പതിവ്.

അടുപ്പമുള്ള ഈ പുതിയ പാതിരിമാരും ജീപ്പുകളിലാണ് സഞ്ചരിച്ചിരുന്നത്. പക്ഷേ അവർ ഡിറ്റൗറിൽ വന്ന് ഞങ്ങളെ കാണുമായിരുന്നു. എന്തു പറയുന്നു? എത്ര കുട്ടികളുണ്ട്? വരുമാനം എത്രയുണ്ട്? എന്നെല്ലാം അന്വേഷിക്കുമായിരുന്നു. അവരുടെ സംഭാഷണ രീതിയോ വാക്കുകളോ ഞങ്ങൾക്കു മനസ്സിലായിരുന്നില്ല. ആദ്യത്തെ സഹകരണ സംഘങ്ങളുണ്ടാക്കിയതും അവരാണ്. അങ്ങനെ ഞങ്ങൾക്ക് കുറച്ച് ലാഭവും കിട്ടി. എങ്ങനെ പണം കൈകാര്യം ചെയ്യണമെന്നും മുട്ടയും കോഴിയും പന്നിയും എങ്ങനെ നല്ല വിലയ്ക്ക് വില്ക്കാമെന്നും അവർ പഠിപ്പിച്ചു.

അത് എങ്ങനെ ചെയ്യണമെന്ന് ഞങ്ങൾക്കറിയാമായിരുന്നു. ഞങ്ങൾ ഊമകളായിരുന്നില്ല. പക്ഷേ, അധികം പണം ഒരിക്കലും കൈയിൽ കിട്ടാത്തതു കൊണ്ട് കൈകാര്യം ചെയ്യാൻ മാത്രം പണം ഉണ്ടായിരുന്നില്ല. കാണുന്ന പണമാകട്ടെ പെട്ടെന്നു കടന്നു പോവുകയും ചെയ്യും. കുറച്ച് സെന്റുകൾ സമ്പാദിക്കേണ്ട താമസം അത് ആസ്പിരിനും വയറിളക്കമരുന്നിനും വേണ്ട മറ്റു മരുന്നു പൊടികൾക്കും, അല്ലെങ്കിൽ അത്തരം കാര്യങ്ങൾക്കു വേണ്ടി ചെലവാകും. വർഷാവസാനം കളിക്കോപ്പുകൾക്ക് വേണ്ടി വല്ലതും ബാക്കിയുണ്ടാകും. കാറ്, പ്ലാസ്റ്റിക് പന്ത് അല്ലെങ്കിൽ ഗോലികൾ. ചുരുക്കത്തിൽ എന്താണവരോട് പറയാനുള്ളത്. "ലൂപ്പെ, മറ്റ് കുട്ടികൾക്ക് ശരിക്കുള്ള കളിപ്പാട്ടങ്ങൾ കിട്ടുമ്പോൾ, ഇവർ ചുറ്റും അലഞ്ഞ് നടക്കാത്തത് അതുകൊണ്ടാണ്. അവർക്ക് അത്തരം ആഡംബരസാധനങ്ങൾ വാങ്ങാൻ നമ്മൾ പണം വെറുതെ വലിച്ചെറിയില്ല. നേരെമറിച്ച് ചുറ്റും അലഞ്ഞു നടന്ന് പാമ്പ് കടികൊള്ളാതെ അവരെ മറ്റു കാര്യങ്ങളിലേക്കു ശ്രദ്ധതിരിക്കാം." ങ്ഹാ, അങ്ങിനെയിരിക്കുമ്പോഴാണ് മുൻപൊന്നും നടക്കാത്ത ഒരു സംഭവം നടന്നത്. അയൽപക്കങ്ങളിൽ ഗാർഡുകളെ കാണാൻ തുടങ്ങി. അവരെ കാണുമ്പോൾ, ഉടൻ ഏവരേയും അറിയിച്ച് ശ്രദ്ധയോടിരിക്കണം. കാരണം അവർ കർശനക്കാരാണ്. ചുറ്റുമങ്ങനെ നടക്കാനൊന്നും പറ്റില്ല. അതായത്

കൈത്തണ്ടയിൽ കത്തിയും കെട്ടി നടന്നാൽ അടി ഉറപ്പാണ്. അല്ലെങ്കിൽ ഏതൊരു പാവപ്പെട്ടവനും ഒരിക്കലും കൊടുക്കാൻ പറ്റാത്തത്ര പിഴചുമത്തും.

കത്തിയുംകൊണ്ട് എപ്പോഴും നടക്കേണ്ട ആവശ്യമില്ലെന്ന് ഗാർഡ് പറയുമായിരുന്നു. പക്ഷേ ആണുങ്ങളെപ്പോഴും അതുമായി ശീലിച്ചതുകൊണ്ട് പണിയില്ലാത്ത സമയം അവ കൊണ്ടുനടക്കുന്നത് ആവശ്യമില്ലാത്ത സംഗതിയാണെന്നത് അവരെ പറഞ്ഞ് മനസ്സിലാക്കാൻ ബുദ്ധിമുട്ടാണ്. കത്തിയില്ലെങ്കിൽ അവർക്ക് ഒറ്റപ്പെട്ട ഒരു തോന്നലാണ്. അതൊരു വേണ്ടപ്പെട്ട കൂട്ടാണ്. കാരണം ഇടയ്ക്ക് ചില കുഴപ്പങ്ങളുണ്ടാവും, പ്രത്യേകിച്ച് അവർ ഞായറാഴ്ചകളിൽ അധികം റം അകത്താക്കുമ്പോൾ. അതുകൊണ്ടാണ് ഗാർഡുകൾ അത്രയ്ക്ക് കഠിനമാവുന്നതും, എത്ര റൗഡിയായാലും അവനെ നല്ല അടി കൊടുത്ത് അവന്റെ കത്തി പിടിച്ചെടുക്കാൻ മടിക്കാത്തതും. "കൈയിൽ നിങ്ങൾ കത്തിയും കെട്ടി നടക്കുകയാണെങ്കിൽ ഞങ്ങൾ നിങ്ങളുടെ കൈ വെട്ടിക്കളയാൻ പോവുകയാണ്." അപ്പറഞ്ഞത് അവരുടെ പണിയാണ്. ഗാർഡുകളെ കുറിച്ചുള്ള ഒരു കാര്യമതാണ്. അവരെപ്പോഴും പറഞ്ഞ വാക്ക് പാലിക്കും. അവരുമായി ഇടപെടുന്നവർക്ക് അവർ എന്തിനാണ് നിയോഗിക്കപ്പെട്ടിട്ടുള്ളതെന്നറിയും, ഗാർഡുകൾ എപ്പോഴും നിയമം നടപ്പാക്കുന്ന ശീലം കാത്തുസൂക്ഷിച്ചു; തല്ലിയും അനുസരിക്കാത്തവരെ വെടിവച്ചും. ആരെങ്കിലും മരിച്ചതായി കണ്ടാൽ അതിന് കാരണം ഗാർഡായിരിക്കുമെന്ന് ഒരുവന് അറിയാമെങ്കിലും, ഇവിടെ ഗാർഡുകാരണം കൊല്ലപ്പെട്ടവർ വിരളമാണ്. മാത്രമല്ല ഇവിടെയുള്ള ആളുകൾ എപ്പോഴും ശാന്തരാണ്; അവർ അത്രയ്ക്ക് കുഴപ്പക്കാരൊന്നുമല്ല, അത്ര കുടിയന്മാരുമല്ല. കുറച്ചു കുടിച്ച് രസിക്കുമെന്ന കാര്യം ശരിതന്നെ, എന്നുവച്ച് അവർ ലക്കു വിടുകയൊന്നുമില്ല. ചെപ്പെ പോലും ഇടയ്ക്കിടെ കുടിക്കാറുണ്ട്. ഞങ്ങളൊരു പാട് വയറുകൾ നിറയാനുള്ളതുകൊണ്ട് അവനറിയാം അധികം ചെല വഴിക്കാൻ പറ്റില്ലെന്ന്. അക്കാര്യത്തിൽ അവനുമായെനിക്ക് വഴക്കിടേണ്ടി വന്നിട്ടില്ല.

-വെട്ടുകത്തിയുമായി എങ്ങോട്ടാ ചെപ്പേ?

-വിറകിന്.......

-സൂക്ഷിക്ക്. ഗാർഡ് കാണാതെ നോക്ക്.

-ഇന്നവർ ഈ വഴി വരുമെന്ന് തോന്നുന്നില്ല.....

-നീയവരുടെ മുന്നിൽ പെടണ്ട. ഇന്ന് ഞായറാഴ്ചയാണ്.

-അവർ കാണില്ല ലൂപ്പെ. പല തവണ ഞാൻ രക്ഷപ്പെട്ടതാണ്. ഒരു മൈലിനപ്പുറത്ത് വച്ച് എനിക്ക് മണം കിട്ടും.

-മറക്കണ്ട. എല്ലാറ്റിനും ഒരു ആദ്യമുണ്ട്.

പാതിരിമാർ ഞങ്ങളെ അഹങ്കാരികളാക്കിയെന്നും തല നിറച്ച് ഭ്രാന്തൻ

ചിന്തകൾ നിറച്ചുവെന്നും അവർ പറയാൻ തുടങ്ങി. കത്തിയുമായാണ് യാത്രയെങ്കിൽ തിരിച്ചറിയൽ കാർഡ് മാത്രം ചോദിച്ചാൽ പോരെന്നായി. "നിങ്ങൾ കുർബാനക്കാണോ പോകുന്നത്, കുർബാനക്ക് പാതിരിമാർ എന്താണ് പറയുന്നത്?" ആദ്യം ഞങ്ങൾക്കൊന്നും മനസ്സിലായില്ല. എന്തിന് വേണ്ടിയാണ്. ഓരോ കാര്യവും വിശദമായി ഞങ്ങൾ ഓർത്തുവയ്ക്കേണ്ടത്? അവർക്ക് പള്ളിയിലെത്തി നേരിട്ടിത് കേട്ടുകൂടെ?

പള്ളിയിൽ പോകാതിരിക്കാനുള്ള ഒരു പേടിപ്പിക്കൽ മാത്രമായിരുന്നുവത്. "അതെ ഞങ്ങൾ കുർബാനക്കാണ് പോകുന്നത്. എത്ര നല്ല പാതിരിയാണെന്ന് സാറ് നോക്കൂ. അദ്ദേഹം മറ്റുള്ളവരെപ്പോലെയല്ല." ഇവിടെയും അവിടെയും കാണുന്ന ആ തന്തയില്ലാത്തവന്മാര്, ആ ചരടു ചുറ്റിയ കോലങ്ങള്, അവരെ അനുസരിക്കാതിരിക്കാനുള്ള മത നിർദ്ദേശങ്ങളാണോ നല്കുന്നതെന്നവർക്കറിയണം. അങ്ങനെ അവർ തോക്ക് ചൂണ്ടും. പിന്നെ ഇടവകയിൽ നിന്ന് മാറി നില്ക്കുന്നതായിരിക്കും നല്ലത്. ഞായറാഴ്ചകളിൽ പോലും, ഞങ്ങൾ ഡെറ്റൗറിലേക്കു പോകും വഴി പൊന്തകളിലും മറ്റും ഒളിച്ചിരുന്ന് ചാടി വീഴും. എന്നിട്ട് രേഖകളാവശ്യപ്പെടുകയും എങ്ങോട്ടാണ് നടക്കുന്നതെന്നും, കുർബാന കേൾക്കാൻ പോവുകയാണോ എന്നും ചോദിക്കും: "പാതിരിമാരെ കാണാൻ പോകാൻ ഈ കഴുവേറികൾക്ക് നല്ല ഉടുപ്പിടണം, വെള്ള ഷർട്ടിടണം; ഇതിനൊക്കെ ഇവറ്റകൾക്ക് പണമുണ്ട്. കുട്ടികൾക്ക് തീറ്റ കൊടുക്കാനില്ല." ഞങ്ങളവരെ ശ്രദ്ധിക്കില്ല. അവരെ നന്നായി ഞങ്ങൾക്കറിയാം; അവർ ദേഷ്യപ്പെടും പക്ഷേ ഞങ്ങൾ മിണ്ടാതിരുന്നാൽ ഞങ്ങളെയവർ അപമാനിക്കുന്നതിൽ കൂടുതലൊന്നും ചെയ്യില്ല. ഇടവകയിലേക്കു പോകാതിരിക്കാൻ ഒരു പേടിപ്പിക്കൽ. പിന്നീടവർ മുതലാളിമാർ ഞങ്ങൾക്ക് വേണ്ട ശമ്പളം നല്കുന്നില്ലെന്ന് പറഞ്ഞ് കടന്നു പോകും. ഈ ഞായറാഴ്ച പള്ളിയിൽ വല്ല കമ്മ്യൂണിസ്റ്റുപാട്ടുകാരും ഉണ്ടാകുമോ? ഞങ്ങൾക്ക് അതൊന്നും അറിയില്ല. റോമൻ കത്തോലിക്കരായതുകൊണ്ട് ഞങ്ങൾ പള്ളിയിൽ പോവുന്നു. സത്യം പറഞ്ഞാൽ എനിക്കും ചെപ്പെക്കും അത്ര ഭക്തിയൊന്നുമില്ല. പക്ഷേ, ഞായറാഴ്ച പോകാൻ പറ്റിയ സ്ഥലമാണത്. പാതിരിമാർ പറയുന്നതും ഞങ്ങൾക്കിഷ്ടമായിരുന്നു. എന്തോ ചിലത് പഠിക്കുന്നതായി ഞങ്ങൾക്കു തോന്നിയിരുന്നു. "എനിക്ക് തോന്നുന്നത് ഇവിടത്തെ ഈ വിവരംകെട്ടവന്മാർ സ്വവർഗ സംഭോഗികളാണെന്നാണ്. എത്ര കൂത്തച്ചികളെ ആ പാതിരി തിരുകിയിട്ടുണ്ടാവുമോ ആവോ. അയാള് സുന്ദരനും മിടുക്കനുമല്ലേ. ഇവറ്റകൾ പ്രണയത്തിലായിട്ടുണ്ടാകും.'' ഞങ്ങൾ ഇവിടെ ചുറ്റും ജീവിക്കുന്നവരാണെന്നതിന്റെ രേഖകൾ ആണുങ്ങൾ ഞങ്ങളുടെ പോക്കറ്റിൽനിന്ന് എടുക്കുന്ന സമയം കടന്നുവരുന്നവയാണ് ഇത്തരം വാക്കുകൾ. "അല്ലെങ്കിൽ അച്ചൻ മൂത്രമൊഴിക്കുന്നതെങ്കിലും നിങ്ങൾ കണ്ടിരിക്കും." ഒരു ഗാർഡ് നിങ്ങളെ കളിയാക്കുന്നെങ്കിൽ നല്ലത് അടികൊള്ളാൻ തയ്യാറായി നില്ക്കുക എന്നാണ്. ഞങ്ങൾ ശരിക്കും ശാന്തരായി, അനുസരണയോടെ, പെട്ടെന്നാണ്

അവരെ കടലാസുകൾ കാണിക്കുക. കടലാസില്ലാതിരിക്കാൻ ഒരാൾക്കും കഴിയില്ല., ദൈവമേ രക്ഷ! ഈ പേടിപ്പൂച്ചകളെ അടക്കാൻ അതു ധാരാളം. പാതിരിമാരോടുള്ള വെറുപ്പാണ് ഞങ്ങളോടു കാണിക്കുന്നത്. ഉള്ളിന്റെയുള്ളിൽ പേടിയുള്ളതുകൊണ്ട് അവർക്ക് പാതിരിമാരെ തൊടാൻ ധൈര്യമില്ല. ഞങ്ങളെപ്പോലെ തന്നെ ഗാർഡുകളും കത്തോലിക്കക്കാരാണ്. അതിൽ മിക്കവരും കൃഷിക്കാരാണ്. വ്യത്യാസം എന്താണെന്നു വച്ചാൽ അവർക്ക് വിദ്യാഭ്യാസമുണ്ട്, ഞങ്ങൾക്കതില്ല. അവർ പള്ളിക്കൂടത്തിൽ പോയിട്ടുണ്ട്. കാരണം ഗാർഡാവാൻ പരിശീലനമൊക്കെ വേണം. നിയമം അനുസരിപ്പിക്കാൻ കഴിയുന്ന അധികാരികളാവാൻ പഠിച്ചതുകൊണ്ടാണ് അവർ ധിക്കാരികളും ബലശാലികളുമായിരിക്കുന്നത്. നിയമം എപ്പോഴും കർശനമാണ്. അങ്ങിനെയായാലെ നിങ്ങൾ നിയമം അനുസരിക്കുകയുള്ളൂവെന്ന് അവർ പറയും. അങ്ങനെയല്ലെങ്കിൽ നന്നാവാൻ കൂട്ടാക്കാത്ത ആളുകളുമുണ്ട്. ഞങ്ങൾക്ക് മോശക്കാരായിരിക്കാൻ മാത്രമേ താത്പര്യമുള്ളൂവെന്നാണ് അവർ പറയുന്നത്. എനിക്കറിഞ്ഞുകൂടാ, ഞാനാർക്കും ദോഷം ചെയ്തിട്ടില്ല, ജോഷെയോടും ചെയ്തിട്ടില്ല കുട്ടികളോടും ചെയ്തിട്ടില്ല. തിന്മയുണ്ടാകുന്നത് പെട്ടെന്നാണ്. തീർത്തും പ്രതീക്ഷിക്കാത്തപ്പോൾ. സ്വകാര്യ സ്വത്ത് അവർ മാനിക്കും. അത് ഒരു വിശുദ്ധ പ്രമാണമാണ്- കാരണം ഞങ്ങളുടെ കൈകളിൽ ചോരപുരളാൻ സാദ്ധ്യതയുണ്ട്. എന്നാൽ ഞങ്ങളുടേതല്ലാത്തത് കൈവശമാക്കുക എന്നത് നടപ്പില്ലാത്ത കാര്യമാണ്. മഞ്ഞ് പോലെ അത്ര ശുദ്ധരാണ് ഞങ്ങൾ. അങ്ങനെയാണ് കാര്യങ്ങൾ.

പാതിരിമാർ വെറുതെയിരിക്കാത്തവരായതുകൊണ്ട് അവരെ ഗാർഡുകൾക്ക് പേടിയാണ്; അവർ നല്ല വഴക്കും പറയും. “എന്തിനാണ് റോഡിൽ ചുറ്റിലും നടന്ന് വേണ്ടാതീനം കാട്ടുന്നത്? ആളുകളെ ബുദ്ധിമുട്ടിക്കാനല്ല കൂലി തരുന്നത്.” അത് ഒരു ചെവിയിൽ കയറി മറ്റേതിലൂടെ പുറത്ത് പോകും. കുറച്ച് ദിവസം കഴിഞ്ഞാൽ ആളുകളെ ഉപദ്രവിച്ചുകൊണ്ട് പഴയ പരിപാടികൾ വീണ്ടും തുടങ്ങും. ഒരു ദിവസം കാര്യങ്ങൾ കൂടുതൽ വഷളായി. ഞങ്ങൾക്ക് ശ്വാസം പോയെന്ന് പറഞ്ഞാൽ മതിയല്ലോ. കിലോമീറ്ററിലേക്കുള്ള വഴിയിൽ പാതിരി പകുതി ജീവനോടെ കിടക്കുന്നു. ഗാർഡുകൾ അദ്ദേഹത്തിന്റെ മുഖം അടിച്ചു കേടുവരുത്തിയിരുന്നു. ശരീരമാകെ ക്രൂരമായി മുറിവേല്പിച്ചിരുന്നു. അതിലൂടെ പോയ ആരോ ആണ് ചാലിൽ ഒരാൾ തുണിയില്ലാതെ കിടന്ന് മോങ്ങുന്നത് കണ്ടത്. ഗാർഡുകൾ അദ്ദേഹത്തിന്റെ പിറകിൽ കമ്പ് കുത്തി നിർത്തിയത് അപ്പോഴുമുണ്ടായിരുന്നു. പാതിരിയുടെ ശബ്ദം ഒട്ടും കേൾക്കാമായിരുന്നില്ല. കുറച്ചപ്പുറത്ത് കുപ്പായം കീറിത്തൂക്കിയിട്ടുണ്ടായിരുന്നു. ഇക്കാര്യം അറിഞ്ഞതും ഞങ്ങൾ ഒന്നായി ചെന്നു. അദ്ദേഹത്തെ തൂക്കിയെടുത്ത് വണ്ടിക്കായി കാത്തുനിന്നു. ഞങ്ങളാകെ കല്ലിച്ചു പോയിരിക്കുന്നുവെന്ന് അപ്പോഴാണ് ഞാൻ മനസ്സിലാക്കിയത്; ഒരൊറ്റയാളുപോലും കരയുകയോ സങ്കടപ്പെടുകയോ ചെയ്തത് കണ്ടില്ല, വെറുതെ, കഷ്ടമായി, പാവം എന്നെല്ലാം

ഉള്ളിൽ പറയുകയല്ലാതെ കാരണം അദ്ദേഹം ഒരു പാതിരിയല്ലേ. ഞങ്ങളൊരിക്കലും ചിന്തിക്കാത്ത കാര്യമാണ് നടന്നിരിക്കുന്നത്. അതൊരു പേക്കിനാവായിരുന്നു. പുണ്യാളർ സ്വർഗ്ഗത്തിൽ നിന്ന് ഇറങ്ങിവരാൻ കഴിയുന്നവരാണെന്നാണ് ഞങ്ങൾ മനസ്സിലാക്കിയിരുന്നത്. അതിനുശേഷം മറ്റൊന്നും തന്നെ ഞെട്ടിച്ചിട്ടില്ല. അല്ലെങ്കിൽപ്പിന്നെ തീമഴ ഉണ്ടാകുകയോ പൂച്ചകൾ നായകളെ ഓടിക്കുകയോ ചെയ്യണമായിരുന്നു. മറ്റൊരു ചാലിൽ പാതിരിയുടെ ജീപ്പ് കത്തിച്ചിട്ടിരിക്കുന്നത് അവർ കണ്ടെത്തി. ഒരുപക്ഷേ സ്വയം കത്തിയത് പോലെ ഈ ജീവിതത്തിൽ ഞങ്ങൾക്ക് ആവശ്യമുള്ളത് ആയി. ആ നിമിഷം മുതൽ ഏത് പാപവും ഞങ്ങൾക്ക് ഒരു സാധാരണ സംഗതിയായി.

രാവിലെ 06.10.

ഞങ്ങൾക്ക് പള്ളിയിൽ നിന്ന് ഒന്നുംതന്നെ കിട്ടിയിരുന്നില്ല. ചെറുതുകൾ മാത്രം. ചെറിയ സാധനങ്ങളാണെന്നത് ശരി തന്നെ. സഹനം മാത്രമാണ് ഞങ്ങളെ പഠിപ്പിച്ചത്. ഞങ്ങളുടെ ഈ അവസ്ഥക്ക് കാരണം പാതിരി മാരാണെന്ന് ഞങ്ങളൊരിക്കലും ചിന്തിച്ചിരുന്നില്ല. ഞങ്ങളുടെ ഒരു കുഞ്ഞു മരിച്ചാൽ അവനെ മറ്റൊരു ജന്മത്തിൽ പാതിരിമാർ രക്ഷിച്ചുകൊള്ളുമെന്ന് ഞങ്ങൾ വിശ്വസിക്കും. ഞങ്ങളുടെ മരിച്ച കുഞ്ഞുങ്ങൾ എന്തായാലും സ്വർഗ്ഗത്തിലായിരിക്കും. അത്രയ്ക്കെങ്കിലും ഞങ്ങൾ ആശ്വസിക്കും.

എപ്പോഴും ചുവന്നു തടിച്ച കവിളുകളുള്ളവരായിരുന്നു പാതിരിമാർ.

അവർ സന്തുഷ്ടരാണോ എന്ന് ഞങ്ങൾ ആലോചിച്ചിട്ടില്ല. പുറത്തുള്ള ജീവിതം ഞങ്ങളെ അലട്ടിയില്ല; പാതിരിയുടെ ജീവൻ പോലും.

അവർ ഞങ്ങളുടെ കുഞ്ഞുങ്ങൾക്ക് സ്വർഗ്ഗം വാഗ്ദാനം ചെയ്യുമ്പോൾ അവർ ഞങ്ങളെ കളിപ്പിക്കുകയാണോ എന്ന് പോലും ഞങ്ങൾ ആലോചിച്ചില്ല.

അവർ മാറിയപ്പോൾ, ഞങ്ങളും മാറാൻ തുടങ്ങി. അതായിരുന്നു നല്ല വഴി. അവകാശങ്ങളായി അറിയപ്പെട്ടിരുന്ന ചില കാര്യങ്ങൾ നില നിന്നു; ആരോഗ്യത്തിനും ഭക്ഷണത്തിനും കുട്ടികളെ പഠിപ്പിക്കാനുമുള്ള അവകാശം.

ഞങ്ങളുടെ നന്മക്കു വേണ്ടിയുള്ള അത്തരം കാര്യങ്ങൾ, പാതിരിമാർ ക്കില്ലായിരുന്നെങ്കിൽ ഞങ്ങളത് കണ്ടെത്തുമായിരുന്നില്ല. അവർ ഞങ്ങളുടെ കണ്ണുകൾ തുറന്നു. അതിൽ കൂടുതൽ ഒന്നുമില്ല. പിന്നീട് ഞങ്ങൾ ഞങ്ങളായി. ഞങ്ങളുടെതായ മാർഗ്ഗങ്ങൾ ഞങ്ങൾക്ക് ആശ്രയിക്കേണ്ടിവന്നു.

ഞങ്ങൾക്കു വേണ്ട കാര്യങ്ങൾ ഞങ്ങൾ സ്വയം കണ്ടെത്താൻ പഠിച്ചു. ഗുദഭാഗത്ത് പരിക്കേറ്റ പാതിരി പിന്നീട് തിരിച്ചെത്തിയില്ല. ജീവന് ഭീഷണി

യുള്ളതുകൊണ്ട് മറ്റേതോ രാജ്യത്തേക്കു പോയെന്ന് പിന്നീട് ഞങ്ങൾ മനസ്സിലാക്കി. ഞങ്ങളെ സംബന്ധിച്ചിടത്തോളം കാര്യങ്ങളെല്ലാം ഗുണ കരമായിരുന്നു; മറ്റുള്ളവർക്ക് മോശവും. പ്രത്യേകിച്ച് ഭൂവുടമകൾക്ക്. ഞങ്ങൾ അവകാശം ചോദിച്ചപ്പോൾ ബുദ്ധിമുട്ടിലായത് അവരാണ്. അവർ ഒരുപാട് ചെലവഴിക്കുകയും കുറച്ചു മാത്രം സമ്പാദിക്കുകയും ചെയ്തു.

മാത്രമല്ല, അവകാശങ്ങളുടെ നിലനില്പിനെക്കുറിച്ച് മനസ്സിലാക്കിയതോടു കൂടി മുതലാളിമാർ ചീത്ത പറഞ്ഞാൽ തല കുനിക്കാതിരിക്കാനും ഞങ്ങൾ പഠിച്ചു.

ഞങ്ങളവരുടെ മുഖത്തു നോക്കാനും പഠിച്ചു.

ഞങ്ങൾക്ക് കുറച്ച് ഉയരവും വച്ചു. കാരണം നിങ്ങൾ തല കുനിക്കുമ്പോൾ നിങ്ങൾ ചെറുതാവും. തല ഉയർത്തുമ്പോഴാകട്ടെ നിങ്ങളുടെ വീര്യവും കൂടും. മാസങ്ങൾ കടന്നുപോയി. പുതിയ പാതിരിമാർ വരികയും അതേ കാര്യങ്ങൾ തന്നെ പറയുകയും ചെയ്തു. ഞങ്ങളുടെ കണ്ണുകൾ കുറച്ചുകൂടി തുറന്നു. ഭയബഹുമാനങ്ങൾ കാണിച്ചിരുന്ന ജോഷെ പെട്ടെന്ന് തന്നെ പാതിരി മാരുമായി ചങ്ങാത്തത്തിലായി. "നമുക്ക് സംഘങ്ങളുണ്ടാക്കണം. എന്നാൽ സംഗതി രക്ഷപ്പെട്ടു." ആഗ്രഹങ്ങൾ ഒരുവന് പച്ചപ്പുകൾ മാത്രമാണ്, ചിലപ്പോഴത് പന്തലിക്കും. ഒന്നുമില്ലാത്ത ഞങ്ങളെങ്ങനെയാണ് സംഘം ചേരുന്നത്? അപ്പോഴവർ പറയും, പന്നികൾ മുഖേനയെങ്കിൽ അങ്ങനെ. കോഴികളെ വളർത്തുന്നതിൽ ശ്രദ്ധിക്കണം, ഓരോ മുട്ടയും വിരിയിക്കണം, പന്നിക്കുഞ്ഞു ങ്ങളെ തിന്നാതെ, അവറ്റയെ വളർത്താൻ വിടണം. അങ്ങനെയാണ് സംഘത്തിന് വില്ക്കാൻ പത്തു കോഴികളും കൂടുതൽ മുട്ടകളും ഞങ്ങൾ ക്കുണ്ടായത്.

ദാരിദ്ര്യത്തെ കുറിച്ചുള്ള പാട്ടുകളുമായി പട്ടണത്തിൽ നിന്ന് ആളുകൾ പള്ളിയിൽ പാടാനെത്തുമായിരുന്നു. സത്യമെന്നാൽ മറ്റെന്തോ ആണെന്ന പഠനം. ഞങ്ങൾ ചതിക്കപ്പെട്ടു. ഒരുവൻ നല്ലവനായിരിക്കണം. ദയയെ വിധേയത്വമായി കണക്കാക്കരുത്.

പിന്നെ ഏതാണ്ട് മരണത്തിനടുത്തെത്തിയ ആ ചെറുപ്പക്കാരനായ പാതിരിയെക്കുറിച്ചുള്ള ചിന്തകളും.

പള്ളിയെ ഒട്ടും കണക്കാക്കാതെ അവർക്കിത് പാതിരിമാരോടത് ചെയ്യാമെങ്കിൽ അവരെന്തായിരിക്കും ഞങ്ങളോടു ചെയ്യുക? പണി സമയം കഴിഞ്ഞാൽ പുറത്തേക്ക്, പ്രത്യേകിച്ച് ഡെറ്റൗറിലേക്കു പോകാതിരിക്കുകയാണ് നല്ലത്. കാരണം ചലാറ്റനെഗോയിലേക്ക് രാത്രി ഏഴുമണിയോടെ പോകുന്ന അവസാന ബസുവരെ അവിടെ ഗാർഡുകൾ തിരിഞ്ഞു നടക്കുന്നുണ്ടാകും.

പിന്നെ സമയം തെറ്റി കുറച്ച് അകത്താക്കുന്നതിനെക്കുറിച്ച് മറന്നുകളയുക യാണ് നല്ലത്. നിങ്ങൾക്കറിയാമോ റം കഴിക്കാൻ ജോഷെ എന്തുമാത്രം

ഇഷ്ടപ്പെട്ടിരുന്നുവെന്ന് ഡെറ്റൂറിലുള്ള കൂട്ടുകാരുമായി സൊറ പറഞ്ഞിരിക്കാനാവാതെ വല്ലാതെ വിഷമിച്ചിരുന്നു ജോഷെ.

പതിവുകാർ പോയതോടെ ഡോൺ സെബാസ്റ്റ്യന്റെ വ്യാപാരം ആകെ തകരാൻ തുടങ്ങി. കട അടയ്ക്കാറായതോടെ ഡോൺ സെബാസ്റ്റ്യൻ അവരെ വീട്ടിലേക്കും പറഞ്ഞയക്കാൻ തുടങ്ങി.

രണ്ടാഴ്ച മുഴുവൻ ഗാർഡുകളാരുംതന്നെ കിലോമീറ്ററിൽ കാണപ്പെട്ടില്ല.

അവരെന്താണ് ചെയ്തതെന്ന് അവർക്കറിയാവുന്നപോലെ

പിന്നീടവർ വീണ്ടും തിരിച്ചെത്തി. ഡോൺ സെബാസ്റ്റ്യനിലാണ് തുടങ്ങിയത്. "ആ പുലയാടി മക്കളാരെങ്കിലും കുർബാനക്കെത്തിയിരുന്നോ?" ഡോൺ സെബാസ്റ്റ്യൻ അവരുമായൊന്നു സൂത്രം കൂടും. അല്ലാതെ പോംവഴിയില്ലായിരുന്നു. ഡോണിന്റെ സാധനങ്ങൾ വില കൂടുതലാണെങ്കിലും അയാൾ എപ്പോഴും പാവങ്ങളുടെ പക്ഷത്തായിരുന്നു. ആലോചിച്ച് നോക്കൂ, അച്ചനത് സംഭവിച്ചതിന് ശേഷം എല്ലാവരും ഒതുങ്ങിപ്പോയി; ആ ഇടവക എന്ത് വൃത്തികേടാണ്, ഒരാൾപോലും അതിനടുത്തേക്ക് പോകില്ല.

അയാൾ തങ്ങളുടെ അയൽക്കാരനാണെന്ന് അവർക്കറിയാം, ഞങ്ങൾ ഒറ്റക്കെട്ടാണെന്നും. അതുകൊണ്ടുതന്നെയാണ് ഡോണിനെ വിശ്വാസമില്ലാത്തതും. ഡോൺ തന്നെ ചൂണ്ടയിൽ കൊത്തണമെന്നവർക്കുണ്ടായിരുന്നു. "ആ കമ്മ്യൂണിസ്റ്റ് പാതിരിയുടെ ആസനത്തിൽ കയറ്റിയതാരാണെന്നാണ് നിന്റെ വിചാരം?"

ഡോൺ പിന്നാലെ പോയി അവരെടുത്ത സോഡയുടെ മൂടികൾ വലിച്ചെറിയാൻ പോകും. ചെയ്തതാരാണെന്ന് ആർക്കും കണ്ടെത്താനായില്ല. ഡോണിന്റെ വായിൽ നിന്നും വല്ലതും വീണു കിട്ടാൻ ഗാർഡുകളയാളെ ഉപദ്രവിച്ചും കളിപ്പിച്ചും കൊണ്ടിരിക്കും. "പാതിരിയുടെ പിന്നിൽ കുന്തം തിരുകിയവർ എന്തായാലും നല്ല സുന്ദര കാലമാടന്മാർ തന്നെ." പിറകിൽ പോയി വലിച്ചെറിയാൻ മൂടികളില്ലാത്തതിനാലും അവരുടെ പീഢനം സഹിക്കേണ്ടി വരുമെന്നതിനാലും ഡോൺ കോട്ടുവായ ഭാവിക്കും. അത് നടക്കും. ഇഞ്ചി ബീറിന്റെ പത ആസ്വദിച്ച്....... "എന്താടാ... നാക്കിറങ്ങിപ്പോയോ?" വെറുതെ ചിരിക്കാനല്ലാതെ ഡോണിന് ഒന്നും ചെയ്യാനുണ്ടാകില്ല. "രാവിലെ മുതലൊരു പല്ല് വേദന." അവരൊര് ബീർ കഴിക്കാൻ വിളിക്കുമെങ്കിലും പണിക്കിടയിൽ കുടിക്കാറില്ലെന്ന് പറഞ്ഞ് ഡോൺ ഒഴിയും. ഞങ്ങൾ നിന്നെ ക്ഷണിച്ചാലോ. "അത്തരം സന്ദർഭങ്ങളിൽ ഒരാൾ ഊമയായി നടിച്ചേ പറ്റൂ." ഡോൺ സെബാസ്റ്റ്യൻ ചെപ്പെയോട് പറയും: "ചിലവ് ഓർത്തല്ല, കടയുടെ മുതലാളിയായിരിക്കേ മദ്യപിക്കുന്നതിൽ താത്പര്യമില്ല. കാരണം, അതോടെ എന്റെ എല്ലാ ലാഭവും പോകും; അതുകൊണ്ടാണ് അവർ ക്ഷണിച്ചാലും ഞാൻ സമ്മതിക്കാത്തത്. ഞാൻ വല്ല പതർച്ച കാണിക്കുകയും അവരെ ഒഴിവാക്കുകയാണെന്ന് അവർ കണ്ടെത്തുകയും ചെയ്താൽ അവിടെ

തീർന്നു സെബാസ്റ്റ്യൻ. നിന്റെ കൂടെ കുറച്ച് കൂടുന്നതിൽ ഒരു രസമുണ്ട്. പക്ഷേ അവന്മാരുമായി പറ്റില്ല. ഞാൻ അവരെയങ്ങ് മുഴുവൻ വിശ്വാസത്തിലെടുക്കുന്നത് അവർ പ്രതീക്ഷിക്കും."

ജോഷെ പിന്നീട് ഇതു മുഴുവൻ തന്നെ എന്നോട് പറയും: "നോക്ക് ലൂപ്പെ എത്രയ്ക്കുണ്ടവരുടെ വക്രബുദ്ധി."

"അവർ മാന്യന്മാരെ നാണം കെടുത്തും." ഞാൻ ജോഷെയോട് പറഞ്ഞു:

"കട സന്ദർശിക്കുന്ന മറ്റൊരു സമയത്ത്

-ചെപ്പെയത് നിന്നോട് പറഞ്ഞോന്നറിയില്ല.

-അവനൊന്നും പറഞ്ഞില്ല.

-അവര് പറയാ കമ്മ്യൂണിസം ആളുകളുടെ തല നിറച്ചുകൊണ്ടിരിക്കുകയാണെന്നും ലൂണയച്ചൻ ഒരു ചുവപ്പനാണെന്നും.

-അപ്പൊ, ഒരാൾക്ക് എന്തെങ്കിലും ചിന്തിക്കാൻ പോലും പാടില്ല.

-അവര് പറയുന്നത് രാഷ്ട്രീയവും മതവും കലർത്തുന്ന കമ്മ്യൂണിസ്റ്റ് ചിന്തകൾ മോശമാണെന്ന്.

-രാഷ്ട്രീയവും കമ്മ്യൂണിസവും. അതെന്താ ഡോൺ സെബാസ്റ്റ്യൻ?

-ഒരുവൻ ഭൂമിയിൽ ജീവിതം ആസ്വദിക്കണമെന്ന്. അങ്ങനെ സ്വർഗ്ഗത്തിലേക്കു പോകാനുള്ള അവകാശം കളയണമെന്നുള്ള പറച്ചിലാണത്.

"അതാണ് ഗാർഡുകളെ ചൊടിപ്പിക്കുന്നത് ലൂപ്പെ. കാരണം, വളരെ സൂത്രത്തിൽ പാതിരിമാർ ഭൂവുടമകളുമായി ഒട്ടി നില്ക്കും. ആളുകളെ സമരത്തിന് പിരികൂട്ടുന്നത് പാതിരിമാരാണെന്ന് അവർക്കറിയാം. പാതിരിമാരെ ചുവപ്പ്ഭൂതം പിടികൂടിയിരിക്കുന്നുവെന്നും ഇതിനു കാരണക്കാരൻ ഒരു റോമൻ പോപ്പാണെന്നുമുള്ള നിലപാടിൽ തന്നെയാണ് ഗാർഡുകൾ. സമയത്ത് അയാളെ വിഷം നല്കി കൊന്നില്ലായിരുന്നില്ലെങ്കിൽ എല്ലാ കത്തോലിക്കക്കാരും കമ്മ്യൂണിസ്റ്റുകളായേനെ." ശരി" ഞാൻ പറഞ്ഞു: "ഒരു കാലമുണ്ടായിരുന്നു. പാതിരിമാർ സ്വർഗ്ഗത്തെക്കുറിച്ച് പറയും. നമ്മുടെ വീട്ടിൽ കുട്ടികൾ മരിച്ചു കൊണ്ടിരിക്കുകയാണെന്നതോ ആരോഗ്യ കേന്ദ്രം നല്ലതാണോ എന്നതോ അതോ അങ്ങനെ ഒന്ന് നമുക്ക് ഉണ്ടോ എന്നതോ അവരുടെ വിഷയമായിരുന്നില്ല. അവർക്കെല്ലാം ഒരുപോലെയായിരുന്നു."

-മുൻപൊന്നും പാതിരിമാർ തോട്ടത്തിലെ സ്വന്തം വീടു വിട്ട് വരുമായിരുന്നിനല്ലല്ലോ; അതിനകത്താണ് മുഴുവൻ സമയവും കഴിച്ചു കൂട്ടിയിരുന്നത്. കുർബാനക്ക് മാത്രം പുറത്തേക്കു വരും.

-അതാണ് ഞാൻ പറയുന്നത് ലൂപ്പെ. ഞാൻ ഗാർഡുകളെ ന്യായീകരിക്കുകയല്ല. എന്താ സംഭവിക്കുന്നതെന്ന് വച്ചാൽ പള്ളികാര്യങ്ങളിലല്ല നേരെ എതിരെയാണ് അവരുടെ പോക്ക്. അവർ നിഷ്പക്ഷരായിരിക്കേണ്ടതാണ്. എങ്കിൽ അവർക്ക് ഒന്നും സംഭവിക്കില്ലായിരുന്നു.

-പാവങ്ങൾക്ക് നല്ലത് ചെയ്യണമെന്ന് ക്രിസ്തുമതം പറയുന്നത് അതുകൊണ്ടാണ്.

-അതാണ് ഭൂവുടമകൾക്ക് അവരോട് ദേഷ്യമായത്. ഇപ്പോഴവർക്ക് പാതിരിമാരെ കാണുന്നത് തന്നെ വെറുപ്പാണ്. കണ്ടോ, പാതിരിമാരെപ്പോഴും അവർക്ക് നല്ലത് ചെയ്തവരെ ചതിക്കുകയാണ്.

-ഡോൺ സെബാസ്റ്റ്യൻ നീയെന്താണ് ഗാർഡുകളെ താങ്ങുന്നത്?

-ഹേയ്. നോക്കൂ ലൂപ്പെ. ഇഞ്ചിബീർ കുടിക്കാൻ അവരെത്തുമ്പോൾ അവരെന്നോട് പറയുന്നതാണ് ഞാൻ പറയുന്നത്. അവരോട് ചങ്ങാത്തം കൂടിയേ പറ്റൂ എന്നത് കൊണ്ടല്ലേ ഞാൻ സൗഹൃദം ഭാവിക്കുന്നത്.

"എനിക്കറിയാം." ഞാൻ പറയും. പണക്കാരുമായുള്ള ഗാർഡുകളുടെ കൂട്ടാണ് എനിക്കു മനസ്സിലാവാത്ത്. ടിച്ചയുടെ മകൻ ഗാർഡല്ലേ. ടിച്ചയുടെ പെൺമക്കൾ പട്ടണത്തേക്ക് സ്വന്തം നന്മക്കായി സ്ഥലം വിട്ടതോടെ അവൾ അവൾക്കും പേരക്കുട്ടികൾക്കും ഭക്ഷണത്തിനു വേണ്ടി പെടുന്ന പാട് നമുക്കറിയില്ലേ.

ഇതെല്ലാവർക്കും അറിയാവുന്ന കാര്യങ്ങളാണ്. സത്യം. ആർക്കും അറിയാം. പറഞ്ഞു മനസ്സിലാക്കാനാണ് പാട്. ഡോൺ സെബാസ്റ്റ്യനും അറിയാം. എന്തിന്, ടിച്ചയ്ക്ക്പോലും അറിയാം. അവളും അവളുടെ ഭർത്താവും കഷ്ടപ്പെട്ടുണ്ടാക്കുന്നതെല്ലാം കുട്ടികൾക്ക് വേണ്ട ചോളത്തിനും പരിപ്പിനും വേണ്ടി ചിലവാക്കുകയാണ്. അവളാകെ ഒന്നുമില്ലാതായി. അഞ്ച് പേരക്കുട്ടികളുണ്ട്.

ജോഷെക്കും അറിയാം. ചിലപ്പോൾ കാര്യങ്ങളെ എങ്ങനെ വാക്കുകൾ കൊണ്ട് വിശദീകരിക്കാമെന്നും അറിയാം.

മരിയ റൊമേലിയ

അതെ. കീടനാശിനിയും വളവും വില കുറഞ്ഞു കിട്ടുന്നതിനെക്കുറിച്ചന്വേഷിക്കാൻ താഴെ ബാങ്കിൽ പോയവരുടെ കൂട്ടത്തിൽ ഞാനുമൊരാളായിരുന്നു. പക്ഷേ ബാങ്കടച്ചിരുന്നു. ഞങ്ങളൊരു ചെറിയ പ്രതിഷേധം സംഘടിപ്പിച്ചു. അപ്പോഴാരോ ഒരാൾ ഓടാൻ വിളിച്ചു പറഞ്ഞു. ഞങ്ങൾ ഓടി, നീ വിശ്വസിക്കണം, ഞങ്ങൾ ഓടുകതന്നെ ചെയ്തു. എന്ത് പറയാനാ പിന്നിൽ എട്ട് പോലീസ് വണ്ടി ഞങ്ങളെ തുരത്തി വരുന്നുണ്ടായിരുന്നു. അവർ വെടി വയ്ക്കാൻ തുടങ്ങി. എനിക്ക് വെടിയുണ്ടകൊണ്ടു- എന്റെ ഇടത്തേ കൈയിൽ ഒരു ചെറിയ മുറിവു പറ്റി. പിന്നീട് ബസുകൾ നിർത്തിയിട്ട സ്ഥലത്ത് ഞങ്ങളെത്തി. പക്ഷേ ബസ്സുകളുണ്ടായിരുന്നില്ല. അതൊക്കെ പോലീസ് ഓടിച്ചുകൊണ്ടുപോയിരുന്നു. സാൻസാൽവദോറിലെ വഴി ഞങ്ങൾക്ക് അറിയുമായിരുന്നില്ല. ഞാൻ അർട്ടൂറയോടൊപ്പമായിരുന്നു. ഒരു പതിനഞ്ചുകാരന് വേണ്ട മിടുക്ക് അവനുള്ളതുകൊണ്ട്, അല്ലെങ്കിൽ ഉണ്ടായിരുന്നതുകൊണ്ട് ഞാനവന്റെ കൂടെ തന്നെ കൂടി. അവനാണ് തൊട്ടടുത്തുള്ള പള്ളിയിലേക്കു പോകാമെന്ന് പറഞ്ഞത്. അത് സാൻ ജസിന്റേ പള്ളിയാണെന്ന് തോന്നുന്നു. പക്ഷേ, ഞങ്ങളവിടെ താവളമടിക്കാൻ ഉദ്ദേശിച്ചാലോന്ന് കരുതി പോലീസ് പള്ളിയിൽ നേരത്തേ സ്ഥലം പിടിച്ചിരുന്നു. അപ്പോഴാണ് 38ാം നമ്പർ ബസ് ഞങ്ങൾ കാണുന്നത്. അർട്ടുറ നിലവിളിച്ചു. "നോക്ക്, ചലാറ്റയിലേക്കാണ് ബോർഡ്." ഞങ്ങളങ്ങനെ ബസിനടുത്തേക്ക് ഓടി. അബദ്ധത്തിലാണെങ്കിലും ഞങ്ങളുടെ സ്ഥലത്തേക്കു പോകേണ്ട വഴി തടഞ്ഞു. അങ്ങനെ വണ്ടിയിൽ കയറാമെന്ന് ഞാൻ പറഞ്ഞു. അതിൽ മറ്റ് യാത്രക്കാരും സുഹൃത്തുക്കളുമുണ്ടായിരുന്നു. ഞങ്ങൾ നീങ്ങിത്തുടങ്ങിയപ്പോഴാണ് ഒരു ഹെലികോപ്റ്റർ പിന്നാലെ വരുന്നത് കണ്ടത്. ബസ്

നില്ക്കുമ്പോൾ ഹെലികോപ്റ്ററും നില്ക്കും. ഞങ്ങൾക്ക് ജനാലയിലൂടെ നന്നായി അത് കാണാമായിരുന്നു. ഒരു പെണ്ണ്, ഞങ്ങളിലോരോ കൂട്ടത്തെയും ഓരോ സ്റ്റോപ്പിലും ഇറക്കിക്കൊണ്ടിരുന്നു. ഹെലികോപ്റ്റർ ചുറ്റി നില്ക്കും. പെണ്ണ് മറ്റൊരു സംഘത്തെ ഇറക്കിവിടും. അർട്ടൂറയും ഞാനുമാണ് അടുത്തത്. പെണ്ണങ്ങനെയാണ് പറഞ്ഞത്. അപ്പോഴാണ് ഒരു പോലീസ് വണ്ടി പിറകിൽ വരുന്നത് കണ്ടത്. ഞങ്ങൾ ഒരു പോലീസ് ചെക്ക്പോസ്റ്റിലെത്തി. അവരിറങ്ങാൻ പറഞ്ഞു; പരിശോധിക്കാനാണെന്ന്. ഇറങ്ങിയതും ബസിൽ കൈ വച്ച് കാൽ അകറ്റി നിന്നു. പക്ഷേ അവർ പരിശോധിക്കുകയല്ല ചെയ്തത്. പകരം, വെടിവയ്ക്കാൻ തുടങ്ങി. ഞങ്ങൾ ബസിന്റെ താഴേക്ക് ഇഴഞ്ഞു. അവർ ബസ്സിന്റെ അടിയിലേക്കു വെടിവയ്ക്കാൻ തുടങ്ങി. വെടിയുണ്ട അടുത്തുകൂടെ പോകുന്നത് അറിയാമായിരുന്നു. ഈ വെടിവെയ്പിനിടയ്ക്ക് ഞങ്ങൾ ബസ്സിൽ കയറിപ്പറ്റി. എല്ലാവരും അകത്തു കയറിയതും അവർ ഡോറടച്ച് വണ്ടി ഓടിച്ചിരുന്ന ആളെ വെടിവച്ചു കൊന്നു. അവർക്ക് ഞങ്ങളെല്ലാവരേയും ബസ്സിൽ കിട്ടി. ഞങ്ങളുടെ നേരെ തോക്ക് ചൂണ്ടിക്കൊണ്ട് ഒരു പോലീസുകാരൻ മാത്രം ഡോറിനരികെ പുറത്ത് നില്ക്കുന്നുണ്ടായിരുന്നു. അപ്പോഴേക്കും ഞങ്ങൾ കമിഴ്ന്ന് കിടന്നിരുന്നു. അനങ്ങിയാൽ കൊന്നുകളയുമെന്നായിരുന്നു ഭീഷണി. അവർ ജനാല തകർക്കാൻ വെടിവച്ചു. ചില്ലു കഷ്ണങ്ങളും തരികളും പുറത്തു വീണു. അർട്ടൂറക്കനക്കമില്ലായിരുന്നു. അവൻ മരിച്ചിരിക്കുമെന്നാണ് ഞാൻ വിചാരിച്ചത്. ങ്ഹാ, അതെ അവരെന്റെ വലതു കയ്യിലേക്കു വെടിവച്ചു. ചോര കുതിച്ചു ചാടി. അവർ വെടി നിർത്തി. എന്റെ കയ്യാകെ തകർത്തു കളഞ്ഞെന്നും ബസിൽ നിന്ന് ഞങ്ങൾക്കിറങ്ങണമെന്നും ഞാനാ പെണ്ണിനോട് പറഞ്ഞു. അങ്ങനെ പോലീസിന്റെ മുന്നിൽവച്ച് തന്നെ ഞാൻ എഴുന്നേറ്റ് പെണ്ണിനോടൊപ്പം പുറത്തിറങ്ങി. ഞങ്ങൾ കുട്ടികളായതു കൊണ്ടാവാം, അവർ വെടിവച്ചില്ല. ബസിൽനിന്ന് മാറിയതും പിന്നിൽ പോലീസ്കാർ ഞങ്ങൾ കണ്ടു. മറ്റൊരു ഹെലികോപ്റ്റർ വരുത്താൻ അവരോട് പുറത്തെ പോലീസുകാർ പറഞ്ഞു. അവർക്ക് ഒന്നുകൂടെ വേണമായിരുന്നു. മുകളിൽ ചുറ്റിക്കൊണ്ടിരുന്ന ഹേലികോപ്റ്ററിൽ നിന്ന് അവർ വെടിവയ്ക്കാൻ തുടങ്ങി. മറ്റു ചിലർ ചാലുകളിൽ മറഞ്ഞ്, നിലത്തു കിടന്നുകൊണ്ട് ബസിനു നേരെ ഉന്നം വയ്ക്കുന്നത് ഞാൻ കണ്ടു. ഞങ്ങൾ പുറത്ത് എത്തിപ്പെട്ടതും നോട്ടം നിർത്തി. ഞങ്ങൾ ഒരു പോലീസുകാരനോട് കുറച്ചു പണം ചോദിച്ചു. കാരണം പേഴ്സ് നഷ്ടപ്പെട്ടിരുന്നു. മറ്റൊരു ബസ് പിടിക്കുകയും വേണം. പോലീസുകാരൻ കുറച്ചു ചില്ലറ തന്നു. “മോനെ, അവര് നിന്റെ കൈ കേടുവരുത്തിയോ? അയാൾ ചോദിച്ചു. “നീ പോറലുപോലുമില്ലാതെ രക്ഷപ്പെട്ടു.” ഞാൻ പിടിച്ചിരുന്ന പെണ്ണിനോടയാൾ പറഞ്ഞു. “എത്ര വയസ്സായി?” “പതിമൂന്ന്” അവൾ മറുപടി പറഞ്ഞു. അപ്പോഴേക്കും മറ്റൊരു പോലീസുകാരൻ അവളുടെ തലമുടിയിൽ പിടിച്ച് വലിച്ച് അവളെ ബസിന്റെ പിന്നിലേക്ക് കൊണ്ടുപോയി. കുറച്ചു കഴിഞ്ഞതും അയാളും മറ്റ് രണ്ടു പോലീസുകാരും കൂടി അവളെ ഇടുപ്പിൽ പിടിച്ച് തകർന്ന ഒരു ജനാലയിലൂടെ ബസിനകത്തേക്ക് തൂക്കിയിട്ടു.

ഞാൻ വെറുതെ നോക്കിനിന്നു. ഭാഗ്യം കൊണ്ട് അവൾക്ക് മുറിഞ്ഞ ചില്ലുകൊണ്ട് പരിക്കേറ്റില്ല. അവൾ ബസിനു വെളിയിൽ വീണ്ടും പുറത്തുവന്നതും അവൾ സ്വയം ഒരു ചാലിൽ കിടക്കുന്നതുമാണ് ഞാൻ കണ്ടത്. ആ സമയം പോലീസുകാർ ബസിനകത്തേക്ക് ബോംബെറിയുന്നത് ഞാൻ കണ്ടു; കണ്ണീർ വാതകവും

ഒരു കനത്ത മേഘം പോലെ പുക പുറത്തേക്കു വന്നു. അവർ മറ്റൊരു ബോംബെറിഞ്ഞതും ബസ് കത്താൻ തുടങ്ങി. ആളുകൾ അപ്പോഴും അതിനകത്തുണ്ടായിരുന്നു. കാരണം ഈ സമയമത്രയും ആളുകൾ വണ്ടിക്കകത്ത് കമിഴ്ന്നു കിടക്കുകയായിരുന്നു. പുറത്ത് വന്നാൽ അവർ കൊല്ലപ്പെടുമായിരുന്നു. കണ്ണീർ വാതക ഷെൽ എറിഞ്ഞതും ഒന്നു നോക്കാനായി ബസിനു പിന്നിലേക്ക് പോലീസുകാർ ചെന്നു. പിന്നീടവർ ആളുകളെ വെടിവയ്ക്കാൻ തുടങ്ങി. അവരുടെ നിലവിളി എനിക്കു കേൾക്കാമായിരുന്നു. ബസ് കത്തി ചാമ്പലായി. ഞാനുടൻ പെൺകുട്ടിയെ തേടി ചാലിനടുത്തേക്കു ചെന്നു. പൊന്തകൾക്കടുത്തു നിന്ന് അവളെ വിളിച്ചെങ്കിലും മറുപടിയുണ്ടായില്ല. ഞാൻ അടുത്ത കനാലിലേക്കു നടന്ന് അകത്തേക്കു ചാടി.

അവിടെ അടുത്ത് ഒരു വീടുണ്ടായിരുന്നു. ഞാൻ പിന്നെ അങ്ങോട്ട് നടന്നു. അപ്പോഴേക്കും ഒരു മണിക്കൂർ കഴിഞ്ഞിരുന്നു. അവിടെയുണ്ടായിരുന്ന തല കുറച്ച് നരച്ച ഒരു സ്ത്രീ എന്നോട് സംസാരിച്ചു "എന്തുപറ്റി മോളെ?" കാരണം എന്റെ ഉടുപ്പാകെ രക്തം പുരണ്ടിരുന്നു. അകത്ത് വേറൊരു കുട്ടിയുമുണ്ടെന്ന് അവർ പറഞ്ഞു. ബസ്സിനകത്ത് ക്യാൻവാസ് ബാഗിനു മുകളിൽ കിടന്നുറങ്ങിയ പെൺകുട്ടിയായിരുന്നു അവൾ. "എഴുന്നേല്പിക്കണ്ട. കരഞ്ഞ് ബഹളമുണ്ടാക്കിയാണ് ഉറങ്ങിയത് തന്നെ" അവർ പറഞ്ഞു: "നിനക്ക് വേണമെങ്കിൽ ഈ പഴയ തുണിയിടാം. ആ സമയം ഞാൻ ഉടുപ്പിലെ ചോരക്കറ കഴുകാം." ഞാനങ്ങനെ ഗ്വാട്ടിമാലൻ കമ്പിളിയിൽ കയറിക്കൂടി ചാക്കിന്റെ മുകളിൽ കയറിക്കിടന്നു. കുറച്ചൊന്നുറങ്ങിയതും ആ വൃദ്ധയോട് ഒരു വയസ്സായ പുരുഷൻ സംസാരിക്കുന്നത് കേട്ട് ഞാനുണർന്നു. കുഴിയെടുത്തു കൊണ്ടിരിക്കുമ്പോൾ രണ്ട് ഹെലികോപ്റ്ററുകൾ അപ്പോപ്പക്കടുത്തായി 380ംനമ്പർ ബസിലേക്ക് വെടിവയ്ക്കുകയും ബസ് കത്തുകയും ചെയ്യുന്നുണ്ടായിരുന്നെന്നും, മരിച്ച ആളുകളെ നന്നായി കത്തിക്കാൻ വാരിയെല്ലുകൾ വെട്ടിപ്പൊളിക്കുകയാണെന്നും, ക്രിസ്ത്യൻ വിശ്വാസപ്രകാരമാണ് ശവമടക്കുന്നതെന്നും അയാൾ പറയുന്നത് ഞാൻ കേട്ടു.

എന്റെ മുറിവ് കൂടുതലായതുകൊണ്ട് എന്നെ ആശുപത്രിയിലാക്കി പോവുകയാണെന്ന് പിറ്റേ ദിവസം പെൺകുട്ടി പറഞ്ഞു. ഈ പരിക്കും വച്ച് എനിക്ക് വീട്ടിലേക്കു പോകാൻ കഴിയുമായിരുന്നില്ല. എന്തിന് ചിലപ്പോൾ കൈ പോലും നഷ്ടപ്പെടും. ഞാനവളോട് പറഞ്ഞു: "എന്നാൽ നീ പൊയ്ക്കോ."

എന്റെ അമ്മയെ എന്നപോലെ ഞാനവളെ വിശ്വസിക്കാൻ തുടങ്ങിയിരുന്നു. അവളെന്നെ ആശുപത്രിയിലാക്കി യാത്ര പറഞ്ഞു. അവളോട് അതിനുമുൻപ് ഏത് ഗ്രാമത്തിലാണെന്ന് ചോദിച്ചിരുന്നുവെങ്കിലും, അവൾക്കതിന് മറുപടി പറയാൻ ഇഷ്ടമുണ്ടായിരുന്നില്ല. അവളോട് എന്റെ ബന്ധു അർട്ടൂറയെക്കുറിച്ച് മാത്രമാണ്, അതും അവൾ ഓർക്കുന്നുവെങ്കിൽ, ഞാൻ ചോദിച്ചത്. ഒരു പതിനഞ്ചുവയസ്സുകാരന്റെ ശരീരം കുഴിയിൽ കിടക്കുന്നത് കണ്ടിരുന്നെന്ന് അവൾ പറഞ്ഞു. വൈകീട്ട് വേറൊരു ബസിൽ ബാങ്കിലേക്കു പോയിരുന്ന എന്റെ ഒരു സഹോദരൻ 38ാം നമ്പർ ബസ് കത്തുന്നത് കണ്ട് എന്നെ ഓർത്തിരുന്നു; പക്ഷേ, ആരുംതന്നെ ഇറങ്ങി നോക്കാൻ ധൈര്യപ്പെട്ടില്ല. ഞങ്ങളെ എല്ലാവിടെയും എന്റെ കുടുംബം പരതി -ആദ്യമത് വല്ലാത്തൊരു ബുദ്ധിമുട്ടായിരുന്നു- എന്നെ ആശുപത്രിയിൽ കണ്ടെത്തും വരെ.

നോക്ക്, എന്നെയും അർട്ടൂറയെയും കണ്ടിരുന്നെന്നോ എന്ന് സഹോദരനോട് ചോദിച്ചിരുന്നു. അവൻ മറ്റൊരു കൂട്ടത്തിലായതു കൊണ്ടും എന്റെ ആളുകൾ കൂട്ടം തെറ്റിയതു കൊണ്ടും ഞങ്ങൾ ബസിൽ നിന്നും വിട്ടതുകൊണ്ടും അവൻ ഇല്ലെന്നാണ് പറഞ്ഞത്. കാരണം 38ാം നമ്പറാണ് ഞങ്ങളുടെ സ്ഥിരമായ റൂട്ട്. അമ്മ വല്ലാതെ തളർന്നുപോയിരുന്നു. എന്നെ കണ്ട ശേഷമാണ് ശരിയായത്.

മുറിവുണങ്ങാൻ പത്ത് ദിവസമെടുത്തു. അവർ വീട്ടിൽ നിന്ന് വരാൻ സമയമെടുത്തതിൽ കാര്യമുണ്ട്. കാരണം ബന്ധുക്കളോ മറ്റോ പരിക്കേറ്റവരെ തേടി വരുന്നുണ്ടോയെന്ന് അവർ എല്ലാ ആശുപത്രികളിലും നോട്ടം ഏർപ്പെടുത്തിയിരുന്നു. എട്ടു ദിവസത്തിനു ശേഷമാണ് അവർ ആശുപത്രിയിലെത്താൻ ധൈര്യപ്പെട്ടത്. അവർക്കു പക്ഷേ അർട്ടൂറയെ ജീവനോടെയോ അല്ലാതെയോ കണ്ടെത്താൻ കഴിഞ്ഞില്ല. ഒന്ന് സമാശ്വസിപ്പിച്ചതും അമ്മ എന്നെ വീട്ടിലേക്ക് കൊണ്ടുപോയി. "ഏയ് മകളേ" എന്റെ കിടക്കയിലേക്ക് നടന്നടുത്തതും അമ്മ പറഞ്ഞു: "എന്റെ കുഞ്ഞേ, ഈ ദാരിദ്ര്യം കൊണ്ട് എത്രയാ ബുദ്ധിമുട്ടുന്നതെന്ന് നോക്ക്, എത്ര കഷ്ടപ്പെട്ടിട്ടും തുണി പോയിട്ട് തിന്നാനോ പരിപ്പ് വാങ്ങാനോ പോലും സാധിക്കുന്നില്ല." "സാരമില്ല അമ്മേ, കഷ്ടപ്പെട്ടാൽ നമുക്ക് വല്ലതും കിട്ടും; വിതയ്ക്കാൻ വിത്തോ വിളവിന് വളമോ എങ്കിലും അവർ തരും." "എന്താണോ ആവോ ഈ കഷ്ടപ്പാടിന്റെ വില. അവരെന്തെങ്കിലും തരുമെന്ന് എനിക്ക് തോന്നുന്നില്ല. അതു വെറും തോന്നലാണ്." "പണിയെടുത്തില്ലെങ്കിൽ ഭക്ഷണമില്ല." ഞാനമ്മയോട് പറഞ്ഞു: "പിച്ച തെണ്ടുന്ന കാര്യമല്ല, നമ്മുടെ അവകാശത്തെക്കുറിച്ചാണ് പറയുന്നത്. സർക്കാർ പറയുന്നത് വായ്പ നല്കാനാണ് ഈ ബാങ്കുകളെന്നാണ്. വായ്പകൊണ്ട് വിത്ത് വാങ്ങാനും വളം വാങ്ങാനും പറ്റും." അപ്പോൾ അമ്മ പറഞ്ഞു

"നീ ചെറിയ പെണ്ണാണ്. പതിമൂന്ന് വയസ്സേ ആയിട്ടുള്ളൂ. വെറുതെ

പുറത്തിറങ്ങി കുഴപ്പം വരുത്തണ്ട. സാൻസാൽവദോറിലെ പ്രകടനത്തിന് ഞാൻ പോയാൽ മതിയായിരുന്നു. വയസ്സായി കഴിഞ്ഞവർക്ക് പറ്റിയതാണ് വ്യഗ്രതയും അഭിപ്രായവുമൊക്കെ. ഞങ്ങളെ അവര് വെടിവെച്ചാലും കുഴപ്പമില്ല. പക്ഷേ, നീ ജീവിതമിനിയും കണ്ടിട്ടില്ല. ഈ ലോകത്ത് ജീവിക്കാനുള്ള അവകാശം നിനക്കിനിയും ഉണ്ട്. ഞാൻ അങ്ങനെയാണ് കാണുന്നത്, അതാണ് സർക്കാരിനോട് ചോദിക്കാനുള്ള ഒരേയൊരു അവകാശം; ഈ ലോകത്ത് ജീവിക്കാൻ കഴിയുക. എന്തെങ്കിലും ഒരു കാരണമുള്ളതിനാലാ യിരിക്കും ഓരോരുത്തരുടെയും ജനനം."

ഞാൻ പറഞ്ഞു: "അമ്മ വെറുതെ വലുതാക്കി പറയുകയാണ്." "എന്തു വലുതാക്കല്! നിന്റെ കൈ നഷ്ടപ്പെടുമോ എന്ന് പോലും ഞങ്ങൾ ക്കറിയാത്തപ്പൊ എന്തു വലുതാക്കല്." അമ്മയ്ക്ക് ദേഷ്യം വന്നു ഞാൻ പറഞ്ഞു: "കുഴപ്പമില്ലമ്മേ, ചെറിയ മുറിവാണ്. വലിയ കുഴപ്പമില്ലാത്തത് കൊണ്ടല്ലേ ആശുപത്രിയിൽ നിന്നെന്നെ വിട്ടത്." അപ്പോൾ അമ്മ പറഞ്ഞു: "നിന്റെ കൈ ഒരുപക്ഷേ പോയിരുന്നുവെങ്കിലോ- പണിയെടുത്ത് വിശപ്പ് മാറ്റാൻ നിനക്കാകെയുള്ള ഒന്ന്. വലതു കയ്യില്ലാതെ നീ എന്തു ചെയ്യും?"

അങ്ങനെയാണ് അമ്മ അശുഭപ്രതീക്ഷയുള്ളവളാകുന്നത്. എന്റെ അച്ഛനെ അവർ പിടിച്ചുകൊണ്ടു പോയതു മുതൽ അമ്മ അങ്ങനെയാണ്. പണി തേടിയാണ് ലോബാസ്കോയിലേക്ക് അച്ഛൻ പോയത്. അവിടെ പൈനാപ്പിൾ മുറിക്കുന്ന പണിയായിരുന്നു കൂടുതൽ. നല്ല കൂലിയും കിട്ടുമായിരുന്നു. അച്ഛനെപ്പോഴും വീടിന് വെളിയിലായിരുന്നു. എപ്പോഴും പണിതേടി, ജോലിക്കു പിറകെ- എവിടെ പണിയുണ്ടോ അവിടെ അച്ഛനുണ്ട്. ഭക്ഷണത്തിനു വേണ്ടിയായിരുന്നു ആ പെടാപ്പാടെന്നതിനാൽ അച്ഛനെ വല്ലപ്പോഴുമേ കണ്ടിരുന്നുള്ളൂ. ഞങ്ങളും ഒരുപിടി ചോറിനു വേണ്ടിയാണ് പണിയെടുക്കുന്നത്. ജീവിക്കുന്നതുതന്നെ ഒരത്ഭുതം. ചിലപ്പോൾ രണ്ടാഴ്ച കൂടുമ്പോൾ അച്ഛൻ വരുമായിരുന്നു. അവസാനമായി പൈനാപ്പിൾ പണിക്കായി പോകുമ്പോൾ അച്ഛൻ പറഞ്ഞത് ഒരു മാസത്തേക്ക് കാണില്ലെന്നായിരുന്നു. "നല്ല കുട്ടിയായി അമ്മയെ സഹായിക്കണം" അച്ഛൻ പറഞ്ഞു: "നിനക്ക് തയ്പിക്കാൻ ഒരു തുണിയുണ്ടാക്കാൻ പറ്റുമോന്ന് നോക്കട്ടെ." മുൻപൊരിക്കലും അച്ഛൻ ഇത്ര വിട്ടുനിന്നിരുന്നില്ല. സാൻസാൽവദോറിൽ ആളുകളെ സംഘടി പ്പിച്ചതിന് ഗാർഡ് പിടിച്ചുകൊണ്ടുപോയെന്നാണ് അവർ പറയുന്നത്. ഞാൻ അച്ഛനെ കണ്ടില്ല; ആളുകൾ ഒരുപാടുണ്ടായിരുന്നതിനാലാവണം ഞാൻ കാണാഞ്ഞത്.

ക്രിസ്ത്യൻ ഫെഡറേഷൻ അച്ഛനാണ് സംഘടിപ്പിക്കുന്നത്. ചെറുതാണെ ങ്കിലും എനിക്കും അതിൽ ചേരാമെന്നും അപ്പോൾ എന്നെക്കുറിച്ച് സ്വയം മനസ്സിലാക്കാമെന്നും അച്ഛൻ പറഞ്ഞു.

ഞാനതിൽ ചേർന്നെങ്കിലും പരിപാടിക്ക് വല്ലപ്പോഴുമേ പോയിരുന്നുള്ളൂ. കുട്ടികളെ നോക്കാൻ അമ്മയെ എനിക്കു സഹായിക്കണമായിരുന്നു. തുണി

അലക്കാനും ഇസ്തിരിയിടാനുമായി അമ്മ വലിയൊരു വീട്ടിൽ പണിക്കു പോയിരുന്നു. സഹോദരന്മാരെ നോക്കാൻ ഞാൻ വീട്ടുപണിയെടുത്തു. എല്ലാം ഞാൻ തന്നെ നോക്കണം. അതുകൊണ്ടാണ് ഫെഡറേഷനിൽനിന്ന് ആളുകൾ ക്ഷണിക്കാൻ വരുമ്പോൾ ഞാൻ എപ്പോഴും അത് സ്വീകരിക്കാതിരുന്നത്. കാരണം, ഞായറാഴ്ച അമ്മയ്ക്ക് എല്ലുമുറിയെ പണിയാണ്. ചിലപ്പോൾ എന്റെ ചില അടുത്ത കൂട്ടുകാർ പറയും, എല്ലാവരേയും കൊണ്ടുപോകാം, എന്നാലെങ്കിലും എനിക്കൊന്ന് പുറത്തേക്കിറങ്ങാമല്ലോ എന്ന്. കുട്ടികളെ അവർ നന്നായി നോക്കും. അങ്ങനെയാണ് കുട്ടികളുമായി എനിക്ക് മീറ്റിംഗിന് പോകാൻ കഴിഞ്ഞിരുന്നത്. ചിലപ്പോൾ പിള്ളേർ കരഞ്ഞാകെ ബഹളമുണ്ടാക്കും. കൂട്ടുകാർക്ക് ഞാൻ വല്ലാത്ത ബുദ്ധിമുട്ടുണ്ടാക്കുന്നുണ്ടോയെന്ന് എനിക്ക് തോന്നിയിരുന്നു. എന്നെ ഒഴിവാക്കാൻ ഞാനവരോട് പറഞ്ഞു. പെട്ടെന്ന് ഉറക്കം വരുന്നതു കൊണ്ടാണ് കുട്ടികൾ കരയുന്നത്. കുട്ടികളെ മൈതാനത്ത് കിടത്തിയുറക്കാൻ അവർ പറയും. പിന്നെ ഒരു ചാക്ക് വിരി നിവർത്തിയിടും. വയറ്റിൽ വിരകളുള്ളതുകൊണ്ടായിരിക്കും പിള്ളേർ നിലവിളിച്ചുകൊണ്ടിരുന്നത്. മൂന്നു കുട്ടികളുമായുള്ള എന്റെ മീറ്റിംഗിന് പോക്ക് അങ്ങനെയാണ് പ്രശസ്തമായത്.

എന്റെ കുഞ്ഞനുജന് എട്ടുമാസമായിരുന്നു പ്രായം. എന്നുവച്ചാൽ തീരെ കുഞ്ഞ്. മറ്റൊരാൾക്ക് രണ്ടു വയസ്സും. ചെറിയവൾക്കുമാത്രം വലിയ പ്രശ്നമുണ്ടായിരുന്നില്ല. അവൾക്ക് അഞ്ച് വയസ്സായിരുന്നു പ്രായം. സഞ്ചി തൂക്കാനെങ്കിലും അവളെന്നെ സഹായിക്കും. ഞാനമ്മയോട് പറയും: "അമ്മയും അച്ഛനും ജീവിച്ചിരിക്കുന്നത് കൊണ്ട് നന്നായി? അല്ലെങ്കിൽ വീടുപണി നടന്നതുതന്നെ." ഗ്വാറുമോ ഇലയുടെ ചൂടുചാറ് എന്റെ മുറിവിലൊഴിക്കുമ്പോഴായിരിക്കും ഇത്തരം വർത്തമാനം; വാതിലെന്നൊക്കെ പറയാവുന്ന ഒന്നിന്റെ അടുത്തിരുന്ന് അമ്മ പറയും: "നിന്നെ അവർ തിരക്കുന്നുണ്ട്, മരിയ റൊമേലിയ" "അവരെ അകത്തേക്ക് വിളിക്ക്" ഞാൻ പറയും. പ്രകടനത്തിന് വന്ന പെണ്ണായിരുന്നു അവൾ. ഞങ്ങളെ ഓരോ കൂട്ടമായി ബസിൽ നിന്ന് ഇറക്കിയിരുന്നവൾ.

"നിനക്കെന്താ ഇവിടെ പണി." ഞാൻ ചോദിച്ചു: "ഇവിടെ മുത്തശ്ശിയെ സന്ദർശിക്കാൻ വന്നപ്പോഴാണ് കയ്യിൽ വെടിയുണ്ട കൊണ്ട് പരിക്കേറ്റ ആരോ ഒരാൾ അടുത്തെവിടെയോ ഉണ്ടെന്നറിഞ്ഞത്. എനിക്ക് നീയായിരിക്കുമെന്ന് തോന്നി." അവൾ പറഞ്ഞു: "നിങ്ങളെപ്പോലെ നല്ലയാളുകൾ ഇല്ലായിരുന്നെങ്കിൽ ഒരുപക്ഷേ എന്നെ ഇവിടെ കാണുമായിരുന്നില്ല." ഞാനവളോട് പറഞ്ഞു: "ഹേയ് നിന്റെ മനസാന്നിദ്ധ്യമാണ്. നീ ബസ്സിൽ നിന്നിറങ്ങിയ ആ രീതിയുണ്ടല്ലോ അതുതന്നെ." "ഹോ അതിനുശേഷം ഉണ്ടായ കഷ്ടപ്പാട് പറഞ്ഞാൽ നീ വിശ്വസിക്കില്ല." പക്ഷേ സംസാരം തുടരാതിരിക്കുന്നതായിരുന്നു എനിക്ക് നല്ലത്. മരണത്തിന് വിട്ടുകൊടുത്ത അർട്ടുറയെക്കുറിച്ച്

മാത്രം ഞാൻ പറഞ്ഞു: "പാവം കുട്ടി." എനിക്കവന്റെ പേരു പോലും അറിയുമായിരുന്നില്ല.

"പറഞ്ഞപോലെ നിന്റെ പേരെന്താ?" ഞാൻ ചോദിച്ചു. അവളെനിക്ക് കുറച്ച് ഓറഞ്ചുകൾ കൊണ്ടുവന്നിരുന്നു. പക്ഷികൾ കൊത്തിയതും മറ്റും. "എന്റെ പേര് അഡോൾഫിന; ഗ്വാഡലുപ്പെ ഫ്യൂവെന്റസിന്റെ പേരക്കുട്ടിയാണ്." അപ്പോഴാണ് അമ്മ ചോദിച്ചത്: "ആരുടെ കുട്ടിയാ നീ?" "ഞാൻ മരിയാപ്യായുടെ മോളാണ്." ഞാനൊരു ഓറഞ്ച് അവൾക്ക് നീട്ടി. അവൾ നിരസിച്ചു. "ചെറിയ ഒരു പാക്കറ്റാണ്,നിനക്കുവേണ്ടിത്തന്നെ കൊണ്ടുവരാൻ പറ്റിയത്." അവൾ തുടർന്നു:

"വല്യമ്മച്ചി തന്ന പാക്കറ്റാണ്. ബസിനകത്ത് എന്റൊപ്പമുണ്ടായിരുന്നത് നീയായിരുന്നെന്ന് തോന്നിയതും നിനക്ക് കൊണ്ടുവരണമെന്ന് തോന്നി. വല്യമ്മച്ചിയുടെ വീട്ടിലെ മരത്തിൽ നിന്നാണ് പറിച്ചത്. ആകെ ഇതേ ഉണ്ടായിരുന്നുള്ളൂ."

അമ്മ അവളോട് പറഞ്ഞു: "ഞങ്ങളെല്ലാവരും കുറച്ച് ബുദ്ധിമുട്ടി. ഒന്നല്ലെങ്കിൽ മറ്റൊന്ന്. നിന്റെ ജസ്റ്റിനമ്മാവനു തന്നെ എന്താണ് പറ്റിയതെന്ന് കണ്ടില്ലേ." അമ്മ തുടർന്നു: "പ്രത്യേകിച്ച് ഞങ്ങളുടെ കണ്ണ് തുറന്നതുകൊണ്ട് അവർക്കെല്ലാവർക്കും ഞങ്ങളോട് വെറുപ്പാണ്." അഡോൾഫിന പറഞ്ഞു: "നിന്റെ വല്യപ്പച്ഛനും മറ്റും ശരിക്കും ബുദ്ധിമുട്ടിയിട്ടുണ്ട്." ഞാനവളോട് പറഞ്ഞു: "മമ്മാലൂപ്പെയാണ് ശരിക്കും ബുദ്ധിമുട്ടിയ സ്ത്രീ." അവൾ പറഞ്ഞു: "പാപ്പചെപ്പെ ഭീഷണികൊണ്ട് മല കയറിയത് മുതൽ അവരൊറ്റക്കല്ലേ കഴിയുന്നത്. ഇവിടെ നടക്കുന്നത് ദുരന്തമാണ്. ആണുങ്ങളില്ലാതെയായി നമുക്കൊക്കെ. അവൾ തുടർന്നു: "അതു ശരിയാണ്." കൂട്ടുകാരിയുടെ വാക്കുകളിലെ ധൈര്യമെടുത്ത് ഞാൻ ശരിവച്ചു. "നമ്മുടെ ദുരിതങ്ങൾ ഒരു ദിവസം തീരും." അമ്മ പറഞ്ഞു: "നമ്മൾ പെണ്ണുങ്ങൾ ഒറ്റയ്ക്കായി. അവർക്ക് എല്ലാ ആണുങ്ങളെയും കൊന്നൊടുക്കണം. എത്ര മിടുക്കനാ ജോഷെ, മലയിലല്ലേ കഴിയുന്നത്."

"നിന്റെ അച്ഛനും മലയിലാ കിടക്കുന്നത്?" അഡോൾഫിന എന്നോട് ചോദിച്ചു: "ഹേയ് അല്ല, ഗാർഡാണ് പിടിച്ചുകൊണ്ടുപോയത്. എവിടേക്കാണെന്ന് അവർ പറയുന്നുമില്ല. അച്ഛനെ കാണാതായി." ഞാൻ മറുപടി പറഞ്ഞു.

"അച്ഛന്റെ പേര്?"

"എമിലിയോ റാമ്യറെസ്."

"പറഞ്ഞു കേട്ടിട്ടുണ്ട്." "നിനക്കെന്താണ് പറയാനുള്ളത്?" അമ്മ ചോദിച്ചു: "ഇയൊബാസ്കൊയിൽ വച്ച് എന്റെ അച്ഛനോടൊപ്പമാണ് അവർ പിടിച്ചത്. ഞാൻ വല്ല്യമ്മച്ചിയുടെ വീട്ടിൽ എത്തിയിട്ടേ ഉണ്ടായിരുന്നുള്ളൂ." "അദ്ദേഹത്തെ

ക്കുറിച്ചന്വേഷിച്ച് ഞങ്ങൾക്ക് മതിയായി. ഞങ്ങളെയവർ അപമാനിക്കുകയും കളിയാക്കുകയും ചെയ്തു. ഭാഗ്യത്തിന് എല്ലാം സഹിക്കാൻ കഴിഞ്ഞു." അമ്മ പറഞ്ഞു. കുറച്ചൊന്ന് നിർത്തിയ ശേഷം അമ്മ ചോദിച്ചു: "മരിയാപ്യായുടെ മോളാ നീയ്? നിന്റെ വല്ല്യമ്മച്ചിയെ കാണാൻ നീ ഇവിടെയെങ്ങും വന്നിട്ടില്ല. അല്ലെങ്കിൽ നിന്നെ ഞാൻ കണ്ടിട്ടുണ്ടാവും. നിന്റെ അമ്മ 'കിലോമീറ്ററി'ലേക്ക് തിരിച്ചുവന്നിട്ടുമില്ല. കുട്ടികളുമായി അമ്മയ്ക്ക് ഇങ്ങോട്ടുവരാൻ ബുദ്ധിമുട്ടാണ്" ഇടയ്ക്കിടെ എനിക്കു മാത്രമാണ് വരാൻ പറ്റുന്നത്." എന്റെ കൂട്ടുകാരി പറഞ്ഞു: "ഞാൻ കുഞ്ഞായിരിക്കുമ്പോൾ അവരെന്നെ മാസങ്ങളോളം ഇവിടെ കൊണ്ടുവന്ന് നിർത്തും. കാപ്പിക്കുരുവിന്റെ വിളവടുക്കുമ്പോൾ, അവരെല്ലാ കൊല്ലവും സാന്റാടെക്ലക്ക് പോകുമ്പോൾ അത് തന്നെയാണ് സൗകര്യം. വല്ല്യമ്മച്ചി എന്നെ നോക്കും. എന്നെ ശരിക്കും വളർത്തിയത് വല്ല്യമ്മച്ചിയാണ് അവരെ കാണാതിരിക്കുമ്പോൾ എന്തു ബുദ്ധിമുട്ടാണെന്നറിയോ." അവൾ തുടർന്നു: "ഡോൺ സെബാസ്റ്റ്യന്റെ അവിടെ വച്ച് ഞാൻ നിന്നെ ഒരിക്കൽ കണ്ടിട്ടുണ്ടെന്ന് തോന്നുന്നു. പക്ഷേ നമ്മൾ സംസാരിച്ചിരുന്നില്ല." ഞാൻ അഡോൾഫിനയോട് പറഞ്ഞു: "ങ്ഹാ ഓർമ്മയുണ്ട്, നീ പക്ഷേ ചെറുതായിരുന്നു. പക്ഷേ, ഇപ്പൊ ഇത്ര വളർന്നിട്ടും നിനക്കതേ മുഖമാണ്." അഡോൾഫിന അങ്ങനെ പലതും പറഞ്ഞു: "നോക്ക്, ആ ബസിലെ ദുരിതത്തിലാണ് നിങ്ങൾ കണ്ടുമുട്ടിയത് .നീ ഭാഗ്യത്തിന് രക്ഷപ്പെട്ടു. പക്ഷേ ഏട്ടന്റെ മോൻ അർട്ടൂറക്ക് അവിടെ ജീവിതം അവസാനിപ്പിക്കേണ്ടി വന്നു. അവന്റെ ശവശരീരം പോലും അവര് തന്നില്ല. ഒൻപതാം പക്കം അവന് വേണ്ടി പ്രാർത്ഥിക്കാൻ ഏട്ടന് പറ്റിയില്ല. അവരൊരു ദിവസമെങ്കിലും ഇവിടെ വരുമെന്ന് ബന്ധുവാണെങ്കിൽ നീ ആശിക്കും. ഒരുപക്ഷേ നമ്മുടെ വേദന കണ്ട്, ജീവനുണ്ടെങ്കിൽ അവരെ അവർ വെറുതെ വിടും." അങ്ങനെയാണ് അമ്മയുടെ സംസാരരീതി. എപ്പോഴും പരാതിപ്പെട്ടും മനസ്സിൽ ആശ നിറച്ചും. പാവം.

അങ്ങനെയങ്ങനെ. "എനിക്കു തോന്നുന്നു ലോകം അവസാനിക്കുവാനായെന്ന്. അത്രയ്ക്കാണ് ദുഷ്ടത്തരം. നിന്റെ ജസ്റ്റിനമ്മാവനോട് അവരെന്താണ് ചെയ്തതെന്ന് ആലോചിച്ചു നോക്ക്. എത്ര ക്രൂരമാണ്. ലൂപ്പെക്ക് എത്രമാത്രം ധൈര്യമാണ്. അവളൊന്ന് കരയുകകൂടി ചെയ്തില്ലായെന്നാണ് അവർ പറഞ്ഞത്. എനിക്ക് നിന്റെ വല്ല്യമ്മച്ചിയെ എപ്പോഴും വലിയ കാര്യമാണ്. അവരെപ്പോലെ വേറൊരാളില്ല. ഒടുവിൽ ഒരു ദിവസം എല്ലാം ശാന്തമായി സമാധാനത്തോടെ കഴിയാമെന്നും കുട്ടികൾക്ക് ഇഷ്ടംപോലെ ഭക്ഷണം കിട്ടുമെന്നുമുള്ള വിശ്വാസത്തോടെ സഹിച്ച് സഹിച്ച് കഴിയുകയല്ലാതെ എന്താ ചെയ്യാനുള്ളത്." അമ്മ കരയുമ്പോൾ തടുക്കാനാവില്ല, എതിർത്ത് പറഞ്ഞാൽ തകരുകയും ചെയ്യും. അമ്മ പറയുന്നത് ഞങ്ങൾ ശ്രദ്ധിച്ചു കേട്ടുനിന്നു. കൂട്ടുകാരിയുടെ കണ്ണിൽ വെള്ളം നിറഞ്ഞപ്പോ എനിക്ക് സങ്കടം തോന്നി.

പാവം അമ്മ. അപ്പോഴത്തെ ആ മൗനം മുറിച്ചുകൊണ്ട് അഡോൾഫിന പറഞ്ഞു: "നിങ്ങൾ ക്രിസ്ത്യൻ ഫെഡറേഷനിലുള്ളവരാണെന്ന് എനിക്കറിയാം. ഇതാണ് വഴി: എങ്ങനെയായാലും നമ്മൾ സംഘടിക്കണം. അവരുടെ ഈ ദ്രോഹം എന്നാലേ അവസാനിക്കൂ. കൃഷിക്കാരുമായുള്ള ലീഗിൽ ഞാനുണ്ട്." കുറച്ചു കഴിഞ്ഞപ്പോൾ ഞങ്ങളുടെ സംസാരം എന്റെ കയ്യിനെ കുറിച്ചായി. "ദൈവഭാഗ്യം കൊണ്ട് ആശുപത്രിയിൽ നിന്ന് ഇവൾക്ക് കുഴപ്പമില്ലാതെ ഇറങ്ങാൻ കഴിഞ്ഞു." അമ്മ പറഞ്ഞു. കുറച്ച് കഴിഞ്ഞതും അഡോൾഫിന ഇറങ്ങി. അവൾ പോകുന്നത് കണ്ടപ്പോൾ, എന്തോ, എന്റെ തൊണ്ട ഇടറി.

രാവിലെ 6.30

ഞാനിന്ന് നല്ല സന്തോഷത്തിലാണ്. ചെപ്പെ ഇന്നലെ രാത്രി വീട്ടിലാണ് കിടന്നുറങ്ങിയത്. രാവിലെ അഞ്ചിന് സ്ഥലം വിടുകയും ചെയ്തു. അതുകൊണ്ടാണ് ഓരോന്നും ചിന്തിച്ചുകൊണ്ട് ഞാൻ ഉറക്കമുണർന്നത്.

കെട്ടിപ്പിടിച്ച്, ഞാൻ ഓരം ചേർന്ന് കിടന്നു. ജോഷെയുടെ ചൂട്. തൊട്ടടുത്ത്, ഒന്നും മിണ്ടാതെ, കുഞ്ഞുങ്ങളോട് നാം ചെയ്യുന്ന പോലെ ജോഷെയുടെ വിയർപ്പിൽ മുങ്ങിയ ഷർട്ടിൽ മുഖം ചേർത്ത് ഞാൻ. പകലന്തിയോളം പണിയെടുത്തതിന്റെ വിയർപ്പ് ആ നനഞ്ഞ ഷർട്ടിൽ പറ്റിപ്പിടിച്ചിരുന്നു.

ഇന്നലെ വീടിന് പിറകിൽ വാഴക്കൂട്ടത്തിനടുത്താണ് ജോഷെ പ്രത്യക്ഷപ്പെട്ടത്. പിജിറിച്ചെ ചുറ്റും മണം പിടിച്ച് അങ്ങോട്ടുമിങ്ങോട്ടും നടക്കുകയായിരുന്നു. അടുത്ത പണി നിങ്ങൾക്കറിയാവുന്നതാണ്- തോട്ടത്തിനു പിറകിലേക്ക് ഒരു ചാട്ടം.

-പിജിറിച്ചെ ആ കോഴികളെയെങ്കിലും വെറുതെ വിട്..... അവനൊന്നും ശ്രദ്ധിക്കില്ല. കരയുന്ന പോലെ അവൻ വാലാട്ടി നില്ക്കും. ഞാൻ വീണ്ടും നിലവിളിക്കും.

-കോഴികളെ പേടിപ്പിക്കരുത്......

അവനപ്പോൾ വല്ലാത്ത സന്തോഷം കൊണ്ട് ചാടും, അവന്റെയാ സങ്കടം തുളുമ്പുന്ന ശബ്ദത്തിൽ. അങ്ങനെയാണവൻ. ചെപ്പെയെ കണ്ടാൽ ചിലപ്പോൾ സന്തോഷം സഹിക്കാതെ മൂത്രമൊഴിച്ചു കളയും.

ജോഷെ ഭൂതം പോലെയാണ് കടന്നു വന്നത്.

അടുത്തെത്തിയതറിയിക്കാൻ ഒരു കല്ലെങ്കിലും എടുത്തെറിയാമായിരുന്നു. വല്ലാതെ പേടിപ്പിച്ചു കളഞ്ഞല്ലോ!

എന്നെ അമ്പരിപ്പിക്കണമെന്നായിരുന്നുവത്രെ ഉദ്ദേശ്യം.

-വീട്ടിനു പിന്നാലെ പെട്ടെന്ന് വന്ന് നിന്നാൽ എന്തു തോന്നും. പല തവണ ഇതു ചെയ്തിട്ടുണ്ട്. പക്ഷേ ഇത്തവണ ഞാൻ തീരെ പ്രതീക്ഷിച്ചിരിക്കാത്തതുകൊണ്ട് ഞാൻ ശരിക്കും പേടിച്ചു. വീട്ടിലുറങ്ങാൻ ജോഷെ വരാറില്ല. ഇവിടെയുള്ള മറ്റാണുങ്ങളെ പോലെ മലയിലേക്കു പോവുകയാണ് പതിവ്.

രാവിലെ ജോഷെ പണിക്കു പോകുന്നതുകൊണ്ട് പകലും എനിക്ക് കാണാനാവില്ല. മലയിൽ നിന്നാണ് പണിക്കു പോകുന്നത്. ജസ്റ്റിനോയുടെ മരണത്തിനുശേഷം അവർ വന്ന് ഭീഷണിപ്പെടുത്തിയിരുന്നു; ഈ ലോകത്ത് നിന്ന് വിടപറയാനിഷ്ടപ്പെടുന്നില്ലെങ്കിൽ വീടുപേക്ഷിക്കുകയാണ് നല്ലത്.

പാവത്തിന് എന്തു ചെയ്യാൻ പറ്റും. അവർ ബോദ്ധ്യപ്പെടുത്തി. അതാണ് കാര്യം. നോക്കൂ പോകാൻ ജോഷെക്ക് താത്പര്യമുണ്ടായിരുന്നില്ല. ഏതാണ്ട് എല്ലാ ആണുങ്ങളുംതന്നെ പോകാൻ പുറപ്പെട്ടതുകൊണ്ട് ബാക്കിയുള്ളവരുടെ കൂടെ തങ്ങാനാണ് ജോഷെ ഇഷ്ടപ്പെട്ടത്. പക്ഷേ അവർ വ്യക്തമാക്കി. അത് പോലെ ഞാനും. "കുട്ടികളെ ഓർത്തെങ്കിലും പോകൂ. നമുക്ക് മൂന്ന് കുഞ്ഞുങ്ങളാണ്." ശരി. ഞാൻ പോകാം."

ജോഷെയെന്തോ അത്ര വിശ്വാസം വന്ന മട്ടിലല്ലാത്തതുകൊണ്ട് ഞാൻ പറഞ്ഞു: " ഞങ്ങളെ ഓർത്ത് വിഷമിക്കേണ്ട. എങ്ങനെ സൂക്ഷിക്കണമെന്ന് ഞങ്ങൾക്കറിയാം. മാത്രമല്ല ജോഷെ പോയാൽ ഞങ്ങൾക്കുനേരെ അവരുടെ ഉപദ്രവം വലുതായി ഉണ്ടാകുമെന്ന് തോന്നുന്നില്ല."

പക്ഷേ ജോഷെ ശങ്കിച്ച് ഇടറി നിന്നു; ശരിക്കും വിശ്വാസം വന്നിട്ടില്ലായിരുന്നു. ''ഇന്ന് പണിക്ക് ശേഷം പോകാം. എനിക്ക് കാത്ത് നില്ക്കേണ്ടല്ലോ." ശരി." ജോഷെ പറഞ്ഞു. കുട്ടികളെ പിരിഞ്ഞു നില്ക്കാൻ പറ്റാത്തതുകൊണ്ട് ജൊഷെ ഞായറാഴ്ച മുഴുവൻ വന്നു നിൽക്കും. "പകല് കുഴപ്പമില്ല." എന്നോട് പറയും. സംഗതി സത്യമാണ്. അവര് വവ്വാലുകളെ പോലെയാണ്. രാത്രി മാത്രമേ ആക്രമിക്കൂ. "പൊന്തയും പുല്ലും ചെത്തി ഓരോത്തരുടെ സ്ഥലം കണ്ടെത്തി മരത്തിനു താഴെ ഞങ്ങൾ കിടക്കും." ജോഷെ പറയും.

എനിക്കറിയാം ഇഷ്ടമില്ലാതെയാണ് മലയിലേക്കു പോകുന്നത്. "അങ്ങനെയാണ് ഈ ദുരിതം തീരുന്നതുവരെ കാര്യങ്ങൾ കൊണ്ടുപോകേണ്ടത്. ഭാഗ്യത്തിന് പിള്ളേര് പാറപോലെ കിടന്നുറങ്ങുന്നുണ്ട്;നിനക്കറിയാലോ രാത്രി അവരെന്നെ ഉണർത്താറില്ല." എന്നെ തന്നെ നോക്കിക്കൊണ്ട് ജോഷെ പറഞ്ഞു.

ജോഷെയില്ലെങ്കിൽ വല്ലാത്ത തണുപ്പാണ്, അതിൽ തർക്കമില്ല. എനിക്കു പക്ഷേ പല നിറങ്ങളിലുള്ള ഒരു കമ്പിളി ഉണ്ട്. ജോഷെ ക്രിസ്തുമസിന് എനിക്കു തന്നതാണ്. "ഞാൻ നിനക്കു വേണ്ടി കൊണ്ടു വന്നതാ," അദ്ദേഹം

പറഞ്ഞു നല്ല രസമായിരുന്നു അന്നു രണ്ടു പേർക്കും. മരത്തടി കൊണ്ടുള്ള കൂരയാണെങ്കിലും രാത്രി തണുപ്പാണെന്നറിയാലോ. രാവിലെയാണെങ്കിൽ, പ്രത്യേകിച്ച് വേനൽകാലത്ത്, നല്ല ചൂടും.

സൂര്യനുദിച്ചതും ജോഷെ കതകിൽ മുട്ടും. കുട്ടികൾ നല്ല ഉറക്കത്തിലായിരിക്കും. കാപ്പിയും ബീൻസ് ചേർത്ത ടോർടില്ലയും കഴിച്ച് ജോഷെ പണിക്ക് പോകും. കുട്ടികളെഴുന്നേൽക്കാത്തതുകൊണ്ട് അവരെ കാണുന്നത് പാടായിരുന്നു.

കഴിഞ്ഞ രാത്രി ജോഷെ ഉറങ്ങാൻ വന്നു. എല്ലാ മുൻകരുതലുകളുമെടുത്ത് വീടിനു പിറകിലാണ് വന്നത്. പിജിറിച്ചെയാണ് ആദ്യം കണ്ടത്. എനിക്ക് പട്ടിയെന്തോ കോഴിക്കുഞ്ഞുങ്ങളായി കളിക്കുകയാണെന്നാണ് തോന്നിയത്.

ഞാൻ ശരിക്കും ഉറങ്ങിയിരുന്നില്ലെന്നതാണ് സത്യം. നാല് മണിയായപ്പോൾ തന്നെ ഞാൻ ആകാശം നോക്കാൻ തുടങ്ങിയിരുന്നു. പകൽ നക്ഷത്രത്തെ നോക്കി സമയമെത്രയായി കാണുമെന്ന് ഞാൻ ആലോചിച്ചു. മരത്തടികൾക്കിടയിലൂടെ വെളിച്ചം സൂചനകൾ തന്നു. എനിക്കും കണ്ണടയാൻ തുടങ്ങിയിരുന്നു.

പകൽ നക്ഷത്രത്തെ നോക്കുന്നത് ഭാഗ്യം തരും. ചോളം തീയിനിടുന്ന സമയം അത് വിളിച്ചു പറയും. നേരെ നോക്കുന്നത് വളരെ നല്ലതാണ്. മുകളിലും താഴെയും നീങ്ങി, തെളിഞ്ഞ് അസ്തമിക്കുകയാണെന്ന് തോന്നിപ്പിക്കുന്നത് വലിയ ഭാഗ്യം കൊണ്ടുവരും. ഹൊ! അത് സത്യമായിരുന്നെങ്കിൽ എനിക്കെപ്പോഴും ഭാഗ്യമായിരിക്കും. എനിക്കതിനെ നോക്കാനിഷ്ടമാണ്; ഞാനെണീറ്റ് സ്വാഗതം ചെയ്യാത്ത ഒരു നല്ല ദിവസം പോലും ഇല്ലാതിരുന്നിട്ടില്ല.

ഞാൻ വല്ലാത്തൊരു കളിക്കുട്ടിയാണെന്നാണ് ജോഷെ പറയുന്നത്. എനിക്കറിഞ്ഞൂട. കുട്ടിക്കാലം മുതൽക്കുള്ള സ്വഭാവമാണ്.

അച്ഛനും അമ്മയും പറയുമായിരുന്നു: “എപ്പോൾ കണ്ടാലും നീ ആശംസ പറയണം. അത് ഭാഗ്യം കൊണ്ടുവരും.” അതാണ് ഞാൻ അങ്ങനെ ചെയ്യുന്നത്.

നേരത്തെ വന്ന ഭാഗ്യം. ജോഷെ കുറച്ചു സമയം ഞങ്ങളോടൊപ്പം ചെലവഴിക്കാനെത്തിയല്ലോ. സാഹസം കാണിച്ചുവന്നു. പ്രശ്നങ്ങൾ ഒന്നും ഇണ്ടായതുമില്ല. കാപ്പി കുടിച്ചതും ജോഷെ സ്ഥലം വിട്ടു. “ടോർടില്ല ഇന്നലെ ഉച്ചത്തെയാണ്.” ഭക്ഷണം വിളമ്പുമ്പോൾ ഞാൻ പറഞ്ഞു:

“സാരമില്ല. എനിക്കുവേണ്ടി രാവിലെ തന്നെ ബുദ്ധിമുട്ടേണ്ട.”

“ഉച്ചയ്ക്കോ രാത്രിക്കോ ഭക്ഷണമില്ല. കുറച്ച് നല്ല ടോർടില്ലകൾ തരാമെന്ന് വച്ചാൽ അതിനും പറ്റിയില്ല.” ഞാൻ സംസാരിക്കുമ്പോൾ മെഴുകുതിരി

വെളിച്ചത്തിലൂടെ ജോഷെ എന്നെ നോക്കുന്നുണ്ടായിരുന്നു. കാരണം വെളിച്ചമായിട്ടുണ്ടായിരുന്നില്ല.

വർഷത്തിൽ ആ സമയം സൂര്യനുദിക്കുന്നത് പതുക്കെയാണ്- പകൽ അഞ്ചിന് നിങ്ങളുടെ വിരലു പോലും കാണാൻ കഴിയില്ല. ഇരുട്ടിൽ സംസാരിക്കാൻ ബുദ്ധിമുട്ടുള്ളതുകൊണ്ട് മെഴുകുതിരി തെളിച്ചേ പറ്റൂ. കൂടെ സംസാരിക്കുന്ന ആളുടെ ചുണ്ടനങ്ങുന്നതോ കണ്ണുകൾ കാണാനോ അല്ല, ഇരുട്ടിൽ സംസാരിക്കുന്നത് മരിച്ചവരോട് സംസാരിക്കുന്നത് പോലെയാണ്. മരിച്ചവർക്ക് സംസാരിക്കാം. ആറടിക്കു താഴെ അവരത് ശീലിച്ചിരിക്കുന്നു. നിഴലിൽ ജീവിക്കാനാണവർക്ക് വിധി. നമ്മൾ ജീവനുള്ളവരുടെ കാര്യം മറിച്ചാണ്. "തീപ്പെട്ടി എവിടെ വെച്ചാവോ" മേൽ മുണ്ട് തിരയുമ്പോൾ ഞാൻ പറഞ്ഞു.

"അതു കള. വെളിച്ചം വരാറായി." ജോഷെ പറഞ്ഞു.

"തീ കത്തിച്ചാൽ അകത്ത് ചൂട് കിട്ടും. ഞാൻ കാപ്പിയുണ്ടാക്കിത്തരാം, വെറുതെ തണുത്തത് കഴിക്കണ്ട."

"എന്തിനാ ബുദ്ധിമുട്ടുന്നത്. നല്ല പണിയില്ലേ, പകല് മുഴുവൻ പിള്ളേരെ നോക്കേണ്ടേ." അതാണ് ജോഷെ. ഒന്നിനും ബേജാറാവില്ല. ആദ്യമൊക്കെ സ്വഭാവം കുറച്ച് ബുദ്ധിമുട്ടായിരുന്നെങ്കിലും ഇപ്പോൾ മാറി. മെഴുകുതിരി വെളിച്ചത്തിൽ ജോഷെ കഴിച്ചുകൊണ്ടിരിക്കുന്നത്. ഞാൻ ഒന്നും മിണ്ടാതെ നോക്കി നില്ക്കും. യാത്ര പറയാറായി. "മൂന്നു ദിവസത്തിന് ഇനിയില്ല." എന്നിട്ടു ജോഷെ കൂട്ടിച്ചേർത്തു. "അതാണ് ഇന്നലെ രാത്രി കിടക്കാൻ വന്നത്."

ഞാനൊന്നും ചോദിച്ചില്ല. കാരണം, ഞാനെന്തോ ചോദിക്കാൻ തുടങ്ങിയ സമയത്തുതന്നെ തങ്ങളുടെ ചെറിയ കുഞ്ഞ് കരച്ചിൽ തുടങ്ങി. "വായ തുറന്നാൽ കരച്ചിലാണിവൻ" "വിരശല്യമുണ്ടാകും." ജോഷെ പറഞ്ഞു.

ഞാനപ്പോൾ പറഞ്ഞു: 'എന്നാൽ കുറച്ച് വിരയ്ക്കുള്ള വിഷം വാങ്ങിക്കൊണ്ടുവാ." ജോഷെക്ക് ദേഷ്യം വന്നു: "നീ നിന്റെ കൈ ചികിത്സ തുടർന്നോ; ആ മരുന്നാണ് നല്ലതെന്ന് നിനക്കറിയാലോ" "ശരിയാണ് കുറച്ചു മുമ്പെ വാങ്ങിക്കൊണ്ടുവന്നത് ഞാനവന് കൊടുത്തിരുന്നു. പക്ഷേ കാര്യമുണ്ടായില്ല." ഞാൻ പറഞ്ഞു. "ശരി, ഭേദമാകുംവരെ അതുതന്നെ കൊടുക്ക്."

"മരുന്നിനിപ്പോ നല്ല വിലയാണ്- പത്ത് സെന്റിന് കിട്ടുന്ന സാധനമിപ്പോൾ ഇരുപത്തിയഞ്ച് സെന്റിന് രണ്ടാണ് കിട്ടുന്നത്. നാല് പാക്കറ്റ് പൊടി കൊണ്ടുവന്നിട്ട്, ഒരെണ്ണം മാത്രമാണ് ബാക്കി." ഞാൻ കാര്യം വിശദീകരിച്ചു.

"എന്റെ കൈയിലുള്ള 25 സെന്റ് തരാം, കുറച്ചുകൂടി വാങ്ങിച്ചോ." "അപ്പോൾ ബാക്കിയെന്താ കൈയിലുള്ളത്?" പണി കഴിഞ്ഞ് മലയിലേക്ക് പോവുകയാണെങ്കിൽ എന്ത് ചിലവാണുള്ളത്?"

"എന്നാൽ ശരി, ഞാൻ പറഞ്ഞു.

വീണ്ടും ഒന്നും മിണ്ടാതെ ഞാൻ നിന്നു. ജോഷെ നന്നായി ഭക്ഷണം കഴിക്കുന്നത് എനിക്ക് കാണാമായിരുന്നു. ജോഷെ പാത്രം വൃത്തിയാക്കി. ഇരുട്ട് എല്ലാവർക്കും അപകടമാണ്.

എനിക്ക് സൂര്യവെളിച്ചം ഇഷ്ടമാണ്.

ജീവിതം കഠിനമായിക്കൊണ്ടേയിരിക്കുകയാണ്. അവർ പറയുന്നത് ഈ നാട്ടിൽ ഒരുപാട് ആളുകളുണ്ടെന്നാണ്. കൂടുതലുള്ളത് പാവപ്പെട്ടവരും. എവിടെ നോക്കിയാലും അലഞ്ഞു നടക്കുന്ന പാവങ്ങളാണ്. എന്തു ചെയ്യാനാണ്? ഞങ്ങളെന്തു പിഴച്ചു? ഗ്രാമത്തിലും എല്ലാവിടെയും പട്ടിണി വെറുതെയല്ല. ജീവിതം ഒരിക്കലും അങ്ങനെയാവണമെന്ന് എനിക്ക് കരുതാനാവില്ല.

"ദരിദ്രനാണെന്ന് സ്വയം അറിയുന്നതാണ് പ്രധാനം." ചെപ്പെ എപ്പോഴും പറയും. "എന്നിട്ടിപ്പോ എന്താ കാര്യം?" ഞാൻ ചോദിക്കും. ചോദിക്കാൻ തക്ക ശക്തിയുണ്ടാകാൻ, അവകാശം നേടാൻ, എങ്കിലേ കഴിയൂ എന്നായിരുന്നു ചെപ്പെയുടെ മറുപടി ബാക്കിയെല്ലാം തന്നെ കേപ്രാട്ടിത്തരമാണ്. പാവപ്പെട്ടവരുടെ അവകാശത്തെക്കുറിച്ചാണ് നാം എപ്പോഴും വാദിക്കേണ്ടത്.

എവിടെയും തലകൊണ്ടിടുന്ന ചില ആളുകളുണ്ടെങ്കിലും കിലോമീറ്ററിൽ പൊതുവെ ആളുകൾ വ്യക്തമായാണ് ചിന്തിച്ചിരുന്നത്.

തോട്ടങ്ങളിലെ മേസ്തിരിമാരാണ് ശരിയായ പാമ്പുകൾ. ഭൂവുടമകളെ എപ്പോഴും താങ്ങിക്കൊണ്ട് നില്ക്കും.

തോട്ടത്തുനിന്ന് പണിയും കിട്ടും. അതുപോലെ ദുരിതവും കിട്ടും. ഇവിടുന്ന് ഏതാണ്ട് രണ്ടര മൈലേ തോട്ടത്തിലേക്കുള്ളൂ. ഞങ്ങളുടെ ജീവിതം ഏതാണ്ട് മുഴുവനും ജീവിച്ചുകഴിഞ്ഞു, അതാണ് സത്യം.

ഞങ്ങൾ കാരണം തോട്ടവും നന്നായി എന്നത് ഒരു സത്യമാണ്. ഞങ്ങൾ പണിയെടുത്തുണ്ടാക്കി. ശരിക്കും വഴി ഉണ്ടാക്കുന്നതിനു മുൻപ്തന്നെ. വേനൽക്കാലത്ത് പൊടിയും മഴക്കാലത്ത് ചളിയും. സെപ്തംബർ മാസത്തെ മഴക്കാലത്ത് കോവർകഴുതകൾക്കു പോലും നടക്കാൻ പറ്റില്ല. ഞങ്ങൾ ആകെ ഒറ്റപ്പെടും.

ഇപ്പോൾ തോട്ടം കാണണം. എല്ലാ തോട്ടങ്ങളും കൂട്ടിയിണക്കി റോഡു ണ്ടാക്കിയിട്ടുണ്ട്. അവർ സുഖമായിട്ട് കാറോടിച്ച് പോകും.

ഞങ്ങൾക്കൊരിക്കലും അസൂയ തോന്നിയിട്ടില്ല. ആ ഒരു പാപം എപ്പോഴെങ്കിലും ഞങ്ങളുടെ മനസ്സിലുണ്ടായിട്ടുണ്ടോയെന്ന് ഞാനോർക്കുന്നില്ല. കുട്ടികൾ പറയുന്നത് ശരിയല്ല. അസൂയക്ക് നിറമുണ്ടെങ്കിൽ എല്ലാവരും നിറത്തിൽ മുങ്ങിയിട്ടുണ്ടാവുമെന്നത് ശുദ്ധ മണ്ടത്തരം. ആവശ്യങ്ങളാണ് അല്ലാതെ അസൂയയല്ല പ്രശ്നം.

ഞങ്ങളുടെ കൈയില്ലാതെ വിതയ്ക്കാനാവില്ലെന്ന കാര്യം അവർ മറക്കുന്നു; കൊയ്ത്തുമില്ല, വൃത്തിയാക്കലുമില്ല. അരിവാൾ വെറുതെ നീങ്ങില്ലല്ലോ.

പാടത്ത് പണിയെടുക്കുന്നവരുടെ കൈകളാണ് ഏറ്റവും കൂടുതൽ നീങ്ങുന്ന കൈകൾ. പട്ടണത്തിൽ നിന്ന് വല്ലതും വാങ്ങാനോ വില്ക്കാനോ വേണ്ടി ഒരു കാളവണ്ടിയുണ്ടാക്കാൻ നമ്മളിൽ ചിലർക്ക് മാത്രം കഷ്ടിച്ചറിയാം. ജീപ്പുകളിലും മോട്ടോർ വണ്ടികളിലും മുതലാളിമാർ പറന്നു പോകും; നടന്നു പോകുന്ന ഞങ്ങളെപ്പോലും ആ വേഗത്തിൽ അവർ കാണില്ല. ഇക്കാര്യങ്ങളെല്ലാം ഞങ്ങൾ ജൊഷെയുമായി സംസാരിച്ചിരുന്നു. ഞങ്ങളുടെ അയൽപക്കത്തെക്കുറിച്ച് പറയുമ്പോൾ ഞങ്ങൾക്ക് ഉള്ളിൽ വേദനയൊന്നും തോന്നാറില്ല. അത് പഴക്കമായി. സ്വയം നിന്ദിക്കുന്നതാകയാൽ ഞങ്ങൾ മോശമായി ചിന്തിച്ചിട്ടു പോലുമില്ല. എല്ലാറ്റിനും തന്നെ നാശമുണ്ട് എല്ലാറ്റിനും തന്നെ തീക്കുണ്ഡമായി ശിക്ഷയുണ്ട്. പാപത്തെ കുറിച്ചുള്ള ഭയം ഞങ്ങളുടെ നാവിനെ എപ്പോഴും കൂട്ടിക്കെട്ടിയിരുന്നു.

അവർ പറയുമായിരുന്നു, നരകത്തിലേക്കുള്ള വഴി വെട്ടിത്തെളിക്കുന്നത് പാപികളാണെന്ന്. ദുഷ്ടചിന്തകളുള്ളവരാണ് പാപികൾ. ഞങ്ങളെപ്പോഴും നന്നായിരിക്കാൻ ആഗ്രഹിച്ചു. നല്ലവരായിരിക്കുകയെന്നാൽ തല കുനിക്കു, പ്രതികരിക്കാതിരിക്കുക, ഒന്നും ആവശ്യപ്പെടാതിരിക്കുക, ദേഷ്യപ്പെടാതിരിക്കുക എന്നൊക്കെയാണെന്ന് ഞങ്ങൾ വിശ്വസിച്ചു. ഞങ്ങൾക്കിതേക്കുറിച്ച് ആരും വ്യക്തമാക്കിയിട്ടില്ല. അതേ സമയം, എപ്പോഴും ഞങ്ങൾക്ക് സ്വർഗ്ഗരാജ്യം വാഗ്ദാനം ചെയ്തിരുന്നു. നന്നായിരിക്കുന്നതിനുള്ള കൂലി. അയൽക്കാരനെ സ്നേഹിക്കുകയെന്നാൽ മുതലാളിയെ സ്നേഹിക്കുകയെന്നതാണ്. മുതലാളിയെ ബഹുമാനിക്കുകയെന്നാൽ അയാളുടെ വിവരക്കേടുകൾ അംഗീകരിക്കുകയെന്നതാണ്. തോട്ടത്തിലെ പണിക്കുശേഷം ഭക്ഷണമില്ലെങ്കിൽ, മുതലാളിക്കതിന് കഴിഞ്ഞില്ല അഥവാ നഷ്ടത്തിലാണ് എന്നാണ്. കിടന്നുറങ്ങാൻ കട്ടിലില്ലെങ്കിൽ കൊയ്ത്തിന്റെ തിരക്കിൽ മുതലാളിക്കത് നല്കാൻ കഴിഞ്ഞില്ല എന്നാണ്. അങ്ങനെ ഞങ്ങൾ ഭക്ഷണമില്ലാതെ വീട്ടിൽ പോയി വല്ലതും കഴിക്കാൻ ഉച്ചവരെയോ വൈകുന്നേരം വരെയോ കാത്ത് ദിവസം മുഴുവൻ വിശന്നിരിക്കും. അല്ലെങ്കിൽ കാപ്പിച്ചെടികൾക്കിടയിലെ മരങ്ങൾക്കു താഴെ കിടന്നുറങ്ങാൻ പോകും.

സഹിക്കുകയെന്നത് നല്ല പെരുമാറ്റമായി ഞങ്ങൾ തെറ്റിദ്ധരിച്ചിരുന്നു. ജോഷെയുമായി ഇതെല്ലാം തന്നെ ഞങ്ങൾ സംസാരിച്ചിരിക്കും; ഇന്നലെ രാത്രി സംസാരിച്ചത് പോലെ. വീടുകളിൽ ഞങ്ങളുടെ ആണുങ്ങൾക്ക് ഒന്ന് കിടക്കാൻ പോലും കഴിയാത്ത അവസ്ഥ അങ്ങനെ ഉപയോഗിക്കും. എത്ര പ്രാകൃതം. വേവലാതികൊണ്ട് ഞങ്ങൾ പെണ്ണുങ്ങൾക്ക് അസുഖം പിടിക്കാൻ പോവുകയാണ്. അതാണ് വല്ലാത്ത അവസ്ഥ. അവരുടെ പീഡനം: വേവലാതിയും അസ്വസ്ഥതയും. പണക്കാരെ ആരാണിത്രക്ക് ദുഷ്ടന്മാ

രാക്കിയത്? രാത്രി ഏതാണ്ട് മുഴുവനും സംസാരത്തിലായിരുന്നു. കെട്ടിമറിഞ്ഞു ഗ്വാട്ടിമാലൻ കമ്പിളിയിൽ ഞങ്ങൾ രണ്ടാളും ചുരുണ്ടുകൂടി.

-മിണ്ടാതിരിക്ക്. കുട്ടികളെഴുന്നേല്ക്കും.

-അവര് വെട്ടിയിട്ട പോലെ കിടന്നുറങ്ങും; ഇടിയുണ്ടായാലും എണീക്കില്ല. നമുക്ക് പതുക്കെ രാത്രി മുഴുവൻ സംസാരിച്ചിരിക്കാം. കാതോട് കാതോരം ചേർന്ന്.

-സമയം വൈകി.

-അത്രയൊന്നുമായിട്ടില്ല.

-ചീവീടു പോലും മിണ്ടുന്നില്ല.

തത് കൊണ്ടാണ് ഞങ്ങൾ മിണ്ടാതിരിക്കുന്നത്. ഇരുട്ടിൽ ഞങ്ങളെക്കുറിച്ചും കുട്ടികളെ കുറിച്ചും ഓർത്ത്-എല്ലാം കൂടി കുഴഞ്ഞുമറിഞ്ഞ്. കുഞ്ഞുങ്ങളെ കുറിച്ചാണോർത്തത്. കാരണം മുതിർന്നവർക്ക് അവരുടെ കൂട്ടുമൊത്ത് സ്വന്തം വീട്ടിൽ കഴിയാമല്ലോ. ഞങ്ങളിതൊന്നും അത്രക്ക് ചിന്തിച്ചിട്ടില്ല- അവർ സ്വന്തം ജീവിതം കെട്ടിപ്പെടുക്കുന്നതിൽ വിജയിച്ചിരിക്കുന്നു. ചിലപ്പോഴവർ വരും. നൂറ് വർഷങ്ങൾ കൂടുമ്പോൾ.

അതെ, സത്യമെന്തെന്നാൽ എനിക്ക് രണ്ട് മുതിർന്ന കുട്ടികളുണ്ട്: ദുരന്തത്തിൽപ്പെടുന്നതുവരെ സാൻ മാർട്ടിനിൽ കഴിഞ്ഞുപോന്ന ജസ്റ്റിനോ. പിന്നെ പാവം മരിയ പിയ. അവൾ ഇയൊരബാസ്കയിലാണ് കഴിയുന്നത്. ജസ്റ്റിനോക്കെങ്കിലും ഇനി ദുരിതം സഹിക്കേണ്ട. ഞങ്ങളെ തനിച്ചാക്കി അവൻ പോയി. അത്രയ്ക്ക് സഹായമായിരുന്നു അവൻ. കിട്ടിയ കുറച്ച് സെന്റുകളുമായി അവൻ ഓരോ രണ്ടാഴ്ച കൂടുമ്പോഴും വരും. “മമ്മാ... ഇതാ.... എടുക്കൂ.”

“എന്തിനാ മോനെ നീ എന്നെ സഹായിച്ച് നിനക്കാകെയുള്ളത് തന്ന് ബുദ്ധിമുട്ടുന്നത്” “സാരമില്ല മമ്മാ.” അതൊക്കെയാണ് ഒരു മകനിൽ നിന്ന് കിട്ടുന്ന സുഖങ്ങൾ. മരിയപിയയെക്കാൾ ഇളയതാണവൻ. അഞ്ചു വയസ്സിന്റെ വ്യത്യാസം. ഒരുപക്ഷേ ദൈവത്തിന് അത്രയും കാലം ഞങ്ങൾക്ക് കുട്ടികൾ തരണമെന്നില്ലാതിരിക്കാം; എട്ടോ ഒൻപതോ മാസം പ്രായമുള്ള ഒരാൺകുഞ്ഞ് വയറിളക്കം ബാധിച്ച് അതിനിടെ മരണപ്പെട്ടതൊഴിച്ച്. ആ കുഞ്ഞ് ജീവിച്ചിരുന്നെങ്കിൽ, ഇപ്പോൾ ഇരുപത്തിയാറ് വയസ്സാവും. ജസ്റ്റിനോയെക്കാൾ ഒന്നര വയസ്സ് കൂടുതലും മരിയപിയയെക്കാൾ നാല് വയസ്സ് കുറവും. പാവം, അവന്റെ കുഴിമാടത്തിൽ ഒരു കുരിശു വയ്ക്കാൻ പോലും എനിക്കു കഴിഞ്ഞില്ല. അത് കഴിഞ്ഞിട്ട് ഒരുപാടു കാലം കഴിഞ്ഞതിനാൽ ഒരു സ്വപ്നം പോലെയാണിപ്പോൾ തോന്നുന്നത്. ഞാനവന് വേണ്ടി ഒന്ന് കരയുക പോലും ചെയ്തില്ല. ഒരു മകനോടുള്ള സ്നേഹം തോന്നാൻ തക്ക വലിപ്പം പോലുമുണ്ടായിരുന്നില്ല; അത്രകണ്ട് ചെറിയ കുഞ്ഞായിരുന്നു. അവരുടെ

നെറ്റി തൂങ്ങുമ്പോൾ അത്രയ്ക്ക് ബുദ്ധിമുട്ടാണ്. മാലാഖമാർ കൊണ്ടുപോകട്ടെ യെന്നു തന്നെയേ ആരും ആഗ്രഹിക്കൂ. കാരണം മിഷനുകളിൽ നിന്ന് വർഷത്തിലൊരിക്കലോ മറ്റോ വന്നുപോകുന്ന പാതിരിമാർ അതാണ് പറയുക. അടുത്ത വീട്ടുകാർ നല്ലയാളുകളായിരുന്നു. മാനുവൽ ദെ ജീസസിനൊപ്പം അവന്റെ കുഴിമാടത്തിലേക്ക് അനുഗമിച്ചു പോയ കുട്ടികളുടെ തല മറയ്ക്കാനുള്ള ക്രേപ്പു തുണി അവരാണ് തന്നത്. അതായിരുന്നു അവന്റെ പേര്. മാനുവൽ ദെ ജീസസ്. അവൻ മാലാഖമാരെ സങ്കടം കൊണ്ട് വിഷമിപ്പിക്കാതിരിക്കുവാൻ ഞങ്ങൾക്ക് അവന് വേണ്ടി പാടാനെങ്കിലും കഴിഞ്ഞു.

ജസ്റ്റിനോയ്ക്ക് ശേഷം കുട്ടികളെ തന്ന് അനുഗ്രഹിക്കുവാൻ ദൈവം ഇഷ്ടപ്പെടാതിരുന്നുവെന്ന പോലെ കുറച്ചു കാലത്തേക്ക് കുട്ടികളുണ്ടായില്ല. ഇപ്പോ എനിക്ക് വയസ്സായി. മൂന്നു കുഞ്ഞുങ്ങൾ കൂടി ഉണ്ടാവുകയും ചെയ്തു. ഒരാൾക്ക് ഏഴുവയസ്സ് മറ്റെയാൾക്ക് നാല്, പിന്നെ എഴുന്നേറ്റ് ഇടികൂടുന്ന കുഞ്ഞിന് രണ്ടിനോടടുത്തും.

ചില നേരങ്ങളിൽ ഞാൻ കുഞ്ഞുങ്ങളെ ഓർത്ത് വിഷമിക്കും. വലിയവർക്ക് ബീൻസ് ഒഴിവാക്കി ഉപ്പിട്ട ടോർടില്ലകൾ മാത്രം കഴിക്കാം. പക്ഷേ കുട്ടികൾക്ക് അവരുടെ ചെറിയ ഭക്ഷണമൊഴിവാക്കാൻ കഴിയില്ല.

കുറച്ച് തൈരോ വെണ്ണയോ എങ്കിലും കൊടുക്കണം; വൈകിട്ടാവു മ്പോഴേക്കും കാര്യമായിട്ടൊന്നും ഉണ്ടാവില്ലെങ്കിൽ പോലും. അവർക്ക് വേണ്ടി അത് ത്യജിച്ചേ മതിയാവൂ. എന്നാലും അവർ തന്നെയാവും നമ്മളെ ഏറ്റവും വിഷമിപ്പിക്കുകയും ചെയ്യുക. തിന്നാനൊന്നുമില്ലെങ്കിൽ സഹികെട്ടുപോകും. "ഇന്നിപ്പോ എന്താണ് ഞാനിവർക്ക് കൊടുക്കുക?" എപ്പോഴാണ് കിടപ്പി ലാവുക എന്നത് ഞാൻ ചോദിക്കില്ല.

അസുഖം എനിക്ക് പിടിക്കുന്നതാണ് നല്ലത്. കുട്ടികൾ അത്രയ്ക്ക് ബുദ്ധിമുട്ടുന്നുണ്ട്. ഇവിടെയെങ്ങും തന്നെ മരുന്ന് കിട്ടില്ലെന്നതാണ് ഏറ്റവും കഷ്ടം. പുരട്ടാൻ തൈലം വാങ്ങാൻ പോലും ചിലപ്പോൾ പൈസയുണ്ടാവില്ല. വീട്ടു ചികിത്സ നടത്തുകയാണ് നല്ലതെന്ന് പറയുന്നത് അതുകൊണ്ടാണ്. കോഴിയുടെ കൊഴുപ്പ്, വിരയ്ക്കുള്ള പൊടി, ഗ്വാരുമോ ഇലകൾ, ഉടുമ്പിന്റേയോ കുറുക്കന്റെയോ നെയ്യ്, അങ്ങനെയുള്ള ചിലത്. ചുരുക്കത്തിൽ ഇതൊക്കെ കുട്ടികളെ കുറച്ച് ഭേദപ്പെടുത്തിയിരുന്നു; മരുന്നുകടയിൽ നിന്നല്ലാതെ സാധനങ്ങൾ ഉപയോഗിക്കുന്ന ശീലം ഒഴിവാക്കുന്നതാണ് നല്ലതെന്ന് അവർ പറയുമെങ്കിൽ കൂടി. പാതിരിമാരാണ് അങ്ങനെ പറയുക. ഞങ്ങളത് ശ്രദ്ധിച്ചു കേൾക്കും. പക്ഷേ, എന്തൊക്കെതന്നെയായാലും ഇവിടെങ്ങും ഒരൊറ്റ ഡോക്ടർ പോലുമില്ല. എനിക്ക്, ഒരുപക്ഷേ എനിക്കെങ്കിലും ഡോക്ടർമാരെ കുറിച്ചൊന്നുമറിയാത്തതിൽ ദൈവത്തോട് നന്ദിയുണ്ട്; അവരെങ്ങനെ യിരിക്കുമെന്ന് പോലും എനിക്കറിയില്ല.

എന്നിരിക്കിലും ജോഷെ എന്നോട് പറയുമായിരുന്നു, "പിള്ളേരെ നോക്കാൻ ഡോക്ടർമാരുണ്ടായിരുന്നെങ്കിൽ അവരത്പോലെ മരിക്കുമായിരുന്നില്ല." അത്തരമൊരു സഹായം ഞങ്ങൾക്കൊരിക്കലും ലഭിച്ചിരുന്നില്ല. ഞാനെപ്പോഴും ചിന്തിക്കുമായിരുന്നു: ഇവിടെയിപ്പോ ഡോക്ടറുണ്ടായിരുന്നെങ്കിൽ തന്നെ എവിടെ നിന്ന് പണമെടുത്ത് കൊടുക്കാനാണ്, കാരണം, കേൾക്കാൻ കഴിഞ്ഞത് അവരെ കാണുന്നത് നല്ല ചിലവാണെന്നാണ്. ഞാൻ സ്വയം ഈ ചോദ്യങ്ങൾ ചോദിക്കും. അല്ലെങ്കിൽ ജോഷെയോട് ചോദിക്കും.

"മരുന്ന് വെറുതെ കിട്ടണമെന്നതാണ് കാര്യം." ജോഷെ എന്നോട് പറഞ്ഞു: "അത് അസാധ്യമാണ്. കാരണം എല്ലാവരും സ്വന്തം ജീവിതത്തിനു വേണ്ടി പണം ഈടാക്കും." ഞാൻ തിരിച്ച് പറഞ്ഞു. പക്ഷേ ആശുപത്രികളിലെ പോലെ സൗജന്യമരുന്ന് വ്യത്യസ്തമായ സംഗതി തന്നെയാണ്. ജോഷെ പറയുന്നു. ഞാനങ്ങനെ വഴങ്ങികൊടുക്കാൻ നില്ക്കാതെ പറഞ്ഞു: "ശരിയാണ്. പക്ഷേ ആശുപത്രിയിൽ ചെറിയൊരു ഫീസ് കൊടുക്കണം. അതാണ് ചിലരങ്ങോട്ട് പോവാത്തത്. പട്ടണത്തിൽ പോയി മരിക്കുന്നതിനേക്കാൾ അവർക്കിഷ്ടം വീട്ടിൽ കിടന്നു മരിക്കാനാണ്. ബസിന് പൈസ കൊടുത്താൽ മാത്രം മതിയാവില്ല, ആശുപത്രിക്കും കൊടുക്കണം. ഒന്നുമില്ല എങ്കിൽ ഈ പൈസക്കൊക്കെ എവിടെ പോവാനാണ്. ശവങ്ങളവർ മോർച്ചറിയിൽ കൊണ്ടുപോയി വെട്ടിമുറിക്കും. അല്ലെങ്കിൽ ഡോക്ടർമാർ തന്നെ അവർക്കു പഠിക്കാൻ വേണ്ടി ശവങ്ങൾ സൂക്ഷിക്കും.

അങ്ങനെയാണ് ജോഷെയുമായി ഞാൻ തർക്കിക്കുക. ജോഷെ എല്ലാം ശാന്തമായി കേട്ട് കാര്യങ്ങളെല്ലാം എനിക്കു വിശദീകരിച്ചു തരും. അതുകൊണ്ടാണ് ഞാൻ പറയുന്നത് മറ്റ് എല്ലാറ്റിനുമുപരിയായി ചെപ്പെ എന്റെ കണ്ണു തുറന്നുവെന്ന്. എന്തിനധികം മുൻപത്തെ പോലെ ഞാനിപ്പോൾ തർക്കിക്കുന്നില്ല. കാരണം ജോഷെ പറയുന്ന ദരിദ്രയായിരിക്കുകയെന്നുള്ള ആ ബോധം നിങ്ങളിൽ വളരാൻ തുടങ്ങും.

മനസ്സിലാവുന്നില്ലെന്ന് നടിക്കാൻ മാത്രം ആരും അത്രയ്ക്ക് കഠിനമായിട്ടുള്ളവരൊന്നുമല്ല. എല്ലാം നിശ്ശബ്ദമായി സഹിക്കുന്നതാണ് നല്ലത്. ഒപ്പം അവർ കൗശലം കാണിക്കുമ്പോൾ എന്തു ചെയ്യണമെന്ന് അറിയുകയും അതാണ് വെറുതെ കണ്ണടച്ചു ജീവിക്കാതെ, നമ്മൾ കുറെ കാര്യങ്ങൾ പഠിക്കണമെന്ന് പറയുന്നത്.

"നാം നമുക്കുവേണ്ടി സമ്പാദിക്കണം."

ജോഷെ കുറച്ച് കഴിഞ്ഞപ്പോൾ പല കാര്യങ്ങളും പഠിച്ചു. നിങ്ങൾ നോക്കൂ, സമൂഹത്തിലെ പ്രശ്നങ്ങളിലാണ് പാവപ്പെട്ടവന്റെ താത്പര്യം. ഞാൻ ആ രീതിയിൽ പറയാൻ കാരണം, ഒരുപാട് പണി ചെയ്യാനുള്ളപ്പോഴും ജോഷെയുടെ താത്പര്യം മറ്റുള്ളവരിലാണ്. "ആളുകളെ സഹായിക്കുമ്പോഴേ ആളുകൾക്ക് അവരവരുടെ പ്രശ്നങ്ങൾ തിരിച്ചറിയാൻ കഴിയൂ." ജോഷെ പറയും.

ആ ഒരു ഗുണം ഞാൻ അംഗീകരിക്കും. മറ്റുള്ളവരും അത് അംഗീകരിക്കും. ജോഷെ എല്ലാവർക്കും നല്ലതിനുവേണ്ടിയാണ് ശ്രമിക്കുന്നതെന്ന് അവർക്കറിയാം. ജോഷെക്ക് സ്വാർത്ഥത തീരെയില്ല. സത്യം പറയുക യാണെങ്കിൽ, തുറന്നു പറയുന്ന പ്രകൃതമാണ് മൂപ്പരുടേത്. "ചെപ്പെക്ക് ഒന്നും സംഭവിക്കരുതെന്നാണ് എന്റെ പ്രാർത്ഥന. ജസ്റ്റിനോ നഷ്ടപ്പെട്ടത് തന്നെ അധികം...... ആ മരിയ പിയ ഭർത്താവില്ലാതെ എത്രയ്ക്കാണ് കഷ്ടപ്പെടുന്നത്. അവരയാളെ കാണാതാക്കിയതു മുതൽ ആ പാവം കഷ്ടപ്പെടുന്നു."

ഞാൻ ഇതേക്കുറിച്ചെല്ലാം ആലോചിക്കും. ജോഷെ പറയും: "വിഷമിക്കണ്ട, വിവരമുള്ള നമ്മളിൽ ചിലർതന്നെ അറിഞ്ഞ് പ്രവർത്തിച്ചില്ലെങ്കിൽ നമ്മളെല്ലാവരും തന്നെ കുഴപ്പത്തിലാവും." "ഇല്ല, ഞാൻ സങ്കടപ്പെടുകയില്ല." എന്റെ കഷ്ടം കൂടി ഇതിന്റെയെല്ലാം കൂടെ ചേർത്താതിരിക്കാൻ ഞാൻ പറയും.

ഞാൻ പറഞ്ഞപോലെ ആരും കല്ലുകൊണ്ടുണ്ടാക്കിയവരല്ല. എന്തിനാണ് നുണ പറയുന്നത്? ജസ്റ്റിനോയുടെ മരണം എന്നെ തകർത്തു കളഞ്ഞു. അത് എന്നെ ഒരു മരക്കഷ്ണം പോലെ ആക്കിയിട്ടുണ്ട്. ഹീലിയോ തിരിച്ചുവരുമെന്ന പ്രതീക്ഷയില്ലെങ്കിലും മരിയപിയയ്ക്കുണ്ട്; ഒരുപക്ഷേ തിരിച്ചു വരുമായിരിക്കാം. എന്റെ പേരക്കുട്ടി അഡോൾഫിന അങ്ങനെയൊരു പ്രതീക്ഷയെങ്കിലും എനിക്കു തരുന്നുണ്ട്.

അവൾക്കിഷ്ടമുള്ളപ്പോൾ ഇടയ്ക്ക് വരും. നല്ല ബുദ്ധിയുള്ള കുട്ടിയാണ്. അഞ്ചാം തരം വരെയെ പഠിച്ചിട്ടുള്ളൂ. പക്ഷേ ഇവൾ ഇത്രയും കാര്യങ്ങൾ എവിടെ നിന്നാണ് പഠിച്ചതെന്ന് ഞാൻ അത്ഭുതപ്പെടുന്നു. മിടുക്കിപ്പെണ്ണ്. അവൾ വരുമ്പോൾ കിണറ്റിൽ നിന്ന് വെള്ളമെടുക്കാൻ സഹായിക്കും. അവളും കുട്ടികളും കൂടി ചോളം പൊളിച്ചെടുക്കും. കളിച്ച് കളിച്ച് ഒരു കൂട മുഴുവൻ നിറയ്ക്കും. ഞങ്ങളോട് വല്ലാത്ത അടുപ്പമാണവൾക്ക്. അവളുടെ വല്യപ്പച്ഛനെയും വല്ല്യമ്മച്ചിയെയും അവളൊരിക്കലും മറക്കില്ല. ഇപ്പോൾ, ജസ്റ്റിനോയുടെ മരണത്തിനു ശേഷം അവൾ കൂടെ കൂടെ വരുന്നുണ്ട്. ചെപ്പെയെപ്പോലെത്തന്നെയാണ് അവളുടെ സംസാരവും. "സാരമില്ല വല്ല്യമ്മച്ചീ ഒരു ദിവസം നമുക്കെല്ലാത്തിനുമുള്ള ഗുണം കിട്ടും. പിന്നെ ഒരിക്കലും പാവപ്പെട്ടവർ കഷ്ടപ്പെടില്ല." എവിടുന്നാണ് അവൾക്കിത്തരം ചിന്തകൾ കിട്ടുന്നത്? എനിക്കറിയില്ല. അവൾക്ക് പതിനഞ്ച് തികഞ്ഞിട്ടേയുള്ളൂ.

അവളിപ്പോൾ മുതിർന്ന നല്ലൊരു പെണ്ണായി. അവളുടെ കൂടെക്കൂടെയുള്ള വരവിനിടയിൽ വല്ല വൃത്തികെട്ടവനും അവളെ കണ്ണുവെച്ചാലോ എന്നു ള്ളതാണ് എനിക്കവളെക്കുറിച്ചുള്ള ആകെയുള്ളൊരു ഉത്കണ്ഠ. ഇവിടെ എല്ലാവരും പരസ്പരം നന്നായി അറിയുന്നവരായതുകൊണ്ട് അപകടമില്ല. പക്ഷേ, ദൂരത്ത് നിന്ന് അതായത് ഇയൊബാസ്കോയിൽ നിന്നാണ് അവൾ വരുന്നത്. അവളുടെ ഈ പ്രായത്തിൽ അപകടം പലതാണ്. അവളാണെങ്കിൽ കാണാനും മോശമല്ല. അതാണെന്റെ പേടി.

എന്റെയീ വിഷമം പറഞ്ഞാൽ അവൾക്ക് ചിരിയാണ്. ഇപ്പോഴത്തെ ചെറുപ്പക്കാരൊക്കെ അങ്ങനെയാണ്. നിങ്ങൾക്ക് മനസ്സിലാകുന്നുണ്ടാകും.

“നോക്ക് മുത്തശ്ശി, ഞാനിവിടെ വരുന്നത് ചോളം പറിക്കാനും വെള്ളം കോരാനും സഹായിക്കാൻ വേണ്ടിയാണ്. കുറച്ചൊന്ന് വിട്ടുനില്ക്കുകയും ചെയ്യാം. സത്യമാണ്. അറിയാലോ മുത്തശ്ശിക്കൊരിക്കലും പുറത്തു പോകാനാവില്ല. അമ്മക്കിങ്ങോട്ട് വരാനും പറ്റില്ല. മുത്തശ്ശിക്കൊരു പേരക്കുട്ടിയെങ്കിലുമുണ്ടല്ലോ.” അങ്ങനെയാണ് അവളുടെ രീതി.

“നിനക്ക് മനസ്സിൽ വിഷമം തോന്നാൻ പറഞ്ഞതല്ല. നീ ഒരിക്കലും എനിക്കൊരു ബുദ്ധിമുട്ടല്ല. എനിക്ക് നിന്നെയും നിന്റെ അമ്മയെയും കുറിച്ചുള്ള വിഷമമാണ്. അത്രയ്ക്ക് നിങ്ങൾ സഹിച്ചിട്ടുണ്ട്. ഇനിയൊരു ദുരിതം പാടില്ല. നിന്റെ ഈ കൊച്ചു സഹായത്തേക്കാൾ എനിക്ക് വലുതാണ് നിന്നെ ഇവിടെ കാണുന്ന സന്തോഷം. ഇപ്പോൾ ഇവിടെ നടന്നു കൊണ്ടിരിക്കുന്ന കുഴപ്പങ്ങളെ കരുതിയാണ് ഞാനിത് പറയുന്നത്. ആരും ഇവിടെ സുരക്ഷിതരല്ല; സ്വന്തം വീട്ടിൽപ്പോലും.”

ഞാനിത് പറയുമ്പോൾ അവൾ ചോളച്ചാക്കിനു മുകളിലിരുന്ന്, കാല് പരത്തി, പാവാട കാലിന് താഴേക്ക് നിവർത്തി നിഷ്കളങ്കമായ ചിരിയോടെ ചോളം പറിച്ചുകൊണ്ടിരിക്കും. വിരിയാൻ തുടങ്ങുന്ന മെയ് പുഷ്പം. അതാണ് അഡോൾഫിന. അവളുടെ നോട്ടവും ഭാവവും സംസാരിക്കുന്ന രീതിയുമൊക്കെ ജോഷെയെപ്പോലെയാണ്. വാക്കുകൾക്ക് അത്ര ഉറപ്പാണ്. നല്ല ഉറപ്പുള്ള വ്യക്തിത്വം അവൾക്ക് ജന്മനാ കിട്ടിയ ഗുണമാണ്.

“വല്ല്യമ്മച്ചിയെ ഒരു ദിവസം ഇയൊബാസ്കോയിലേക്ക് കൊണ്ടുപോകണം. ഒരു മാറ്റം. എന്തു പറയുന്നു? മകളെയും മറ്റ് പേരക്കുട്ടികളേയും കാണണ്ടേ? കാപ്പിയുടെ വിളവിന് ശേഷം കുറച്ച് കാശ് കൈയിൽ കിട്ടിയതും ഞാനോടി വരും” അവൾക്കെപ്പോഴും തമാശയാണ്. ചലാറ്റയെക്കാൾ ദൂരം ഞാനൊരിക്കലും പോയിട്ടില്ല. ദൈവം രക്ഷിക്കട്ടെ.

രാവിലെ 7 മണി

എനിക്ക് ഓർമ്മിച്ചെടുക്കാവുന്ന നാൾ മുതൽ ചലാറ്റനെംഗോ അങ്ങനെയാണ്; പ്രശാന്തമായി, വലിയ പ്രശ്നങ്ങളില്ലാതെ, വെറും കുടുംബ പ്രശ്നങ്ങൾ മാത്രമായി, കളവോ തട്ടിപ്പറികളോ ഒന്നുമില്ലാതെ. സമാധാനം നിറഞ്ഞ സ്ഥലമായാണ് എപ്പോഴും ഇവിടത്തെക്കുറിച്ച് ഓർക്കുന്നതെന്ന് എന്റെ അമ്മ പറയുമായിരുന്നു. അവസാനമായി നടന്ന കൊലപാതകം നാല്പതു വർഷം മുൻപാണ്. ഞാൻ കുഞ്ഞായിരിക്കുമ്പോൾ. ജോലി അന്വേഷിച്ച് ഒരാൾ ഇവിടെ വന്നിരുന്നു. "എന്തു പണിയാണ് നമുക്ക് അയാൾക്ക് കൊടുക്കാനുള്ളത്." അമ്മ പറഞ്ഞിരുന്നു. ഒടുവിലയാൾക്ക് ഡെറ്റൗറിനടുത്തായി, ഇവിടെയുണ്ടായിരുന്ന ഒരു ജന്മിയുടെ വീട്ടിൽ പണി കിട്ടി. അയാളെ പിടിക്കാനായി അവർ അധികാരികളെ കൊണ്ടുവന്നപ്പോൾ, അയാൾ അവിടെ ഒരു മാസമായിട്ടുണ്ടായിരുന്നില്ല. അയാൾ ജനാധിപത്യ വിരുദ്ധനാണെന്നാണ് അവർ പറഞ്ഞത്. അവരീ പറയുന്നതിനെക്കുറിച്ച് ആർക്കറിയാനാണ്. കാരണം ആ മനുഷ്യൻ ആരെയും കണക്കാക്കിയിരുന്നില്ല. അയാൾക്കെതിരെ ചുമത്തപ്പെടാവുന്ന ഒരേയൊരു കുറ്റം അയാൾക്ക് ഒരു തോക്കുണ്ടായിരുന്നുവെന്നതും അതുകൊണ്ട് അയാൾ വെള്ള ചിറകുള്ള പ്രാവുകളെ വെടിവയ്ക്കാൻ പോകാറുണ്ടായിരുന്നു എന്നതുമാണ്. അമ്മ അയാളെ ഇപ്പോഴും ഓർക്കുന്നു. തോക്കിൻ കുഴൽ തോളിൽവച്ച് നടക്കുന്ന, തെങ്ങുപോലെ ഉയരമുള്ള സുന്ദരനായ ഒരു അപരിചിതൻ. അയാളുടെ പക്കൽ രേഖകളൊന്നുമില്ല എന്നത് വലിയ കുറ്റമാണെന്ന് അധികാരികൾ അയാളോട് പറഞ്ഞു. മാത്രമല്ല, അയാൾ അവരെ അനുസരിക്കാതെ എതിർക്കുകകൂടി ചെയ്തപ്പോൾ, അവർ അയാളെ ഒരു കഴുതവണ്ടിക്കു പിറകെ കെട്ടി വലിച്ചിഴച്ച് കൊണ്ടുപോയി.

റുബേനിയ ഫ്യുയന്റസ്:

-എനിക്കത് മറക്കാൻ കഴിയില്ല മോളെ. അയാളെ തല്ലിയത് നീയൊന്ന് കാണേണ്ടതാണ്. അവർക്ക് കഴിയാവുന്നത്ര അവരാ പാവത്തിനെ ഉപദ്രവിച്ചു.

ഗ്വാഡലൂപ്പെ ഫ്യുയന്റസ്:

-അമ്മെ, അവരെന്താണിത്ര ക്രൂരന്മാരായത്?

റുബേനിയ ഫ്യുയന്റസ്:

ദൈവത്തിനേ അറിയൂ. അധികാരികളെ പറ്റിച്ച് കടന്നു കളയാനാവില്ല എന്നത് മാത്രമാണ് നമുക്ക് തീർച്ചയുള്ള കാര്യം.

ഗ്വാഡലൂപ്പെ ഫ്യുയന്റസ്:

-പക്ഷേ അയാൾ ആർക്കും ഉപദ്രവം ചെയ്തിട്ടില്ലന്നല്ലേ പറഞ്ഞത്, വെറുതെ വേട്ടയ്ക്കുപോകുമെന്നല്ലാതെ.

റുബേനിയ ഫ്യുയന്റസ്:

അതെ, അതാണ് പറഞ്ഞത്. ചെറിയൊരു ന്യായംപോലും അധികാരികളോട് പറയരുത്. കാരണം അവർ ക്രൂരമായി പ്രവർത്തിക്കും. അതിനാണവർക്ക് പണം കൊടുക്കുന്നത്. അതിനാണവർ ശമ്പളം വാങ്ങുന്നത്.

ഗ്വാഡലൂപ്പെ ഫ്യുയന്റസ്:

നല്ലവരെ വെറുതെ ഒരു കാരണവും കൂടാതെ കൊല്ലാനല്ല അവർക്ക് ശമ്പളം കൊടുക്കുന്നത്.

റുബേനിയ ഫ്യുയന്റസ്:

എന്റെ കുട്ടീ, അവർക്ക് അവരെക്കാളും വലിപ്പമുള്ള വലിയ മരക്കൊമ്പ് പോലുള്ള വലിയ തോക്കുകൾ നല്കിയിരിക്കുന്നത് പിന്നെന്തിനാണെന്നാണ് വിചാരം? വെടിവയ്ക്കാനാണ് മോളെ വെടിവയ്ക്കാൻ. കാരണം, അവരത് ചെയ്തില്ലെങ്കിൽ അധികാരികൾ ഒന്നിനും കൊള്ളാത്ത അലങ്കാരങ്ങൾ മാത്രമാണെന്ന സംസാരത്തിന് വഴിവെക്കും.

അയാൾ പെട്ടെന്ന് മരിച്ചുവെന്നാണ് പറയപ്പെടുന്നത്. കമ്മ്യൂണിസത്തെ കുറിച്ച് ഒരുപാട് സംസാരം അതിനകം ഉണ്ടായതിനാലും അധികാരികൾ ഏറെ രോഷാകുലരായതിനാലും അയൽപ്പക്കത്തെ ആളുകളൊന്നും തന്നെ അതിൽ ഇടപ്പെട്ടിട്ടില്ലെന്ന കാര്യം ഉറപ്പാണ്. “ഇന്ത്യക്കാർ പ്രക്ഷോഭം നടത്തിയിട്ടുണ്ട്. ഇവിടത്തെ മൊത്തം ആളുകളെ തുടച്ചില്ലാതാക്കേണ്ടിവന്നാലും അവരതിന് ഒരിക്കലും മാപ്പുകൊടുക്കില്ല.” അതാണ് അമ്മ എന്നോട് പറഞ്ഞത്. 1932 ന് കുറച്ചു കഴിഞ്ഞതുമാണ് അത്. “ആ ദിവസങ്ങൾ എത്രമാത്രം ഭീകരമായിരുന്നുവെന്ന് നിനക്കറിയില്ല. പുണ്യാളന്റെ ചിത്രമുള്ള സ്റ്റാമ്പ് പോലും കൈവശം വെക്കാൻ കഴിഞ്ഞിരുന്നില്ല. കാരണം പിന്നിൽ അച്ചടിച്ച പ്രാർത്ഥനകൾ കമ്മ്യൂണിസ്റ്റ് മുദ്രാവാക്യങ്ങളാണെന്നാണ് അവർ

വിശ്വസിച്ചിരുന്നത്. അങ്ങനെ ഞങ്ങൾക്ക് ഫ്യൂജിലെ കന്യകയെയും അടോച്ചയിലെ പരിശുദ്ധ ബാലനെയും എന്തിന് ലോകരക്ഷകനെയും കത്തിച്ചു കളയേണ്ടതായി വന്നു." കാര്യങ്ങൾ അത്രകണ്ട് മോശമായിരുന്നു വെന്ന് ഞാൻ നിന്നോട് പറഞ്ഞിരുന്നില്ലേ.

"ശ്വാസം വിടുന്നതുപോലും ശ്രദ്ധിച്ചു വേണമായിരുന്നു. അല്ലെങ്കിൽ നിങ്ങളുടെ കമ്മ്യൂണിസ്റ്റ് ബന്ധു മരണപ്പെട്ടിട്ടുണ്ടെന്നും അതിനാൽ നിങ്ങൾ സങ്കടപ്പെടുന്നുവെന്നും അവർ കരുതും. നാല്പതിനായിരത്തിലധികം ആളുകൾ അന്ന് മരിച്ചു." അമ്മയ്ക്ക് സ്വയം രക്ഷിക്കാനും എന്റെ അച്ഛനെ രക്ഷിക്കാനും കഴിഞ്ഞതെന്ന് ഞാൻ പറയും. കാപ്പിത്തോട്ടങ്ങളില്ലാത്തതിനാലും അധികം ആളുകൾ ഇല്ലാത്തതുകൊണ്ടും, ആരും തന്നെ കലാപമുണ്ടാക്കാത്തതുകൊണ്ടും ചലാറ്റയിൽ പ്രക്ഷോഭങ്ങളില്ലായിരുന്നുവെന്ന് അമ്മ വിശദീകരിക്കും. അവർക്ക് ഭാഗ്യമുണ്ട്. "ദൈവം എന്നെ കാത്തുകൊള്ളട്ടെ. എല്ലാ ആണുങ്ങളും കമ്മ്യൂണിസ്റ്റുകാരാണെന്ന് കരുതപ്പെടുന്നതിനാൽ നിങ്ങൾ അച്ഛനില്ലാതെയാണ് കഴിയുക." അമ്മ പറയും: "ഇവിടെ കാപ്പിത്തോട്ടങ്ങളില്ലാത്തതുകൊണ്ട് ജീവിതത്തിന് സമാധാനമുണ്ട്. എന്തെങ്കിലും തിന്നാനുണ്ടെങ്കിൽ ഒരാൾക്ക് തിന്നാം. ഞങ്ങളെ സംബന്ധിച്ചിടത്തോളം ദാരിദ്ര്യം ഒരനുഗ്രഹമാണ്." അമ്മ തുടരും "ഞാനൊരിക്കലും ഇത്തരം കാര്യങ്ങൾ എന്റെ ജീവിതത്തിൽ കേട്ടിട്ടില്ല, ഞാൻ അമ്മയോട് പറയും:

ഗാർഡുകൾ അയാളെ ഡെറ്ററിലേക്ക് വലിച്ചിഴച്ചു കൊണ്ടുപോയി; അവരുടെ വണ്ടി തള്ളിയ ആ കോവർ കഴുതകൾ അവിടെയുണ്ട്. ശരീരം ഇവിടെ മറവുചെയ്യപ്പെടുകയോ പരുന്തുകൾ ഭക്ഷിക്കുകയോ ചെയ്തു. അധികാരികൾക്ക് സ്ഥലം വിട്ടു പോകുമ്പോൾ ചിരിയായിരുന്നു.

അവരുടെ കണ്ണുകളിൽ ആ ചിരി കാണാമായിരുന്നു. കണ്ണുകളിൽ മാത്രമാണ് അവർക്ക് ചിരിക്കാൻ കഴിയുമായിരുന്നത്.

കാരണം അധികാരികൾക്ക് ശരിയായി ചിരിക്കാൻ പറ്റില്ല. അത് നിഷേധിച്ചിട്ടുള്ളതാണ്. ചുരുങ്ങിയ പക്ഷം അവർ വായകൊണ്ട് ഒരിക്കലും ചിരിക്കുന്നില്ല. കാരണം, അവരെ നിയോഗിച്ചിട്ടുള്ളത്, ഭയപ്പെടുത്താനും ചോദ്യം ചെയ്യുവാനും പിടിച്ചുകൊണ്ടു പോകുവാനുമാണ്. അവർ പറയും "വിഡ്ഢികളുടെ ഇടയിലാണ് ചിരി നിറയുക." ഒരു അധികാരി ഒരിക്കലും തന്നെ തന്റെ ദൗർബല്യം ഒരു സാധാരണക്കാരനു മുന്നിൽ വെളിപ്പെടുത്തിക്കൂട. അല്ലെങ്കിൽ അതോടുകൂടി തന്റെ അധികാരം ശരിക്കും നഷ്ടപ്പെടും. അധികാരികൾ കുറച്ചു വാക്കുകളേ ഉപയോഗിക്കൂ. സാധാരണക്കാരോട് സംസാരിച്ച് അവർക്ക് തങ്ങളുടെ ശക്തി നഷ്ടപ്പെടുത്താനാവില്ല. അവർ പ്രവർത്തിക്കുകയാണ് ചെയ്യുക. വിശുദ്ധമായി കണക്കാക്കപ്പെടുന്ന കാര്യങ്ങളെ, എങ്കിൽ മാത്രമേ അവർക്ക് സംരക്ഷിക്കാനാവൂ. അതുകൊണ്ട്

തന്നെയാണ് ഭൂവുടമകൾ അവരിൽ പലർക്കും പണം കൊടുക്കുന്നതും. എത്ര നന്നായി പെരുമാറുന്നുവെന്നത് അനുസരിച്ചാണ് അവർക്ക് കിട്ടുന്ന ബോണസിന്റെ വലിപ്പം. ലാഭകരമായ പാടങ്ങളെയും കൃഷിയിടങ്ങളെയും ശൂന്യമാക്കുക.

എന്റെ അമ്മയാണ് ഇതെല്ലാം എനിക്ക് പറഞ്ഞുതന്നത്.

ഇവിടെയുള്ളത് വലിയ തോട്ടങ്ങളാണ്; എത്ര വലിപ്പമുണ്ടെന്ന് പോലും അറിയില്ല. ഒരു മതിലിനോ കുന്നിനോ മുകളിൽ നിന്ന് നോക്കിയാൽ കാണാവുന്നതത്രയും ഒരു ഭൂവുടമയുടേതായിരിക്കും. ചക്രവാളങ്ങൾ പോലും. പിന്നെ ആകാശവും. അധികാരികളുടെ നോട്ടമുണ്ട് പക്ഷേ, ചുറ്റും കുറ്റിക്കാടു മാത്രമുള്ള ഇവിടെ നിന്ന് ആര് എന്തെടുക്കാനാണ്? ചോളമുണ്ടെന്നത് ശരി തന്നെ. പക്ഷേ ഒന്നെടുക്കാൻ ശ്രമിച്ചാൽ മതി അപ്പോൾ വീഴും ഇടിത്തീ പോലെ വെളിച്ചം.

മുതലാളിമാർക്ക് പകരം അധികാരികളെയാണ് കാണുക. തോട്ടം മുതലാളിയെ ഒരിക്കലും കണ്ടിട്ടില്ലെങ്കിലും അധികാരികളെ എപ്പോഴും ഞാൻ കാണും. തോട്ടം മുതലാളിമാർ ഒരിക്കലും വരാറില്ല. ഡെറ്റൗറിൽ കാറിലും ജീപ്പിലും അവർ പാഞ്ഞുപോകും. പക്ഷേ ഒരു തുണ്ട് സ്ഥലത്ത് കൈവച്ചാൽ മതി പിന്നെ അവനെ ദൈവത്തിനു മാത്രമേ രക്ഷപ്പെടുത്താനാവൂ. ആരും തന്നെ മരം മുറിക്കാനും തുനിഞ്ഞിട്ടില്ല. പുളിക്കൊന്നും അത്ര വിലയില്ല. പക്ഷേ അനുവാദം കൂടാതെ എടുക്കാൻ പറ്റില്ല. ചുറ്റുമൊരു മനുഷ്യക്കുഞ്ഞു പോലുമില്ലാത്ത സന്ദർഭങ്ങളുണ്ടാവാറുണ്ട്. നുഴഞ്ഞു കയറി ഒരു മാങ്ങയോ മറ്റോ അടിച്ചു മാറ്റാനൊരു ത്വരയുണ്ടാകും. കാരണം നിലത്ത് ഒരു പഴം വീണു കിടക്കുന്നത് കണ്ടാൽ ഒരു രസത്തിനെങ്കിലും അത് തോന്നും. പക്ഷേ അധികാരികൾ എവിടെ പ്രത്യക്ഷപ്പെടുമെന്നത് അറിയാത്തത് കൊണ്ട് അത് അപകടമാണ്. എങ്ങനെ വെടിവയ്ക്കുമെന്നും അറിയില്ലല്ലോ. അവരെ കാണാൻ കഴിയില്ല. ആ വലിയ ജന്തുക്കൾ ദൂരെ കുറ്റിക്കാടിനു പിന്നിലോ പാറയുടെ പിന്നിലോ മറ്റോ ഒളിച്ചുനിന്നായിരിക്കും വെടിവയ്ക്കുക. ചിലപ്പോൾ മാങ്ങ പറിക്കാൻ മാവിൽ കയറിയ അവർ ആ കൊമ്പുകളിൽ തന്നെ സ്ഥലം പിടിച്ചിട്ടുണ്ടാകും.

ചിലപ്പോൾ അവർ വിറകുതരും. ഞാനെന്തിനു നുണ പറയണം?

-മുതലാളി പറയുന്നത് വിറകെടുക്കാനായി തോട്ടത്തിൽ കടക്കുന്നത് അനുവദനീയമാണെന്നതാണ്.

-നന്ദിയുണ്ട് യജമാനന്മാരെ, ഞാൻ പറയും.

-വേഗം വിട്ടോ. ഇന്നത്തേക്ക് മാത്രമേയുള്ളൂ. പിന്നെ ഞങ്ങൾ ചെറ്റകളാണെന്ന് പറയരുത്.

-ഒരിക്കലുമില്ല സാറെ.

അതുകൊണ്ട് കുഴപ്പമില്ലാതെ പോയി. കാരണം അനുവാദമുണ്ട്. ഏതാണ്ട് തണുപ്പുകാലമാകുമ്പോൾ അവർ തോപ്പിനു തീയിടുമ്പോഴാണ് ഇത് സംഭവിക്കുക. ചീവീടുകളുടെ കാലത്തും പരിശുദ്ധ വാരത്തിലും പെപ്പെറ്റോ മരങ്ങളുടെ ഇടയിലൂടെ ഞങ്ങൾ നടക്കും. കാഷ്ഠങ്ങളിൽ ചവിട്ടാതെ. ചവിട്ടിയാൽ പ്രശ്നമൊന്നുമില്ല. പക്ഷേ ചെറിയ കൃമികൾ കാരണം വെറുതെ വൃത്തികേടാവണ്ടല്ലോ.

-വണക്കം ലൂപ്പിറ്റാ..........

-ശരി ചേച്ചി.......

-ഒരു കൂട്ടിന് വാ

-എങ്ങോട്ടാണ്?

-വിറകിന്. ഇന്നവർ അനുവാദം തന്നിട്ടുണ്ട്. വാ എടുക്കാം.

ചേച്ചിയെങ്ങനെ അറിഞ്ഞു?

-അധികാരികൾ ഡോൺ സെബാസ്റ്റ്യനോട് പറഞ്ഞു. സെബാസ് വിവരം ഞങ്ങൾക്ക് തന്നു.

-എന്നാൽ കുറച്ചൊന്നു കാത്തിരിക്കോ. ഞാനെന്തെങ്കിലുമൊന്നിടട്ടെ. പക്ഷേ, അകത്ത് വരൂ. കൂട്ടുകാരിയല്ല എന്ന മട്ടിൽ പുറത്തു നില്ക്കേണ്ട.

എന്തെങ്കിലും തുണി എടുക്ക്.

-കീറിപ്പറിഞ്ഞതായാലും മതി. മുള്ള് കൊള്ളണ്ടല്ലോ.

-ശരിയാണ്. ചെപ്പെ ഇവിടെന്തോ ഒന്ന് ഇട്ടിട്ടുണ്ട്.

-എന്നാൽ ശരി.

-കസേര വലിച്ചിട്ടിരിക്ക്.

-എവിടെ കുട്ടികൾ, അനിയത്തി.....

-അവര് തൊടിയിൽ ഓടികളിക്കുന്നുണ്ടാകും. പക്ഷേ അവരോടിതു പറഞ്ഞാൽ വാലിൽ തൂങ്ങും.

-ഇരിക്കുന്നില്ല ലൂപിറ്റ. ഇരുന്നാൽ പിന്നെ എണീക്കാൻ തോന്നില്ല. ഞാനിവിടെ കാത്ത് നില്ക്കാം. പെട്ടെന്ന് തയ്യാറാകൂ.

-ധൃതി പിടിക്കാതെ. ഞാനിതാ എത്തി.

അവർ ശരിയായൊരു ശവസംസ്കാരം നടത്തിയിട്ടില്ലാത്തുകൊണ്ടാവാം ആ പാവം മനുഷ്യൻ തന്റെ ആത്മാവ് തേടി ഇവിടെയൊക്കെ അലയുന്നത്. മാംസം പരുന്തുകൾ തിന്നിട്ടുണ്ടെങ്കിൽ എല്ലുകളെങ്കിലും കുഴിച്ചിടാമായിരുന്നു. ഒരുപക്ഷേ പട്ടികൾ തിന്നുകാണും. കാരണം എന്റെ അമ്മ പറഞ്ഞിട്ടുണ്ട് 1932 നോടടുത്ത കാലത്ത് പട്ടികൾ ശവശരീരം തിന്നുകയായിരുന്നെന്ന്- കാരണം അന്നത്ര പട്ടിണിയായിരുന്നതിനാൽ മൃഗങ്ങൾക്ക് പോലും ഒന്നും

തിന്നാൻ കിട്ടിയിരുന്നില്ല. അവൊക്കാഡോ പഴങ്ങൾ പോലും; പട്ടികൾക്കിഷ്ടപ്പെട്ട തീറ്റ. അത്രയ്ക്ക് ദുരിതമായിരുന്നു. അതിലും കഷ്ടം പന്നി വളർത്തി വില്ക്കുന്നവരുടേതായിരുന്നു. പന്നികളും ശവം തിന്നിരുന്നതിനാൽ ആളുകളാരും പന്നിയിറച്ചി കഴിച്ചിരുന്നില്ല. ഇതെല്ലാം തന്നെ സാന്റ ടെക്ലയിൽ സംഭവിച്ചതാണ്, അമ്മ പറയുമായിരുന്നു കാര്യങ്ങൾ.

അപ്പോൾ പറഞ്ഞുവന്നത് ആ സുന്ദരനായ അപരിചിതന്റെ മരണമായിരുന്നു അവസാനത്തേതെന്നതാണ്. ഈ നാല്പതു വർഷത്തിനിടയ്ക്ക്.

ഒരുപക്ഷേ ജസ്റ്റിനോയുടെ മരണവുമായി ഞങ്ങൾ സമരസപ്പെട്ടത് അത് കൊണ്ടായിരിക്കാം-അത് ദൈവ നിശ്ചയമായിരുന്നു; ആ കൊള്ളക്കാരുടേയും.

ഞാനത് ഓർമ്മിക്കാൻ പോലും ഇഷ്ടപ്പെടുന്നില്ല. കാരണം അവന്റെ മരണം എനിക്ക് എപ്പോഴും, ഇപ്പോൾ മാത്രം സംഭവിച്ചതാണ്; ഓർമ്മിക്കേണ്ടതില്ലാത്തവിധം.

മരിയ പിയ

ഈ ഭാഗത്തു നിന്നുള്ളവൾ തന്നെയാണ് ഞാനും. ഹീലിയൊ ഹെർണ്ണാണ്ടസിന്റെ ഭാര്യ. അദ്ദേഹത്തെ നാഷണൽ ഗാർഡ് പിടിച്ചുകൊണ്ടു പോയി. അവരദ്ദേഹത്തെ തപ്പിയെടുത്ത് വല്ലാതെ ദ്രോഹിച്ചു. തോക്കിന്റെ പാത്തികൊണ്ട് പിറകിലും തലയിലും അടിച്ചു.

മലയിൽ നിന്നും ഉറക്കം തൂങ്ങി വരുന്ന വഴി അവരുടെ കൈയിൽ ചെന്നു വീഴുകയായിരുന്നു.

കൂടെയുള്ള എമീലിയോ റാമിറെസ് പെട്ടെന്ന് തന്നെ അടിയേറ്റ് വീണു. ഹീലിയോ രക്ഷപ്പെടാൻ ശ്രമിച്ചെങ്കിലും വള്ളികളിൽ പെട്ട് കുടുങ്ങിപ്പോയി.

അഞ്ചോളം ഗാർഡുകൾ ചാടി വീണ് തോക്കിൻ പാത്തികൊണ്ട് എല്ലാവിടെയും തല്ലി; അനങ്ങാൻ പോലും കഴിയാത്തവിധത്തിൽ.

"കൊലയാളികളെ, അദ്ദേഹത്തെ വെറുതെ വിട്." ഞാൻ നിലവിളിച്ചു.

-എന്തിനാ നീ ഓടിയത്, പേടിത്തൊണ്ടാ?

ഞങ്ങൾ പുറത്തേക്കു പോവുകയായിരുന്നു. അവർ പിള്ളേരുമായി വരുമ്പോൾ ഞങ്ങൾ തെരുവിലായിരുന്നു. കൈയിൽ പതിനഞ്ച് മാസം പ്രായമുള്ള കുഞ്ഞും. ഞങ്ങളുടെ അടുത്തെത്തിയതും, ഗ്വായബോ കമ്പുകളൊടിച്ച്, കടന്നുപിടിച്ച് പൊതിരെ തല്ലി.

നോക്കി നിന്ന ഹീലിയോയ്ക്കും എമിലിയോയ്ക്കും തല്ല് കിട്ടി. അവരുടെ കൈകൾ പിറകിൽ കൂട്ടിക്കെട്ടിയിരുന്നു. പിന്നെ ഗാർഡുകൾ ഞങ്ങളെ തൊഴിക്കാൻ തുടങ്ങി.

-പുലയാടികളെ! എല്ലാറ്റിന്റെയും പണി ഞങ്ങളിന്ന് കഴിക്കും!

ഞങ്ങൾ ബഹളം വച്ചു: "ഞങ്ങളെ വെറുതെ വിടൂ. ഞങ്ങളൊന്നും ചെയ്യുന്നില്ലല്ലോ!"

ഞങ്ങളെ തെരുവിലൂടെ പിന്തുടർന്ന് അവർ ചവിട്ടിക്കൊണ്ടിരുന്നു. എന്റെ കുഞ്ഞിനെ കടന്നു പിടിച്ച്, എന്റെ കൈകളിൽ നിന്ന് തട്ടിമാറ്റാനായി അവന്റെ തലയിൽ ശക്തമായി ഉന്തി. പിന്നീടവർ എന്നെ ശരീരമാകെ തല്ലി വശം കെടുത്തി. ഒടുവിൽ അവർ തളർന്നപ്പോൾ എന്നെ പോകാൻ അനുവദിച്ചു. പിന്നീടവർ ചോരയൊലിച്ചു നിന്ന ഹീലിയോയ്ക്കും എമിലിയോയ്ക്കും നേരെ തിരിഞ്ഞു. അവരുടെ തലയിൽ തുണി കെട്ടിയിരുന്നു. ഒരുപക്ഷേ ഗാർഡുകളായിരിക്കും അതുചെയ്തത്. അവർ നോക്കാതിരിക്കാൻ. എന്നാൽ ആരെല്ലാം അവരുടെ പ്രവൃത്തികൾ നോക്കുന്നു അല്ലെങ്കിൽ നോക്കാതിരിക്കുന്നു എന്നത് യഥാർത്ഥത്തിൽ അവർക്ക് ഒരു പ്രശ്നമായിരുന്നില്ല. അവർ തിരികെയെത്തിയതും തോക്കിൻ പാത്തികൊണ്ട് വീണ്ടും ഹീലിയോയുടേയും എമിലിയോയുടേയും ചെവിയിലും മുതുകത്തും അടിക്കുകയും ഒപ്പം തന്നെ കൂർത്ത ബൂട്ടുകൊണ്ട് ചവിട്ടുകയും ചെയ്തു. അവരുടെ വായിൽ നിന്ന് ഉമിനീർ ഒലിക്കുന്നുണ്ടായിരുന്നു- അത്രയ്ക്ക് അവർ രസിച്ചിരുന്നു. ഹീലിയോ ഒടുവിൽ തോക്കിൻപാത്തി തലയിൽ കൊണ്ടതും താഴെ വീണു.

മരിച്ച പോലുള്ള വീഴ്ച.

ഗാർഡുകൾ എമിലിയോയോട് പറഞ്ഞു:

"നിന്റെ കൂട്ടുകാരനാണെങ്കിൽ തൂക്കിയെടുത്തോ. വെറുതെ ചുള്ളിക്കൊമ്പാവണ്ട!

എമിലിയോ താഴെ കുത്തിയിരുന്നു ഹീലിയോയെ നോക്കി. പിറകിൽ കൈകൾ കെട്ടിയിരുന്നതുകൊണ്ട് തൊടാനാകുമായിരുന്നില്ല.

എഴുന്നേല്ക്കാനെന്നവണ്ണം ഹീലിയോ കൈയുയർത്തി; അദ്ദേഹത്തിന് ബോധം കൈവരുന്നതായി തോന്നി. ശരീരം ആടിയാടി എഴുന്നേറ്റതും അവർ വീണ്ടും തല്ല് തുടങ്ങി.

ഞങ്ങളുടെ നിലവിളി പട്ടണമാകെ ഉയർന്നു കേൾക്കുകയും എന്താണ് സംഭവിക്കുന്നതെന്ന് അറിയാനായി ആളുകൾ കൂടുകയും ചെയ്തു. പിന്നീടവരെ അവർ ബസ്സ്റ്റോപ്പിലേക്കാണ് കൊണ്ടുപോയത്; വലിച്ചിഴച്ചു കൊണ്ട്. പിറകിൽ ഞങ്ങളും. അടുത്തതായി അവരെ ഗാർഡുകൾ നിലത്ത് ഉപേക്ഷിച്ച് ഞങ്ങളുടെ നേരെ വന്നു. ഞങ്ങളുടെ നേരെ തിരിഞ്ഞതും അവർ പറഞ്ഞു: "പുലയാടികളെ നിങ്ങൾക്കെന്താണ് വേണ്ടത്?"

-ഹീലിയോ എന്റെ ഭർത്താവാണ്.

-കൊടിച്ചിപ്പട്ടി, അതിന് ഞങ്ങൾക്കെന്ത് വേണം. നിന്റെ പേരെന്താണെന്ന് മാത്രം പറ!

എന്നിട്ടയാൾ ഒരു കൊച്ചു പുസ്തകമെടുത്തു. അയാളായിരുന്നു

ഉത്തരവുകൾ കൊടുത്തിരുന്നത്. പിന്നീടാണ് അവൻ ടിക്കായുടെ മകനാണെന്ന് എനിക്ക് മനസ്സിലായത്. ഞങ്ങളോ മറ്റോ കണ്ടാലോയെന്ന് കരുതി അവൻ നാണംകൊണ്ട് ബസ്സ്റ്റോപ്പിൽ പതുങ്ങി നിന്നിരുന്നു. പെട്ടെന്ന് ഞാൻ ആലോചിച്ചു. ഭാഗ്യത്തിന് അഡോൾഫിനയെ അമ്മയുടെ വീട്ടിലേക്ക് അയക്കാൻ പറ്റി. ഇതൊന്നും അവൾ കാണേണ്ടി വന്നില്ലല്ലോ. അവൾ സ്ഥലം വിട്ടത് നന്നായി.

-നീ മരിയ പിയയാണോ........

-അതെ. നിങ്ങൾക്കെന്നെ അറിയാമല്ലോ അല്ലേ?

അപ്പോൾ മറ്റയാൾ പറഞ്ഞു:

-നോക്ക്, തേവിടിശ്ശിയുടെ ഒരു വർത്തമാനം.

എന്നെ വീണ്ടും വടികൊണ്ട് തല്ലാനെന്നവണ്ണമായിരുന്നു അയാളുടെ നില്പ്.

ടിക്കയുടെ മകൻ പറഞ്ഞു:

-ഹേയ് അവരെ വെറുതെ വിട്ടേക്കൂ. ഇനി അടിക്കേണ്ട; നന്നായി അടി കിട്ടിയിട്ടുണ്ട്.

ഗാർഡുകൾ അവനോട് പറഞ്ഞു: "അങ്ങനെയല്ല. ഇവരോട് നന്നായി പെരുമാറാൻ തുടങ്ങിയാൽ പിന്നെ ആർക്കും ഇവരെ അടക്കാൻ പറ്റില്ല."

-ശരിയാണ്. പക്ഷേ മതി! വല്ല കുഴപ്പമുണ്ടാകുന്നതിനു മുമ്പ് ഈ തന്തയില്ലാത്തവരെ എങ്ങോട്ടെങ്കിലും കൊണ്ടുപോവുകയാണ് നല്ലത്.

കാരണം ഹീലിയോയും എമിലിയോയും എന്താണ് ചെയ്തതെന്ന് പട്ടണത്തിലെ ആളുകൾ കൂടിനിന്ന് സംസാരിക്കാൻ തുടങ്ങിയിരുന്നു.

ഞാനവരോട് പറഞ്ഞു:

"അവർ മലയിൽ നിന്ന് ഉറക്കം കഴിഞ്ഞ് വരുന്ന വഴിയായിരുന്നു. അവർ മലയിലാണ് ഉറങ്ങിയിരുന്നത്. കാരണം ആരോ ചിലർ അവർ വിത്തിനും വളത്തിനും വില കുറയ്ക്കണമെന്ന ആവശ്യവുമായി ബാങ്കിൽ പ്രകടനം നടത്തിയെന്ന് അറിയിച്ചിരുന്നു. അതിനാൽ ഗാർഡുകൾ രണ്ട് തവണ അവരെ തേടി വന്നിരുന്നു. അതാണ് അവർ ഉറങ്ങാനായി മല കയറിയത്. രാത്രിയാണല്ലോ ഗാർഡുകളവരെ എപ്പോഴും തിരഞ്ഞിരുന്നത്. തോട്ടത്തിൽവച്ച് മുതലാളിയുമായി വിലപേശി പിടിക്കുന്നതിനേക്കാൾ ഭേദം വീട്ടിൽവച്ച് പിടിക്കാമല്ലോ. എല്ലാ കാര്യങ്ങളും പറയുകയും അന്വേഷിക്കുകയും ചെയ്തപ്പോൾ ഒരു ഭൂവുടമയാണ് അവർ സാൻ സൽവദോറിലേക്ക് പോകുന്നതിനെക്കുറിച്ച് സൂചന നല്കിയത്. കാരണം, വയ്യെന്ന് പറഞ്ഞ് ആളുകളിൽ പലരും ആ ദിവസം അവധിയെടുത്തിരുന്നു. മേസ്തിരി ഒരു ലിസ്റ്റുണ്ടാക്കി അത് ഗാർഡിന് നല്കി. ബാങ്കിലേക്ക് പോയവരുടെയൊക്കെ വീടുകളും അവർ വളഞ്ഞത് ആകസ്മികമായല്ല.

ഇന്നലെയാണ് ഇയൊബാസ്കോയിൽ ഞാൻ അവരെ ചെന്ന് കണ്ടത്. ടിക്കായുടെ മകനായ മാർട്ടിനെസുമായി സംസാരിക്കണമെന്ന് ഞാൻ ആവശ്യപ്പെട്ടുവെങ്കിലും അവനെ ഒരു ജോലി ഏല്പിച്ചിരിക്കുന്നുവെന്നാണ് അവർ പറഞ്ഞത്. അല്ലെങ്കിലും ഞാനാരാണ്? ഗാർഡ് ഒരു നോട്ടുപുസ്തകമെടുത്ത് എന്റെ പേരെഴുതി ഹീലിയോ ഫെർണ്ണാണ്ടസിനെ തേടുകയാണെന്ന് ഞാനയാളോട് പറഞ്ഞു-അവരദ്ദേഹത്തെ പിടിച്ചു കൊണ്ടുപോയി രണ്ടാഴ്ച കഴിഞ്ഞിരുന്നു.

അയാളെന്നോട് കാര്യങ്ങൾ വിശദമായി ചോദിച്ചു; ഞാനെന്ത് ആലോചിച്ചാണ് ചാകാൻ പോകുന്നത് എന്നത് വരെ. എല്ലാം കുറിച്ചെടുത്തു. ഞാൻ പാർക്കിൽ പോയി ബെഞ്ചിലിരിക്കാൻ നടന്നു. അപ്പോഴാണ് ജയിലിനു മുന്നിൽ, ഗാർഡിനൊപ്പം നടക്കാനിഷ്ടപ്പെടുന്ന പയ്യൻ വില്ല്യംസ് പുറത്ത് വരുന്നത് കണ്ടത്- ഒരു ഭാഗ്യചിഹ്നം പോലെ. ഞാനപ്പോൾ ആലോചിച്ചു. എന്തിന്? എനിക്കറിയാം. ഗാർഡുകളുടെ സന്ദേശവുമായി ഗ്രാമത്തിൽ വരുന്ന പയ്യനാണവൻ. ഒരുപക്ഷേ അവൻ പരിശീലനത്തിലായിരിക്കും. ദൈവത്തിനറിയാം. ഞാൻ വിളിച്ചു- വില്ല്യം, വില്ല്യം!

ചിലപ്പോഴവൻ സന്ദേശവുമായി പോവുകയായിരിക്കും. അവൻ ഇയൊബാസ്കോയിലെ ജയിലിലാണ് കഴിയുന്നത്. എല്ലാവർക്കും അവനെ അറിയുന്നതുകൊണ്ട് യാതൊരു സന്ദേഹവും കൂടാതെ ഞാനവനോട് സംസാരിച്ചു.

ഞാനവനോട് ചോദിച്ചു. എപ്പോഴാണ് അടുത്ത് കണ്ടത്:

-വില്ല്യം ഹീലിയോയെ കണ്ടിരുന്നോ?

അവൻ ചിരിക്കാൻ തുടങ്ങി. അവൻ പറഞ്ഞു:

"ശരിയാണ് അവരവിടെ പിടിച്ചിട്ടിട്ടുണ്ട്."

-വില്ല്യം, നീ നേരിട്ടു കണ്ടോ?

-പിന്നെ എവിടെയുണ്ടാകും?

ഞാൻ ബഞ്ചിൽ നിന്ന് തളർന്ന മനസ്സുമായി എഴുന്നേറ്റു. ഞാൻ വീണ്ടും ചോദിച്ചു:

"വില്ല്യം, നീ അദ്ദേഹത്തെ ശരിക്കും കണ്ടോ?"

-സത്യം. ഞാൻ........

വില്ല്യം കൊണ്ടുവന്ന നല്ല വർത്തമാനത്തിൽ ഉത്തേജിതയായി ഞാൻ ചോദിച്ചു:

"വില്ല്യം, അദ്ദേഹത്തിന് ഒന്നും സംഭവിച്ചിട്ടില്ലല്ലോ, അല്ലേ?"

ചിരി മാറാതെ അവൻ പറഞ്ഞു:

-ശരിയാണ്. ആദ്യ ദിവസങ്ങളിൽ സംഭവിച്ചു. അവരെയവർ കുരുമുളകു

പൊടിയിട്ട വെള്ളത്തിൽ കെട്ടിയിട്ടു. മുറിവുകളിൽ എത്രയ്ക്ക് എരിവു നീറിയിട്ടുണ്ടാകും? അവർ നിലവിളിച്ചു. പിന്നീട് പല്ല് തേക്കുന്ന ബ്രഷിൽ കുരുമുളകിട്ട് ചന്തിയിൽ തേച്ചു. പിന്നീടതെടുത്ത് മുഖത്ത് പല്ല് തേക്കാനായി......

ഞാൻ പറഞ്ഞു:

“എനിക്കവരെ കണ്ടേ മതിയാവൂ....

അവൻ നിർത്തിയില്ല:

‘‘ദിവസങ്ങളായി വെള്ളം കിട്ടാത്തതുകൊണ്ട് അവർ ദാഹിച്ചു വലഞ്ഞിരുന്നു. അതുകൊണ്ട് കുറച്ച് ‘ക്യാക്കർ ഓട്ട്സ്’ വേണമോ എന്ന് ചീഫ് ചോദിച്ചതും അവർ വേണമെന്ന് പറഞ്ഞു.

അതിൽ കൂടുതൽ കേൾക്കാൻ ഇഷ്ടപ്പെടാതിരുന്നതുകൊണ്ട് ഞാൻ ചോദിച്ചു:

“അവർ പക്ഷേ ജീവനോടെ ഇരിക്കുന്നുണ്ടല്ലോ, അല്ലേ?”

തിർച്ചയായും അവരെന്തിന് മരിക്കണം?

-അവരെ കാണുന്നുപോലുമില്ലല്ലോ! മാഞ്ഞുപോയ പോലെ!

അവൻ പക്ഷേ തുടർന്നുകൊണ്ടിരുന്നു:

-ദാഹം സഹിക്കാൻ അവർക്ക് കഴിയാത്തതുകൊണ്ട് ഹീലിയോ കുപ്പി തട്ടിയെടുത്ത് വായിൽ കമഴ്ത്തി. കമഴ്ത്തിയതേ കണ്ടുള്ളൂ വായിൽ തീ വീണ പോലെയായി. മൃഗങ്ങൾക്ക് കൊടുക്കാനുള്ള മാലത്തിയോൺ വിഷമായിരുന്നു. ഹീലിയോയ്ക്ക് നല്ലൊരു ദാഹശമനം കിട്ടിയത് കണ്ട് എല്ലാവരും പൊട്ടിച്ചിരിച്ചു.

അവനെന്നെ കളിയാക്കുകയാണെന്ന് മനസ്സിലായതുകൊണ്ട് ഞാനവനെ തടയാൻ ശ്രമിച്ചു.

-വില്ല്യം, ജീവിതമാണിത്, ഹീലിയോ എങ്ങനെയുണ്ടെന്ന് പറ.....

ചിരി തുടർന്ന് അവൻ പറഞ്ഞു:

-കഴിഞ്ഞ തവണ അവർ തോളിലെ എല്ലിളക്കി; എന്താ പറയുക, ക്ലാവിക്കിൾ? പിന്നെ എമിലിയോ? ബക്കറ്റയാൾ അടിച്ചു തെറിപ്പിച്ചു. മൂപ്പർക്ക് ആസിഡ് എടുക്കാൻ പറ്റില്ലായിരുന്നു.

എനിക്ക് സഹിക്കാൻ കഴിയാതെയായി:

-ഏയ്, അവരത്രക്ക് ക്രൂരന്മാരാണ്. പക്ഷേ ശരീരം തിരിച്ചു തരാമല്ലോ. എമിലിയോയുടെ അമ്മ നീറി നീറി മരിക്കുകയാണ്. ഹീലിയോയെ കുറിച്ചാണെങ്കിൽ അവർക്കദ്ദേഹത്തെ ആശുപത്രിയിൽ കൊണ്ടുപോകാമായിരുന്നു. അല്ലെങ്കിൽ എന്നെയെങ്കിലും കാണിക്കാമായിരുന്നു.

പക്ഷേ പിന്നീടവൻ കേൾക്കാൻ നിന്നില്ല, അവൻ സ്ഥലം വിട്ടു. ഞാൻ വീട്ടിലേക്കു പോകാനായി ബസ്സ്റ്റോപ്പിലേക്കും നടന്നു.

ഇനി സംഭവിച്ച കാര്യം: തിരിച്ചെത്തിയതും, ആറരയായിക്കാണും, ഞാൻ നേരെ കിടക്കയിലേക്കാണ് പോയത്. നല്ല പനിയും തലവേദനയും. പിന്നെ ഏതാണ്ട് പത്ത് മണിയായതോടു കൂടി അവർ വാതിലിൽ മുട്ടി. ഞാൻ ചോദിച്ചു: "ആരാണ്?" "തുറക്കാൻ!" പുറത്തു നിന്ന് അവർ അലറി. ഞാൻ വീണ്ടും ചോദിച്ചു: "ആരാണ്?" അവർ മറുപടി പറഞ്ഞു: "വാതിൽ തുറന്നോ! അല്ലെങ്കിൽ ഞങ്ങൾ അടിച്ചു പൊളിക്കും. ഞങ്ങൾ നാഷണൽ ഗാർഡുകളാണ്."

ടിക്കായുടെ മകൻ മാർട്ടിനെസിന്റെ ശബ്ദം എനിക്കറിയാമായിരുന്നു. എല്ലാ ശക്തിയും സംഭരിച്ച് ഞാൻ ഉറക്കെ അവനോട് പറഞ്ഞു:

"നോക്ക്, പനി കാരണം എനിക്കെഴുന്നേല്ക്കാൻ വയ്യ."

അപ്പോൾ അവർ: "തുറന്നില്ലെങ്കിൽ അടിച്ചു പൊളിക്കും!"

പിന്നീട് ഒരു കുട്ടിയുടെ ശബ്ദമാണ് കേട്ടത്: "തുറക്കൂ പിയൊ, തുറക്കൂ... പിയൊ, പിയൊ, പിയൊ."

നോട്ടക്കാരന്റെ മകനായ വില്ല്യമായിരുന്നു അത്.

ഞാൻ പുറത്തേക്കിറങ്ങാൻ തീരുമാനിച്ചു. പനി കാരണം വിറയലുള്ളതു കൊണ്ട് ഞാൻ മകനെ എഴുന്നേല്പിച്ചു, നോക്ക് മോനെ, എഴുന്നേല്ക്ക്." പക്ഷേ പേടിയുള്ളതുകൊണ്ട് പുറത്തു പോയി വാതിൽ തുറക്കാൻ പറ്റില്ലെന്ന് അവൻ പറഞ്ഞു.

അപ്പോൾ ഞാൻ അവരോട് വിളിച്ചുപറഞ്ഞു: "ഒന്ന് കാത്ത് നില്ക്കൂ, ഞാനൊന്ന് തുണി മാറിക്കോട്ടെ."

"ഹോ അപ്പോ നീ തുണി മാറുന്നത് കാത്ത് ഞങ്ങൾ നിക്കണം,അല്ലേടീ വൃത്തികെട്ടവളെ."

ഞാൻ തുണി വലിച്ചിട്ടെങ്കിലും ഇരുട്ടായതുകൊണ്ട് വശം തിരിഞ്ഞു പോയി. "ദയവായൊന്ന് കാത്തു നില്ക്കൂ." മെഴുകുതിരി കത്തിക്കുമ്പോൾ ഞാൻ പറഞ്ഞു.

"ഞങ്ങൾക്ക് നിന്നെ കാത്തതനില്ക്കാൻ പറ്റില്ല. ഒന്നില്ലെങ്കിൽ തുറക്കുക അല്ലെങ്കിൽ ഞാൻ പൊളിച്ച് അകത്ത് വരും. ഞങ്ങളുടെ ക്ഷമ നശിച്ച് കഴിഞ്ഞു."

ഞാൻ തുണി നേരെയാക്കുമ്പോഴാണ് ഏതാണ്ട് എന്റെയടുത്തായി വാതിൽ പൊളിഞ്ഞ് വീണത്. എന്റെ മൂന്ന് കുഞ്ഞുങ്ങളും കൂടി കിടന്നിരുന്ന കട്ടിലിലേക്ക് വീഴാൻ മാത്രമാണ് എനിക്ക് സമയം കിട്ടിയത്. ഏഴ് വയസ്സുള്ള പെണ്ണ്, പത്ത് വയസ്സുള്ള പയ്യൻ, പിന്നെ പതിനഞ്ചോ പതിനാറോ വയസ്സുള്ള മോനും. അവർ പിന്നീട് കിടക്ക മറിച്ചിട്ടതും ഞാൻ കുട്ടികളോടൊപ്പം കിടക്കയിൽ നിന്ന് ചോളമിട്ടു വച്ചിരുന്ന കുട്ടയിലേക്ക് വീണു.

"എടീ ചെവികേൾക്കാത്ത ശവമേ, നിനക്കെന്താ വാതിൽ തുറന്നാൽ?"

ചോളത്തിൽ കിടന്ന്, കുട്ടികളുടെ ഭീതി പൂണ്ട കരച്ചിലിനിടയിൽ ഞാനവരോട് പറഞ്ഞു: "എനിക്ക് സുഖമില്ല. എന്നെ വെറുതെ വിടണം."

"നിന്റെ അസുഖത്തിന് ഇത് പിടിച്ചോ!" തോക്കിന്റെ പാത്തികൊണ്ടുള്ള ആദ്യ അടി എന്റെ കണ്ണിൽ കൊണ്ടു. എന്റെ കണ്ണ് തെറിച്ചു പോയതായാണ് തോന്നിയത്. പിന്നീടവരുടെ പ്രയോഗം എന്റെ വാരിയെല്ലിലും ചുമലിലുമായി. എന്റെ പെണ്ണ് കരഞ്ഞു നിലവിളിച്ചു: "അമ്മയെ അടിക്കല്ലേ!" സഹികെട്ട് അവൾ കരഞ്ഞുകൊണ്ട് അവരെ മാന്തി. "വെറുതെ വിട്" അപ്പോൾ ഒരു ഗാർഡ് അവളുടെ മുഖത്ത് അടിക്കാൻ ഓങ്ങി. ഞാൻ പെട്ടെന്ന് കൈ വച്ചത് കൊണ്ട് അടി എന്റെ കൈയിലാണ് കൊണ്ടത്. അടിയുടെ ശക്തിയിൽ എന്റെ തോലിളകി. മറ്റൊരു ഗാർഡ് എന്റെ വാരിയെല്ലിൽ തൊഴിച്ച് നീക്കി.

അപ്പോൾ ടിക്കായുടെ മകൻ എന്നോട് പറഞ്ഞു: "അപ്പോൾ നീ അധികാരത്തെ എതിർക്കുമല്ലേ? കുറച്ച് കഴിയട്ടെ. സംഗതികളിനി വരാൻ പോകുന്നതേയുള്ളൂ. നീ ശരിക്കും കണ്ടിട്ടില്ല." എന്റെ കുഞ്ഞ് കരയുന്നുണ്ടായിരുന്നു. പക്ഷേ ഞാൻ അവനെ വിട്ടില്ല. എങ്കിലേ അവരെന്നെ കൊല്ലാതെ വിടൂ. കയ്യിൽ ഒരു കുഞ്ഞുമായി അവരെന്നെ വെടിവെക്കില്ല. ചോളത്തിന് മുകളിലേക്ക് വലിച്ചെറിയപ്പെട്ട എന്റെ പത്തു വയസ്സുകാരൻ പയ്യനെക്കുറിച്ച് വിഷമിക്കാൻ കഴിയുന്ന അവസ്ഥയിലായിരുന്നില്ല ഞാൻ.

"ഇന്നാ പിടിച്ചോ." ടിക്കായുടെ മകൻ പറഞ്ഞു. ചവിട്ട് പിറകിലായിരുന്നു. പത്തിരുപത് തവണ അവരെന്നെ തല്ലിക്കാണും. ഒടുവിൽ കാലിൽ കൊണ്ട ഒരു തൊഴി എന്നെ ശരിക്കും മുടന്തിയാക്കി. അവൻ പിന്നെ കിടക്കയിൽ കയറി ചവിട്ടാൻ തുടങ്ങി. ഒടുവിൽ കട്ടിൽ രണ്ടായി പിളർന്നു. എന്നിട്ടവൻ കത്തിയെടുത്ത് കട്ടിലിന്റെ കെട്ട് മുറിച്ച് മുഴുവൻ നശിപ്പിച്ചു. അവൻ ഒരു ഭ്രാന്തനെപോലെയാണ് തോന്നിയത്.

ചോളപ്പൊടി സൂക്ഷിച്ചിരിക്കുന്ന ഒരു പാത്രം ഞാൻ നിലത്ത് വച്ചിരുന്നു. മാർട്ടിനെസ് ആ പാത്രം പൊട്ടിച്ച് ചോളപ്പൊടി മുഴുവൻ കളഞ്ഞു.

കുഞ്ഞിന്റെ ഉടുപ്പുകളിട്ടുവയ്ക്കാനും ബൈബിൾ വയ്ക്കാനുമായി ഞാൻ വാങ്ങിയ പുതിയ ബാഗ് അവർ വലിച്ചെടുത്ത് കൊണ്ടുപോയി. പിന്നീടവർ എന്റെ അമ്മായപ്പന്റെ വീട്ടിലേക്കാണ് ചെന്നത്. വാതിലിൽ മുട്ടി വില്ല്യം നിലവിളിച്ചു: "തന്തപ്പട്ടീ, നിന്റെ അണ്ടി ഞങ്ങൾ മുറിച്ചു കളയാൻ പോവുകയാണ്." എന്റെ അമ്മായിയമ്മ ചോദിച്ചു: "പക്ഷേ എന്ത് ചെയ്തിട്ടാ, വില്ല്യം?"

"തന്തേ, ഞങ്ങളതിനാണ് വന്നിരിക്കുന്നത്. നിന്റെ തലവെട്ടി പെട്ടെന്ന് വൃത്തിയാക്കാൻ." അച്ഛൻ വാതിൽ തുറന്നതും അവർ തോക്കിന്റെ പാത്തി കൊണ്ട് നെഞ്ചിലിടിച്ചു. വില്ല്യം ചിരിച്ചുകൊണ്ടു നിന്നു.

അതിന് ശേഷം ഞാൻ വീട്ടിലുറങ്ങിയിട്ടില്ല. അറിയാമോ, ഇത്തവണ കൊന്നില്ലെങ്കിൽ അടുത്ത തവണ തൂക്കുമെന്നാണ് അവരെന്നോട് പറഞ്ഞത്

ഇപ്പോഴവർ എനിക്ക് മൂന്ന് തിരഞ്ഞെടുപ്പുകളുണ്ടെന്നാണ് പറഞ്ഞിട്ടുള്ളത്. ഒന്ന്, വീട് വില്ക്കുക. രണ്ടാമത് ഒന്നും വില്ക്കാതെ സ്ഥലം വിടുക, പിന്നെ ഇവിടെ തന്നെ തങ്ങുക. പക്ഷേ വീട്ടിൽ തനിച്ചു കഴിയുന്ന എല്ലാ പെണ്ണുങ്ങളേയും അവർ കൊല്ലാൻ പോവുകയാണ്. ആണുങ്ങളൊക്കെ മലയിൽ കിടന്നുറങ്ങുന്നതുകൊണ്ട് ഞങ്ങൾ രാത്രികളിൽ ശരിക്കും ഒറ്റപ്പെട്ടു. ഞാനിപ്പോൾ ഹീലിയോ ഇല്ലാതെ പകലും രാത്രിയും ഒരുപൊലെ പേടിച്ചു കഴിയുകയാണ്. ഞാനും മലയിലേക്കു കിടക്കാൻ പോവുകയാണ്. സൂര്യൻ താണതും കുട്ടികളുമായി, അവർക്ക് കിടക്കാൻ പായയും കമ്പിളിയുമെടുത്ത് പോവുകയാണ്. എല്ലാ ആണുങ്ങളും അവിടേക്ക് പോകുന്നത് കൊണ്ട് എനിക്കിപ്പോൾ സുരക്ഷിതത്വം തോന്നുന്നുണ്ട്.

കൊതുകിന്റെ ശല്യവും തണുപ്പും ഉണ്ടെങ്കിലും മലയിൽ വലിയ കുഴപ്പമില്ല. ഹീലിയോ പുറത്തുവന്നാൽ എനിക്ക് വലിയ പ്രയാസം അനുഭവപ്പെടാനിടയില്ല.

ഞാൻ ജീവിതത്തെക്കുറിച്ച് ഓർക്കാൻ തുടങ്ങി: പന്ത്രണ്ട് വയസ്സേ ഉള്ളുവെങ്കിലും വില്ല്യം ഇപ്പോഴൊരു കുറ്റവാളിയാണ്. കുട്ടിയായിരിക്കുമ്പോൾ തൊട്ട് അവനെ എനിക്കറിയാം. ഇയൊബാസ്ക്കയിലെ വലിയ കടയിൽ സാധനങ്ങൾ എടുത്തു കൊടുത്ത് സഹായിക്കാൻ അവൻ നിന്നിരുന്നു. ആളുകളെ അത്രയ്ക്ക് ശ്രദ്ധിച്ചിരുന്നു; ഒടുവിൽ ഗാർഡുമാർക്ക് വേണ്ടി വാച്ച്മാന്റെ പണിയിൽ ഏർപ്പെടുന്നതുവരെ.

അതൊരു ദുരിതം നിറഞ്ഞ ആഴ്ചയായിരുന്നു. എന്റെ മൂത്ത മകളെ ഓർത്ത് ഞാനാകെ വിഷമിച്ച കാലം. പക്ഷേ നല്ല അയൽപക്കക്കാരുള്ളതുകൊണ്ട്, എന്റെ അമ്മ കഴിയുന്ന ചലാറ്റയിലെ കിലോമീറ്ററിൽ കുറച്ചു നാൾ പോയി തങ്ങാൻ അവർ അവളെ പ്രേരിപ്പിച്ചു. അവൾക്കെന്ത് പറ്റുമായിരുന്നുവെന്നത് എനിക്കറിയില്ല. ഞാൻ അതേക്കുറിച്ച് ഓർക്കാൻ പോലും ഇഷ്ടപ്പെടുന്നില്ല.

അഡോൾഫിന

വടക്ക് നിന്നു വന്ന് പ്രധാന റോഡിൽ ചേരുന്ന ഈ റോഡ് ആകെ പൊളിഞ്ഞു കിടക്കുകയാണ്. പിക്ക് അപ് ട്രക്ക് മലയിലേക്ക് വലിഞ്ഞിഴഞ്ഞ് കയറുന്നു. കത്തുന്ന പോലെ ക്ലംഗർ കനത്ത പുക പുറത്തു വിടുന്നു. പൊടിയുടെ ചുഴലിക്കാറ്റ്: "ഇതാ പോണു അമ്മായിയമ്മ, ഇതാ പോണു അമ്മായിയമ്മ.'' പിശാചിനെ അകറ്റാനുള്ള ഒരു പഴയ ആചാരം: ചുഴലിക്കാറ്റിൽ പിശാചുണ്ടാകുമെന്ന് എന്റെ വല്ല്യമുത്തശ്ശി റുബേനിയ പറയും. എന്റെ അമ്മയും ഇതുപോലെ ചില കാര്യങ്ങൾ വിശ്വസിക്കുന്നുണ്ടെന്ന് ഞാൻ കരുതുന്നു. റോഡിൽ നിന്നുള്ള പൊടി മരക്കൊമ്പിലാണ് താവളമടിക്കുക. പൊടി മുഴുവൻ ഇലയിൽ പറ്റിപ്പിടിക്കുന്നത് കൊണ്ട് വേനലിൽ ഇലകളാകെ നരച്ചു കാണപ്പെടും; മഴക്കാലത്ത് അവ അത്രയ്ക്ക് പച്ചപ്പോടും തിളങ്ങിയും കാണപ്പെടുമെങ്കിലും. അടി കൊണ്ട നായയെ പോലെ -പൊഫ് പൊഫ് എന്നാണിത് ശബ്ദിക്കുക. റോഡിലെ പാറക്കല്ലുകൾ കാരണം ഞങ്ങൾ സീറ്റിൽ ഇളകിയാടും. ശനിയാഴ്ചകളിലെ യാത്രയാണ് കഷ്ടം. ആൾക്കൂട്ടത്തിലൂടെയാണ് തിങ്ങി നീങ്ങേണ്ടത്. ജനാലകളിലൂടെ പൊടി അകത്ത് കയറും. ഒരു ചക്രമില്ലാത്തതുകൊണ്ട് ദൊറിയാനയ്ക്ക് നീങ്ങാനാവില്ല. റോഡിൽ ഞങ്ങൾ കുടുങ്ങിപ്പോകും. എനിക്ക് ചത്താൽ മതിയെന്ന് തോന്നും. മത്തി അടുക്കുന്ന പോലെയാണ് ഞങ്ങളെ അടുക്കുക. "എല്ലാവരും കുറച്ച് ഇറങ്ങി നില്ക്കൂ" നരച്ച കണ്ടക്ടർ നരച്ച ഡ്രൈവറോട് വിളിച്ചു പറയുകയും അങ്ങനെ നരച്ച ആളുകൾ പുറത്തേക്കിറങ്ങുകയും ചെയ്യും. റോഡിൽ നിന്നുള്ള പൊടിയാണ്. ഭാഗ്യത്തിന് ഏതാണ്ട് ഒരു മൈൽ ദൂരമേ വേണ്ടി വരൂ. അതു കഴിഞ്ഞാൽ വഴിയായി. അവിടെ ദൊറിയാന കാത്തു നില്ക്കുന്നുണ്ടാകും.

ആകെ തകർന്ന നിലയിലാണെങ്കിലും 'ദൊറിയാന' ചൂടിൽ ഒരു പട്ടിയെ പോലെ നീങ്ങും.

-കുറച്ച് കൂട്ടുകാര് വന്ന്, നീ കുറച്ച് ദിവസം വീടു വിട്ടു നില്ക്കുന്നതാണ് ഏറ്റവും നല്ലതെന്ന് ഉപദേശിച്ചെന്ന് കേട്ടു. നിന്റെ വല്ല്യമ്മച്ചിയുടെ വീടാണ് ഏറ്റവും നല്ലതെന്നാണ് എന്റെ അഭിപ്രായം.

-ഹേയ്, അതാവശ്യമുണ്ടെന്ന് എനിക്ക് തോന്നുന്നില്ല. മമ്മാ."

-പറഞ്ഞത് കേൾക്ക്. നീ പോവുന്നതാണ് നല്ലത്. അവരങ്ങനെ പറഞ്ഞതിൽ കാര്യമുണ്ട്.

മമ്മാ നമ്മളൊരു തെറ്റും ചെയ്തിട്ടില്ലെങ്കിൽ പിന്നെ........

-ബാങ്കിലെ പ്രശ്നത്തിനു ശേഷം ചിലപ്പോൾ അവർ നമുക്ക് നേരെ തിരിയുമെന്ന് തോന്നുന്നു. എനിക്കുറപ്പാണ്. നിന്റെ ലൂപ്പെ വല്ല്യമ്മച്ചിയുടെ അടുത്ത് ഒരാഴ്ച നിന്നെ നിർത്താൻ തീരുമാനിച്ചിട്ടുണ്ടെന്ന് അച്ഛൻ പറഞ്ഞിട്ടുണ്ടല്ലോ.

-ങ്ഹാ, എന്നാ ശരി.

തൊട്ടു മുന്നിലുള്ളത്. പ്രധാന ഹൈവേയാണ്. കാരണം ഇവിടെ കാറ്റ് അകത്തേക്കും പുറത്തേക്കും പാമ്പിനെ പോലെയാണ് നീങ്ങുക. ചലാറ്റയിലേക്ക് കയറുമ്പോൾ കൂറ്റൻ മലയിടുക്കുകൾ കാണാം. പരുത്തി പണിക്കാർ നിറഞ്ഞ ട്രക്കുകൾ താഴേക്കിറങ്ങും. ചുഴലി കാറ്റിൽ പൊടി പൊന്തുന്ന വരണ്ട ഭൂമി അത്രന്ക്കിവിടെയുണ്ട്. "ഇതാ പോണു നിന്റെ അമ്മായി അമ്മ, ഇതാപോണു നിന്റെ അമ്മായി അമ്മ."

ആ പൊടി കൊണ്ട് ഉണ്ടാക്കപ്പെട്ടവരാണ് ഞങ്ങൾ.

ആ പൊടി കൊണ്ട് ഞങ്ങൾ ഉണ്ടാവുകയും ആ പൊടിയിലേക്ക് തന്നെ മടങ്ങുകയും ചെയ്യുന്നുവെന്നതാണ്. അതാണ് പാതിരി പറയുന്നത്. മാംസം പൊടിയായി മാറും. ആത്മാവ് മാത്രം ഉയിർത്തെഴുന്നേല്ക്കും. ഇവിടുത്തെ ആകാശത്തിന് പോലും അത്രയ്ക്ക് നീലിമയില്ല. കനത്ത പൊടിയുടെ ഒരു മേഘം മാത്രം.

-നിന്റെ കൂടെ ആരും വരാനില്ലാത്തത് കഷ്ടമാണ്.

-അത് ആവശ്യമില്ല. ഞാൻ ഒറ്റയ്ക്ക് പോകും.

-അത് അപകടമല്ലേ മോളെ?

-എത്ര ദുരിതം അനുഭവിച്ചു കഴിഞ്ഞു. അമ്മേ എനിക്ക് എന്നെ എങ്ങനെ രക്ഷപ്പെടുത്തണമെന്നറിയാം. കുഴപ്പമുണ്ടാവാൻ ഒരവസരവും ഞാൻ കൊടുക്കില്ല.

-ഇവിടെ നീ തങ്ങുന്നതാണ് ശരിക്കും അപകടം.

"ചലാറ്റനെംഗോ, എന്റെ അനുഗ്രഹീത നാട്, ക്യൂസ്കാട്ലൻ പൂന്തോട്ട

ത്തിന്റെ ഊഷ്മള ഭൂമി.” സ്ക്കൂളിൽ എന്നെ പഠിപ്പിച്ച പാട്ട്. എനിക്കിഷ്ടപ്പെട്ട തരം; ചലാറ്റനെംഗോ പോലുള്ള ഒരു സ്ഥലത്തിന് സമർപ്പിക്കാവുന്ന ഒരു ശോക ഗാനമായി എന്റെ അച്ഛൻ അതിനെ കരുതുമെങ്കിലും. അച്ഛൻ കുറച്ച് വ്യത്യസ്തനാണ്. സ്കൂൾ ഗാനങ്ങൾ ഒന്നും ഇഷ്ടമല്ല. ഒരുപക്ഷേ അച്ഛൻ ശരിയായിരിക്കാം.

മണ്ണ് പറ്റിയിട്ടുള്ളതുകൊണ്ട് എനിക്കൊരു വാഴപ്പഴം പോലും കഴിക്കാൻ പറ്റില്ല. അപ്പോൾ ഈ ആളുകൾ ഓറഞ്ച് ഈമ്പിതിന്നുന്നത് ആലോചിച്ചാലോ. ദാഹിച്ച് വേറെ വഴിയില്ലാത്തത് കൊണ്ടാവും. ഞാൻ വല്ല്യമ്മച്ചിയ്ക്ക് വേണ്ടി കുറച്ച് പഴം സഞ്ചിയിലെടുത്തിട്ടുണ്ട്. ഇവിടത്തെ പോലെ ചെറുതല്ലാത്ത, എളുപ്പം കിട്ടാത്ത ഒരുതരം നേന്ത്രപ്പഴമാണ് ഞാൻ വല്ല്യമ്മച്ചിയെ കാണാൻ പോകുമ്പോൾ കൊണ്ടുപോകാറ്. അല്ലെങ്കിൽ കുറച്ച് വാഴപ്പഴം കൊണ്ടു പോകും. അത് ഇവിടെ എവിടെയും കിട്ടില്ല.

അതിശയം തന്നെ, ആ പക്ഷി ഇതാ പോകുന്നു. കിസ്കാടിയാണിത്. കിയോ, കിയോ കരഞ്ഞ് വരവറിയിച്ചിരിക്കുന്നു. കിസ്കാടി മരണവും വിളിച്ചുപറയുമെന്നാണ് വല്ല്യമ്മച്ചി പറയുക. അച്ഛൻ നേരെ തിരിച്ചും: കിയോ കിയോ വിളിച്ചുപറയുന്നത് ദൈവത്തിന്റെ മരണത്തെ കുറിച്ചുള്ള അറിയിപ്പാണെന്ന്- “കിയോ കിയോ.” അല്ല “ക്രിസ്തു പോയി, ക്രിസ്തു പോയി” എന്നാണ്. നീ ശ്രദ്ധിച്ചിട്ടില്ലേ കിസ്കാടിയെ ഈസ്റ്ററിനും പരിശുദ്ധ വാരത്തിനുമല്ലേ കാണൂ?” അച്ഛൻ എന്നോട് ചോദിക്കും. അത് സത്യമാണ് കിസ്കാടി പാടുന്നത് വരണ്ട കാലാവസ്ഥയ്ക്ക് ഇടയിലാണ്. വെള്ളം ചോദിക്കലാണ് ആ പാട്ടെന്ന് എനിക്കു തോന്നുന്നു. ആര് കൊടുക്കാനാണ്. കിസ്കാടി ഗ്വാനകാസ്തെ മരത്തിന്റെ ഉയരത്തിലുള്ള ചെറിയൊരു കൊമ്പിലാണ് ഇരിക്കുക. പാട്ടില്ലെങ്കിൽ അതിനെ കണ്ടുപിടിക്കാൻ കഴിയില്ല. ഒരു കാര്യം എനിക്കുറപ്പാണ്. കിസ്കാടി വിരുന്നുകാരുടെ വരവറിയിക്കും. എനിക്കറിയാം. കാരണം അമ്മ അടുക്കളയിൽ പണിയെടുക്കുമ്പോൾ കിസ്കാടിയെ കണ്ടാൽ പറയും. “നോക്ക്, വിരുന്നുകാരുണ്ട്.” വിരുന്നുകാർ വരികയും ചെയ്യും. തെളിയിക്കപ്പെട്ട സംഗതിയാണ്.

-വല്ല്യമ്മച്ചിയുമായി രണ്ടാഴ്ച ചിലവഴിക്കുന്നത് കുറച്ച് അധിക സമയം തന്നെയാണ്.

-ഇത് കേൾക്ക്. ജസ്റ്റിനോ അമ്മാവന് അത് സംഭവിച്ച ശേഷം നീ സ്ഥലം വിട്ട് രണ്ടാഴ്ച കഴിഞ്ഞല്ലേ മടങ്ങിയുള്ളൂ. ഇതാ ബസിനുള്ള പണം. നിന്റെ അച്ഛന് വീട്ടിൽ കിടന്നുറങ്ങാൻ പറ്റുന്നില്ലെന്ന് നീ കാണുന്നില്ലേ. മുൻകരുതൽ എടുത്തേ പറ്റൂ മോളെ.

-ശരിയാണ്. ഞാൻ എതിർക്കുന്നില്ല. ദിവസം ഒരുപാടാണെന്ന് പറഞ്ഞുവെന്ന് മാത്രം.

ശരി. പക്ഷേ നീ മണ്ടത്തരം കാട്ടരുത്. ഞാനിത് പറയുന്നത് അവസാന

മായിട്ടാണ്. എന്തിനധികം, നീ ബാങ്കിലെ പ്രകടനത്തിൽ പങ്കെടുത്തതും പള്ളിയിൽ കയറിക്കൂടിയതുമെല്ലാം ചിലർക്ക് അറിയാമെന്നത് നീ മറക്കരുത്.

ധൈര്യമുള്ള ഒരേയൊരു പക്ഷിയാണത്- അത് പരുന്തിനോടുപോലും ഏറ്റുമുട്ടും. അതിന്റെ മുകളിലേക്ക് കയറി പിറകിലിരുന്ന് ഓടിക്കും. പരുന്തിന്റെ ഒഴിഞ്ഞുമാറലും വെട്ടിത്തിരിയലുമൊന്നും അതിന് പ്രശ്നമില്ല. കിസ്കാടി വിടാതെ അതിനോട് ചേർന്നിരിക്കും. കിസ്കാടിയും പരുന്തും തമ്മിലുള്ള യുദ്ധം സുന്ദരമാണ്. പരുന്ത് പറന്നു പോകാൻ ശ്രമിക്കുമ്പോൾ കിസ്കാടി പിന്നാലെ കൂടും. അവർ വട്ടമിട്ട് വട്ടമിട്ട് ഒടുവിൽ കിസ്കാടി ഒപ്പമെത്തി പരുന്തിന്റെ മുകളിൽ കുത്തിയിരിക്കും. പരുന്തപ്പോൾ "ക്യൂർക് ക്യുർക്" എന്ന് ശബ്ദമുണ്ടാക്കും. മുകളിൽ നിന്നിറങ്ങാതെ കിസ്കാടി പാടും. "ക്രിസ്തു പോയി."

ആ ചുഴലിക്കാറ്റിൽ എത്രയെത്ര ക്രൈസ്തവ ആത്മാക്കളായിരിക്കും ചുറ്റി പറക്കുന്നുണ്ടാവുക; 'ദൊറിയാന' ഉയർത്തിയ ആ പൊടി മേഘത്തിൽ. വിയർപ്പും അഴുക്കുവെള്ളവും എന്റെ ശരീരത്തിലൂടെ ഒഴുകുന്നു. വിയർപ്പ് പൊടിയുമായി കലർന്നിരിക്കുന്നു. എത്തിയതും ഞാനൊന്ന് കുളിക്കും. ഉടുപ്പിലും കൈയിൽ ചുറ്റിയ തൂവാലയിലും അഴുക്കാണ്. "ഉറങ്ങിക്കോ, അല്ലെങ്കിൽ നമ്മളെല്ലാവരും ദൊറിയാനയോട് കൂടി തലകുത്തി വീഴും, കണ്ടക്ടർ പറഞ്ഞു: "എല്ലാവരും ഇറങ്ങിൻ." അതാണ് പറയുന്നത് നേരെ സാൻ സാൽവദാറിലേക്ക് വിട്ട് അവിടെ നിന്ന് ചലാറ്റയിലേക്കുള്ള 38ാം നമ്പർ ബസ് പിടിക്കുകയാണ് നല്ലതെന്ന്. ചെലവ് കൂടുതലാണെങ്കിലും അതാണ് നല്ലത്."

ഞങ്ങളുടെ ഇറക്കം പതുക്കെയായതുകൊണ്ട് ഡ്രൈവർ നിലവിളിച്ചു: "എല്ലാവരും ഇറങ്ങിൻ." "കാര്യാക്കണ്ട." ആരോ പറഞ്ഞു. കൈയിൽ കുട്ടിയെയെടുത്ത് തൊട്ടടുത്ത് ഒരു സ്ത്രീ ഇരിക്കുന്നുണ്ടായിരുന്നു.

"ദാഹിക്കുന്നു", "ഹാ ഇവള് സംസാരിക്കുന്നുണ്ടല്ലോ" എന്നിട്ട് ആ സ്ത്രീ പറഞ്ഞു: "എത്തി മോളേ കുറച്ചൊന്ന് ക്ഷമിക്ക്" "ഇതൊരു പെണ്ണാണ്." "ഡെറ്ററിലെത്തിയതും പുളിവെള്ളം വാങ്ങിത്തരാം." ഒരുപക്ഷേ അവൾക്ക് ദാഹം സഹിക്കുന്നുണ്ടാവില്ല. ഞാനവരോട് പറഞ്ഞു. "വെറുതെ നടിക്കുകയാണ്. വീട്ടിലാണെങ്കിൽ കൂടെക്കൂടെ ചോദിക്കില്ല. ഇറങ്ങുമ്പൊ ധാരാളം വെള്ളം കൊടുത്തതാണ്." ഞാൻ പറയാലോ കുട്ടികളായാൽ അങ്ങനെയാണ്. "കൊഞ്ചിക്കുന്തോറും വഷളാകും. അത്രയ്ക്ക് അഹമ്മതി കാട്ടും." ആ സ്ത്രീ പറഞ്ഞു: "വേണമെങ്കിൽ ഈ പഴം കൊടുത്തോളൂ. എത്ര നേരം നമ്മളിവിടെ കുടുങ്ങുമെന്ന് അറിയില്ലല്ലോ." അവർ പഴം പിടിച്ചു വാങ്ങി തൊലിയുരിച്ചു. "ഇന്നാ", കുട്ടിയോട് പറഞ്ഞു. പഴം മുഴുവൻ കൊടുത്തു. പെണ്ണ് കളയാതെ ഓരോ കഷ്ണവും തിന്നു. ചുട്ട വെയിലത്ത് പാറപ്പുറത്തുള്ള ഇരിത്തം. "നോക്ക്, മൂത്രമൊഴിക്കരുത്" "കുഴപ്പമില്ല. ഞാൻ അടിയിൽ തുണി വെച്ചിട്ടുണ്ട്.

വേണമെങ്കിൽ കുട്ടിയെ എടുക്കാം." ഞാൻ പറഞ്ഞു: "ഉപകാരായി" അവർ കുട്ടിയെ തന്നു. "വല്ലാത്ത വാശിയാണ് പിള്ളേർക്ക്", അവർ പറഞ്ഞു. കിസ്കാടിയെ വീണ്ടും ഞാൻ കണ്ടു; അപ്പോൾ കണ്ടത് തന്നെയായിരിക്കണം. എന്നെ പിന്തുടർന്നതാണ്. അതാദ്യം കിലോമീറ്ററിലെത്തും. എന്റെ വല്ല്യമ്മച്ചിയുടെ അടുത്ത് എത്തി പാടുമ്പോൾ വല്ല്യമ്മച്ചി പറയും. "കിസ്കാടി കരയുന്നത് കണ്ടോ. ആരോ വരാനുള്ള ലക്ഷണമാണ്." അതുകൊണ്ടാണ് കിസ്കാടി സന്ദേശവാഹകനെപ്പോലെയാകുന്നത്. അത് സന്ദേശങ്ങൾ എത്തിക്കുകയും കൊണ്ടു പോവുകയും ചെയ്യും. ഉഷ്ണം തട്ടി ഉറക്കം വരുന്നു. പെണ്ണ് എന്റെ മേലെ കിടന്ന് ഇപ്പോൾ ഉറങ്ങും.

"വേണമെങ്കിൽ കുട്ടിയെ തന്നോളൂ, ഞാൻ സഹായിക്കാം."

"എല്ലാവരും എണീക്കിൻ" കണ്ടക്ടറുടെ വിളി കേട്ടാണ് ഞാനുണർന്നത്.

സത്യത്തിൽ ഞാൻ ഒരിക്കലും നല്ല ഉറക്കത്തിലായിരുന്നില്ല. "വലിയ ഉപകാരമായി." സ്ത്രീ എന്നോട് പറഞ്ഞു.

രാവിലെ 09.30

പിജിറിച്ചെക്ക് എന്തോ ഒരു പരിഭ്രമം ഉണ്ടെന്ന് ആദ്യം മുതൽക്കേ ഞാൻ ശ്രദ്ധിച്ചിരുന്നു. "ഈ ജന്തുവിന് എന്ത് പറ്റിയെന്ന് എനിക്കറിയില്ല." "കടന്നു പോ." ഞാൻ അതിനോട് പറഞ്ഞു. അത്രയ്ക്കുണ്ട് അതിന്റെ ചിണുങ്ങൽ. പിജിറിച്ചെ കസേരയിലേക്ക് അടിയിലേക്ക് ഓടുകയും കുറച്ച് കഴിഞ്ഞതും ചാടി എഴുന്നേറ്റ് എല്ലായിടത്തേക്കും പായുകയും ചെയ്തു. "ചെള്ളുകൾ അതിനെ ബുദ്ധിമുട്ടിക്കുന്നുണ്ട്." ചെള്ളുകളല്ലെന്ന് എനിക്കറിയാം. കാരണം രണ്ട് ദിവസം മുൻപാണ് ഡി.ഡി.റ്റി കൊണ്ട് ഞാൻ കഴുകിയത്. ഇങ്ങനെ ചിണുങ്ങിക്കൊണ്ടു നിന്നാൽ നല്ല പെടവച്ചു തരുമെന്ന് ഞാൻ വടിയെടുത്ത് കൊണ്ട് പറഞ്ഞു.

കുറച്ച് കഴിഞ്ഞതും അധികാരികൾ പ്രത്യക്ഷപ്പെട്ടു. പിജിറിച്ചെക്ക് അവരുടെ മണം കിട്ടി. ഈ നീചന്മാർ അനുവാദം ചോദിക്കില്ലല്ലോ. കതക് പൊളിക്കുന്നതുപോലെ തുറക്കുന്നത് ഞാൻ കേൾക്കുകയും അവർ അകത്തെത്തുകയും ചെയ്തു. "എന്താണ് നിങ്ങൾക്ക് വേണ്ടത്?"

"അഡോൾഫിന ഗ്യാർഡഡോ ഇവിടെയാണോ താമസിക്കുന്നത്?" അവർ ചോദിച്ചു: "ഞങ്ങൾക്കറിയേണ്ടത് ഇതാണോ അഡോൾഫിന ഗ്യാർഡഡോയുടെ വീടെന്നാണ്. ഞങ്ങൾ അവളെ തേടി വന്നതാണ്."

ഒരു അഡോൾഫിന ഗ്യാർഡഡോയും ഇവിടെ താമസിക്കുന്നില്ല.

"പുറത്തു പോ പിജിറിച്ചെ." ഇവിടെയുള്ളത് ഗ്യാഡലൂപ്പെ ഫ്യുയന്റസാണ്. "നിങ്ങൾക്കെന്താണ് ചെയ്തു തരേണ്ടത്?" ഒരു കൊച്ചു പുസ്തകമെടുത്ത് വായിച്ചാണ് അവർ ഉത്തരം നല്കിയത്. "ഇത് തന്നെയാണ്-ഇതാണവളുടെ വീട്." പന്ത്രണ്ട് മണിക്ക് വാർത്ത വായിക്കുന്ന ആളിന്റെ പോലുള്ള ശബ്ദം.

വവ്വാലുകൾ നിറഞ്ഞ ഗുഹയിൽ നിന്നുള്ള കിരുകിരുപ്പ് ഒരു നീണ്ട തുരങ്കത്തിൽ നിന്നെന്നപോലെ. പിജിറിച്ചെയുടെ സാമീപ്യം ഇല്ലായിരുന്നെങ്കിൽ എന്റെ കാലുകൾ കിടുകിടാ വിറച്ചേനെ. അഡോൾഫിനയുടെ പേരിന്റെ അറ്റം ഹെർണ്ണാണ്ടസ് എന്നാണ്.

"ഞങ്ങളെ കളിപ്പിക്കാതിരിക്കുന്നതാണ് നിനക്ക് നല്ലത്." ഞാൻ കളിപ്പിക്കുകയൊന്നുമല്ല. എന്റെ പേരക്കുട്ടിയുടെ പേരിന്റെ അവസാനം ഫ്യൂയന്റസ് എന്നാണ്. അഡോൾഫിന ഫ്യൂയന്റസ്" അവരുടെ ഉയർന്ന തുകൽ ബൂട്ട് മുട്ട് വരെയുണ്ട്. പിന്നെ ചുമൽ പട്ടയോടു കൂടിയ ബെൽട്ടും. ഈ ഭീകരന്മാരുടെ ചുമലിലുള്ളതാണ് നശിച്ച സാധനം. അവർ പറയുന്ന തോക്ക് ജർമ്മൻകാരെ കുറിച്ചുള്ള സിനിമയിൽ കാണുന്ന തരം ഇരുമ്പ് തൊപ്പികൾ. പിന്നെ പിറകിൽ റേഡിയോ പോലുള്ള ഒരു സാധനവും. ഈ ആളുകൾ വളരെ ഗൗരവക്കാരാണ്. അവർ പ്രസിഡന്റാവാൻ പഠിക്കുന്നവരാണ്. ജോഷെ പറയുന്ന പോലെ "മിനിറ്റിൽ ടൺ കണക്കിന് ഇരുമ്പുണ്ടകൾ വർഷിക്കുന്ന ഭീകരസാധനവുമായി നില്ക്കുന്ന ഇവർ എങ്ങനെ തോല്ക്കാനാണ്. കാലിലാണ് വെടി കൊള്ളുന്നതെങ്കിൽ കാല് രണ്ടായി പിളരും. കൈയാണെങ്കിൽ കൈ തെറിച്ച് പോകും. കൈ ശരിക്കും അവര് തെറിപ്പിക്കും. പിന്നെ അവർ എങ്ങനെയാണ് തോല്ക്കുക? അവർ ബുദ്ധിപരമായി മികവുള്ള ആളുകളല്ലെന്ന് നിങ്ങൾക്കറിയാമല്ലോ. അധികാരികളുമായി പഠിപ്പുള്ള ആളുകളൊന്നും ഇടപെടാറില്ല. തങ്ങളുടെ അനുഭവത്തിൽ നിന്ന് ഞങ്ങൾക്കത്രയും അറിയാം. ഇവിടെ നിന്നും ഒന്നിൽ കൂടുതൽ ആളുകൾ ഉദ്യോഗത്തിന് പോയിട്ടുണ്ട്. അവരത്രക്ക് മിടുക്കന്മരായ ആളുകളുമല്ല. അതാണ് സത്യം. അല്ലെങ്കിൽ എന്റെ പേര്, ജോഷെയുടെ ഭാര്യയായ, ഗ്വാഡുലൂപ്പെ ഫ്യൂയന്റസ് ദെ ഗ്വാർദദോ അല്ല.

"നോക്ക്, ഞങ്ങൾക്ക് അവരുടെ പേരിന്റെ അവസാനത്തിലൊന്നും താത്പര്യമില്ല. ഞങ്ങൾ തേടുന്നയാൾ അഡോൾഫിന എന്ന് പേരുള്ള നിന്റെയൊരു ബന്ധുവാണ്. പേര് മാറ്റുന്നത് നിങ്ങളുടെ എല്ലാവരുടെയും രീതിയാണ്."

"അവർ കൊണ്ടു നടക്കുന്ന തോക്കാണ് ലോകത്തിലേക്ക് വച്ചേറ്റവും നല്ലതെന്ന് അവർ പറയും. സിനിമയിൽ പോലും, അതെ സിനിമയിൽ പോലും നിനക്കത് കാണാനാവില്ല ലൂപ്പെ. കാരണം അത് അത്രയ്ക്ക് ആധുനികമാണ്. നിന്റെ തലമണ്ടയിലുള്ള മുടിയേക്കാൾ പഴക്കമുണ്ട് ഇവിടെ വരുന്ന, നാം കാണുന്ന സിനിമകൾക്കും." ജോഷെ പറയും.

എന്റെ പേരക്കുട്ടി അഡോൾഫിന എന്റെ മകൾ മരിയാപിയ ഗ്വാർദദോ ഫ്യൂയന്റസിന്റെയും ഹീലിയൊ ഹെർണ്ണാണ്ടസിന്റെയും മകളാണ്. നുണ പറയുന്നത് പാപമാണെന്നും ആ പാപം ഈ ആളുകളുടെ പക്കൽ മാരകമാണെന്നും എനിക്കറിയാം. അപ്പോൾ അവരൊരു പേര് പറയുകയും

അത് ശരിയായ ഒന്നല്ലാതിരിക്കുകയും ചെയ്യുമ്പോൾ, ശരിയാണ്, ഞാൻ സത്യം പറഞ്ഞേ മതിയാവൂ. ഇപ്പോഴത്തെ കാലത്ത് ദൈവം മാത്രമല്ല ഈ ആളുകളും ശിക്ഷിക്കും. അറിയില്ലെന്ന് ഭാവിക്കുകയാണ് നല്ലത്. അവർ ആരെ തിരക്കിയാണ് പോകുന്നത് എന്നതിൽ അവർക്ക് തെറ്റ് പറ്റിയിട്ടുണ്ടെന്ന് തോന്നുന്നു. ഇതൊരു സ്വപ്നമാണെങ്കിൽ വളരെ നല്ലത്. എന്റെ പേരക്കുട്ടിയെ കുറിച്ച് എങ്ങനെ ഇവർ തിരക്കും. അത് അബദ്ധം പറ്റിയതാവും. അവള് കുട്ടിയല്ലേ. എന്നെയോ ജോഷെയോ ആണ് അവർ അന്വേഷിച്ചിരുന്നതെങ്കിൽ നന്നായിരുന്നു. മാത്രമല്ല എന്തൊക്കെയായാലും മുതിർന്നവർക്ക് മോശമാവാം. കുട്ടികൾ അങ്ങനെ ആവാൻ വഴിയില്ല. ഈ സാധുപിള്ളേരെ പിടിക്കാനുള്ള ബുദ്ധി എപ്പോഴാണാവോ അവരുടെ തലയിൽ കയറിയത്? ഞാനൊരു തേളാണെങ്കിൽ കൂടി എന്റെ കുട്ടികളെ തിന്നാൻ വിട്ടു കൊടുക്കാനാവില്ല. പേരക്കുട്ടികളും കുട്ടികൾ തന്നെ.

അബദ്ധമൊന്നുമല്ലെന്നും അഡോൾഫിന തന്നെയാണ് ഇതിൽ ഉൾപ്പെട്ടിരിക്കുന്നതെന്നും അവർ നിസ്സംശയം പറഞ്ഞു. ഞാൻ കീഴടങ്ങുന്നു.

-കുഞ്ഞിന് ഉപ്പും കുറച്ച് വെണ്ണയും വാങ്ങാൻ അവൾ ഡെറ്റൗറിൽ പോയിരിക്കുകയാണ്.

-ഏത് ഡെറ്റൗർ?

-ഡോൺ സെബാസിന്റെ കടയുള്ള സ്ഥലം.

അവരോട് എങ്ങനെ സംസാരിക്കാനാണ്? അകം നിറച്ച ചൂടുള്ള ടോർട്ടില്ല അവർക്കിഷ്ടമായിരിക്കും. തീയില്ലാത്തത് കഷ്ടമായി. ഇന്നാണെങ്കിൽ ഞാൻ 'കൊമാലും' ഉപയോഗിച്ചില്ല.

വെയിലിൽ അവർ വിയർക്കുന്നത് എനിക്ക് കാണാമായിരുന്നു. സൂര്യൻ തിളച്ചു മറിയുകയാണ്. അവരുടെ ഈ നടന്നുള്ള വരവ് എവിടെ നിന്നാണാവോ. അവരെപ്പോഴും ജീപ്പ് ദൂരത്താണ് ഇടുക. അതാണവരുടെ രീതി. അവർക്ക് നടക്കാനാണിഷ്ടം. തങ്ങളുടെ ഉയർന്ന ശരീരവും, ചാണക നിറമുള്ള യൂണിഫോമും, സൂട്ടും, ഭീകരയന്ത്രതോക്കുകളും ആളുകളെ കാണിച്ച് അവർക്ക് നടക്കാമല്ലോ. അവരെല്ലാവരും നല്ല ഉയരവും തടിമിടുക്കും ഉള്ളവരാണ്. വെറുതെയല്ല, നല്ല ഭക്ഷണമാണ്. ജോടിയായി മാത്രമേ അവർ യാത്ര ചെയ്യൂ. അവർ രണ്ടുപേരുണ്ട്. ഒരുപക്ഷേ മറ്റ് ജോടികൾ ചുറ്റിക്കറങ്ങി ക്കൊണ്ടിരിക്കുകയാവും. റേഡിയോ പോലുള്ള ഉപകരണം കൊണ്ട് പരസ്പരം സംസാരിക്കും. അവർ ജീപ്പിൽ നിന്നായിരിക്കും സംസാരിക്കുന്നത്.

-എന്നാൽ അവള് വരുന്നതുവരെ നമുക്ക് കാക്കാം.

അങ്ങനെയവർ വിയർപ്പും ചളിയും ഒട്ടിയ കൈലേസ് പുറത്തെടുത്ത് അകത്തെ, ഇടവഴിയിൽ നില്പായി. ഒരാൾ പുരികം തുടച്ചു. മറ്റയാൾ ഇടവഴി പരിശോധിക്കുകയും പുറത്തെ വാഴക്കുലകൾക്കിടയിലൂടെ നോട്ടം പായിച്ചുകൊണ്ടിരിക്കുകയും ചെയ്തു.

-വേണമെങ്കിൽ ഇരിക്കാം.

അവർ വേണ്ടെന്ന് പറഞ്ഞു. എന്തോ എന്റെ തൊണ്ടയിൽ കുടുങ്ങി; ഹൃദയത്തോളം എത്തി മുകളിലേക്കു വലിക്കുന്ന ഒരു കൊളുത്ത്, എന്റെ കാര്യമല്ല, ഞങ്ങളുടെ വയസ്സെത്തുമ്പോൾ നിങ്ങൾ ഒരുപാട് ജീവിച്ചു കഴിഞ്ഞിരിക്കും. എന്നാൽ അഡോൾഫിന എന്തിനെക്കാളും വലുതാണ്.

സ്വയരക്ഷയ്ക്കു വേണ്ടിയെന്നാണ് അവരുടെ വാദം. അവർ കൊല്ലും. അതാണ് അവസാനം. എപ്പോഴുമത് സംഭവിക്കുന്നു. സ്വയരക്ഷ. വളരെ ഗൗരവമുള്ള കാര്യമാണിത്.

"ഒരു ഗ്ലാസ്സ് വെള്ളമായാലോ?" ഞാൻ പറഞ്ഞത് അവർ കേട്ടതായി ഭാവിച്ചില്ല. നല്ല തണുത്ത വെള്ളം. നിങ്ങൾക്കാ ചുവന്ന ജാറ് പോലും തണുപ്പിൽ വിയർക്കുന്നത് കാണാം. വെള്ളം-ജീവൻ നിറഞ്ഞത്- കിണറ്റിൽ നിന്നുള്ള തണുത്ത ശുദ്ധ ജലം.

അവരൊരക്ഷരം പോലും മിണ്ടുന്നില്ല. ഇത്തരം സന്ദർഭങ്ങളിൽ ദൈവത്തോട് അർപ്പിക്കുന്നതാണ് നല്ലത്. പുകയില തുണ്ട് ഏതാണ്ട് ഞാൻ വിഴുങ്ങി; കറുത്ത തുപ്പൽ ഞാൻ തുപ്പിക്കളഞ്ഞു.

ദുർവിധിയുമായാണ് ഈ ആളുകൾ എപ്പോഴും വരിക. അതാണ് ഞാനവർക്ക് വെള്ളം ചോദിച്ചത്-കുറച്ചെങ്കിലും ഭാഗ്യദോഷം പോകുമല്ലോ. മാത്രമല്ല ഒരിക്കലും ആരോടും വെള്ളം നിരാകരിക്കുവാൻ പാടുള്ളതല്ല.

അടുപ്പിന് അടുത്തായിട്ടാണ്. ഈ പഴയ വിശറിക്കത്ര കെല്പില്ല. കുറച്ചു കൂടി എണ്ണ വിറകിലൊഴിക്കണം. പുറത്ത് നിന്നുള്ള കാറ്റ് തീ കെടുത്തി. അവർ സഹായങ്ങൾ സ്വീകരിക്കാത്തത് പിന്നീട് തങ്ങളെ നന്ദിയില്ലാത്തവരായി കണക്കാക്കാതിരിക്കാനാണ്. ആരോടും ഒന്നും തന്നെ കടപ്പാടുകൾ പാടില്ലെന്ന കൂട്ടരാണ് അവർ.

ഉണക്ക ചുള്ളികൾ എപ്പോഴും പടക്കം പോലെയാണ് പൊട്ടുക. തീ പതുക്കെ പതുക്കെ വിഴുങ്ങും. ഉയരത്തിലുള്ള തീനാളങ്ങൾ തീപ്പൊരിയുണ്ടാക്കും. ചുവന്ന് പഴുത്ത തീ; തടിയൻ വിറക് കത്താൻ തുടങ്ങിയിരിക്കുന്നു. മന്ദെക്കക്കാവോ മരത്തിന്റെ തിളങ്ങുന്ന പാളി.

-പെണ്ണ് ഇനിയും എത്തിയിട്ടില്ല.

അവർ പതുക്കെ സംസാരിക്കുന്നത് എനിക്ക് കേൾക്കാം. ഞാൻ വിശദീകരിക്കാം:

അവളോടൊപ്പം മൂന്നു കുട്ടികളുണ്ട്. മൂന്നാമത്തേത് കൈക്കുഞ്ഞാണ്. ഇവിടെ എത്താൻ അവർ ബുദ്ധിമുട്ടുന്നുണ്ടാകും.

ഞാനവരെ ശ്രദ്ധിക്കുന്നത് അവരറിയുന്നുണ്ടോ എന്നത് ഞാൻ കാര്യമാക്കുന്നില്ല. എന്റെ പണി സംഗതികൾ വിശദമാക്കുക എന്നതാണ്. അവരെന്നെ ഒട്ടും ശ്രദ്ധിക്കുന്നത് പോലുമില്ല. കനത്ത എന്തോ ഒന്ന് എന്റെ

കഴുത്തിൽ നിന്നും നെരിയാണി വരെ കടന്നുപോയി. അതാണ്, പേടിച്ചിരിക്കുമ്പോൾ മുട്ട് കൂട്ടിയിടിക്കുമെന്ന് നമ്മൾ പറയുന്നത്. എല്ലാം ഭാവനയാണ്. കാരണം പേടിയെക്കുറിച്ച് നിങ്ങൾക്ക് സംസാരിക്കാനാവുമ്പോൾ നിങ്ങളത് അനുഭവിക്കില്ല. അതിനോട് നിങ്ങൾക്ക് എന്തെങ്കിലും കടപ്പാടില്ലെങ്കിൽ നിങ്ങൾ ഭയക്കില്ല. കുട്ടിയെക്കുറിച്ച് ചെറിയൊരു പേടി. അത്രയ്ക്ക് ചെറുപ്പമാണവൾ. ചോറ് ഇഷ്ടമുള്ളതുകൊണ്ട് അഡോൾഫിന വരുമ്പോഴൊക്കെ അരി വാങ്ങാൻ ശ്രമിക്കുമായിരുന്നു. അവളുടെ വീട്ടിൽ നിന്നും കിലോമീറ്ററിലേക്ക് എത്തിപ്പെടാനായി അവൾ നടത്തുന്ന ശ്രം കണക്കിലെടുത്താൽ അരി വാങ്ങാനുള്ള ത്യാഗം സഹിക്കാവുന്നതാണ്. വെപ്പുകലത്തിൽ നിന്നും വെള്ളപ്പുക ഉയരുന്നു. വത്തിക്കാനിൽ നിന്നുള്ള പുക. കൂര താങ്ങുന്ന ഉത്തരത്തിലേക്ക് കരി പറക്കുന്നു. പൊടി കൊണ്ട് താങ്ങുകളെല്ലാം കറുത്തുപോയി. പതിനഞ്ച് വർഷം പഴക്കമുണ്ട് അവയ്ക്ക്. എല്ലാംകൂടി ഉരുണ്ട് വീഴാത്തത് അത്ഭുതം തന്നെയാണ്. ഇത്തരം കാര്യങ്ങളെല്ലാം നിങ്ങൾ പ്രായമാവുന്നതിന് മുന്നെതന്നെ നിങ്ങളുടെ മുടി നരച്ചതാക്കും. അടുപ്പിൽ അരി വറ്റുന്നു. കുറച്ചുകൂടി വെള്ളം ഒഴിക്കണം. അഞ്ച് കാലുള്ള ചിലന്തികളെപ്പോലെയാണ് എന്റെ കൈകൾ. ആകുലതകൾ നിങ്ങളെ ദോഷിപ്പിക്കുക തന്നെ ചെയ്യും.

ആകുലതകളും ദുഷ്ചിന്തകളും.

എനിക്ക് പിരി ഇളകിയെന്ന് അവർ ഇനി ചിന്തിക്കും. ഒരാൾ ശീലം കൊണ്ടാണ് കുരിശുവരയ്ക്കുന്നത്. "ഞാൻ പേടികൊണ്ടാണ് ഇങ്ങനെ ചെയ്യുന്നതെന്ന് ഇവർ അറിയാതിരിക്കട്ടെ." എന്റെ വയസ്സിൽ ഒരാൾ പേടിക്കില്ല. എനിക്ക് അത്രയ്ക്ക് പ്രായമായിട്ടില്ലെന്നുള്ളത് സത്യമാണ്. നിങ്ങൾ കുട്ടിയായിരിക്കുമ്പോൾ തന്നെ പ്രസവിച്ചു തുടങ്ങുന്നു. എന്നതാണ് യഥാർത്ഥത്തിൽ സംഭവിക്കുന്നത്. പതിനഞ്ച് വയസ്സുള്ളപ്പോഴാണ് ഞാൻ ജോഷെയോടൊപ്പം ഇറങ്ങിത്തിരിച്ചത്. എനിക്ക് നാല്പത്തിയഞ്ചാണ് തികയുന്നതെന്ന് ആർക്കും അറിയില്ല. ജീവിതം ദുഷ്കരമാണ്.

കുറച്ച് വെള്ളമായാലോ? ഞാൻ വീണ്ടും ആലോചിച്ചു. ഇവറ്റകൾക്ക് ഒരു സഹായവും ചോദിക്കാതിരിക്കുകയാണ് നല്ലത്. നന്ദികെട്ട വർഗ്ഗം. എവിടെ നിന്നാണ് ഇത്രയും ഉപ്പ് കണ്ണിലൂടെ വരുന്നത്? ഈ മുഷിഞ്ഞ മേൽമുണ്ട് കൊണ്ട് നിങ്ങൾ കൈ പോലും തുടയ്ക്കില്ല. രണ്ട് കൊല്ലം മുമ്പ് ജോഷെ തന്നതാണിത്. അവർ ശ്രദ്ധിക്കാൻ മാത്രം എന്റെ കണ്ണ് ചുവന്നിരിക്കുന്നു എന്നത് കുറച്ച് അധികം തന്നെയാണ്.

ഇനിയവർക്ക് ദേഷ്യം പിടിക്കും.

ഇല്ല. അവർക്ക് ദേഷ്യം തന്നെയാണ്. അവർ മറ്റൊന്നും ആവുന്നില്ല. അതാണവരെ വേർതിരിക്കുന്നതും. എനിക്കത് അവരുടെ കണ്ണുകളിൽ കാണാം. അവരുടെ ആ ചുളിഞ്ഞ പുരികക്കൊടികൾ. ആരായിരിക്കാം ഈ അധികാരികളെ കണ്ടുപിടിച്ചത്? അവർ മൂർഖന്മാരാണ്. അതിൽ ഒട്ടും

സംശയമില്ല. നന്നായി തീറ്റിപോറ്റിയിട്ടും അവരുടെ തോൽ വരണ്ടിട്ടാണ്. ചിലപ്പോൾ അവർ ദുഃഖിതരാണെന്ന് എനിക്കു തോന്നും. കാരണം-എന്തിന് നിഷേധിക്കണം-ദാരിദ്ര്യത്തിലും ആനന്ദത്തിന്റെ നിമിഷങ്ങൾ ഞങ്ങൾക്കറിയാം. കാര്യങ്ങൾക്ക് നല്ലൊരു മുഖം എങ്ങനെ നല്കാം എന്നറിയുക മാത്രമാണ് പ്രധാനം.

“വേണ്ട വേണ്ട ഞങ്ങൾക്കൊന്നും വേണ്ട.”, ഞാൻ വെള്ളം ചോദിച്ചപ്പോൾ അവർ പറഞ്ഞു. വേണമെന്ന് പറഞ്ഞാൽ അവർക്കൊന്നും നഷ്ടപ്പെടാൻ പോകുന്നില്ല. വെള്ളം- പരിശുദ്ധമാണ്. ഒരാൾ സാത്താനുപോലും വെള്ളം നിഷേധിക്കരുത്.

-ഞാൻ ചോദിച്ചത് ഒരുപക്ഷേ നിങ്ങൾക്ക്........

എനിക്ക് വല്ല ഗൂഢ ഉദ്ദേശ്യമുള്ളതായി അവർക്ക് തോന്നിയാൽ അവരതിൽ കയറി പിടിക്കും. അതാണവരുടെ പ്രശ്നം. ഒരുവശത്ത് അവരെ പേടിക്കുകയും മറുവശത്ത് അവരെ ശ്രദ്ധിക്കുകയും വേണം.

“ഇങ്ങോട്ട് വാ, പട്ടീ”

കാരണം പിജിറിച്ചെ ചിലപ്പോൾ അവരുടെ അടുത്തേക്കു പോകും. പിജിറിച്ചെക്ക് ബുദ്ധിയില്ലെന്ന് പറയരുത്. മറ്റ് സന്ദർഭങ്ങളായിരുന്നെങ്കിൽ അവൻ കുരച്ചേനെ. കാര്യങ്ങൾ അവൻ മനസ്സിലാക്കിയെടുത്ത പോലെയാണ്.

-പിജിറിച്ചെ, കിടക്കവിടെ.

-ഈ തന്തയില്ലാത്ത പട്ടി ഇപ്പോ എവിടുന്നാ വന്നത്?

-കണ്ടോ, നീ ഇത്ര മിണ്ടാതിരിക്കുന്നത് കൊണ്ട് നിന്നെയവർ അപമാനിക്കാനും തുടങ്ങി.

നീ അവരോട് കുരച്ചാൽ ചത്തൂന്ന് കണക്കാക്കിയാൽ മതി.

“പിജിറിച്ചെ”, ഇത്തവണ ഞാൻ ഉറക്കെ പറഞ്ഞു. അവൻ അവരുടെ നേർക്കാണ് നടക്കുന്നത്.

-ഈ തെണ്ടിപ്പട്ടി എന്റെ ബൂട്ട് മൂത്രമൊഴിച്ച് നാശമാക്കിയല്ലോ!

-വൃത്തികെട്ട പട്ടി!

ഞാനത് അറിയേണ്ടതായിരുന്നു. ഒറ്റ ചവിട്ടിന് അവൻ പറന്നുപോയി.

“ഇവിടെ വന്നോ. ഇപ്പോഴയാൾ നിന്റെ നെഞ്ചിൻകൂട് തകർത്തു; നിനക്കത് വേണം.” മണ്ടത്തരം കാണിച്ചതിന് അതാണ് അവന് കിട്ടിയത്. എന്നാലോ ഞാൻ പറഞ്ഞപോലെ അവൻ അസ്സൽ ബുദ്ധിയുള്ള പട്ടിയാണ്.

എന്റെ ഉള്ളിൽ ചിരി പൊട്ടാൻ തുടങ്ങി. ബൂട്ടുകൊണ്ടുള്ള തട്ട് ഗാർഡുകാരുടെ രീതിയാണ്. “ശരി. ഇനി നീ വാഴയുടെ മൂട്ടിൽ പോയി മുറി നക്കിക്കോ. എനിക്ക് ഇതിൽ കൂടുതൽ പ്രശ്നമുണ്ടാകാതിരിക്കാൻ അതാണ് നല്ലത്.

പുത്തൻ ചിരി. ചിരി തിരിച്ചുവരുന്നു. " ഈ തള്ള പുലയാടിക്ക് എന്താണ് പറ്റിയത്?" ഈ പട്ടി കാരണം ഞാൻ അനുഭവിക്കാൻ പോവുകയാണ്. പക്ഷേ ശരിക്കുള്ള നായിന്റെ മോൻ ഈ ഗാർഡാണ്. സത്യം പറഞ്ഞാൽ പിജിറിച്ചെ ഇയാളുടെ മേൽ മൂത്രമൊഴിച്ചതിനല്ല ഞാൻ ചിരിച്ചുകൊണ്ടിരിക്കുന്നത്. സത്യമാണിത്. എന്താണ് സംഭവിച്ചതെന്ന് വച്ചാൽ ഞാൻ ജോഷെയുടെ ഒരു തമാശ ഓർത്തുപോയി.

പേരുകേട്ട ജനറൽ ഗോമസിന്റെ വീട്ടിലേക്ക് ഒരു സന്ദർശകൻ വന്നു. ജനറൽ തൂക്കു കട്ടിലിൽ വിശ്രമിക്കുകയായിരുന്നു. വന്നയാൾ കസേരയിലിരുന്നു. അടിയിൽ ജനറലിന്റെ നായ കിടപ്പുണ്ടായിരുന്നു. ഇരുന്നതും വന്നയാൾ അറിയാതെ വളി വിട്ടു. നാണക്കേട് മറയ്ക്കാൻ അയാൾ ആ പട്ടിയെ "പട്ടി" എന്ന് ഉറക്കെ പറഞ്ഞു. എന്നിട്ട് കസേരയുടെ അടിയിലേക്കു നോക്കി. ജനറൽ കട്ടിലിൽ സിഗററ്റ് വലിച്ച് അമർന്നുതന്നെ ഇരുന്നു. വന്നയാൾ വീണ്ടും ഒരു വളി വിട്ടു. എന്നിട്ട് താഴെ നായയുടെ നേരെ കുനിഞ്ഞ് പറഞ്ഞു "പട്ടി!" ജനറൽ ശാന്തനായി തന്നെ ഇരിപ്പ് തുടർന്നു. വന്നയാൾ മൂന്നാമതും വളി വിട്ടതും ജനറൽ പറയാൻ തയ്യാറായിരുന്നു. "പുറത്ത് പൊയ്ക്കോ പട്ടീ, ഇയാളിന്നി നിന്റെ മേൽ തൂറും."

ചെപ്പെ ഗ്വാർദദോയുടെ ഇഷ്ടപ്പെട്ട തമാശയാണിത്.

-ആ തള്ളയ്ക്ക് പ്രാന്താണ്.

മൂത്രമൊഴിച്ച നായയുണ്ടാക്കിയ വിഷമം നോക്കിയേ. എന്റെ അമ്മ എപ്പോഴും പറയുമായിരുന്നു: "നിന്റെ വായ എപ്പോഴും തുറന്നിട്ടാണ്. ഇങ്ങനെ പുറ്റും ചിരിച്ച് നടന്നോ." അത് സത്യമാണ്. കുട്ടിയായിരിക്കുമ്പോൾ എന്ത് കേട്ടാലും എനിക്കു ചിരിയായിരുന്നു. "നിന്റെ പല്ല് മരവിക്കും." എന്റെ അമ്മ പറയുമായിരുന്നു. അല്ലെങ്കിൽ ഇങ്ങനെ പറയും: " ഒരുപാട് ചിരിക്കുന്ന പെണ്ണ് ചെക്കന് വേണ്ടി പരക്കം പായുകയാണ്." ഈ കാര്യങ്ങൾ പക്ഷേ ശരിക്കും എന്റെ തലയിലേക്കുതന്നെ വന്നു. എനിക്ക് പത്ത് വയസ്സേ ആയിരുന്നുള്ളൂ. നാല് വർഷം കഴിഞ്ഞതും ഞാൻ ചെപ്പെയുടെ കൂടെയായി. എന്നെക്കാൾ പ്രായമുള്ളതുകൊണ്ട് ചെപ്പെയുടെ കൂടെ കൊഞ്ചി നടക്കാനും കഴിഞ്ഞില്ല. കാര്യങ്ങൾ സംഘടിപ്പിച്ചത് എന്റെ അമ്മ തന്നെയാണ്. പതിനഞ്ച് തികയുന്നതിന് മുൻപ് ജോഷെ എന്നെ വീട്ടിൽ നിന്നിറക്കിയത് കൊണ്ട് ഒരുവിധത്തിൽ എനിക്ക് ജീവിതം ആസ്വദിക്കാൻ കഴിഞ്ഞില്ല. കാരണം, ഒരുവൾ ഒരു പുരുഷന് വിധേയയായി കഴിഞ്ഞാൽ മറ്റെല്ലാം മറന്നേ പറ്റൂ. എന്തിനധികം ആദ്യകാലത്ത് തന്നെ ഞാൻ മരിയപിയയെ വയറ്റിൽ ചുമന്ന് കഴിഞ്ഞിരുന്നു. കുട്ടികളെ വളർത്തണമെന്നതിനാൽ കൂടുതൽ ഉത്തരവാദിത്വമുള്ളവളായി. മുതിർന്നവർക്ക് ഭക്ഷണം കഴിക്കാതെ പോകാം. കുട്ടികളുടെ കാര്യം വ്യത്യസ്തമാണ്. പിന്നെ കുറച്ചുകാലം കഴിഞ്ഞതും കുട്ടിയെ പോറ്റുന്നതിനിടയ്ക്കുതന്നെ ഞാൻ കാപ്പിത്തോട്ടത്തിലേക്കു പോകുമായിരുന്നു-

ജോഷെയോടൊപ്പം സാന്താടെക്ലയിലേക്ക്. വൈകാതെ തന്നെ രണ്ടാമത്തെ യാളും വന്നു. അങ്ങനെയാണ് ജീവിതം.

കുറച്ച് അധികം തവണ ഞാൻ ജോഷെയുമൊത്ത് കുട്ടിക്കളി കളിച്ചിരുന്നു. ഞാൻ ശൃംഗരിച്ചിട്ടില്ല എന്നൊന്നും പറയുന്നില്ല. ഞാൻ തലയിൽ കുറച്ച് പൂ ചൂടുമായിരുന്നു. ജോഷെ വന്നാൽ അത് എടുത്തുകളയും. എന്നിട്ട് പരിഭ്രമത്തോടെ ഓരോന്നായി വേർപെടുത്തും. എന്നെക്കാൾ വളരെയധികം മൂപ്പുണ്ടെങ്കിലും ജോഷെയെ എനിക്കെപ്പോഴും ഇഷ്ടമായിരുന്നു, തുടക്കം മുതൽക്കു തന്നെ. ജോഷെ എന്റെ ഭർത്താവാകുന്നതോടെ ഇതെല്ലാം അവസാനിക്കുമെന്ന് ഞാൻ ഒരിക്കലും വിചാരിച്ചിരുന്നില്ല.. ഞങ്ങൾ കല്ല്യാണം കഴിച്ചു. ജോഷെ എന്നെ കാണാൻ വരുമ്പോൾ എന്റെ കണ്ണുകൾ കൂട്ടിമുട്ടും. അല്ലെങ്കിൽ ഞാൻ വായുവിൽ ചില ചിത്രങ്ങൾ വരയ്ക്കും. അല്ലെങ്കിൽ അദ്ദേഹത്തിന്റെ മുന്നിൽ ഇളകിയാടിക്കൊണ്ടിരിക്കും- അമ്മ പറയുന്നവരെ.

“പെണ്ണേ എന്താ കിടന്നു തുള്ളുന്നത്?” അപ്പോൾ അദ്ദേഹം എന്നെ നോക്കും.

ഞാൻ അങ്ങോട്ടും നോക്കും.

കുറച്ച് കഴിഞ്ഞാൽ ഒരാൾക്ക് തളരും, സത്യമതാണ്. കുട്ടികളെത്തുന്നു, ചിരിക്കു വിട. കാപ്പിയുടെ വിളവെടുപ്പിന് സമയമായി. കുട്ടികളെ ശരിയാക്കി പായയോ കമ്പിളിയോ എടുത്ത് സ്ഥലം വിടണം. ഉടുപ്പുപോലും എടുക്കില്ല. കാരണം ഒരേ തുണി തന്നെയാണ് എപ്പോഴും ഉടുക്കുക-ചിരിക്കുമ്പോഴാ യാലും കരയുമ്പോഴായാലും അവിടെ നിന്നാണ് ആ പാട്ടിന്റെ വരവ്. “അപ്പോൾ നീ ഒരേ തുണി തന്നെ ഉടുക്കുന്നു.” ശരി, നിങ്ങൾ ദാരിദ്ര്യത്തിൽ കഴിയുമ്പോൾ എന്താണ് ചെയ്യാൻ പറ്റുക? പരാതിപ്പെടുക, പരാതിപ്പെടുക എന്നല്ലാതെ? കാര്യങ്ങൾക്ക് തെളിവുമില്ലാത്തിടത്തോളം അതങ്ങിനെയാണ്.

ശരി. അതിരിക്കട്ടെ. അധികാരികൾ ഓരോരുത്തന്മാർ കയറി ഇറങ്ങുന്ന രീതിയില്ലേ-ഞങ്ങൾക്കറിയാം എവിടെ നിന്നാണ് അത് ഉണ്ടാകുന്നതെന്ന്.

എന്തിനാണവർ ഞങ്ങളെ ശല്യപ്പെടുത്തതെന്നും എന്തിനാണവർ ദേഷ്യം പിടിക്കുന്നതെന്നും ഞങ്ങൾക്കറിയാം. ഒരിക്കൽ ഞാൻ ചെപ്പെയോട്, എന്താണ് ബോധമെന്നതുകൊണ്ട് അർത്ഥമാക്കുന്നതെന്ന് ചോദിച്ചിരുന്നു. എന്തുകൊണ്ട് എന്നറിയുക, അതിൽ കൂടുതലോ കുറവോ ഒന്നുമല്ല. ഒരുപക്ഷേ അത് അറിയുന്നത് കൊണ്ടാവാം ഞാൻ കൂടുതൽ ചിരിക്കുന്നത് കാരണം അവർ നിങ്ങളുടെ പൂർണ്ണനാശമാണ് കാംക്ഷിക്കുന്നത്. അതാണ് സത്യം. എനിക്ക് കുട്ടിയെക്കുറിച്ചാണ് ചിന്ത, അവൾക്ക് വേണ്ടി ഞാൻ ജീവൻ കളയും.

ജോഷെ എന്നെ പലതവണ ഉപദേശിച്ചിട്ടുണ്ട്. അധികാരികളോട് കഴിയാവുന്നത്ര മര്യാദ പാലിക്കണം. പക്ഷേ ഇതൊന്നും തന്നെ അവർ ശത്രുക്കളാണെന്ന് മനസ്സിൽവച്ച് ചെയ്യരുത്. അവരെ പ്രകോപിപ്പിക്കുകയോ

അവരിൽനിന്ന് ഓടിപ്പോവുകയോ ചെയ്യരുത്. കാരണം അവർ വെടിവയ്ക്കും. പ്രത്യേകിച്ച് അവർ നിങ്ങളുടെ ദേഷ്യം തീവ്രമാക്കുന്നതായി ശ്രദ്ധയിൽ പെട്ടാൽ സംഗതി തീർന്നു. അവർക്കെന്തോ ആവശ്യമുണ്ട്. എങ്ങനെ പ്രതികരിക്കുന്നു എന്നതിലായിരിക്കും അവരുടെ ശ്രദ്ധ. കാരണം ആ സന്ദർഭം മുതലെടുത്ത് അവർക്ക് നിങ്ങളെ തവിടുപൊടിയാക്കാം. അവരുടെ കുരുക്കിൽ വീഴരുത്. കാര്യങ്ങളെല്ലാം തന്നെ നിനക്ക് കുഴപ്പമുണ്ടാക്കാതെ ഒപ്പിക്കാം; നീ പ്രശ്നങ്ങളൊന്നും ഉണ്ടാക്കാതിരുന്നാൽ. അതാണ് ജോഷെ എന്നോട് പറയുക.

അധികാരികൾ

കത്തിയും മുള്ളും ഉപയോഗിച്ച് ഞങ്ങൾ ഇന്നേവരെ ഭക്ഷണം കഴിച്ചിട്ടില്ല. അത്തരം ധാരാളിത്തം ചിന്തിക്കാൻ പോലും പറ്റില്ല. സ്വർണ്ണം കൊണ്ടോ വെള്ളി കൊണ്ടോ ഉണ്ടാക്കിയതുപോലെയാണ് അവയുടെ തിളക്കം. ഞങ്ങൾ മരസ്പൂണുകൾ മാത്രമേ ഉപയോഗിച്ചിട്ടുള്ളൂ. അത് ഞങ്ങൾതന്നെ ഉണ്ടാക്കിയതുമാണ്. പുളിപ്പിച്ച കറുത്ത ചോളം താഴ്ത്താനും അതുതന്നെയാണ് ഉപയോഗിക്കുക. അവ ഇടയ്ക്കിടയ്ക്ക് ചില്ലു കഷ്ണം കൊണ്ട് ചുരണ്ടണം. വെള്ളി സ്പൂണിന്റെ കുഴപ്പം അത് ചുണ്ട് പൊള്ളിക്കും എന്നുള്ളതാണ്. എന്നാൽ മരസ്പൂണിന് ആ പ്രശ്നമില്ല. നല്ല ചൂടിൽത്തന്നെ കുടിക്കാം.

അതുപോലെ മേശവിരിയിട്ടും ഞങ്ങൾ ഭക്ഷണം കഴിച്ചിട്ടില്ല. ടോർടില്ല പൊതിയുന്നതുപോലുള്ള തുണി. വലുതാണെന്ന് മാത്രം. വക്കുകളിൽ നിറമുള്ള തൊങ്ങലുകൾ. പരുത്തിത്തുണി പോലെയല്ല ഏതാണ്ട് പട്ട് പോലെയാണ്. സങ്കൽപ്പിക്കാൻ പറ്റാത്തത്രയ്ക്ക് മനോഹരം. പ്രാവിന്റെ തൂവൽ പോലെ മിനുസം. കസേരയെക്കുറിച്ച് പറയേണ്ടതില്ല. സ്വർഗ്ഗം തന്നെ. ഇതിൽ കൂടുതൽ എന്താണ് നിങ്ങൾക്ക് ചോദിക്കാനുള്ളത്?

എന്നാലും പരിശീലകൻ ഞങ്ങളോട് മോശമായാണ് പെരുമാറുന്നത്. ആ ഗ്രിൻഗോമാരിൽ ഒരാൾക്ക് കാര്യങ്ങൾ ഒരുപാട് അറിയാം. എല്ലാം പറഞ്ഞു കഴിഞ്ഞു. ഒന്നിനുവേണ്ടിയും എന്റെ ജീവിതം ഞാൻ മാറ്റില്ല. ദൈവം സാക്ഷി. ഞങ്ങൾ ദിവസവും ഭക്ഷണം കഴിക്കും. എനിക്കാദ്യം അത്ര പഴക്കമില്ലാത്തതു കൊണ്ട് പ്രശ്നമായിരുന്നു. വയറ് വേദന വരും. മറ്റൊന്ന്: ഞങ്ങൾക്ക് ടോർടില്ല പോലും കഴിക്കാനില്ലായിരുന്നു. തുടക്കത്തിൽ അത് എനിക്ക് പ്രശ്നങ്ങളുണ്ടാക്കിയിരുന്നു. അവർ തരുന്നത് റൊട്ടിയും പിന്നെ അവർ പറയുന്ന

മാർഗരയിൻ അല്ലെങ്കിൽ ഗാർളിക് ബട്ടറുമാണ്- ഹൊ! നിങ്ങളോടിതൊക്കെ പറഞ്ഞിട്ടെന്താ കാര്യം. എനിക്കറിയാം, നിങ്ങൾക്കിതൊരിക്കലും മനസ്സിലാവില്ലെന്ന്. സ്പാനിഷറിയാത്ത, അസ്പഷ്ട ഭാഷയിൽ സംസാരിക്കുന്ന ആ കൊച്ച് ചൈനീസ് പരിശീലകൻ പറയും: "നിങ്ങൾ രാജാക്കന്മാരെ പോലെയാണ് ജീവിക്കുന്നത്." ഞങ്ങൾ എത്ര നന്നായിട്ടാണ് കഴിയുന്നതെന്ന് മനസ്സിലാക്കാൻവേണ്ടി. അയാളെന്താണ് പറയുന്നതെന്നു പോലും ഞങ്ങൾക്ക് ശരിക്ക് അറിയില്ല. "രാജാവിനെ പോലെ കഴിയണമെങ്കിൽ, പറ, പറ." മൂപ്പരുടെ നാക്ക് പിണയുന്നത് കണ്ട് ഞങ്ങൾക്ക് ചിരിക്കണമെന്നുണ്ടാകുമെങ്കിലും ഞങ്ങൾ മൗനം പാലിക്കും. കാരണം ഈ കൊച്ച് ചൈനീസ്കാരനിൽ നിന്ന് ഞങ്ങളെ സ്വർഗ്ഗം തന്നെ രക്ഷിക്കണം. പരിശീലകൻ എന്ന നിലയിൽ ഇയാൾ മിടുക്കനാണ്.

നോക്കൂ, ഉദാഹരണത്തിന് ഉരുളക്കിഴങ്ങ് ഉലർത്തിയത്, എനിക്കതേക്കുറിച്ച് ഒരു ചുക്കും അറിയില്ല. ഞാൻ വിശദമാക്കാം. ഈ.... പോളവും മറ്റും ഉലർത്തിയതുപോലെ. പക്ഷേ, ഇത് ഉരുളക്കിഴങ്ങാണ്; ഉടച്ചോ അല്ലെങ്കിൽ കുഴച്ചോ. നിങ്ങളത് വിശ്വസിക്കില്ല. ആദ്യമൊക്കെ വല്ലാത്ത വിമ്മിട്ടമായിരുന്നു. ഒരു രുചിയും ഇല്ലാത്തതുകൊണ്ട് ഇറക്കാൻ ബുദ്ധിമുട്ടാണ്. മുകളിൽ മല്ലിത്തണ്ടിട്ടിട്ടുണ്ടാകും. പക്ഷേ, നോക്കൂ, അതാണ് 'ദൈവത്തിന്റെ ഭക്ഷണ'മാകുന്നത്. ചൈനക്കാരൻ പറയും: "ദൈവത്തിന്റെ വിഭവം" നിങ്ങളത് കുറച്ച് കഴിച്ചുനോക്കേണ്ടത് തന്നെയാണ്. പക്ഷേ പോകുമ്പോൾ എല്ലാം തന്നെ അവർ രേഖപ്പെടുത്തുന്നതുകൊണ്ട് എന്റെ സ്യൂട്ട്കേസിൽ ഉരുളക്കിഴങ്ങ് ഉലർത്തിയത് കാണുന്നത് അവർക്കത്ര സുഖമുള്ള കാര്യമായിരിക്കില്ല. എന്തുകൊണ്ടാണവർ അതിനെ പൂരിയെന്ന് വിളിക്കുന്നതെന്ന് എനിക്കറിയില്ല. തുറന്ന് പറയട്ടെ, എന്റെ ഭാഷയോട് ക്ഷമിക്കുക-പൂരി കണ്ടാൽ തീട്ടം പോലെയാണ് തോന്നുക, അതിന് ശുക്ലത്തിന്റെ മണം ആണെന്നു മാത്രം. നിർബന്ധിച്ച് അത് തീറ്റിക്കുന്നതിനെക്കുറിച്ച് നിങ്ങൾക്ക് ആലോചിക്കാൻ കഴിയുമോ? പിന്നെ, കുറച്ച് കഴിഞ്ഞാൽ നിങ്ങൾക്കത് ശീലമാവും. ഇത് കണ്ടുപിടിച്ചത് ഫ്രാൻസിലാണത്രെ. എനിക്കറിയില്ല. ആ രാജ്യങ്ങളിലൊക്കെ ആളുകൾ വലിയ കണ്ടുപിടുത്തക്കാരാണ്.

രാവിലെ ഓറഞ്ച്ജ്യൂസും യോഗുർട്ട് എന്ന് പേരുള്ള പാലും കിട്ടും. ജ്യൂസ് കുഴപ്പമില്ല. പക്ഷേ ഈ യോഗുർട്ട്? എന്ത് മറ്റെ സാമാനമാണത്? ഇങ്ങനെ പറഞ്ഞതിൽ ക്ഷമിക്കണം. ശരി. നിങ്ങൾക്കറിയാമോ പൂരി ശുക്ലംപോലെ മണക്കുമ്പോൾ യോഗുർട്ട് ഏതാണ്ട് ശുക്ലം തന്നെയാണ്. കൃമിക്കുള്ള മരുന്ന് കുടിക്കുന്നപോലെ വിഴുങ്ങണം. ആദ്യമൊക്കെ, ശരിക്കും സൂക്ഷിക്കണം. ഇറങ്ങാൻ മൂക്ക് ഇറുകെ പിടിക്കും ഞാൻ. ഇപ്പോഴെനിക്ക് പ്രശ്നമില്ല. സംഗതി സുഖമായി ഇറങ്ങിപ്പോകും. കരിമ്പിൻ വാറ്റ് അടിക്കണപോലെ ഒറ്റയടി. രുചി നോക്കാതെ മൂന്നാല് കവിൾ അകത്താക്കൽ. അല്ലെങ്കിൽ നിങ്ങൾക്കത് ഇറക്കാൻ പറ്റില്ല. ഇല്ലെങ്കിലോ ശിക്ഷ ഉറപ്പുമാണ്. ഒരു പ്രാവശ്യം ഒരാൾക്കത്

ഇറക്കാൻ കഴിഞ്ഞില്ല. അയാളതിന് എത്ര പണിപ്പെട്ടു എന്നതിൽ കാര്യമില്ല. ഡയറക്ടർ പറഞ്ഞു: "നോക്ക് മാതൃഭോഗികളേ...... എനിക്കിത് പോലുള്ള മറ്റെ പരിപാടി കാണാനോ കേൾക്കാനോ ഇഷ്ടമല്ല. ഓർത്തോ." നിങ്ങൾക്കെന്ത് ചെയ്യാൻ പറ്റും? മറ്റ് കാര്യങ്ങളൊക്കെ നോക്കിയാൽ നിങ്ങൾ രാജാക്കന്മാരെപ്പോലെയാണ് കഴിയുന്നത്.

രാജ്യം രക്ഷിക്കേണ്ടവരായതുകൊണ്ട് ഞങ്ങൾക്ക് നന്നായി ഭക്ഷണം തരണം, ഗ്രീൻഗോ ഞങ്ങളോട് പറയും. ഈ സുഖസൗകര്യങ്ങൾക്ക് പകരം ഞങ്ങൾക്കീ ആളുകളെ തഴയാൻ പറ്റില്ല. സ്വന്തം സഹോദരന്മാരെ ബലി കഴിച്ചാലും ഒരുവൻ ശത്രുക്കളിൽനിന്ന് തന്റെ രാജ്യത്തെ രക്ഷിക്കാൻ തയ്യാറായിരിക്കണം; പറയേണ്ട ആവശ്യമില്ലെങ്കിലും, അമ്മയെ ബലി കഴിക്കേണ്ടി വന്നാൽ പോലും. ഈ പറയുന്നതിൽ കുറച്ച് അതിശയോക്തി യുണ്ടെന്ന് തോന്നും. പക്ഷേ, പടിഞ്ഞാറൻ ലോകം അപകടത്തിലാണ്. പടിഞ്ഞാറൻ ലോകത്തിന്റെ മാരകമായ അപകടമെന്തെന്ന് ഞങ്ങൾക്കറിയാം– അവർ പറയുന്ന "ജനങ്ങൾ." പരിശീലകൻ ഉറക്കെ ചോദിക്കും: "ആരാണ് നമ്മുടെ മുഖ്യ ശത്രു?" ഞങ്ങൾ നിലവിളിച്ചു പറയും: "ജനങ്ങൾ!" അങ്ങനെ യങ്ങനെ അത് തുടരും.

"ആരാണ് ജനാധിപത്യത്തിന്റെ മുഖ്യശത്രു?" "ജനങ്ങൾ!" ഞങ്ങൾ ഉത്തരം പറയും. ഉറക്കെ, അദ്ദേഹം പറയും. എല്ലാ ശക്തിയും സംഭരിച്ച് ഞങ്ങൾ ഉറക്കെപ്പറയും: "ജനങ്ങൾ, ജനങ്ങൾ, ജനങ്ങൾ." നിങ്ങളോടിതൊക്കെ ഞാൻ പറയുന്നത് അതീവ രഹസ്യമായിട്ടാണ്. അവർ ഞങ്ങളെ വിളിക്കുന്നത് 'സ്പെഷൽ ഫോഴ്സ്' എന്നാണ്.

ഞങ്ങളിൽ ഇത് അവർ അടിച്ച് കയറ്റും. സത്യമാണ്. അല്ല, ഇത് സത്യമല്ലെങ്കിൽ ഞങ്ങൾക്കിത്രമാത്രം ആഡംബരത്തിനായി അവർ കാശ് ചിലവഴിക്കില്ലല്ലോ. നിങ്ങളൊന്ന് ആലോചിക്കൂ വെണ്ണ പോലും വ്യത്യസ്തമാണ്. ഞങ്ങൾ കഴിക്കുന്ന വെണ്ണയുടെ പുറംഭാഗം ചുവപ്പും അകം മഞ്ഞയുമാണ്. രക്തം പോലെ. എന്റെയീ നശിച്ച ജീവിതത്തിൽ ഇത്തരം സംഗതികൾ ഞാൻ എപ്പോഴെങ്കിലും സ്വപ്നം കണ്ടിട്ടുണ്ടോ? ഇല്ല. ഒരാൾക്കും ഇത്രയധികം കിട്ടില്ല. 'സ്പെഷൽ ഫോഴ്സ'സിന് മാത്രമുള്ളതാണിത്. ഞങ്ങളുടെ എല്ലാ പരിശീലകരും വിദേശികളാണ്. ഡയറക്ടറൊഴിച്ച്. ഇവിടെ അയാളെ വല്ലപ്പോഴുമേ കാണൂ. ഇടയ്ക്കു വന്ന് ഞങ്ങളുടെ അച്ചടക്കത്തെ ക്കുറിച്ചും എങ്ങനെ പരിശീലനം നടക്കുന്നുവെന്നതിനെക്കുറിച്ചും അന്വേഷിക്കും. ഞങ്ങളെല്ലാവരും ഒരുമിച്ച് ആക്രോശിക്കണം "നല്ലത്, എല്ലാം പിതൃരാജ്യത്തിന് വേണ്ടി, ചീഫ്!" നിങ്ങളോട് ഞാനിത് പറയുന്നത് രഹസ്യമായിട്ടാണ്; ഒരാളോട് പോലും പറയാതിരിക്കാൻ ശ്രദ്ധിക്കണം.

നിങ്ങൾ സങ്കല്പിക്കുകപോലും ചെയ്യാത്ത സംഗതികളിൽ ഞങ്ങൾക്ക് പരിശീലകരുണ്ട്. ഉദാഹരണത്തിന്, കലയിൽ. അതെ അങ്ങനെയാണവർ വിളിക്കുന്നത്- ആയോധനകലകൾ. ചൈനക്കാരനാണ് ആയോധനകല

പഠിപ്പിക്കുന്നത്. തള്ളവിരൽ കൊണ്ട് ഒരാളുടെ കണ്ണ് പുറത്തെടുക്കുന്നത് പോലും അതിൽ പഠിപ്പിക്കുന്നുണ്ട്. മറ്റൊന്ന് മനഃശാസ്ത്രം എന്ന് വിളിക്കുന്നതാണ്. ആളുകളെ എങ്ങനെ വെറും വാക്കുകൾ കൊണ്ടുമാത്രം പീഡിപ്പിക്കാം-കാരണം എപ്പോഴും ശക്തി ഉപയോഗിക്കേണ്ടി വരുന്നില്ലല്ലോ-എന്ന് അതിൽ പഠിപ്പിക്കുന്നു. വാക്കുകൾ മാത്രം മനസ്സിലാകുന്ന ചില കൂട്ടരുണ്ട്. മനഃശാസ്ത്രത്തിന് വൈദ്യുത ഉപകരണങ്ങളുമായി എന്തോ ബന്ധമുണ്ട്.

വളരെ പരുക്കനായിരുന്നാൽ മാത്രമേ അപകടത്തിൽപ്പെട്ടിരിക്കുന്ന ജനാധിപത്യത്തെ രക്ഷിക്കാനാവൂ. പക്ഷേ സഹോദരാ ഈ കാര്യങ്ങളൊന്നും പുറത്ത് പോകാതിരിക്കുന്നതാണ് നല്ലത്. കാരണം നമ്മളീ മണ്ടത്തരം സംസാരിച്ചതൊന്നും അത്ര വല്യ കാര്യങ്ങളല്ലെന്ന് നിങ്ങൾക്കറിയാമല്ലോ. അപ്പോൾ ഞാൻ പറയുക നിങ്ങൾ സംസാരിക്കാനായി എന്നെ മദ്യപിക്കാൻ ക്ഷണിച്ചു എന്നാണ്. ഹേയ് പേടിക്കണ്ട. നമുക്ക് നടക്കുന്നതിനുവേണ്ടി ഒന്നുകൂടി ആവാം. സഹോദരാ, ഞാൻ ക്ഷണിക്കുകയാണ്. എണീറ്റ് എന്നെ വിട്ട് കടന്നുകളയരുത്. എന്റെ മുകളിൽ കിടന്ന് ഇപ്പോൾ തന്നെ ഉറക്കം തുങ്ങാതെ. അറി[illegible] സൂക്ഷിച്ചില്ലെങ്കിൽ നിന്റെ [illegible]മാകും. ഇത് പിടിച്ചോ. ഗ്രിൻഗോ പറയുന്നത് ആളുകളുടെ ആത്മാവിൽ വിഷമേറ്റിരിക്കുന്നുവെന്നാണ്. അവരെയാകെ മനസ്സ് മാറ്റിയിരിക്കുകയാണ്. ഇത് വളരെ ശാസ്ത്രീയമായ സംഗതിയാണ്. പക്ഷേ ഈ ഭാഗങ്ങളിൽ, നമ്മുടേത് പിന്നോക്ക രാജ്യങ്ങളായതിനാൽ-അത് നമ്മൾക്ക് മനസ്സിലാവില്ല.

നമ്മൾ വിഡ്ഢികളായതുകൊണ്ടല്ല അത്, രാജ്യം മുഴുവനും നിരക്ഷരരായതുകൊണ്ടാണ്. അവർ നമ്മളെ പറയുന്നത് ചെവിയൻമാരെന്നാണ്. കാരണം ജന്മനാ നമ്മൾ അലസന്മാരാണ്. വെറും കുടിയന്മാരായ സ്പാനീഷുകാർ നമ്മെ കീഴടക്കുന്ന ദുര്യോഗമുണ്ടായി. വടക്ക് ഭാഗത്ത് ഇംഗ്ലീഷുകാരും വന്നു. അവർ എല്ലാവരും മികച്ച പണിക്കാരാണ്. കൂടുതലെന്തു പറയാൻ. ഇംഗ്ലീഷുകാർ ഇന്ത്യക്കാരെ കൊന്നു. പക്ഷേ സ്പാനീഷുകാർ അത് ചെയ്തില്ല. അത് വലിയൊരു അബദ്ധമായി. കാരണം, നിങ്ങൾക്കറിയാമല്ലോ, നമ്മുടെ വർഗ്ഗത്തെക്കുറിച്ച് ഞാൻ മോശമായി സംസാരിക്കുകയല്ല, നമ്മളിന്ത്യക്കാരൊക്കെ മുടിഞ്ഞു. നമ്മൾക്ക് എല്ലാം ആകാശത്തൂന്ന് മടിയിലോട്ട് വീഴണം. നമ്മളെല്ലാവരും വളരെയധികം ആജ്ഞാനുവർത്തികളാണ്. എന്നെ നോക്ക്. എനിക്ക് പട്ടണത്തിലേക്കു പോകാൻ ധൈര്യം ഇല്ലാതിരുന്നെങ്കിൽ ഞാനും നിങ്ങളെപ്പോലെ- മറ്റൊന്നും കരുതിയിട്ടല്ല സഹോദരാ- അങ്ങനെ ആയേനെ. നിങ്ങളെപ്പോലെ, കഷ്ടിച്ച് വല്ല തീട്ടവുംതിന്ന് ജീവിച്ചേനെ. പറഞ്ഞപോലെ നിങ്ങളാ തിന്നുന്ന സാധനത്തെ ഭക്ഷണമെന്ന് വിളിക്കാനാവില്ല. ഇത് കേട്ടോ. അമേരിക്കയിൽ ചോളം പന്നികൾക്കും കുതിരകൾക്കുമുള്ള ഭക്ഷണമാണ്. ഇവിടെയാണെങ്കിൽ നമ്മൾ ടോർടില്ലയും ഉപ്പും തിന്നുകൊണ്ടിരിക്കുകയാണ്.

ഞാൻ പറയുന്നപോലെ, ഇത് ശരിക്കും ദൗർഭാഗ്യം തന്നെയാണ്. എന്തിന്, ഈ മതം പോലുള്ള സംഗതിയിലും നമ്മൾ മോശമായാണ് കടന്നുവന്നത്. അവിടെ അമേരിക്കയിൽ ശരിയായ ക്രിസ്തു പുതിയ പള്ളികളിലാണ് വന്നത്; അവർ പറയുന്ന യഹോവയുടെ സാക്ഷികളും മൊർമോണുകളും. അതിൽ, ശാസ്ത്രത്തിലുള്ളതെന്ന പോലെ, അതായത് മനഃശാസ്ത്രവും കരാട്ടെയും പോലെ വൈത്തെ ഉച്ചരിക്കുന്ന സുന്ദരദൃഢഗാത്രരായ പുരോഹിതരും. സ്പാനീഷുകാർ നമുക്ക് സിഫിലിസ് കൊണ്ടുതന്നു. ശുദ്ധ കമ്മ്യൂണിസം കത്തോലിക്ക മതത്തെ വിഷലിപ്തമാക്കുകയും ചെയ്തു. അവർ ഉറപ്പു പറയുന്നത് സ്പാനീഷുകാർ എവിടെയും ചുറ്റിനടന്ന് ഇന്ത്യക്കാരെ കൊന്നിട്ടി ല്ലെന്നാണ്; മറിച്ച് അവർ ഇന്ത്യയിൽ പെണ്ണുങ്ങളുടെ കൂടെ കിടന്നു. അങ്ങനെയാണ് ഞങ്ങളുടെ വർഗ്ഗമുണ്ടായത്. പക്ഷേ ഞങ്ങളുടെ നിറം നോക്കുക പറയാതിരിക്കുകയാണ് നല്ലത്. അമേരിക്കയിലായിരുന്നു ഞങ്ങളെങ്കിൽ കറുത്ത വർഗ്ഗമായി തെറ്റിദ്ധരിച്ച് ഞങ്ങൾക്ക് ഹോട്ടലിൽ കഴിയാനോ വെള്ളക്കാരോടൊത്ത് ബസിൽ പോകാനോ കഴിയുമായിരുന്നില്ല. മാത്രമല്ല ഞങ്ങളോടവർ കറുത്തവരെക്കാൾ മോശമായി പെരുമാറിയേനെ. അവരുടെ നിറം അവരെ പുറത്ത് കാണിക്കുന്നുണ്ടെങ്കിലും അവരെയിപ്പോഴും അമേരിക്കക്കാരായി തന്നെയാണ് കണക്കാക്കുന്നത്. ഞങ്ങൾ ലാറ്റിനോകൾ, ഞങ്ങളുടെയീ അഴകൊഴമ്പൻ ചാണക നിറവുമായി, അവിടെയുമില്ല, ഇവിടെയുമില്ല. ഞങ്ങൾ ഒന്നുകിൽ ഇന്ത്യക്കാരോ അല്ലെങ്കിൽ വെള്ളക്കാരോ ആയിരുന്നെങ്കിൽ, ഈ ഇടയിൽപ്പെട്ട ആളുകളല്ലായിരുന്നെങ്കിൽ, നന്നായിരു ന്നേനെ. സ്വയം ഞങ്ങളെ വിശദമാക്കുകയെന്നത് വളരെ അത്യാവശ്യ കാര്യമാണ് സഹോദരാ.

പക്ഷേ ഞാൻ പറഞ്ഞപോലെ സ്പാനീഷുകാർ ഞങ്ങളെയും, ഞങ്ങളുടെ ആത്മാവിനെതന്നെയും നശിപ്പിച്ചു. ഇപ്പോഴാകട്ടെ ഉദ്യോഗസ്ഥരെക്കാൾ മോശമാണ് പാതിരിമാർ. അവരെ കടിഞ്ഞാണിടാൻ പിടിപ്പത്-പണിയാണ്; ഏറ്റവും ദുഷിച്ചവന്മാരെ അടിച്ചില്ലാതാക്കുക എന്നാണ് അപ്പറഞ്ഞത് അർത്ഥമാക്കുക എങ്കിൽ കൂടി. ഒഴിവാക്കണമെന്ന് ഞങ്ങൾ ആഗ്രഹിക്കുന്ന വരോട് ഞങ്ങൾ ചെയ്തത് നിങ്ങൾ കണ്ടില്ലേ. പക്ഷേ അതോടുകൂടി ഞങ്ങൾ മോശക്കാരായി. ഇപ്പോഴിതാ കമ്മ്യൂണിസ്റ്റ് തമ്പുരാന്മാര് ഞങ്ങളെ ഭ്രഷ്ടരാക്കാൻ എത്തുകയും ചെയ്തു. പക്ഷേ സത്യമെന്തെന്നാൽ ഈ നരകം ഉണ്ടോ ഇല്ലയോ എന്ന് ശരിക്കും ഞങ്ങൾക്ക് അറിവില്ലാത്തതുകൊണ്ട്-ബക്കറ്റിൽ തൊഴിക്കുമ്പോൾ മാത്രമേ ഞങ്ങൾക്കതേക്കുറിച്ച് അറിയൂ-ഞങ്ങളെ ആ തന്തയില്ലാത്തവന്മാര് ശരിക്കും ചുട്ടുകൊല്ലുമോ എന്നറിയില്ല. അത്ര ഉറപ്പോടുകൂടി ആർക്കും ഇരിക്കാൻ പറ്റില്ല, ശരിയല്ലേ? യഥാർത്ഥ മതം അവരുടെ ക്രിസ്തുമതമാണെന്ന് ഗ്രിൻഗോ പറയുമ്പോഴും കമ്മ്യണിസ്റ്റ്പോപ്പ് വന്നതോടുകൂടി പാതിരിമാർ ചുവടു മാറ്റിത്തുടങ്ങിയപ്പോൾ, ഒടുവിൽ പോപ്പിന് വിഷം കൊടുക്കേണ്ടിവന്നത്, അവർ എത്രമാത്രം ശക്തരാണെന്ന്

കാണിക്കുന്നു. എന്നിട്ടവർ ഒരു കമ്മ്യൂണിസ്റ്റ് വിരുദ്ധ പോപ്പിനെ പ്രതിഷ്ഠിച്ചു. അവർ പറയുന്നത് അദ്ദേഹവും മോശമാളുകളുടെ കൂട്ടത്തിൽപ്പെട്ട ആളാണെന്നാണ്. എന്നാലും എനിക്ക് എന്റേതായ സംശയങ്ങളുണ്ട്. കാരണം കത്തോലിക്കക്കാർ അന്ത്യയുദ്ധത്തിലേക്കുള്ള പാതയിലാണ്. നിങ്ങളൊരു പക്ഷേ വിശ്വസിക്കില്ല സഹോദരാ. കാരണം നിങ്ങളെയവർ ഇരുട്ടിനക ത്താക്കിയിരിക്കുകയാണ്. കമ്മ്യൂണിസ്റ്റുകാരും പാതിരിമാരും നിങ്ങളെ കീഴടക്കിക്കഴിഞ്ഞു. അതുകൊണ്ടാണ് ഒരാൾക്ക് ഈ നിർഭാഗ്യവാന്മാരെ പീഡിപ്പിക്കാനായി സ്വയം ത്യജിക്കേണ്ടി വരുന്നത്. എത്രയ്ക്കവർ സാധു ക്കളാണോ അത്രയ്ക്കവർ ബുദ്ധിമുട്ടും. നിങ്ങൾക്കിത് നേരത്തെ അറിയുന്ന കാര്യമാണല്ലോ അല്ലേ? മുമ്പൊക്കെ സംഗതിയെല്ലാം ശാന്തവും സുന്ദര വുമായിരുന്നു. ആരെങ്കിലും കുഴപ്പമുണ്ടാക്കാൻ ശ്രമിക്കുകയോ കുറഞ്ഞ വേതനത്തെക്കുറിച്ച് സംസാരിക്കുകയോ ചെയ്തിരുന്നില്ല. എന്തുകൊണ്ടവർക്ക് പരമാവധി കൂലി ചോദിച്ച് എന്നെന്നേയ്ക്കുമായി ഇതെല്ലാം അവസാനിപ്പിച്ച് ഈ ബുദ്ധിമുട്ടിൽ നിന്ന് രക്ഷപ്പെട്ടു കൂടാ? നോക്ക് ഇപ്പോഴവർ തിന്നാൻ വെണ്ണയാണ് ചോദിക്കുന്നത്. പക്ഷേ അന്ത്യയുദ്ധത്തോട് കൂടി ഈ വംശം ഒന്നാകെ ഇല്ലാതാകും; നമ്മളെ രക്ഷിക്കാൻ നമ്മൾ സ്വയം വല്ലതും ചെയ്തില്ലെങ്കിൽ. നിങ്ങളുടെയീ അനുഗൃഹീതമായ നശിച്ച ജീവിതത്തി ലെപ്പോഴെങ്കിലും വെണ്ണ തിന്നിട്ടുണ്ടോ? ടോർട്ടില്ലയും ഉപ്പും പയറുമൊഴിച്ച് എന്തുകഴിച്ചാലും വയറുവേദന ഉറപ്പാണ്. പക്ഷേ ഈ ലോകത്ത് കുറെയധികം നായിന്റെ മക്കള് താമസമാക്കിയിട്ടുള്ളതുകൊണ്ട്, ഒരാൾക്ക് കഴിയാ വുന്നതിനപ്പുറം അയാളിൽ നിന്ന് ചോദിച്ച് വാങ്ങാൻ അവർ ഞങ്ങളെ പ്രോത്സാഹിപ്പിക്കും. നോക്ക് സോദരാ എന്നെയങ്ങ് തള്ളിക്കളയാതെ. ഞാൻ പറഞ്ഞ വിഭവങ്ങൾ കൊണ്ട് എനിക്ക് ഭക്ഷണം തരുന്നതുകൊണ്ട് നിങ്ങൾക്ക് കുറ്റം പറയാൻ പറ്റില്ല.

എനിക്ക് നന്നായി ഭക്ഷണം കഴിച്ചേ പറ്റൂ. നിങ്ങളോടൊന്നും ഞാൻ പറയാൻ ആഗ്രഹിക്കാത്തതും അതുകൊണ്ടാണ്. എന്നെ സംബന്ധിച്ചി ടത്തോളം ജോലിയാണ് കാര്യം. അതിൽ കൂടുതൽ ഞാൻ പ്രഭുസേനയിലെ അംഗമാണ്. കാരണം ഞങ്ങൾ സംസ്ക്കാരത്തെ സംരക്ഷിക്കുന്നത് പുസ്തകങ്ങളിൽനിന്നുള്ള വഴിപിഴച്ച ചിന്തകളെ കൂട്ടുപിടിച്ചല്ല, നിത്യേനയുള്ള അഭ്യാസം കൊണ്ടാണ്-ലോകത്തെ ഏറ്റവും നാഗരിക രാജ്യത്തെ വിഭവങ്ങളെ അവലംബിച്ചാണ്. ദൈവത്തിനെ സ്തുതിച്ച് വെടിയുണ്ട ഉതിർക്കുക! നോക്ക് സഹോദരാ വേണമെങ്കിൽ നമുക്കൊന്നുകൂടി ആവാം. പൈസ ഞാൻ കൊടുക്കാം. ഞാനങ്ങനെ വഷളായി മാറിയിട്ടുണ്ടെന്ന് എന്നാൽ നിങ്ങൾ പറയില്ല. സംഭവിക്കുന്നതെന്താണെന്നു വച്ചാൽ നിങ്ങൾ സാധാരണക്കാർ ഞങ്ങളെ പ്രാകൃതരായും ആയുധം മാത്രം കൈകാര്യം ചെയ്യുന്നവരായും കരുതുന്നു. പക്ഷേ, കണ്ടില്ലേ? ഞങ്ങൾക്കും ഞങ്ങളുടേതായ ചിന്തകളുണ്ട്. എങ്കിലേ ഞങ്ങളെയാരും മസ്തിഷ്ക്ക പ്രക്ഷാളനം ചെയ്യിക്കാൻ പോകുന്നില്ലെന്ന് ഉറപ്പിക്കാനാവൂ.

നോക്കൂ സഹോദരാ വെറുതെ എന്റെ ശരീരത്തിൽ കിടന്ന് തൂങ്ങാതെ. നിങ്ങൾ കുടിച്ചതിന്റെ ഇരട്ടി ഞാൻ അകത്താക്കിയിട്ടും എന്റെ തലയിലത് കയറിയിട്ടില്ല. പക്ഷേ നിങ്ങളിപ്പോൾ തന്നെ കുഞ്ഞൻ മാലാഖമാരെ കാണാൻ തുടങ്ങി. എന്നെ കുറ്റം പറയണ്ട. നിങ്ങളും പരിഭ്രമിക്കണ്ട, സ്വയമൊന്ന് അടങ്ങിയിരുന്നാൽ മതി. കരിമ്പിൻ വാറ്റിന് അകമ്പടിക്കായി കുറച്ചു ബീർ കൂടി സഹോദരാ. വിശ്വസിക്ക് സഹോദരാ. ഞാൻ വലിയ, സൊയമ്പൻ അടി അടിക്കുമ്പോൾ നിങ്ങൾ തുള്ളികളായി ഒഴിച്ച് കഴിച്ചോളൂ.

നിങ്ങൾക്ക് ഞാൻ എന്തിലെങ്കിലും ഒന്നിൽ തൂങ്ങിയാൽ, പിന്നീട് പറയാമല്ലോ എനിക്ക് പിടിച്ചു നില്ക്കാൻ കഴിവില്ലെന്ന്. അങ്ങനെ എന്റെ അഭിമാനവും തവിടുപൊടിയാക്കാം. ശരി സഹോദരാ, ഇനി കളിയാക്കില്ലെന്ന് ഞാൻ ഉറപ്പ് പറയാം. അതുകൊണ്ട് ബീർ പിടി.

ഇത് നോക്ക് സഹോദരാ, മസ്തിഷ്ക്ക പ്രക്ഷാളനത്തെ സംബന്ധിച്ചാണെങ്കിൽ ഞാൻ ഗ്രിൻഗോയോട് പറഞ്ഞിട്ടുണ്ട്: ങ്ഹാ, ഞാൻ കരുതിയത് മസ്തിഷ്കം കഴുകുന്നത് പന്നിസോപ്പും വെള്ളവുമാണെന്നാണ്.

അതുകേട്ടതും ഗ്രിൻഗോ ഒഴികെ എല്ലാവരും ആർത്തു ചിരിച്ചു. ഗ്രിൻഗോ വളരെ ഗൗരവക്കാരനാണ്. ആരായിട്ടും അങ്ങനെ കളി പറഞ്ഞ് നടക്കില്ല.

ഗ്രിൻഗോ എന്നോട് പറഞ്ഞു: "നീ പറഞ്ഞത് ശരിയാണ്. അത് സോപ്പുകൊണ്ട് കഴുകുന്നത് പോലെ തന്നെയാണ്. ഏത് സോപ്പാണെന്ന് വിഷയമല്ല. മസ്തിഷ്ക്ക പ്രക്ഷാളനത്തെക്കുറിച്ച് നീ മനസ്സിലാക്കിയത് എല്ലാം ധാരാളമാണ്." കാരണം ഇത് കുഴപ്പം പിടിച്ചൊരു ശാസ്ത്രീയ പ്രശ്നമാണ്, അത്രയ്ക്ക് ലളിതമല്ല സഹോദരാ. പിന്നെ ഉറപ്പായിട്ടും, ഞങ്ങൾ, പിന്നോക്ക രാജ്യക്കാരായ ഞങ്ങൾ, പഠിപ്പില്ലാത്തവരാണ്. പിന്നെ ഞങ്ങളൊന്നും തന്നെ ആവശ്യപ്പെടാറില്ല. എന്റെ കൂട്ടുകാർ ചിരി നിർത്തിയിരുന്നില്ല. അതുകൊണ്ട് ഗ്രിൻഗോ അലറി, "നിർത്തിനെടാ നായിന്റെ മക്കളേ!" കാരണം ആ പേര് അത്രെ നന്നായിട്ടാണ് ഗ്രിൻഗോ പറയുന്നത്, നിങ്ങൾ കേൾക്കേണ്ടതാണ് -ഗ്രിൻഗോ പഠിച്ച ആദ്യത്തെ പാഠങ്ങളിലൊന്നാണ്. അതൊരു ദിവസം ഗ്രിൻഗോ ഞങ്ങളോട് പറഞ്ഞിട്ടുണ്ട്. ങ്ഹാ, ഞങ്ങളിനി ആ പേര് കൂടുതൽ ഉപയോഗിക്കേണ്ടി വരുമെന്നാണ് തോന്നുന്നത്. അന്നൊന്നും ഗ്രിൻഗോ എന്താണ് ഉദ്ദേശിക്കുന്നതെന്ന് ഞങ്ങൾക്ക് മനസ്സിലായിരുന്നില്ല. പിന്നീട് പെട്ടെന്ന് തന്നെ സംഗതി പിടികിട്ടി. ഇപ്പോൾ തലങ്ങും വിലങ്ങും 'നായിന്റെ മക്കളെന്നു'ള്ള വിളിയാണ്. അത് അനുസരണയുടെ മാനദണ്ഡങ്ങളിലൊന്നാണെന്ന് ഒരു ദിവസം ഗ്രിൻഗോ വിശദീകരിച്ചിരുന്നു. ഞങ്ങളത് ശീലമാക്കണമെന്നും ഞങ്ങൾ തന്നെ പിന്നീടത് ആവശ്യം വരുമ്പോൾ സ്വാഭാവികമായി ഉപയോഗിക്കണമെന്നും.

കാരണം, നോക്കൂ, ഗ്രിൻഗോയ്ക്ക് അരിശം വന്നു കഴിഞ്ഞാൽ അയാളുടെ വഴിയിൽ ആര് കടന്ന് വന്നാലും കൊടുങ്കാറ്റായിരിക്കും, നശിച്ച കൊടുങ്കാറ്റ്.

പറയുന്നത് വിശ്വസിക്കണം. ഇത് സംഗതി മാറി. കാരണം ആദ്യം മുതൽക്കു തന്നെ ഡയറക്ടർ ഞങ്ങളോട് പറഞ്ഞിട്ടുണ്ട്, ഗ്രിൻഗോയ്ക്ക് ഇഷ്ടമുള്ളതെന്തും ചെയ്യാൻ അധികാരമുണ്ടെന്ന്. "പേൻ" തിന്നുകയും, പറഞ്ഞത് വിശദീകരിക്കാൻ പറ്റാതെ വരുമ്പോൾ ഞങ്ങളുടെ ചന്തിക്ക് ചവിട്ടുകയും ചെയ്യുന്ന ചൈനക്കാരനെപ്പോലെ. ഞങ്ങൾക്കിഷ്ടമുള്ള ചില കാര്യങ്ങൾ ഉള്ളത് പോലെ ആദ്യം വഴങ്ങാൻ ബുദ്ധിമുട്ടുള്ള കാര്യങ്ങളുണ്ടെന്ന് ഞാൻ പറയുമ്പോൾ എന്റെ സത്യസന്ധത നിങ്ങൾക്ക് മനസ്സിലാകും.

ഗ്രിൻഗോയെ ഓർത്ത് തല പുണ്ണാക്കേണ്ട സഹോദരാ. അതുപോലെ ആ കൊച്ച് ചൈനക്കാരനെ ഓർത്തും. അവർ ഞങ്ങളിലെ വീര്യം പുറത്തെടുക്കാനും ഈ പിന്നോക്ക രാജ്യത്തിലെ കമ്മ്യൂണിസത്തിന്റെ പ്രശ്നങ്ങളെക്കുറിച്ചു മനസ്സിലാക്കാനും വന്നവരാണ്. കുള്ളൻ ചൈനക്കാരനിൽ നിന്ന്, ചന്തിക്ക് ചവിട്ടു കിട്ടുന്നതോ അല്ലെങ്കിൽ കഴുത്തിൽ കരാട്ടെ വെട്ട് കിട്ടുന്നതോ നിങ്ങളെ എനിക്ക് കാണിക്കണമെന്നുണ്ട്. കാരണം ക്ലാസിലാരെങ്കിലും അയഞ്ഞിരിക്കുകയോ അല്ലെങ്കിൽ പാതി ഉറക്കം തൂങ്ങുകയോ ചെയ്താൽ, പണി തീർന്നു. ചൈനക്കാരൻ പിന്നാലെ നുഴഞ്ഞു കയറി വന്ന് ഒരൊറ്റ തൊഴിയാണ്. കഴുത്തിൽ നാശം പിടിച്ചൊരു വെട്ടാണ്. ഒന്നിലധികം ആളുകളിങ്ങനെ ആശുപത്രിയിൽ പോയിട്ടുള്ളതിൽ ഒരാൾ പോലും തിരിച്ചുവന്നിട്ടില്ലെന്ന കാര്യം നിങ്ങളുടെ അറിവിനായി പറയട്ടെ. അതിന്റെ രീതി അങ്ങനെയാണ്. സഹോദരാ. നിങ്ങളെന്താണ് പ്രതീക്ഷിക്കുന്നത്? ഈ വൃത്തികേടും തിന്ന് പകലന്തിയോളം ചന്തിക്കടി വാങ്ങി കഴിയാൻ വളരെ ചെറിയ വേതനമാണ് ലഭിക്കുന്നതെന്നതാണ് കഷ്ടം. സഹോദരാ എന്താണ് സംഭവിക്കുന്നതെന്നു വച്ചാൽ എല്ലാം സഹിക്കുന്ന ജന്തുവായി നിങ്ങൾ മാറുകയാണ്. അവർ നിങ്ങളുടെ വായ അടയ്ക്കുന്നതിനെക്കുറിച്ചുപോലും നിങ്ങളെ പഠിപ്പിച്ചിട്ടില്ല. അല്ലെങ്കിൽ നിങ്ങളിതൊന്നും എന്നോട് പറയുമായിരുന്നില്ലല്ലോ. ഞാൻ ഇപ്പോൾ ക്ഷമിച്ചു. നിങ്ങളെ വിടുകയാണെങ്കിൽ അതിനു കാരണം നിങ്ങളുടെ അറിവില്ലായ്മയാണ്. പക്ഷേ സംശയമൊന്നും വേണ്ട, നിങ്ങളെയെനിക്ക് കൈയും കാലും കെട്ടി പറഞ്ഞയക്കാം; അതാണ് സ്പെഷൽ ഫോഴ്സ് എന്നെ പരിശീലിപ്പിച്ചിരിക്കുന്നത്.

എന്റെ അമ്മയെ ആയാലും അച്ഛനെ ആയാലും, നിങ്ങളായാൽപ്പോലും, സഹോദരാ. കാരണം എല്ലാ പൗരന്മാരും തല്ലിപ്പൊളികളാണ്; നിങ്ങളും. അവർ ഞങ്ങളുടെ യൂണിഫോമിൽ അസൂയാലുക്കളാണ്, ജീവിതത്തിൽ ഞങ്ങൾ മുമ്പൻമാരാണെന്ന വസ്തുതയിലും.

അതാണ് നടപടിയെടുക്കാൻ ഞങ്ങൾക്ക് സമയമാകുമ്പോൾ ഞങ്ങളാരെയും വെറുതെ വിടാത്തത്. ഞാൻ പറയുന്നതു കേൾക്കുന്നുണ്ടോ സഹോദരാ?

രാവിലെ 10 മണി

അടുപ്പ് ഊതിക്കൊണ്ടാണ് ഇരുന്നതെങ്കിൽ നന്നായിരുന്നേനെ. പിജിറിച്ചെയെ കേൾക്കാതെ, അവനിൽ ശബ്ദം എത്താതെ ചായയുണ്ടാക്കുക. അവൻ വാഴയുടെ അടിയിലിരുന്ന് സ്വയം പരാതി പറഞ്ഞുകൊണ്ടിരിക്കുകയാണ്. ഒരു മനുഷ്യന്റെ കണ്ണുകൾക്കേ അത്രയധികം കാര്യങ്ങൾ ഉൾക്കൊള്ളാൻ കഴിയൂ. ഒരാളുടെ ഹൃദയത്തിനും. കഷ്ടംതന്നെ. പക്ഷേ അവനത് കിട്ടി. മൂത്രമൊഴിക്കാൻ കണ്ട സമയം! അതും നല്ല സ്ഥലത്തും!

“ശരി, ഞാനങ്ങോട്ട് വരാം.” കാരണം പൊന്തയിൽ നിന്ന് വരാൻ അവനിഷ്ടമല്ല. അവൻ മുറിവ് പറ്റിയ ഭാഗം വാഴ ഇലയിൽ ഉരച്ചുകൊണ്ട് നില്ക്കുകയാണ്.

ഒടുവിലീ നശിച്ച തീയിന്റടുത്ത് നിന്ന് എണീറ്റുപോകാൻ പറ്റി. ഞാൻ അവരോട് ക്ഷമിക്കണമെന്ന് പറഞ്ഞു. കാരണം നിങ്ങളുടെ വീടുതന്നെയാണെങ്കിലും അവരങ്ങ് പിടിച്ചെടുക്കും. അതുകൊണ്ട് ഞാനവരെ വെറുതെ പ്രകോപിപ്പിക്കില്ല. ഞാൻ ഒരിക്കലും പരുഷമാവുകയും ഇല്ല. അവർ ആരും ഒരു ‘ഹലോ’പോലും പറയില്ല. അതുകൊണ്ട് പക്ഷേ ഞാൻ മോശമായി പെരുമാറിക്കൂടാ. ശരിയല്ലേ? ‘‘മോശമായാൽ അതിന് നിങ്ങൾക്ക് അങ്ങനെയാണ് കിട്ടുക.” അവൻ വാലാട്ടി നില്ക്കുകയാണ്.

ഞാൻ എന്റെ പട്ടിയെ എടുത്ത് കൊണ്ടുവരുന്നു. ‘‘പാവം പട്ടി.” അയാളിപ്പോഴും കല്ലുപോലത്തെ മുഖഭാവവുമായി എന്നെ നോക്കുകയാണ്- ദുർഗന്ധമുള്ള തന്റെ കാലുറയിൽ മൂത്രത്തിന്റെ പ്രവാഹമുണ്ടായപോലെ. നാല് വർഷത്തിലധികമായി പട്ടി എന്റെ കൂടെയാണ്. നമ്മുടെ മൃഗങ്ങളോട് നമുക്കെങ്ങനെ അടുപ്പം കാണിക്കാതിരിക്കാൻ പറ്റും? അവൻ കുട്ടികളുടെ

കളിക്കോപ്പാണ്. അവരുടെ രക്ഷകർത്താവാണ്. അവരുടെ സുരക്ഷാ കമ്പളം. അവരെ അനുഗമിക്കുന്ന നിഴൽ.

ഏതാണ്ട് ഒരാവശ്യവുമില്ലാതെ ഞാൻ വാതിലിനടുത്തേക്ക് ചെന്നു കമ്പുകൾ കൊണ്ടുള്ള വാതിലിനടുത്തേക്ക്; അഡോൾഫിന കുട്ടികളുമായി വരുന്നുണ്ടോയെന്ന് നോക്കാൻ. ആ മൂന്ന് പിള്ളേരെയും വച്ചുള്ള അവളുടെ കഷ്ടം ആലോചിച്ച് നോക്ക്. അതിലിപ്പോ കഷ്ടമെന്താണെന്നു വച്ചാൽ ഏറ്റവും ഇളയതിന് നടക്കാനിഷ്ടമല്ല. അവൻ നന്നായി ശ്രമിക്കുമെങ്കിലും അവനത്രയ്ക്ക് കഴിയില്ല.

ഞാൻ പറഞ്ഞു:

-ഉടൻ അവളിവിടെയെത്തും.

പിജിറിച്ചയോടുള്ള സംസാരം. ജുവാൻ കേൾക്കാനായി പെഡ്രോയോട് ഞാൻ പറഞ്ഞു. സത്യം പറഞ്ഞാൽ അവൾ കുറെസമയത്തേക്കിനി വരികയില്ല.

എന്നിട്ട് ഞാൻ പറഞ്ഞു:

-അവൾ വളവിന്റെയടുത്ത് എത്താറായി.

അവർ, ഒന്നും മനസ്സിലാവാത്തതുപോലെ ഭാവിച്ചു. അവർ കാത്തിരിക്കും. അവർ വീണ്ടും വീണ്ടും കാത്തിരിക്കും. അവരുടെ അധികാരത്തെക്കുറിച്ച് നന്നായി അറിയാവുന്നതുകൊണ്ടാണ് അവർ അടങ്ങിയിരിക്കുന്നത്. പിരിമുറുക്കം ഒഴിവാക്കുന്നതിനോളം മറ്റൊന്നുംതന്നെ ഞാൻ ഇഷ്ടപ്പെടുന്നില്ല.

ആ വഴിക്ക് അഡോൾഫിന വന്നാൽ, എല്ലാം തന്നെ ഒരു പ്രശ്നവുമില്ലാതെ കടന്നു പോകും. അവർക്കെന്തോ പരിശോധിക്കേണ്ടതുണ്ട്. ഇക്കാലത്ത് ഒരുപാട് ദുരന്തങ്ങളുമായി ഒരാൾക്ക് ഒത്തുപോകാനാവില്ല. നിഷ്ക്കളങ്കരായ ആളുകൾ പോലും തങ്ങൾ കുഴപ്പത്തിലാണെന്ന് കരുതുന്നു. അഡോൾഫിന നിഷ്ക്കളങ്കയാണ്. ഞങ്ങളെല്ലാവരും നിഷ്ക്കളങ്കരാണ്. ഓരോ കുഴപ്പങ്ങളും സംഭവിക്കുന്നതിന്റെ കാരണക്കാർ അധികാരികളാണ്. അവരും അവരുടെ രീതിയും അവരുടെ പെരുമാറ്റവും. അതെ, ജയിലിലേക്ക് പോവുകയോ, പരിക്കേറ്റ് അവസാനിക്കുകയോ, അല്ലെങ്കിൽ പാതകളിൽ മരിച്ചു വീഴുകയോ ചെയ്യുന്നത് പാവങ്ങളാണ്. കാരണം അധികാരികൾക്ക് ഒരു പ്രവണതയുണ്ട്-ആരെ കഷ്ടപ്പെടുത്തണമെന്ന് അവർക്കറിയാം. പാവങ്ങളുടെ മേൽ കുതിരകയറാനാണ് അവർ ജീവിക്കുന്നത്-പാവങ്ങളോട് കല്പിക്കാൻ, തല്ലിച്ചതയ്ക്കാൻ, മൃഗങ്ങളെപ്പോലെ വലിച്ചിഴക്കാൻ. ഒരു ദിവസം അവരുടെ ഈ സുഖജീവിതം അവസാനിക്കും. എപ്പോഴും ആളുകളോടാണ് ചെയ്യുന്നത്, എപ്പോഴും. അവർക്ക് ചെറിയൊരു വേദന പോലും സഹിക്കേണ്ടി വന്നിട്ടില്ല. അവരുടെ ഈ അഹങ്കാരമെല്ലാം അങ്ങനെ ഉണ്ടാകുന്നതാണ്. യൂണിഫോം ഇട്ടു കഴിഞ്ഞാൽ പിന്നെ അവരുടെ വിചാരം

ലോകത്തിലെ രാജാക്കന്മാരാണെന്നാണ്. അവർ തന്നെ പറയുന്നത് എന്തും നിശ്ചയിക്കുന്നത് തങ്ങളാണെന്നാണ്. അങ്ങനെയാണ് കാര്യം. ഞാനെന്തിന് നുണ പറയണം? ഞാനാകെ ചെയ്യുന്നത് അവരെ എന്തിനും അനുവദിക്കുക എന്നതാണ്. കാരണം ഞാൻ അത്രമേൽ ഒറ്റയ്ക്കാണ്. പക്ഷേ കത്തിയും യന്ത്രത്തോക്കുമായുള്ള അവരുടെ ഭീകരത എന്റെ നേർക്ക് തിരിയുമെന്ന് കരുതണ്ട. അവർക്ക് ഞങ്ങളുടെ, അവൊക്കാഡോ തിന്നുന്ന പട്ടികളെ പോലും വിറകായി ഉപയോഗിക്കണം.

ഈ ആളുകളിൽ നിന്ന് യാതൊരു മോചനവും ഇല്ല. പക്ഷേ ഇതുപോലുള്ള കാര്യങ്ങൾ മാറും. ആ ദിവസത്തിന് അധികമില്ലെന്നാണ് ജോഷെ പറയുന്നത്. എനിക്കീ കാര്യങ്ങളെക്കുറിച്ചൊന്നും അത്ര നന്നായി അറിയില്ല. ഞങ്ങളുടെ അവകാശം നേടിയെടുക്കാനായി പണിപ്പെടുന്നവരോട് എനിക്ക് കാര്യമാണ്. ചിലപ്പോൾ ഞാനും കുറച്ച് കൂടും: സത്യം പറഞ്ഞാൽ ഞാൻ കുട്ടികളുമായി വീട്ടിലുള്ളപ്പോൾ ജോഷെ എല്ലാം ചെയ്യും. എനിക്ക് പുറത്തു പോവുന്നത് കുറച്ച് ബുദ്ധിമുട്ടുള്ള കാര്യമാണ്. പക്ഷേ ഞാൻ വല്ലതും സഹായി ക്കാനുണ്ടോയെന്ന് അവരോട് ചോദിക്കും. എന്റെ ചുറ്റുവട്ടത്തിൽ നിന്നു കൊണ്ട്. അതുകൊണ്ടാണ് ഞങ്ങളിവിടെ എത്തിയത്- സ്വയം രക്ഷിക്കാൻ. അല്ലെങ്കിൽ ആരുമുണ്ടാവില്ല. ഓരോരുത്തരും അവരവരുടെ താത്പര്യങ്ങൾ നോക്കണം. ആ ഒരു വീക്ഷണത്തിൽ ഞാൻ കൃഷിക്കാരുടെ സംഘത്തിൽ പ്പെട്ടവരെ പിന്താങ്ങും.

-അവൾ പെട്ടെന്ന് എത്തിയില്ലെങ്കിൽ ഞങ്ങൾ പോയി പിടിക്കേണ്ടി വരും.

ഇനി ഞാനൊന്നും അവരോട് വിശദീകരിക്കുകയില്ല. എന്തിന്? മൂന്ന് കുഞ്ഞുങ്ങളുമായി എന്റെ കുട്ടി വരികയാണെന്നും പറന്നെത്താൻ പ്രാവൊന്നുമല്ലെന്നും മനസ്സിലാക്കാൻ പറ്റാത്തത്ര വിഡ്ഢികളാണെങ്കിൽ എന്തിന് വിശദീകരിക്കണം.

അവർ സൗമ്യമായാണ് സംസാരിക്കുന്നത്. പക്ഷേ അവർ പറയുന്നത് ഞാൻ കേൾക്കണമെന്നും അപ്പോൾ ഞാൻ ഭയപ്പെടണമെന്നും അവർ ആഗ്രഹിക്കുന്നുണ്ടെന്ന് എനിക്കറിയാം. അപ്പോൾ ഞാൻ പ്രത്യേകമായി വല്ലതും നല്കണമോ എന്നു മാത്രമേ എനിക്കവരോട് ചോദിക്കാനുള്ളൂ. എന്റെ പേരക്കുട്ടി ഒരു മുതിർന്ന സ്ത്രീയാണെന്നൊന്നും കരുതണ്ട. അവൾക്ക് പതിനാലെ ആയിട്ടുള്ളൂ. അവൾക്ക് നല്ല ശാരീരിക വളർച്ച ഉണ്ട്. എന്നു മാത്രമേ ഉള്ളൂ. അവളുടെ സമയം വന്നപ്പോൾ അവൾ അണിഞ്ഞ് നല്ല ഐശ്വര്യമുള്ള വലിയൊരു പെണ്ണായി. അവളുടെ നീണ്ട മുടി ഏതാണ്ട് മുട്ടുവരെയുണ്ട്. ആകർഷകമായ പല ഘടകങ്ങളുമുണ്ടവളിൽ.

നോക്കൂ, അവൾക്ക് വല്ലതും സംഭവിക്കുമെന്നതിനെക്കുറിച്ച് ആർക്കാണ് ചിന്തിക്കാനാവുക. അവൾ ഞങ്ങളുടെ രക്തമാണ്. മരിയാപിയയുടെ രക്തം.

ഇത് പേടിയുടെ പ്രശ്നമല്ല, ഒരിക്കലും. പക്ഷേ എന്റെ മകന്റെ രക്തം വീണതോടുകൂടി മനസ്സിൽ പേടി വരാൻ തുടങ്ങി. ഞാൻ എന്നോട് തന്നെ പറഞ്ഞു: ഇത് കുറച്ചു കൂടുതലാണ്. എനിക്ക് ജസ്റ്റിനോയെ നഷ്ടപ്പെട്ടു. എന്തിനാണ് കലാപത്തിൽ ചേർന്നതെന്ന് അവനറിയാം. അത്തരം കാര്യങ്ങൾ ജോഷെ പൊലും പറയാത്ത രീതിയിലാണ് അവനെന്നോട് സംസാരിക്കുക. അതുകൊണ്ട് ഞാൻ സ്വയം പറഞ്ഞു: കണ്ഠം വീർപ്പുമുട്ടുമെങ്കിലും എന്റെ കണ്ണീരെനിക്ക് വിഴുങ്ങേണ്ടതുണ്ടെങ്കിലും എന്റെ രക്തത്തിന്റെ ഈ രക്തത്തെ മറക്കുക. ഞാനൊരാൾ മാത്രമല്ല കരയാൻ പോവുന്നത്. എന്റെ കണ്ണിൽനിന്ന് ഒരു നുള്ള് ഉപ്പെങ്കിലും വീഴുന്നത് കണ്ട് നിർവൃതിയടയാൻ ഞാൻ എന്റെ ശത്രുക്കളെ അനുവദിക്കില്ല. അവർ കണക്കു ചോദിക്കും. അതാണ് ഞാൻ എന്നോട് പറഞ്ഞത്. പെട്ടെന്ന് അല്ലെങ്കിൽ പിന്നീട്. ആ കൊലയാളികൾ എന്റെ മകനോട് ചെയ്ത സംഗതി മനുഷ്യത്വമില്ലായ്മയാണ്. മനുഷ്യനായി പിറന്ന ഒരുവനും അത് ചെയ്യില്ല. അതാണ് ഞാൻ എന്നോട് പറഞ്ഞത്.

ഇങ്ങനെയെല്ലാം ആയിരിക്കെ, എന്റെ ആതിഥ്യം സ്വീകരിക്കുകയോ വെള്ളം വാങ്ങിക്കുകയോ ചെയ്യാതെ ഈ ഒരു മേൽക്കൂരയ്ക്കകത്തു തന്നെ അവർക്കെങ്ങനെ കാത്തുനില്ക്കാൻ കഴിയുന്നു? ഒരാളും എതിർക്കാൻ ഇടയില്ലാത്ത ഒന്നാണ് ഞാൻ വാഗ്ദാനം ചെയ്തത്. ജോഷെ മാറ്റിവയ്ക്കുന്ന മാധുര്യമാർന്ന പൈനാപ്പിൾ മദ്യം. അവർ എന്തെങ്കിലുമൊന്നുമായി സമയം ചിലവഴിക്കണമെന്ന് എനിക്കുണ്ടായിരുന്നു.

–ശരി, നിങ്ങൾക്ക് വെള്ളം വേണ്ടെങ്കിൽ കുറച്ച് പൈനാപ്പിൾ മദ്യമാകാം; വ്യാജചാരായമൊന്നുമല്ല കേട്ടോ.

ഞാൻ ചിരിച്ചു; എന്റെ പല്ല് കാട്ടുക എന്നതിൽ കവിഞ്ഞൊന്നുമില്ലാത്തത്രയ്ക്ക് വിഡ്ഢിത്തത്തോടെ. അവൾക്കു വേണ്ടി അവർ ഇവിടെ തന്നെ കാത്തുനില്ക്കുന്നു എന്നതുകൂടി ഉണ്ടായിരുന്നു എനിക്ക്. അവൾ വരാൻ വൈകും.

ഇത് നല്ല ഉന്മേഷദായകമാണ്.

–നല്ല സ്വാദുമുണ്ട്.

ഒരാൾക്ക് എത്രയ്ക്ക് വിഡ്ഢിയാവാം. എന്റെ ഉള്ളിന്റെയുള്ളിൽ നിന്ന് എനിക്ക് തോന്നുന്നത് അവരുടെ മനസ്സെനിക്ക് മൃദുവാക്കാമെന്നാണ്. പക്ഷേ അത്തരം കാര്യങ്ങൾ ചിന്തിക്കുന്നതിൽ നിന്ന് ദൈവം എന്നെ രക്ഷിക്കട്ടെ. നിങ്ങളൊരു സമ്മാനം കൊടുക്കുമ്പോൾ തിരിച്ചൊന്നുംതന്നെ പ്രതീക്ഷിക്കരുത്. ഇക്കാര്യത്തിൽ ഒരാൾ തന്റെ ആർജവം നിലനിർത്തണം. ഞാൻ അവരെ സന്തോഷിപ്പിച്ചു നിർത്താൻ ആഗ്രഹിക്കുന്നത് അവരവളെ തേടി പോകാതിരിക്കാനാണ്.

അവരപ്പോൾ പറഞ്ഞു:

ശരി, ആയിക്കോട്ടെ, അത് നിന്റെ കാര്യം.

ഭരണികൾ മാധുര്യമാർന്ന 'ചിചാ'കൊണ്ട് നിറഞ്ഞ് നില്ക്കുകയാണ്. എന്റെ വാഗ്ദാനം അയാളുടെ കൈപൊള്ളിക്കുന്ന മട്ടിലാണ് അയാൾ കൈ നീട്ടിയത്. സാർജന്റ് കൈ നീട്ടിയപ്പോൾ പ്രൈവറ്റും കൈ നീട്ടി. പേടിച്ച്. ഈ ആളുകൾ വിശ്വസിക്കാൻ കൊള്ളാത്തവരാണ്. എനിക്കറിയാം അവർക്കിത് നിരസിക്കാൻ കഴിയില്ല. എന്ന്. അത്രയ്ക്ക് സ്വാദുണ്ടതിന്.

-ങാ, എന്നാൽ എല്ലാവർക്കും കൊട്.

-സൂക്ഷിക്കണം. ഉടുപ്പിൽ വീണാൽ കറ പറ്റും. അത്രയ്ക്ക് വീര്യം കൂടിയതാണ്.

"നാട്യക്കാരി തള്ള, അവളുടെ വിചാരം ഈ സാമാനം കൊണ്ട് നമ്മളെയങ്ങ് വിലയ്ക്കുവാങ്ങാമെന്നാണ്." പതുക്കെ തവി മുഖത്തേക്കുയർത്തി അയാൾ പറഞ്ഞു.

-നോക്ക് സാധനം നന്നായിട്ടുണ്ട്.

-അതങ്ങനെ തന്നെയാണ് സാർജന്റ്.

കുടിച്ചോ. പേടിക്കണ്ട. തലയ്ക്ക് പിടിക്കുകയൊന്നുമില്ല. വെറും പൈനാപ്പിളാണ്. ഓരോ തവിയും കുടിച്ച് കുടിച്ച് അവർ രസം കണ്ടു. ഭരണി കാലിയാക്കി. മത്തുപിടിപ്പിക്കില്ല, സാധനം നല്ല സ്വാദാണ്. കുറച്ചൊരു മയക്കം ഉണ്ടാക്കുമെങ്കിലും.

ദാഹിക്കുന്ന ആർക്കും കുടിക്കാൻ കൊടുക്കണമെന്ന് ചെപ്പെ ഗ്വാർദദോ എപ്പോഴും പറയുമായിരുന്നു. ഒരു അതിഥിക്ക് ആദ്യം കൊടുക്കുന്ന സംഗതി വെള്ളമാണ്. പ്രത്യേകിച്ച് ഇവിടെ കിലോമീറ്ററിലും ചലാറ്റ മുഴുവനും. വസ്ത്രം അഴിച്ചു കളയാൻ തോന്നും. അത്രയ്ക്ക് ചൂടാണ്.

ചിലപ്പോൾ ഉച്ചയ്ക്ക് കാറ്റ് കിട്ടും. ഹോണ്ടുറാസിൽ നിന്നാണ് അതു വരുന്നത്. നാലുമണിയോടുകൂടി അത് തെക്കോട്ടു പോകും. ഹോണ്ടുറാസിൽ നിന്നുള്ള തെക്കൻ കാറ്റാണത്. ബാക്കി സമയങ്ങൾ, പതിനൊന്നിനും അതിനോടടുത്തും പിന്നെ മൂന്നിനും എല്ലാം ഇവിടം വറചട്ടിപോലെയാണ്.

ചെപ്പെ എനിക്കൊരു കോയൽ പനയുടെ വിശറി തന്നിരുന്നു. അത് വിയർപ്പകറ്റാനും അടുപ്പിൽ തീ ആളിക്കാനും നല്ലതാണ്.

ഈയൊരു കാരണം കൊണ്ട് തന്നെ നന്നായി പുളിച്ച് പൊന്തിയ, ഏഴ് ദിവസം പഴക്കമുള്ള മധുര പൈനാപ്പിൾ മദ്യത്തിന്റെ ഒരു തവി പോലും ആരും കൊടുക്കില്ല. എല്ലാറ്റിനും ഉപരി, പേരക്കുട്ടിയെ അവർ മറക്കാനായി ചെപ്പെയുടെ ഇഷ്ടപ്പെട്ട മദ്യമാണ് ഞാൻ എടുത്തു കൊടുത്തിട്ടുള്ളത്. അവർ നിന്നു മുഷിയുകയും ഇല്ല. ഉറപ്പുള്ള കാര്യമെന്തെന്നാൽ അവർക്കു വേണമെങ്കിൽ, അവളെപ്പോയി കൊണ്ടുവരാവുന്നതേയുള്ളൂ-അവൾ അര

മൈലിനപ്പുറം ആയിരിക്കില്ല. പക്ഷേ നിലവിലുള്ള തീരുമാനം മാറ്റാൻ അവർ ഇഷ്ടപ്പെടുന്നില്ല എന്ന് തോന്നുന്നു.

എല്ലാം നല്ലതിന്.

ഭാഗ്യത്തിന് ജോഷെ ഉച്ചയൂണിന് വീട്ടിൽ വരുന്നില്ല. അതിനെക്കുറിച്ച് ആലോചിക്കേണ്ട എന്നതിൽ ദൈവത്തിന് നന്ദി. ഇന്നലെത്തേതുപോലെ രാത്രി കിടക്കാൻ ചെപ്പെ വരുമെന്ന് തോന്നുന്നില്ല. മലയിൽ തന്നെ കിടന്നാൽ മതിയായിരുന്നു. എന്നെ സംബന്ധിച്ചിടത്തോളം എന്റെ കിടക്കയിൽ ഒരു ആണ് എനിക്കാവശ്യമില്ല. പിന്നെ അത്രയ്ക്ക് തണുപ്പാണെങ്കിൽ മാത്രം.

മരിയ റൊമേലിയ

പാവം ഗ്വാദലൂപ്പെ ഒരുപാട് കഷ്ടപ്പെട്ടിട്ടുണ്ടെന്ന് എന്റെ അമ്മ പറയുമായിരുന്നു. മൂന്നാഴ്ച പോലുമായിട്ടില്ല. ഞായറാഴ്ച അണിയുന്ന വിഷാദച്ഛായയുള്ള വസ്ത്രവും മേൽക്കുപ്പായവും വലിച്ചിട്ട് ആകെ കുഴഞ്ഞുമറിഞ്ഞ് അവൾ അവർ പറഞ്ഞ സ്ഥലത്തേക്ക് പോയി. മലയുടെ താഴത്തായി മാരകമായി പരിക്കേറ്റ ഒരാളെ അവർ കണ്ടെത്തിയിരുന്നു. ജസ്റ്റിനോയാണ് അതെന്ന് എല്ലാവരും കരുതി. "അതെന്റെ മകനായിരിക്കില്ല. ഇയൊബാസ്കയിലാണ് അവന് പണി." അവളുടെ കണ്ണിൽ- പെട്ടെന്നാണ് അവളുടെ കണ്ണിൽ വെള്ളം നിറഞ്ഞത്. അവളുടെ വിങ്ങുന്ന ഹൃദയം അവളോട് പറയുന്നുണ്ടായിരുന്നു, അതെ. അതവനാണ്. പക്ഷേ സത്യത്തിൽ അവന്റെ മുഖത്തിൽ നിന്നുപോലും അതവനാണെന്ന് നിങ്ങൾക്ക് പറയാൻ പറ്റില്ല. "ആളുകൾ പറയുന്നത് അത് അവനാണെന്നാണ്. അത് ജസ്റ്റിനോ അവരുതെന്നാണ് എന്റെ പ്രാർത്ഥന. അവർ ഏതോ ഒരു കാരണം കൊണ്ടാണ് അങ്ങനെ പറയുന്നത്. എന്തുകൊണ്ടാണ് മകൻ മരിക്കാനുള്ള സാധ്യത എന്റെ മനസ്സിൽ കയറിക്കൂടിയിരിക്കുന്നതെന്ന് എനിക്ക് മനസ്സിലാകുന്നില്ല." ജസ്റ്റിനോയ്ക്ക് വല്ലാതെ പരിക്കേറ്റിരിക്കുന്നുവെന്ന് പറഞ്ഞ് അവളെ തെറ്റിദ്ധരിപ്പിക്കുന്നതായിരുന്നു നല്ലത്. പക്ഷേ സത്യം പടർന്നു കഴിഞ്ഞിരുന്നു. അവർ ജസ്റ്റിനോയോട് ചെയ്തത് വല്ലാത്ത ക്രൂരതയാണ്. ശരീരം ഒരു സ്ഥലത്തായും, തല ഒരു വഴികാട്ടിയുടെ പോസ്റ്റിൽ കുത്തി നിർത്തി മറ്റൊരു ഭാഗത്തും.

പുലർച്ചെ തന്നെ ആളുകൾ പണിക്കു പോകുന്ന വഴി, അതായത് ഏതാണ്ട് ആറുമണിയോടുകൂടി, അവർക്കൊരു പന്ത് ഒരു വഴിക്കാലിൽ കുത്തി നിർത്തിയിരിക്കുന്നത് കാണാമായിരുന്നു. ഇപ്പോഴത്തെ മൃഗീയമായ

അവസ്ഥകൾക്കിടയിലും ആർക്കാണ് മനുഷ്യനുമായി ആ വസ്തുവിന് വല്ല ബന്ധവുമുണ്ടെന്ന് കരുതാനാവുക.

ഗ്വാഡലൂപ്പെയുടെ കുടിലിന്റെ നേർക്ക് ചിലയാളുകൾ ഓടുന്നത് കാണാമായിരുന്നു. എന്താണ് കാര്യമെന്ന് തിരക്കിയപ്പോൾ അവർ കാര്യം പറയുകയും, ഡോണാലൂപ്പെയോട് എങ്ങനെയത് അവളാകെ തകർന്നു പോകാത്ത വിധത്തിൽ പറയാമെന്ന് ചോദിക്കുകയും ചെയ്തു. സൂക്ഷിച്ച് കൈകാര്യം ചെയ്യണമെന്ന് അമ്മ അവരോട് പറഞ്ഞിരുന്നു. അവളുടെ കണ്ണുകൊണ്ടുതന്നെ എന്താണ് സംഭവിച്ചതെന്ന് കാണുന്നതായിരിക്കും നല്ലതെന്നും. ആ ഒരു രീതിയിൽ അത്രയ്ക്കത് തീർത്തും മൃഗീയമാവില്ല. ചെപ്പേയിത് തോട്ടത്തിൽവച്ച് അറിയുന്നത് ആവശ്യമാണ്. ചെപ്പെ പരിഭ്രാന്തനാവാതിരിക്കാൻ ഞാൻ നേരിട്ട് പോകാമെന്ന് പിന്നീട് ലൂപ്പെ പറഞ്ഞിരുന്നു: “സമാധാനത്തിൽ പണിയെടുത്തോട്ടെ. എന്റെ കുട്ടികളെ നോക്കണേ ചേച്ചി.” “തീർച്ചയായും.” അവളോട് കാര്യം പറയാൻ വന്നവരുമായി അവളങ്ങിനെ സ്ഥലം വിട്ടു.

അതിനുശേഷം ആളുകൾ പറഞ്ഞു:

-ഒന്നാലോചിച്ച് നോക്കിയേ. ഞാനവിടെ പണിക്കുണ്ടായിരുന്നു. എന്തോ വഴിക്കാലിൽ കുത്തി നിർത്തിയത് കണ്ടിരുന്നു. പക്ഷേ, അതിലൂടെ പോയവർ അവിടെ നിലയുറപ്പിച്ച് ശ്രദ്ധിച്ചു നോക്കും വരെ ഞാനത് കാര്യമായെടുത്തില്ല. ഞാനത് കുറച്ചു നേരം കണ്ടു. ഞാൻ നോക്കി നിന്നു പോയി. ഞാൻ വളരെ നേരത്തെ പണിക്കു പോകുന്നതുകൊണ്ട് വെളിച്ചക്കുറവുണ്ടായിരുന്ന തിനാൽ ശരിക്കും കാണാൻ പറ്റുന്നുണ്ടായിരുന്നില്ല. സൂര്യവെളിച്ചം തട്ടാൻ തുടങ്ങിയിരുന്നതുകൊണ്ട് അത്രയ്ക്ക് ഇരുട്ടില്ലായിരുന്നെങ്കിലും എനിക്ക് സംഗതി ശരിക്കും മനസ്സിലാക്കാൻ പറ്റിയിരുന്നില്ല.

-ഉദ്യോഗസ്ഥന്റെ വേഷമിട്ടിരുന്ന ഒരാൾ വന്ന് അയാളുടെ വീട്ടിലേക്ക് ജസ്റ്റിനോയെ കൊണ്ടുപോയിരുന്നു. ജസ്റ്റിനോയുടെ ഭാര്യ എന്നോട് പറഞ്ഞു. അവൾ തോട്ടത്തിലേക്കും കുട്ടികൾ കൂട്ടുകാരുമൊത്ത് മലയിലേക്ക് ഉറങ്ങാനും പോയിരുന്നു. കുട്ടികൾ ചെറുതായിരുന്നതുകൊണ്ടും ക്ഷീണിക്കുമെന്നതുകൊണ്ടും ചുമലിൽ കിടന്നാണ് പോയത്. കാണാതെ തന്നെ കാര്യങ്ങൾ അവർക്കറിയുന്ന കാര്യമതാണ്. ജസ്റ്റിനോ ആഴ്ചകളായി ബാങ്കിലേക്ക് ആളുകളെ സംഘടിപ്പിക്കുന്നതുമായി ബന്ധപ്പെട്ട് ചലാറ്റ യിലായിരുന്നു. ഇയൊബാസ്ക്കോയിൽ നിന്ന് ആ ഒരൊറ്റ കാര്യത്തിനാണ് വന്നത്. അതേ സമയം ജസ്റ്റിനോയുടെ ഭാര്യ കരുതിയത് അധികാരികളുമായി എന്തോ അത്ര പ്രാധാന്യമല്ലാത്ത ഒരു കശപിശയാണെന്നാണ്. പക്ഷേ, എന്തായാലും അവളെ സ്വയം കാണാൻ വിടാതിരിക്കുന്നതാണ് നല്ലത്. മാത്രമല്ല ഇതുപോലൊന്നിന് ജസ്റ്റിനോ അവളെ തയ്യാറാക്കിയിരുന്നു. “ഞാൻ ഒറ്റയ്ക്ക് പോവുകയാണ്. കുട്ടികൾ അച്ഛനില്ലാതെ അനാഥരായി

കഴിയുന്നതാണ് മറ്റ് പലതിലും ഭേദം." അവർ കളിപ്പുര കെട്ടാൻ ദിവസങ്ങൾക്ക് മുമ്പ് ശേഖരിച്ച ഓലയുടെ പിന്നിൽ അവൾ മറഞ്ഞു നിന്നു. ആളുകൾ പലരും റോഡിലൂടെ പോകുമ്പോൾ അവർക്ക് അവിടെ കളിക്കുന്നത് കാണാം. പക്ഷേ സമാധാനത്തിലത് അവർക്ക് പറ്റില്ല. കാരണം ചാരപ്പണി നടത്താനാണ് അവർക്ക് താത്പര്യം. സംഗതി വൃത്തികേടാണെങ്കിലും അവർക്ക് എത്തി നോക്കാതിരിക്കാൻ കഴിയില്ല- ഇവിടെ അഞ്ചുമണിയാകുമ്പോഴേക്കും ആളുകൾ പണിക്ക് പോകും. വല്ലാത്ത കഷ്ടം തന്നെ; "അതാണ് ജസ്റ്റിനോയ്ക്ക് പകരമായി ഞാൻ ഒന്നും ചെയ്യാതിരുന്നത്. അപ്പോൾ തന്നെ ഞാൻ വല്ലാതായി. അവർക്ക് മൂന്ന് മിനിറ്റിൽ കൂടുതൽ വേണ്ടിവന്നില്ല 'തഡ്' എന്ന് വെട്ടുന്ന ശബ്ദം എന്റെ ആത്മാവിൽ തുളച്ചു കയറി." ഒറ്റ വെട്ടിന് അവർ കാര്യം കഴിച്ചു. എനിക്കാകെയുണ്ടായിരുന്നത് അവർ ബാക്കി വച്ചത് എങ്ങനെ എന്ന് കണ്ടില്ലേ?, അവൻ അവരുടെ നേരെ പുറം തിരിഞ്ഞതും അവർ തല ഒറ്റ വീശിനു ചെത്തിക്കളഞ്ഞു. നേരെ നിന്നല്ല അവരത് ചെയ്തത്. അതെങ്കിലും അവൻ ആഗ്രഹിച്ചിരുന്നു. അവൻ ആരുടെ നേർക്കും മുഖാമുഖം നിന്നിരുന്നു. കുറച്ചു കഴിഞ്ഞതും വെടിയൊച്ച കേട്ടു.

-ഏഴിലധികം വെടിയുണ്ടകളുടെ തുളകൾ അവനിലുണ്ടായിരുന്നു.

-അവർ പറയുന്നത് അത്തരം വെടിയുണ്ടകൾക്ക് പനയെപ്പോലും വീഴ്ത്താനാവുമെന്നാണ്.

-ഇത്രയധികം രക്തച്ചൊരിച്ചിൽ ആവശ്യമില്ലാത്തതാണ്.

-അവര് പറയുന്നത് മകൻ കിടക്കുന്ന പാതയിലെത്തിയതും, ഡോണലൂപ്പെ, കണ്ണടയ്ക്കുക മാത്രമേ ചെയ്തുള്ളൂവെന്നാണ്....

-അതായത് അവൾ ഒരു തുള്ളി പോലും കണ്ണീർ വീഴ്ത്തിയില്ലെന്ന്.....

-അത് മനസ്സിന്റെ കടുപ്പം കൊണ്ടാണെന്ന് ആർക്കും പറയാം. പക്ഷേ നിങ്ങൾക്കീ ആളുകളെ അറിയാമെങ്കിൽ, നിങ്ങൾക്കറിയാം ഇത് അതുകൊണ്ടല്ല..... ജീവിതത്തിൽ, ബാക്കിയുള്ളതും ജീവിക്കാൻ വേണ്ട തന്റേടമുണ്ടാക്കാനുള്ള വഴിയാണത്.

-അതെ മരിച്ചവരുടെ ദുരിതം അതോടെ തീർന്നു. പക്ഷേ ജീവനുള്ള നമ്മൾ ഈ കണ്ണീരൊഴുക്കിലും പിടിച്ചു നിന്നേ പറ്റൂ.

-രണ്ടറ്റവും കൂട്ടിമുട്ടിക്കാൻ പറ്റാതെ, ആഡംബരത്തിന് ഇടകൊടുക്കാതെ, പണിയെടുക്കുക മാത്രം... കൂടുതൽ പണിയെടുക്കുക മാത്രം ചെയ്ത്-അവർ ജീവിതത്തിൽ പണിപ്പെട്ടതെല്ലാ കാര്യങ്ങളും വച്ച് ആർക്കും ലൂപ്പെയേയോ ചെപ്പെയേയോ സംശയിക്കാനാവില്ല.

-ദിവസക്കൂലിക്കാരായി ജീവിക്കുക പാടാണ്.

-ഒൻപതാംപക്കം അവന് വേണ്ടിയൊന്ന് പ്രാർത്ഥിക്കാൻ പോലും അവൾക്ക് കഴിഞ്ഞില്ല.

-നമുക്കങ്ങനെ മറ്റുള്ളവരുടെ വേദനയിൽ ഇടപെടാൻ പറ്റില്ലല്ലോ.

-പാതിരി പോലും ഇടപെടാൻ ശ്രമിച്ചില്ല.

-ജോഷെ സാധാരണപോലെ പണിക്ക് തിരികെ പോയി. ലൂപ്പെ കുറച്ച് ദിവസം അടുത്തുകൂടിയിരുന്നു.

-ചിലപ്പോൾ ഞാൻ എന്റെ കൂട്ടുകാരിയുടെ അടുക്കൽ പോകുമ്പോൾ കുട്ടികളെ നോക്കാൻ അവൾ എന്നെ ഏല്പിക്കും. പക്ഷേ ഒരിക്കലും ഞാൻ ഈ കാര്യമെടുത്തിട്ടില്ല. ആശ്വസിപ്പിക്കുന്നതിൽ എന്തു കാര്യമാണുള്ളത്.....

-ഇത്തരം സന്ദർഭങ്ങളിൽ അനുശോചനം പോലും പാടില്ല.....

-വേദന പങ്കുവയ്ക്കാനും.

-ജീവിതം പങ്കുവയ്ക്കുക.... അതാണ് നമ്മൾ ചെയ്യേണ്ടത്.

-അപ്പോൾ ഈ കാര്യങ്ങളൊന്നും ഇനി ഉണ്ടാവില്ല.

ലൂപ്പെയുടെ അവസ്ഥയുമായി ബന്ധമുള്ളതാണ് ആളുകൾ പറയുന്നതെല്ലാം തന്നെ. ഇന്ന് നിങ്ങൾക്ക്, നാളെ എനിക്ക്. അവളുടെ കരച്ചിൽ ഞങ്ങളുടേതുതന്നെയാകുന്നു.

അധികാരികൾ ഈ വഴി വരുന്നത് കുറച്ച് കാലത്തേക്ക് നിർത്തി. കുഴപ്പം ചെയ്തവരൊക്കെ ഭയപ്പെട്ടിരുന്നു. കടന്നു വരവില്ലാത്ത ദിവസങ്ങൾ.

അവർ ഡെറ്റൗർ വരെ മാത്രമേ വന്നിരുന്നുള്ളൂ- ഡോൺ സെബാസ്റ്റ്യന്റെ കടയിൽനിന്ന് എന്തെങ്കിലും കുടിക്കാൻ മാത്രം.

പുതുതായി ഒന്നും തന്നെ സൂര്യന് കീഴിൽ ഇല്ലാത്ത പോലെ. ഡോൺ സെബാസ്റ്റ്യനും അതിലൊരാൾ മാത്രം.

അല്ലെങ്കിൽ, അവർ ഒരുപക്ഷേ, കരുതി മാത്രം സംസാരിച്ചു. “എല്ലാം നന്നായി പോകുന്നു.”, ഡോൺ സെബാസ്റ്റ്യൻ മറുപടി പറയും “ആ വഴിക്ക് അവർ പെട്ടെന്ന് പോകും.” നിങ്ങളെ വല്ലാതെ ബുദ്ധിമുട്ടിക്കുന്നത് അവർ നിർത്തി.

ഇപ്പോൾ സത്യസന്ധരായ ആളുകൾപോലും അങ്ങോട്ട് പോകാൻ ഭയക്കുന്നു. കാരണം ഉള്ളിന്റെയുള്ളിൽ ആരും അധികാരികളുമായി യാതൊരുവിധ പ്രശ്നവുമുണ്ടാക്കാൻ ആഗ്രഹിക്കുന്നില്ല.

ഒരാൾ വല്ലതിലും പങ്കെടുത്താൽ തന്നെ അത് അധികാരികളുമായി കുഴപ്പമുണ്ടാക്കണമെന്ന ചിന്തയുടെ ഒരു കണികപോലും ഇല്ലാതെയാണ്.

കാരണം അത്തരത്തിലൊരു പ്രഹരത്തിനെതിരെ പിടിച്ചുനില്ക്കാൻ വളരെ ബുദ്ധിമുട്ടാണ്.

ആളുകൾ പറഞ്ഞു:

-ലൂപ്പെയെ സമ്മതിക്കണം.

-അവൾക്കെങ്ങനെ ഇത്ര ശക്തി കിട്ടി....?

-വിശ്വാസം വരുന്നില്ലേ. ആ അടി കിട്ടിയതൊക്കെ ശരീരം തളർത്തിയിട്ടുണ്ട്; വളരെ മുൻപുതന്നെ വയസ്സാവുന്നത് അതുകൊണ്ടാണ്.

ജനങ്ങൾ അതൊക്കെയാണ് പറഞ്ഞുകൊണ്ടേയിരിക്കുന്നത്.

ചെപ്പേയും മോശക്കാരനൊന്നുമല്ല. നല്ലൊരു വർഗ്ഗത്തിൽ ജനിക്കാനും ശക്തിയുള്ളവനാകാനും സാധിച്ചുവെന്ന് മാത്രം. ആത്മാവിനുള്ളിൽ മാത്രമേ ചെപ്പേക്ക് കരയാൻ കഴിയൂ. സെയ്സാ മരത്തിനെപോലെ ബലവാനാണ് ചെപ്പെ. എങ്ങനെയെല്ലാം ചുറ്റും നടന്ന് എത്രയധികം സഹിച്ച്, മറ്റുള്ളവരെ എല്ലാം തന്നെ ഓർത്ത് വിഷമിച്ച്- മകനെ കുറിച്ച് മാത്രം സൂചിപ്പിക്കുന്നില്ല. സമൂഹത്തിന്റെ പ്രശ്നങ്ങൾ തീർക്കാനുള്ള ശ്രമങ്ങളിലൊന്നും ചെപ്പെ തുടരുന്നതേയില്ല. കാര്യങ്ങളിലെല്ലാം എത്ര അനുഭാവപൂർവ്വമാണ് ചെപ്പെ ഉടപെടുന്നതെന്ന് ഞങ്ങൾക്കറിയാം. സംഘത്തിന്റെ ആത്മാവാണ് ചെപ്പെ, എവിടെയും കാണുന്നയാൾ. എന്തൊരു ഊർജ്ജസ്വലത. എളിമയിലും മറ്റുള്ളവരിൽനിന്ന് വ്യത്യസ്തനാണെന്നത് ഞങ്ങൾ ശ്രദ്ധിച്ചിരുന്നു. ഉദാഹരണത്തിന് ഞങ്ങളെയൊരിക്കലും ഡോൺ ചെപ്പെയെന്ന് വിളിക്കാൻ അനുവദിച്ചിരുന്നില്ല. അത്രയ്ക്ക് നല്ല നേരമ്പോക്കുകാരനാണ്. സംഘം കൂടുമ്പോൾ ഞങ്ങളോട് പറയുമായിരുന്നു: “എന്നെ ചെപ്പെയെന്ന് മാത്രം വിളിച്ചാൽ മതി, അല്ലാതുള്ള ബഹുമാനമൊന്നും വേണ്ട.” അപ്പോൾ ആളുകൾ പറയും: “ഹേയ് ഡോൺ ചെപ്പെ കുട്ടികൾക്ക് ഒരു ബഹുമാനം തോന്നണ്ടേ” “ഞാൻ എല്ലാവരുടെയും കൂട്ടുകാരനാണ്- സംഘത്തിന് വരുമ്പോൾ ചെറുപ്പ-വലിപ്പങ്ങളില്ലാതെ കൂട്ടാളികളായിരിക്കാൻ എല്ലാവർക്കും അവകാശമുണ്ട്.” ഞങ്ങൾ ജോഷെയെന്നാണ് വിളിച്ച് ശീലിച്ചിട്ടുള്ളത്, അല്ലെങ്കിൽ അടുപ്പത്തോടെ ചെപ്പെയെന്ന്. അതുകൊണ്ട് ഞങ്ങളവന്റെ ദുഃഖം പങ്കുവയ്ക്കുന്നു; അനുശോചനം ലൂപ്പെയെ അറിയിച്ചെങ്കിലും ഞങ്ങളോട് ചെപ്പെ തന്നെ പറഞ്ഞിരുന്നു: “എന്നെയോർത്ത് അനുശോചനം പാടില്ല, ഒൻപതാംപക്കം പോലും. മാപ്പപേക്ഷിക്കാൻ ഞാൻ പാതിരിയുടെ അടുത്ത് പോവുകയാണ്.”

ജസ്റ്റിനോയെക്കുറിച്ചുള്ള വിഷമവുമായി ചെപ്പെ രാജിയായ രീതിയെ ക്കുറിച്ച് പാതിരിക്ക് വലിയ മതിപ്പായിരുന്നു.

ഞങ്ങളെല്ലാവരും അത് ഏറെ വിലമതിച്ചു. “ജീവിതം അങ്ങനെ പോകും”, ചെപ്പെ പറയുന്നു.

പകൽ 10.30

പട്ടി എനിക്ക് സഹോദരനാണ്.

കുട്ടികളുമായി രാത്രി ഒറ്റയ്ക്കാവുമ്പോൾ അവനാണ് എന്നെ നോക്കുന്നത് ഇവിടെയാകട്ടെ എന്നെ ഇരുട്ടല്ലാതെ മറ്റൊന്നും പൊതിയുന്നില്ല. അടുത്തദിവസം ഇനി എഴുന്നേല്ക്കില്ലെന്നുള്ള പേടി. വണ്ടിയുടെ താഴത്ത് കിടന്നുള്ള പട്ടിയുടെ കൂർക്കംവലിയാണ് വീണ്ടുമൊരു പ്രത്യാശ തരുന്നത്. രാത്രി ഇടയ്ക്കിടെ അവൻ അങ്ങിങ്ങായി മണത്തും കുരച്ചും നടക്കും.

ഞങ്ങളുടെ പിതാവ് ഭൂമിയിൽ പാവങ്ങളുമായി നടന്നതിനുശേഷം പട്ടികളുടെ അമ്പതോളം തലമുറകൾ കടന്നുപോയിരിക്കുന്നു. പിതാവിന്റെ തിരുവസ്ത്രം കടിച്ച് അതാ അവർ കളിച്ച് ഉരുണ്ടു നടക്കുന്നു. ദൈവത്തിന്റെ പട്ടികൾ.

പട്ടി എന്റെ മകനാണ്, ജ്യേഷ്ഠനാണ്, അമ്മാവനാണ്, മുത്തശ്ശനും മുത്തശ്ശിയുമാണ്, മരുമക്കളാണ് മൂത്തമ്മാവന്മാരാണ്, ജ്യേഷ്ഠ സഹോദര നാണ്, എന്റെ പേരക്കുട്ടികളും അവരുടെ കുട്ടികളുടെ കുട്ടികളുമാണ്.

സാന്നിദ്ധ്യം അറിയിക്കാൻ അവൻ കുരയ്ക്കും. വിശക്കുമ്പോഴോ അല്ലെങ്കിൽ തണുക്കുമ്പോഴോ അവൻ എന്നോട് സംസാരിക്കും. പട്ടികൾ കുഞ്ഞുങ്ങളെപ്പോലെയാണ്; സ്ക്കൂളിൽ അവർ തങ്ങളെക്കുറിച്ച് പാട്ടു പാടില്ലെന്നത് ഒഴിച്ച്.

പട്ടിയില്ലാതെ കുടുംബമില്ല, സത്യമതാണ്.

മരിച്ചവരുടെ ആത്മാവ് മുകളിലേക്ക് പറന്നുയരുമ്പോൾ പട്ടിയെ ജോക്കോട്ടെ മരത്തിലോ മദ്രെക്കക്കാവോ മരത്തിലോ കെട്ടിയിടുന്നതാണ് നല്ലത്. അല്ലെങ്കിൽ പരസ്പരം കടികൂടി അവസാനം പട്ടി അപകടത്തിലാവും.

കെട്ടിയിട്ടാൽ സംഗതി മാറും. അപ്പോൾ ആത്മാക്കൾ, വിഷമിക്കുന്ന ഏതോ ഒരു കൂടപ്പിറപ്പാണെന്ന് കരുതി ആക്രമിക്കാതെ കടന്നുപോവും. പക്ഷേ അതൊരു ജൊക്കോട്ടെയോ മന്ദ്രേക്കാക്കാവോയോ മരമായിരിക്കണം.

അവൊക്കാഡോ ഇഷ്ടപ്പെടുന്ന എന്റെ പാവം പട്ടി.

കാപ്പി തോട്ടത്തിൽ മരത്തിൽ നിന്നു വീഴുന്ന അവൊക്കൊഡോയിലാണ് അവൻ കഴിഞ്ഞു പോകുന്നത്. പക്ഷേ ഞാനവനെ പട്ടിണിക്കിടാറില്ല. ഞാനെപ്പോഴും അവനുവേണ്ടി പ്രത്യേകം ഉണ്ടാക്കിയ ടോർട്ടില്ല എറിഞ്ഞു കൊടുക്കും. അവന് വേണ്ട ചെറിയ കാര്യങ്ങൾ തേടി അവനെപ്പോഴും പുറത്തു പോവുകയും മിക്കപ്പോഴും അവൊക്കാഡോ തിന്നുകയും ചെയ്യുമായിരുന്നെങ്കിലും ഞങ്ങളെല്ലാവരെയും പോലെ തന്നെ അവൻ ടോർട്ടില്ല ഉപ്പുകൂട്ടി തിന്നുമായിരുന്നു. പുറത്തുപോയി തിന്നുന്ന കാര്യവും മറ്റും എനിക്കത്ര അറിയില്ല.

എനിക്കറിയാത്ത ഭാഷയിൽ, കരഞ്ഞു കലങ്ങിയ കണ്ണുകളോടെ അതാ അവൻ എന്നോട് സംസാരിച്ചുകൊണ്ടിരിക്കുന്നു.

"ബുദ്ധിയുള്ളവന് ആംഗ്യവും പട്ടിക്ക് അടിയും", അതാണ് പഴമൊഴി. പക്ഷേ ചിലപ്പോഴത് വേറെ തരത്തിലാവും. പട്ടി ആംഗ്യം കാട്ടുന്നതിനോട് പ്രതികരിക്കും ബുദ്ധിയുള്ളവന് അടിയും കിട്ടും.

പട്ടിയാണ് ഞങ്ങളുടെ യജമാനൻ.

സുന്ദരൻ പട്ടി, നല്ല മുടി, തല കുമ്പളങ്ങ പോലെയുണ്ട്. ആരാണതിന്റെ വാരിയെല്ല് കേടുവരുത്തിയത്?. ഗാർഡ്.

കാപ്പിയുടെ നിറവും തിളങ്ങുന്ന കണ്ണുകളുമുള്ള പട്ടി.

പട്ടികൾക്കും അച്ഛനും അമ്മയുമുണ്ട്. ചില സമയങ്ങളിൽ അവരത് തിരിച്ചറിയില്ലെങ്കിലും. പക്ഷേ നിനക്ക് ഞാനുണ്ട്. കാരണം നീ ഞങ്ങൾക്കെന്തെങ്കിലും സംഭവിക്കുവാൻ സമ്മതിക്കില്ല; നീ കാരണമാണ് ഞങ്ങൾ ജീവനോടിരിക്കുന്നത്. നീ ശത്രുക്കൾക്കിട്ട് നല്ല കടി കൊടുക്കും. നീ ഞങ്ങളെ എല്ലാതരം ദുഷ്ടതകളിൽ നിന്നും രക്ഷിക്കുന്നു, എല്ലാ ശത്രുക്കളിൽനിന്നും രക്ഷിക്കുന്നു.

വാല് മുറിക്കപ്പെട്ട നായ തന്റെ മുറിയൻ വാല് ആട്ടി ഇല്ലാത്ത പ്രാണികളെ പേടിപ്പിക്കുകയാണ്. അവന് കഷ്ടിച്ച് ഏഴു ദിവസം പ്രായമുള്ളപ്പോഴാണ് ഞങ്ങൾ വെട്ടുകത്തികൊണ്ട് ഒറ്റ വെട്ടിന് വാല് മുറിച്ചത്.

ചുവന്ന തവിട്ടും വെളുപ്പുമുള്ള പട്ടി-തമാഗസിന്റെയും ഗാവിലാനയുടെയും മകൻ; ഞാനിതിപ്പോൾ പറയാൻ കാരണം ഞാനത് എന്റെ കണ്ണുകൊണ്ട് കണ്ടതിനാലാണ്- ആകെ കൂട്ടി ഒട്ടിച്ചേർന്ന അവസ്ഥയിൽ, ഞങ്ങൾ വെള്ളം എത്രയാണ് ഒഴിച്ചതെന്നറിയുമോ.

നമ്മളിലുള്ള എന്തോ ഒന്ന് പട്ടികളിലുണ്ട്; ദൈവത്തിന്റെ എന്തോ ചിലത്.

അർഹിച്ച വിധത്തിൽ പട്ടികൾ സ്വർഗ്ഗത്തിലേക്കോ നരകത്തിലേക്കോ പോകും. അവർക്ക് സമ്മാനങ്ങളോ ശിക്ഷകളോ ലഭിക്കും. മനുഷ്യരോട് ചങ്ങാത്തം കൂടുന്ന എല്ലാ മൃഗങ്ങൾക്കും അങ്ങനെയാണ്.

നീ കിടക്കുന്നതിനു മുൻപായി കിടക്കയ്ക്കു ചുറ്റും ഓടുമ്പോൾ നിന്റെ എല്ലാ പരിഭ്രമങ്ങളും എന്നെ ബാധിക്കുന്നു.

രാത്രിയുടെ കൂരിരുട്ടിലാണ് പട്ടികൾ കുരയ്ക്കുക.

അപകടം ഒരു മൈലിനു മുന്നെ എത്തുമ്പോഴേക്കും അത് മണത്തുപിടിക്കാൻ പട്ടികൾക്ക് ഏത് ആറാമിന്ദ്രിയമാണുള്ളത്?

രാത്രിയിൽ നവജാത ശിശുക്കളെപ്പോലെയാണ് പട്ടികൾ കരയുക. ദൂരത്തുള്ള പട്ടിയുടെ കുര കേൾക്കുന്നതോടെ നിങ്ങളുടെ എല്ലിനകത്തേക്ക് ഭീതി കടന്നുവരും. കാരണം മരണം ചുറ്റും നടന്നുകൊണ്ടിരിക്കുകയാണ്.

ഞങ്ങൾക്കെപ്പോഴും രണ്ട് പട്ടികളുണ്ടായിരുന്നു. എപ്പോഴും ഓടിക്കൊണ്ടിരിക്കുന്ന ഒന്നും, ചുവപ്പും തവിട്ടും കുത്തുകളോടുകൂടിയ വെളുത്ത മറ്റൊന്നും. വെറുതെ ഓടിക്കൊണ്ടിരിക്കുന്ന ഒന്ന് ചത്തപ്പോൾ അതിന് പകരം മറ്റൊന്ന് ഞങ്ങൾ വളർത്തിയില്ല.

പട്ടിക്ക് പേപിടിച്ചാൽ വെട്ടുകത്തി കൊണ്ട് വെട്ടരുത്. കഴുത്തിൽ കയറിട്ട് മാവിലോ ടെമ്പിസ്ക്യൂവിലോ കെട്ടിത്തൂക്കണം. പട്ടിക്കത്ര വേദന സഹിക്കേണ്ടി വരികയുമില്ല, ആരെയും ബാധിക്കാതെ പേബാധ പറന്നു പോവുകയും ചെയ്യും.

കൊന്ന എല്ലാ പട്ടികളെയും ഞങ്ങൾ കുഴിച്ചിട്ടിട്ടുണ്ട്. പരുന്തുകൾ തിന്നാൻ ഞങ്ങൾ വിടില്ല. അവയ്ക്ക് ആത്മാവോ മറ്റോ ഉണ്ടെങ്കിൽ പാപം ബാധിക്കരുതല്ലോ.

കിലോമീറ്ററിൽ ആളുകളേക്കാൾ കൂടുതൽ പട്ടികളാണുള്ളത്. ചലാറ്റ മുഴുവനും അങ്ങനെ തന്നെ.

രോമം കൂടുന്തോറും ചെള്ള് കൂടും. ചെള്ളുകൾ അത്രയ്ക്ക് പട്ടിയുടെ സന്തതികളാണ്.

കുരയ്ക്കുന്ന പട്ടി കടിക്കും. എനിക്കതിന് ശരിക്കുള്ള തെളിവുണ്ട്; സംഭവിക്കുന്നതെന്താണെന്നു വച്ചാൽ കടിക്കാൻ തുടങ്ങുമ്പോഴത് കുര നിർത്തും. ഒന്നുകിലത് കുരയ്ക്കും അല്ലെങ്കിൽ കടിക്കും. രണ്ടിലേതെങ്കിലും ഒന്ന്.

പട്ടി കുരയ്ക്കുന്നത് വിശക്കുമ്പോഴാണ്.

പതുക്കെ വന്ന് കടിക്കുന്ന പട്ടികളെ സൂക്ഷിക്കണം.

പട്ടികളെ ആട്ടിയോടിക്കരുത്. അത് പാപമാണ്. ആരെ വേണമെങ്കിലും പട്ടികൾക്ക് ഓടിക്കാം.

എന്റെ ഭർത്താവ്, കുട്ടികൾ, സഹോദരന്മാർ, അമ്മാവന്മാർ, ജ്യേഷ്ഠ സഹോദരന്മാർ, അമ്മായിമാർ, മുത്തശ്ശനും മുത്തശ്ശിയും, മാതാപിതാക്കൾ, പിന്നെ എന്റെ പട്ടി.

പട്ടികൾ പേപിടിപ്പിക്കില്ല. ആളുകൾ കൊണ്ട് നടക്കുന്ന പേബാധ, പട്ടിയുടെ ശത്രുതയും മനുഷ്യന്റെ രക്തവും കലരുമ്പോൾ പുറത്തു വരികയാണ്.

നമ്മുടെ ഏറ്റവും മോശം ശത്രുക്കളെ പട്ടികളെന്നാണ് നമ്മൾ വിളിക്കുക. അവർക്കതിന് പക്ഷേ അർഹതയില്ല. കാരണം മനുഷ്യന്റെ ചങ്ങാതിമാരാണ് പട്ടികൾ.

അഡോൾഫിന

പെട്ടെന്നൊരു നിമിഷം, എന്താണ് ഞാനവരോട് പറയാൻ പോകുന്നതെന്ന ചിന്തിച്ചു. റോഡിൽ വച്ചാണ് ഞാനിവരുടെ മുന്നിൽ ചെന്ന് പെട്ടത്. അതവർ തന്നെയായിരുന്നു. യുദ്ധത്തിന്റെ നിറമായ മഞ്ഞ യൂണിഫോം ധരിച്ച്, ആയുധങ്ങളോടുകൂടി. വളവ് തിരിഞ്ഞതേയുള്ളൂ അവർ മുന്നിലെത്തി. കരിമ്പ് പറിച്ച്, കത്തികൊണ്ടത് ചെത്തിക്കൊണ്ട് പരസ്പരം സംസാരിച്ചാണ് അവർ വന്നത്. സംസാരിച്ചിരുന്നത് രസകരമായ വല്ലതുമായിരിക്കണം. അവർ ചിരിക്കുന്നുണ്ടായിരുന്നു. ആരും തങ്ങളെ കാണുന്നില്ലെന്ന് കരുതുമ്പോഴാണ് അവർ ചിരിക്കുക. കുട്ടികളിലായിരുന്നു. എന്റെ ശ്രദ്ധ. ഏറ്റവും ചെറുതിനെ അവൾ പിന്നാലെ തൂക്കുകയും ചെയ്തിരുന്നു. "കുഞ്ഞു പെണ്ണേ, ചെക്കാ വേഗം നടക്ക്." എന്ന് പറഞ്ഞ് നടക്കുമ്പോൾ അവർ കരിമ്പ് കടിച്ചു വരുന്നത് ഞാൻ കണ്ടിരുന്നു, നല്ല തടിയൻ കരിമ്പ്.

ആരുടെയോ തോട്ടത്തിൽ കയറി അവരത് വെട്ടിയെടുത്തതാണെന്നതിൽ സംശയമില്ല. അവർ ചിരിക്കുന്നത് ഞാൻ കണ്ടു. ചിരി അവരുടെ ദൗർബല്യമാണ്, ഞാനതിൽ പിടിക്കുകയും ചെയ്തു. ഞാൻ ശ്രദ്ധിക്കുന്നില്ലെന്ന് ഒടുവിൽ ഭാവിച്ചു. ഈ കൊള്ളക്കാരുടെ ജീവിതത്തെ ഞാനെന്തിന് ശ്രദ്ധിക്കണം?

ഞാൻ വല്ലാതെ ലഹളകൂട്ടുന്നവളാണെന്ന് അമ്മ പറയുമായിരുന്നു. പക്ഷേ അച്ഛനെപ്പോഴും എന്നോട് പറയുക അതിനെ കലഹമെന്നല്ല ബോധമാണെന്നാണ് പറയേണ്ടതെന്നാണ്. അധികാരികളെന്ന് പറയപ്പെടുന്ന അവരുമായി ഇടപെടാതിരിക്കാൻ എനിക്കാവില്ല. ഞാനത്രയ്ക്ക് ശ്രമിച്ചു എന്നതിൽ കാര്യമില്ല. അവർ അവരുടെ പണി ചെയ്യുകയാണെന്നാണ് അമ്മ പറയുക. അതിനാണവർക്ക് കൂലി കൊടുക്കുന്നതെന്ന്. അത് ശരിയല്ല.

കൊല്ലാനല്ലല്ലോ കൂലി കൊടുക്കുന്നത്. അവർക്ക് ശമ്പളം കൊടുക്കുന്നു, അവർ അവരുടെ പണി ചെയ്യുന്നു. "അപ്പോൾ കൊല്ലുന്നതും അവരുടെ ജോലിയാണോ?" ഞാൻ അച്ഛനോട് ചോദിച്ചു.

"ഏതാണ്ട് അങ്ങിനെതന്നെ", അച്ഛൻ മറുപടി പറഞ്ഞു: "ഇങ്ങനെ യൊന്നും കുട്ടികളോട് പറയാതെ ഹീലിയോ", അമ്മ പറഞ്ഞു: "ഈ വ്യവസ്ഥിതിക്കു വേണ്ടിയാണ് അവർ പ്രതിരോധിക്കുന്നത്, അപ്പോഴവർ കൊല്ലും." ഇതത്ര നല്ലതല്ലെന്ന് ഞാൻ പറയുമ്പോൾ മറുപടി വരും " ഞാൻ നല്ലതാണെന്നല്ല പറഞ്ഞത്."

അച്ഛൻ എന്നോട് പറഞ്ഞു: "എന്റെ ഓർമ്മ വെച്ച കാലം തൊട്ട് അധികാരികൾ ഇങ്ങനെയാണ്- ആദ്യം വെടി, പിന്നെയാണ് ചോദ്യങ്ങൾ. ഞാ പിന്നീട് ഞാൻ മനസ്സിലാക്കാൻ തുടങ്ങി." അച്ഛൻ തുടർന്നു:

"വെറുക്കുകയോ ദേഷ്യം പിടിക്കുകയോ മാത്രം ചെയ്യുന്ന പ്രശ്നമല്ല ഇത്." ഞാൻ മനസ്സിലാക്കാൻ തുടങ്ങിക്കഴിഞ്ഞു.

"അതിനെ ബോധമെന്നാണ് പറയുക, കലഹമെന്നല്ല", അച്ഛൻ അമ്മയോട് പറയുന്നു. സംഘത്തിനോട് ചേർന്നിരിക്കാൻ അച്ഛന് എപ്പോഴും ഇഷ്ടമായിരുന്നു; ആദ്യം ചേർന്നത്തന്നെ അച്ഛനാണ്.

ഞങ്ങളുടെ താത്പര്യങ്ങളെ സംരക്ഷിക്കാൻ അതാണ് ആകെയുള്ള വഴി; സംഘമെന്ന നിലയിൽ ഞങ്ങൾ കൂടുതൽ ശക്തി കൈവരിക്കാൻ പോവുകയാണ്. അങ്ങനെയാണ് അച്ഛൻ എന്നോട് സംസാരിക്കുക. ഞാനെങ്ങനെ ഇത്ര മിടുക്കിയായി ജനിച്ചതെന്ന് അറിഞ്ഞില്ലെന്ന് അച്ഛൻ പറയുമായിരുന്നു: "കാരണം ഞാനൊരു മിണ്ടാത്ത പാവയല്ല, എന്നാൽ മരിയാപിയയുമല്ല. പക്ഷേ ഞങ്ങളൊന്നും അത്ര വല്യ പുള്ളികളല്ല. ഞാൻ അഞ്ചാം തരം തന്നെ കഷ്ടിച്ച് കടന്നുകൂടിയതാണ്. പിന്നെ അമ്മ, അതെ, അവർ പത്ത് പൂർത്തിയാക്കിയിട്ടുണ്ട്." അച്ഛൻ വിശദമാക്കിത്തരും: "എല്ലാത്തിനുമുപരി ദാരിദ്ര്യം ഒരാളെ ജീവിതത്തെ തെളിവുറ്റതാക്കാൻ നിർബന്ധിതമാക്കും. പക്ഷേ ഈ വലിയൊരു സംഗതിയെ എനിക്കു മനസ്സിലാക്കാൻ കഴിഞ്ഞിട്ടില്ല."

എന്റെ അച്ഛൻ വളരെ തുറന്ന പ്രകൃതമാണ്. ഇപ്പോൾ അദ്ദേഹത്തിന് വയസ്സായപ്പോഴാണ്, എനിക്ക് ചെറുതായി കാര്യങ്ങൾ പിടികിട്ടി തുടങ്ങുന്നത്. ദാരിദ്ര്യത്തിന്റെ ഉറവിടത്തെക്കുറിച്ചും ജീവിതത്തെക്കുറിച്ചും ഞാൻ മനസ്സിലാക്കിത്തുടങ്ങിയിരിക്കുന്നു. അതുകൊണ്ടാണ് ഞാൻ പറയുന്നത്. അച്ഛൻ എന്നോട് പറയും: "നിന്നിലുള്ളത് കലഹമല്ല ബോധമാണ്."

എനിക്കെന്റെ അച്ഛനെ വലിയ ഇഷ്ടമാണ്. കൂടെയില്ലാത്ത വിഷമം- ഞാനറിയുന്നു- ഞങ്ങളൊരുപാട് സംസാരിക്കുമായിരുന്നു. അമ്മയുടെ അടുത്ത് സംസാരിക്കുന്നതിനേക്കാൾ അച്ഛൻ എന്നോട് സംസാരിക്കാൻ ഇഷ്ടപ്പെടുന്നുവെന്ന് ഞാൻ മനസ്സിലാക്കുന്നു; കാര്യങ്ങൾ എന്നോട് സംവദിക്കാൻ അച്ഛൻ ഇഷ്ടപ്പെടുന്നു. അമ്മയോട് പക്ഷേ, കുറച്ചോ,

അല്ലെങ്കിൽ സാധാരണ കാര്യങ്ങളെക്കുറിച്ചോ മാത്രമേ സംസാരിക്കാറുള്ളൂ. ടോർടില്ലയുടെ വണ്ണത്തെക്കുറിച്ച് അല്ലെങ്കിൽ പയറും ചോളവും മാത്രവും കഴിക്കുന്നത് ബുദ്ധികുറയ്ക്കുമെന്നുള്ള വിശ്വാസത്തെക്കുറിച്ച്; പയറും ചോളവും സമ്പുഷ്ടമാണെങ്കിൽക്കൂടിയും. അവ അങ്ങനെതന്നെയാണ്. പക്ഷേ ദിവസവും പ്രാതലിന് ടോർട്ടില്ലയും പയറും, ഉച്ചക്ക് ടോർടില്ലയും പയറും. പിന്നെ അത്താഴത്തിന് ടോർട്ടില്ലയും പയറും ആകുമ്പോൾ-അമ്മയുടെ ഗർഭപാത്രം വിട്ടു വരുന്ന ആദ്യത്തെ കരച്ചിൽ മുതൽ അവസാന ശ്വാസം വരെ- ശരീരം ക്ഷീണിക്കുന്നു.

"അതുകൊണ്ടാണ് നീ കുട്ടിയായിരിക്കുമ്പോൾ നിനക്ക് വെണ്ണ തരാൻ ഞാൻ ശ്രദ്ധിച്ചതും, ഇല്ലെങ്കിൽ അതിനായി ഞാൻ നോക്കി നടന്നതും." അമ്മ തുടരും: "നീയുണ്ടല്ലോ അത്രയ്ക്ക് ആർത്തിപ്പണ്ടാരമായിരുന്നു. വെണ്ണ തിന്ന് നിറയ്ക്കും. കുറച്ച് നല്ല വെണ്ണ കിട്ടിയില്ലെങ്കിൽ നീ കഴിക്കില്ല. നിനക്ക് ബുദ്ധിയുണ്ടായത് വെറുതെയൊന്നുമല്ല. പോഷകത്തിന് ബുദ്ധിയുമായി അത്ര ബന്ധമുണ്ട്. അതുകൊണ്ട് എനിക്ക് നല്ല വിശ്വാസമാണ്." എന്റെ അച്ഛൻ വളരെ വളരെ സുന്ദരനാണ്. അതിലിപ്പോ വെണ്ണയുടെ പങ്കെന്താണ്?

"നീ ആറാം തരമെങ്കിലും പാസ്സായിരുന്നെങ്കിൽ എനിക്ക് സന്തോഷമായിരുന്നു" അമ്മ പറയും. കുറച്ചൊന്ന് ആലോചിച്ച് തുടരും:

"നീ എന്താവുമെന്ന് കണ്ടറിയാം. ഉള്ള ബുദ്ധി ഉപയോഗിക്കണം."

"അവൾക്കുവേണ്ടി നമ്മൾ കുറച്ച് കഷ്ടപ്പെടണം മരിയാപിയാ", അച്ഛൻ അമ്മയോട് പറഞ്ഞു. അമ്മ ലൂപ്പെ വല്ല്യമ്മച്ചിയുടെ കൂടെ ഇവിടെയുള്ളപ്പോഴാണ് അവർ എന്നോട് പറഞ്ഞത് "നിന്റെ അച്ഛനെ അവര് കൊണ്ടുപോയി; ബാസ്കോയിലേക്ക് തിരിച്ചു പോകാതിരിക്കുന്നതാണ് നിനക്ക് നല്ലത്."

അച്ഛന്റെ അഭാവം വല്ലാതെ എന്നെ അലട്ടുന്നു. പക്ഷേ അധികാരികൾ അച്ഛനെ പോകാൻ അനുവദിച്ചില്ല. എന്തിനാണ് ആ കുറ്റവാളികളെക്കൊണ്ട് ഞാൻ നീരസപ്പെടുന്നത്?

ഇവിടെയൊരിക്കലും വന്നിരുന്നില്ലെന്നും ഒന്നും അറിയില്ലെന്നും അവരമ്മയോട് പറഞ്ഞു. പിന്നെ, കുറച്ച് ദിവസം മുമ്പാണ് അച്ഛനെ അവർ വിട്ടതെന്നും, അമ്മയോട് ഇനി വലിയ താത്പര്യമില്ലാത്തുകൊണ്ട് മറ്റൊരു പെണ്ണിന്റെ കൂടെ പോയെന്നും.

ഈ വിഡ്ഢിത്തരങ്ങളൊക്കെ അവർ ഞങ്ങളെ കളിയാക്കാനാണ് പറയുന്നത്, അത്രതന്നെ. ഈ നുണകളോടൊക്കെ ചെവിതിരിഞ്ഞ് നില്ക്കാൻ വല്ലാത്ത ബുദ്ധിമുട്ടാണ്.

ഈ എല്ലാ ദുരന്തങ്ങളുടെ കൂടെയാണ് കുറെ പുതിയ പ്രശ്നങ്ങളും. ഇവിടെ കിലോമീറ്ററിൽ ഞാനുണ്ടെന്ന് അവരെങ്ങനെയാണാവോ മനസ്സിലാക്കിയത്. ഡോൺ സെബാസ്റ്റ്യൻ ഇപ്പോൾ പറഞ്ഞു തീർന്നതേയുള്ളൂ "വല്ലാത്ത രസം തന്നെയായിരുന്നു, അഡോൾഫിന. കുറച്ചു മുൻപ്

അധികാരികൾ വന്ന് നിന്നെക്കുറിച്ച് തിരക്കിയിരുന്നു. നീ ചെപ്പെ ഗ്വാർദദോയുടെ പേരക്കുട്ടിയായ ഒരു ചെറിയ പെണ്ണാണെന്ന് ഞാനവരോട് പറഞ്ഞിരുന്നു. വല്ല തെറ്റു പറ്റിയതാവാമല്ലോ."

"ഞാനതിൽ കയറി ഉടക്കിയിട്ടില്ലെന്ന് വിചാരിക്കുന്നു", ഞാൻ അയാളോട് പറഞ്ഞു.

-അതവളുടെ കാര്യം.

-അവൾ ഇടയ്ക്കിടെ ലൂപ്പെ മുത്തശ്ശിയെ കാണാൻ വരുമായിരുന്നു. അവൾ ഇവിടെ എവിടെയുമുള്ളവളല്ല. ഇയൊബാസ്ക്കയിലാണ് കഴിയുന്നത്.

"നിന്നെ രക്ഷിക്കണമെന്നേ ഞാൻ കരുതിയുള്ളൂ" ഡോൺ സെബാസ്റ്റ്യൻ പറഞ്ഞു.

-ലൂപ്പെയുടെ വീടേതാണ്?

"അവരങ്ങനെ ആ വഴിക്ക് പോയി, നിന്നെ ചാടി പിടിച്ചിട്ടുണ്ടാകും." "അതെ, അവർ കരിമ്പ് തിന്നുകൊണ്ടാണ് നടന്നു വന്നത്. എന്നെ ശ്രദ്ധിക്കുന്നുണ്ടായിരുന്നില്ല.", ഞാൻ ഡോൺ സെബാസ്റ്റ്യനോട് പറഞ്ഞു: "നിന്നെ അവർക്ക് അവർക്ക് നേരിട്ടറിയില്ല. എനിക്ക് നിന്നെ അറിയുമോ എന്ന് പെട്ടെന്നാണ് ചോദിച്ചത്." "വീട്ടിൽ വല്ല്യമ്മച്ചി ഒറ്റയ്ക്കാണ്. ഈ കുട്ടികളുമായി ഞാനെങ്ങനെ അവിടെയെത്താനാണ്?"

-അവൾ ഇടയ്ക്കിടെ ഇവിടെ വരാറുണ്ടോ?

-കൊല്ലത്തിൽ എപ്പോഴെങ്കിലും ഒരിക്കൽ, സാർജന്റ്.

-നമുക്കവളുടെ വീട്ടിലേക്ക് പോകാം.

"ഇവിടെയുള്ളവളാണ് നീ എങ്കിൽപ്പോലും എനിക്ക് നിന്നെ അറിയില്ലെന്ന് ഞാനവരെ പറഞ്ഞു മനസ്സിലാക്കാൻ ശ്രമിച്ചിരുന്നു." "ചില ഞായറാഴ്ചകളിൽ അവൾ വരാറുണ്ട്." ഞാനൊരു അസംബന്ധം തട്ടിവിട്ടു. "പക്ഷേ എപ്പോഴുമില്ല."

-നമുക്ക് ആ വഴിക്ക് പതുക്കെ പോകാം.

എനിക്ക് പെട്ടെന്ന് പോകണം. വേഗമാകട്ടെ. എന്തൊക്കെയാണാവോ ഈ നടക്കുന്നത്. എന്നിട്ടയാൾ ഓരോ കരിമ്പിൻ കഷണം ഓരോ കുട്ടികൾക്കും കൊടുത്തു, കൈത്തണ്ട വലിപ്പമുള്ളത്. "അത് സാധാരണയുള്ള സംഗതിയായിരിക്കും.", അയാൾ എന്നോട് പറഞ്ഞു: "എനിക്ക് ടോർട്ടില്ല തന്നെ ശരണം"

-എന്റെ ലൂപ്പെ വല്ല്യമ്മച്ചി തനിച്ചാണ്.

"ഭാഗ്യത്തിന് അവരെയത് ബാധിക്കുന്ന ഒന്നല്ല, ചെപ്പെയെയും. നീ ചെറു പ്രായമല്ലേ, അവരത് കണക്കാക്കേണ്ടതാണ്." അയാൾ പറഞ്ഞു: "ങ്ഹാ നമുക്ക് കാണാം", എന്ന് ഞാനും.

കാരണം അധികാരികളെ പറ്റി ആർക്കും അത്ര ഉറപ്പിക്കാനാവില്ല. ആ സമയത്തു തന്നെ അയൽപക്കത്തെ ഒരു ചെറുപ്പക്കാരി കടയിലേക്ക് വന്നു.

"വീട്ടിലേക്കു വരുന്ന വഴി എങ്ങും തങ്ങളുണ്ടെന്നും കശാപ്പുകാർ നിന്നെ അന്വേഷിക്കുന്നുണ്ടെന്നും ഡോണ ലൂപ്പെ പറയാൻ പറഞ്ഞു." കുഴപ്പമില്ലാതിരിക്കാൻ അവരോട് സൂക്ഷിച്ച് പെരുമാറണമെന്നും പറഞ്ഞിട്ടുണ്ട്.

വല്ല്യമ്മച്ചിയുടെ ഒരു കാര്യം. ഞാൻ ആലോചിച്ചു. എന്റെ ജസ്റ്റിനോ അമ്മാവന് സംഭവിച്ചതോർത്ത് മുത്തശ്ശി വല്ലാതെ ഭയക്കുന്നു. പിടിച്ചുകൊണ്ടുപോയ അച്ഛനെക്കുറിച്ച് അതുകൊണ്ട് തന്നെയാണ് അവരോട് പറയേണ്ടെന്ന് ഞങ്ങൾ തീരുമാനിച്ചത്.

-പിന്നെ എന്തൊക്കെയാണ് നിന്നോട് പറഞ്ഞത്?

നാളെ ചോറു വെക്കാൻ വിലക്കുറവുള്ള തക്കാളി വാങ്ങാൻ പറഞ്ഞു. ഇന്നത്തെ ചോറ് ആശുപത്രിപോലെ വെളുത്തിട്ടുണ്ടെന്ന്.

പറഞ്ഞയക്കാൻ പറ്റിയ മിടുക്കി പെണ്ണ്, ഞാൻ ചിന്തിച്ചു.

"താഴെ അവർ ജീപ്പു നിർത്തിയിട്ടുണ്ട്. രണ്ടെണ്ണം. പക്ഷേ ലൂപ്പെയുടെ അവിടേക്ക് രണ്ടെണ്ണം പോകുന്നത് മാത്രമേ ഞാൻ കണ്ടുള്ളൂ", ഡോൺ സെബാസ്റ്റ്യൻ എന്നോടു പറഞ്ഞു.

ഞാൻ ആലോചിച്ചത്: "ഒന്നും ചെയ്യാത്ത ഇയാൾക്ക് എന്ത് പേടിക്കാനാണ്.

-തക്കാളി പിടിച്ച് ഞെക്കാതെ, പിന്നെ ഞാൻ തന്നെ തിന്നേണ്ടി വരും.

-ഹേയ്, ഡോൺ സെബാസ്റ്റ്യൻ. ഞാനൊന്ന് തൊട്ടു നോക്കിയതേയുള്ളൂ. ആ പഴുത്തതിൽ നിന്ന് പത്ത് സെന്റിനെടുക്കൂ; പിന്നേ.

-അതെ, ആ നല്ല പഴുത്തതെടുത്തോളൂ. ലൂപ്പെക്ക് കുറച്ച് നന്നായി പഴുത്ത തക്കാളിയാണിഷ്ടം.

-അളിയാൻ തുടങ്ങുന്നത് നിങ്ങൾക്കെന്നെക്കൊണ്ട് എടുപ്പിക്കണം.

-ലൂപ്പെ പറഞ്ഞത് ശരിയാണ്. നീ തർക്കിക്കുന്ന പെണ്ണാണ്.

-അപ്പോ ഡോൺ സെബാസ്റ്റ്യൻ എങ്ങനെയാണ്.

-ഇതാ ഇവിടെ എഴുതിവെച്ചത് നോക്ക്.

പൊതിയുന്ന കടലാസിൽ എഴുതിവച്ചിരിക്കുന്നതിലേക്ക് ഞാൻ നോക്കി: "നിങ്ങൾ വാങ്ങിക്കുന്നില്ലെങ്കിൽ എന്നെ കൈകാര്യം ചെയ്യാതിരിക്കുക."

-അതുമായിട്ട് എനിക്ക് ബന്ധമില്ല ഡോൺ സെബാസ്റ്റ്യൻ. കാരണം ഞാൻ വാങ്ങാൻ പോവുകയാണ്. അതുകൊണ്ട് ഈ പഴുത്ത തക്കാളിയെടുക്കൂ.

-പെട്ടെന്നാവട്ടെ മോളെ, അവർക്കാവശ്യമുള്ളത് ഞാനെടുത്തു കൊടുക്കട്ടേ.

-ശരി, ഈ കുട്ടികളും കൂടിയുള്ളപ്പോ, ഞാൻ മറ്റുള്ളവരുടെ ചാപല്യത്തിന് വേണ്ടി ധൃതിവയ്ക്കുന്നില്ല. ചെയ്താൽ തന്നെ അത് ലൂപ്പെക്ക് വേണ്ടിയാണ്. ലൂപ്പെ വല്ലാതെ വിഷമിക്കും. ഞങ്ങൾ എത്രയ്ക്ക് അവരെക്കുറിച്ച്

വിഷമിക്കുന്നുണ്ടെന്നറിയാമോ. ജസ്റ്റിനോയ്ക്കത് സംഭവിച്ചശേഷം ലൂപ്പെ പഴയ പോലെയല്ല.

വളരെ ഉള്ളിൽ എന്റെ ഹൃദയത്തിന് ഒരു മിടിപ്പ് നഷ്ടമാവുന്നുണ്ട്. അച്ഛനെക്കുറിച്ചുള്ള സംഗതിയുമുണ്ട്. പക്ഷേ അതിനെക്കുറിച്ചൊന്നും ഡോൺ സെബാസ്റ്റ്യന് അറിയില്ല. ദൈവനിശ്ചയം നടക്കട്ടെ.

"വേഗമാവട്ടെ പിള്ളാരേ!" ടിഹവിലോട്ടെ മരങ്ങളിൽനിന്ന് പല്ലികളെ വലിച്ചെടുത്ത് ഞാൻ നടത്തം തുടർന്നു: "ഒളിച്ചില്ലെങ്കിൽ നിന്റെ തല ഞാൻ അടിച്ചുപൊളിക്കും." പക്ഷേ വരയൻ നിറങ്ങളിൽനിന്ന് നരച്ച നിറത്തിലേക്ക് നിറം മാറിക്കൊണ്ട് എന്നെ കളിപ്പിച്ച് പല്ലി പെട്ടെന്ന് നീങ്ങും. വാല് മുറിയുന്നതും നിലത്തത് കിടന്ന് പിടയ്ക്കുന്നതും എനിക്ക് ഇഷ്ടമാണ്. പറയുന്നത് പല്ലികൾ തിരിച്ചുവന്ന് തുപ്പൽ തൊട്ട് മുറിഞ്ഞ വാൽ ഒട്ടിക്കുമെന്നാണ്. ഇഗ്വാനകളെപ്പോലെ. എത്ര തവണ വാല് നിങ്ങൾ മുറിപ്പിച്ചാലും ശരി, വാലില്ലാത്ത ഒന്നിനെ നിങ്ങൾക്ക് കാണാൻ പറ്റില്ല.

"അതിനെ വലിച്ചു താഴെത്തിട്" ഞാൻ ബഞ്ചമിൻ അമ്മാവനോട് പറഞ്ഞു. ഈ കുട്ടികളെല്ലാം എന്റെ അമ്മാവനാണെന്ന കണക്കിൽ. മോഞ്ചോയ്ക്ക് രണ്ട് വയസ്സേ ആയിട്ടുള്ളൂ. എന്റെ മോഞ്ചോ അമ്മാവൻ. എന്റെ നാലു വയസ്സുള്ള എസ്റ്റർ അമ്മായി. "പെട്ടെന്നാവട്ടെ കുട്ടികളെ! അമ്മാവന്മാരെ, അമ്മായിമാരെ നമുക്ക് പോകാം!" സാധു കുട്ടികൾ.

സൂര്യനാണെങ്കിൽ അത്രയ്ക്ക് ചൂടിലാണ്. "തണലത്ത് നടന്നോ, കാല് പൊള്ളും." ഇപ്പോൾ ചൂടുള്ള സ്ഥലത്താണ് അവർ നടക്കുന്നത്.

ടിഹുലോട്ടെ മരങ്ങളുടെ നിഴൽ.

"പുല്ലിൽ കൂടെ നടക്കൂ."

അതേ സമയം തന്നെ ചീവീടുകൾ മൂളാൻ തുടങ്ങി. "ക്രിസ്തുവിന് വേണ്ടി കരയുകയാണെന്നാണ് പറയുക." എന്റെ വല്ല്യമ്മച്ചി വിഷമിച്ചു കാണും.

വെയിൽ കൂടുതലുള്ളതുകൊണ്ടാണ് ചീവീടുകൾ മൂളുന്നത്. വേനലിനെ ചെറുക്കാനുള്ള ഒരു രീതിയാണ്. അവരുടെ കച്ചേരി മലയൊന്നാകെ കേൾക്കാം. ചീവീടുകളുടെ സംഗീതം. പിക്ക് അപ്പ് വണ്ടിയുടെ ഹോൺ പോലെ: ചികിറൺ-ചികിറിൻ, ടിംഗ്-അലിംഗ്. എല്ലാവിടെയും.

ചീവീടുകളെ കാണണമെന്നുണ്ടെങ്കിൽ ടിഹിലോട്ടെ മരങ്ങളുടെ കൊമ്പുകളിൽ കാണാം, താഴെ തണലിലിരിക്കുന്നവരുടെ മുകളിൽ മൂത്രം വീഴ്ത്തിക്കൊണ്ട്. നിലം ചൂടുള്ളതുകൊണ്ട് തണലിലേക്ക് നീങ്ങാമെന്ന് ഞാൻ കുട്ടികളോട് പറഞ്ഞു.

ചീവീടുകളുടെ കരച്ചിൽ എന്നെ വിഷമിപ്പിക്കുന്നു.

വിശുദ്ധ വാരമായത് കൊണ്ടാവാം.

ഒരേ കാര്യം തന്നെ എല്ലാവർക്കും സംഭവിക്കുന്നു. ക്രിസ്തുവിനെ ചവിട്ടുന്നതു പോലായത്കൊണ്ട് വിശുദ്ധവാര സമയത്ത് ആരും ഓടാൻ

പാടുള്ളതല്ല. തുപ്പുകയെന്നാൽ ക്രിസ്തുവിനെ തുപ്പുകയാണെന്നർത്ഥം. അവിശ്വാസികളേ തുപ്പുകയുള്ളൂവെന്നാണ് പറയുന്നത്. കല്ലെറിഞ്ഞാൽ ക്രിസ്തുവിനെ എറിയുന്നത് തന്നെയാണ്. പല്ലിക്കിട്ടാണ് ഏറ് കൊള്ളുന്ന തെങ്കിലും നിങ്ങൾ ശരിക്കും ക്രിസ്തുവിനെ എറിയുന്നത് പോലെ തന്നെയാണ്.

ഇതെല്ലാം കുട്ടിക്കാലം മുതൽ ഞങ്ങൾ പഠിക്കുന്നതാണ്. അമ്മ അതു മുഴുവൻ വിശ്വസിക്കുന്നുമില്ല. പക്ഷേ വല്ല്യമ്മച്ചിക്കിപ്പോഴും അതിലെല്ലാം വലിയ വിശ്വാസമാണ്. എല്ലാവരും വിശ്വസിക്കുന്നതായി ഭാവിക്കുന്നു. "ഇത് ക്രൈസ്തവ വിശ്വാസമാണ്." വല്ല്യമ്മച്ചി പറയും.

ചീവീടുകളുടെ ശബ്ദം വിശുദ്ധ വാരത്തിന്റെ വരവറിയിക്കുന്നു അതാണ് നിങ്ങളിൽ സങ്കടമുണ്ടാക്കുന്നത്. എനിക്കില്ല. കുറച്ചു മാത്രം. അത്രയേ ഉള്ളൂ. കാരണം ആളുകൾ അങ്ങനെയാണ് ഇനിയത് വേണ്ടെന്ന് വച്ചാലും ശരി. സത്യമെന്ന രീതിയിൽ തന്നെയാണത് സ്വീകരിക്കുന്നത്. ഞങ്ങളെല്ലാവരും അത് സത്യമായി സ്വീകരിക്കുന്നു. ചിലർ മറ്റുള്ളവരേക്കാൾ കൂടുതലും.

ഒരുപക്ഷേ അത്രയധികം പ്രാധാന്യം കിട്ടിയിട്ടില്ല.

"ബഞ്ചമിൻ മാമൻ തണലിൽ കൂടി നടക്കൂ" "പക്ഷേ ചീവീടുകൾ ദേഹത്ത് മൂത്രമൊഴിക്കും", അവൻ പറയും: "എന്നാൽ ശരി. നിക്ക് മൂത്രപ്പനി കിട്ടുന്നതിലും ഭേദം അതാണ്."

അങ്ങനെ അവൻ ടിഹവിലോട്ടെ മരങ്ങളുടെ കീഴെ നടക്കും.

"അഡോൾഫിന അമ്മായി, എന്നെ മുതുകിലെടുക്ക്.", മോഞ്ചോ പറഞ്ഞു; അവന്റേതായ സംഭാഷണ രീതിയിൽ. ക്ഷമിക്ക്, നമ്മൾ വളവെത്താറായി. "എസ്റ്റർ അമ്മായി ഈ തക്കാളിയൊന്ന് പിടിച്ചേ, എനിക്ക് മോഞ്ചോയെ നോക്കാലോ." കുച്ചുകൂടി ദൂരമേയുള്ളൂ. വരണ്ടാന്ന് ഞാൻ നിങ്ങളോട് പറഞ്ഞതല്ലേ.

വളവിലെത്തിയതും വീടിന്റെ വാതിൽ കാണാം. ഞാൻ ടോർട്ടില്ല വാങ്ങുന്നത് ഇവിടെ നിന്നാണ്.

വല്ലാത്ത ചൂട്.

പാവം മോഞ്ചോ അമ്മാവൻ കരച്ചിൽ നിർത്തി, അവൻ അവന്റെ പ്രായത്തിനേക്കാൾ നടന്നു കഴിഞ്ഞു.

ചെറിയ കൊള്ളക്കാരൻ ഉറക്കത്തിലായി. എന്റെ തോളിൽ തലവച്ചു കൊണ്ട്. പനി പിടിച്ച പോലെ തല വിയർക്കുന്നുണ്ടായിരുന്നു.

പൊന്നുകുട്ടാ, ഉറങ്ങ്.

ഞാൻ മരിയാ റൊമേലിയയുടെ വീട്ടിൽ കടന്നു. "ഗുഡ്മോർണിംഗ്"

പകൽ 11.30

സൂര്യനുമായുള്ള മേഘത്തിന്റെ മല്ലയുദ്ധം. പട്ടിയും പൂച്ചയും പോലെ മേഘങ്ങളും സൂര്യരശ്മികളും. പൊടി നിറഞ്ഞ മേഘം ഒരു മൂടലായി. അപ്പുറത്തേക്കൊന്നും കാണാനാവില്ല. സൂര്യൻ കളി ജയിക്കുന്നതോടെ എല്ലാം കെട്ടടങ്ങും. ഇനിയൊരു തെളിഞ്ഞ കാറ്റാണ്; വീട്ടിലുണ്ടാക്കിയ പുത്തൻ സോപ്പിൽ കുളിച്ച് അവസാന കണികവരെ നിങ്ങൾ ശ്വസിക്കാൻ ആഗ്രഹിക്കുന്ന കാറ്റ് "പുസ്തകമെടുക്കും സഞ്ചിയെടുക്കും കൊച്ചു തെമ്മാടിക്കാറ്റ്" എന്ന പാട്ടാണ് ഞാൻ സ്ക്കൂളിൽ പഠിച്ച ഓരേയൊരു പാട്ട്. രണ്ടാം ഗ്രേഡ് വരെ എനിക്ക് കിട്ടിയിട്ടുണ്ട്. എഴുതാനും വായിക്കാനും പഠിച്ചിരുന്നെങ്കിലും ഒരിക്കലും പുസ്തകസഞ്ചി എടുത്തിരുന്നില്ല. എനിക്കാകെ അഞ്ച് സെന്റിന്റെ ഒരു നോട്ടുബുക്കും പെൻസിലും മാത്രമേ ഉണ്ടായിരുന്നുള്ളൂ. നമ്മുടെ പരിശുദ്ധ മറിയത്തെക്കുറിച്ചുള്ളത് പ്രാർത്ഥന കൊണ്ട് ഞാൻ വായിക്കാൻ പഠിച്ചു. സാന്താലൂസിയക്ക്, നമ്മുടെ പിതാക്കന്മാർക്ക്, ഞാനെന്ന പാപിയും-വിശ്വാസപ്രമാണം അന്നൊക്കെ ശ്വാസകോശത്തിനും മുകളിലായി വായിക്കാൻ പഠിച്ചിരുന്നു.

പാഠം കാണാപ്പാഠം പഠിച്ചില്ലെങ്കിൽ സ്ക്കൂളിൽ നിന്ന് വരാൻ പറ്റില്ല. മാത്രമല്ല മുട്ടുകുത്തി നിർത്തി പുസ്തകം വായിപ്പിക്കും. സാധാരണയുള്ള ശിക്ഷ അനിമാസോളയെപ്പോലെ തലയുടെ മേലെ കൈവച്ചുള്ള മുട്ടുകുത്തി നിർത്തിക്കലാണ്. പഠിപ്പിക്കൽ കർശനമായിരുന്നു, പക്ഷേ ആരും പഠിക്കും. കാലം കടന്നു പോകുമ്പോൾ എന്താണ് സംഭവിക്കുന്നതെന്ന് വച്ചാൽ എല്ലാം മറക്കാൻ തുടങ്ങും. നോക്കൂ, ഞങ്ങൾക്ക് വായിക്കേണ്ട ആവശ്യമില്ലല്ലോ. അതുകൊണ്ട് പതുക്കെ, ഞങ്ങൾ ശരിക്കും മടയന്മാരാകാൻ തുടങ്ങി.

സാർജന്റ് കാല് ചൊറിയുന്നു. ആ ചെറിയ ചുവന്ന വര അവിടെയുള്ളത്

കൊണ്ടാണ് അയാളൊരു സാർജന്റാണെന്ന് ഞാൻ പറയുന്നത്. ഒരുപക്ഷേ പിജിറിച്ചെ പ്രതികാരത്തിനായി അയാളുടെ വഴിയിൽ ചെള്ള് എറിഞ്ഞതാവാം. അല്ലെങ്കിലൊരുപക്ഷേ അയാൾ തന്റെ മനസ്സ് പട്ടണത്തിൽ ഉപേക്ഷിച്ച് വന്നിരിക്കാം. കാരണം നമ്മുടേതുപോലെ, അല്ലെങ്കിൽ ഏതാണ്ട് വലിപ്പമുള്ള പട്ടണത്തിൽ നിന്നാവാം അയാൾ വരുന്നത്. അയാൾ തന്റെ ചാണക നിറത്തിലുള്ള യൂണിഫോമിൽ തള്ളവിരൽകൊണ്ട്, തള്ളവിരൽ നഖം കൊണ്ട് അമർത്തുകയാണ്. ഒന്നുകിൽ നിരാശയോ അല്ലെങ്കിൽ സ്വയം വിളംബരം നടത്തുകയോ മാത്രമാണ് അയാൾക്കിനി ബാക്കിയുള്ളത്. അധികാരികൾ സ്വയം നിന്ദിക്കുകയാണെങ്കിൽ അത് അടുത്തുവരുന്ന ദുഃഖത്തിന്റെ സൂചനയാണ്-എതിർപ്പിന്റെ ആ ഊക്ക് സഹിച്ചേ പറ്റൂ. കാര്യങ്ങളെപ്പോഴും അങ്ങനെയൊക്കെയാണ്. അതുകൊണ്ടാണ് ആളുകൾ പറയുന്നത്: അധികാരികളെ എപ്പോഴും തൃപ്തിപ്പെടുത്തുക. അങ്ങനെ കോഴി ക്കുഞ്ഞുങ്ങൾ, കുറച്ച് മുട്ട, ഇത്തിരി പഴങ്ങൾ, ഒരു കൂട ചോളം- അതാണ് ജീവിതം.

ഞാനവരെ കമ്പുകൾക്കിടയിലൂടെയാണ് കാണുന്നത്. രണ്ട് പേരെയും. ഒരാൾ, സാർജന്റ് മാത്രം, ചെള്ളുമായി യുദ്ധത്തിൽ ഏർപ്പെട്ടു കൊണ്ടിരിക്കുന്നു. മരത്തിന്റെ കൊമ്പിൽ പുള്ളി സുഖം തേടിയിരിക്കുന്നു. അയാൾ ചൊറിക്ക് ശമനമില്ലാതെ തള്ളവിരൽ കട്ടിത്തുണിയിൽ അമർത്തിക്കൊണ്ടിരിക്കുകയാണ്: ആ ചെള്ള് പിടിച്ച പട്ടിയിൽ നിന്നുള്ള മറ്റേ ചെള്ള്....

മറ്റേ ഗാർഡ് കോട്ടുവായിട്ട്, വടികൊണ്ട് നിലത്ത് തപ്പിക്കൊണ്ടിരുന്നു. പെട്ടെന്നയാൾ എന്നിലേക്ക് നോക്കി. ഞാനും നോക്കി. മുതുകിലൊരു ഇലക്കഷ്ണവുമായി ഒരു ഉറുമ്പ്. അയാൾ ഉറുമ്പിനെ ഇലയോടുകൂടി എടുത്തു. ഉറുമ്പ് ഇല മുറുകെ പിടിച്ചിരുന്നു. അയാളാ ഉറുമ്പിനെ കണ്ണിനടുത്തേക്ക് കൊണ്ടുവന്നു. “വല്ലാത്ത ഉറുമ്പ് തന്നെ; ഈ ഇത്തിരി പോന്ന തന്തയില്ലാത്തവന്മാർക്ക് ഒടുക്കത്തെ ശക്തിയാണ്” എന്നിട്ടയാൾ വിരലുകൾക്കിടയിലിട്ട് ഞെരിച്ചു. ഇലക്കഷ്ണം താഴേക്ക് പറന്നു വീണു; വീഴാനിഷ്ടമില്ലാത്ത മട്ടിൽ. ഞാൻ വീണ്ടും അടുപ്പിൻ ചുവട്ടിലേക്കു പോയി. അഡോൾഫിന ഉടൻ വരും. എനിക്ക് പുറത്തേക്ക് പോയി നോക്കണമെന്നുണ്ടായിരുന്നു. എന്നിട്ടെന്തുകാര്യം. അവര് പറ്റില്ലെന്ന് പറയും. എന്റെ ശ്വാസം നഷ്ടപ്പെടുത്താതിരിക്കുന്നതാണ് നല്ലത്.

ഞാൻ സംസാരിച്ചു. ആരോടെന്നില്ലാതെ. എന്നോട് തന്നെ.

“എന്റേതൊരു വലിച്ചിഴക്കപ്പെടുന്ന ജീവിതമല്ലേ?

സാർജന്റ് എന്നെ നോക്കുന്നു. ഒരുപക്ഷേ അവരെന്നെ മറന്നിരിക്കാം. ഭ്രാന്തൻനായ്ക്കളുടെ ഒരുതരം നിശ്ശബ്ദത. ഇത്രയധികം ഏകാന്തത വല്ലാതെ ഭയപ്പെടുത്തുന്നു. എനിക്കിപ്പോൾ വല്ല സന്ദർശകനും ഉണ്ടായിരുന്നെങ്കിലെന്ന്

ഞാൻ ആശിച്ചുപോവുകയാണ്. എന്താണ് സംഭവിക്കുകയെന്ന് എനിക്കറിയില്ല. പക്ഷേ അവരെന്നെ രക്ഷപ്പെടുത്താൻ വരും. അതിനായി എന്റെ അയൽക്കാരനെങ്കിലും. പക്ഷേ വേണ്ട. എന്തിനാ വെറുതേ യാതൊന്നും തന്നെ അർഹിക്കാത്ത അയൽക്കാരനെ പ്രയാസപ്പെടുത്താൻ ആഗ്രഹിക്കുന്നത്. ഗാർഡുകളുടെ നിശ്ശബ്ദതയെ ബഹുമാനിച്ചേ മതിയാവൂ.

ഞാൻ സ്വയം ചോദിച്ചു: "എന്താണ് പിള്ളേരിനിയും വരാത്തത്?"

ഒരിക്കൽകൂടി സൂര്യനും മേഘങ്ങളും തമ്മിലുള്ള കടിപിടി. മേഘങ്ങൾ ജയിച്ചാൽ പിള്ളേർക്ക് കാല് പൊള്ളാതെ നടന്നുവരാം. ആകാശം മേഘാവൃതമാകാൻ തുടങ്ങിയിരിക്കുന്നു. കാറ്റും വീശാൻ തുടങ്ങി. മൺചട്ടിയിലെ വെള്ളം പോലെ തണുത്ത കാറ്റ്. പനി പിടിച്ച പോലെ വല്ലാത്തൊരു തണുപ്പ് തോന്നുന്നു. പകൽ ഈ സമയത്ത് തണുപ്പ് അത്ഭുതം തന്നെ. ഞങ്ങളിതിനെ പിശാചിന്റെ സമയമെന്നാണ് പറയുക. കാരണം പിശാചിനു മാത്രമേ ധൈര്യത്തോടെ പുറത്തേക്കു വന്ന് സൂര്യനെ അകറ്റാൻ കഴിയൂ. ശിക്ഷ നൽകാൻ അത്രയ്ക്ക് അത്യാർത്തിയാണവന്.

-എന്തിനും തയ്യാറായേ പറ്റൂ.

-......

-ഈ തള്ളപ്പട്ടി എന്നിൽ പെടപെടപ്പുണ്ടാക്കുകയാണ്.

-ഇത് ആ പട്ടി തന്നെയാകണം. ഇതുണ്ടാക്കുന്ന ബഹളം ആലോചിച്ചാണ്; അല്ലെങ്കിൽ ഒരു വെടിയുണ്ട അവന് നേരെ ഉതിർത്തേനെ.

"ലൂപ്പെ അതിനാണവരെ പരിശീലിപ്പിക്കുന്നത്. അവരൊരു ക്രമത്തെയാണ് പരിരക്ഷിക്കുന്നത്." ജോഷെയ്ക്കല്ല അത് സംഭവിച്ചിരുന്നെങ്കിൽ ഞാനിപ്പോൾ ജീവിച്ചിരിക്കുമായിരുന്നില്ല. "കാര്യങ്ങൾ നീ മനസ്സിലാക്കേണ്ടതുണ്ട്. അപ്പോഴാണ് പ്രശ്നങ്ങൾ എങ്ങനെയാണ് മറ്റൊരു വഴിക്ക് പരിഹരിക്കപ്പെടുന്നതെന്ന് നിനക്ക് കാണാൻ കഴിയുക-ഒരാളുടെ ഇഷ്ടാനിഷ്ടങ്ങൾക്ക് -ഞാൻ ഒന്ന് ഇഷ്ടപ്പെടുന്നു അല്ലെങ്കിൽ ഇഷ്ടപ്പെടുന്നില്ല- എന്ന നിലയ്ക്കല്ല. അവർ അത്രയ്ക്ക് ക്രൂരന്മാരാണോ? അല്ല ലൂപ്പെ, അവർ ക്രൂരന്മാരോ നായിന്റെ മക്കളോ അല്ല. നമ്മളെയൊക്കെ പോലെതന്നെയാണ് അവരും. പക്ഷേ ശത്രുപക്ഷത്താണെന്ന വ്യത്യാസം മാത്രം; അവർ സ്വയം അവരുടെ തന്നെ ശത്രുക്കളുടെ കൂടാരത്തിനകത്താണ്. സ്വന്തമായ ഒരു തോട്ടമോ രണ്ടു നില കെട്ടിടമോ ആഡംബര കാറോ ഒന്നും തന്നെ സമ്പാദിച്ച ഒരധികാരിയേയും നിനക്ക് കാണാൻ കഴിയില്ല. നമ്മുടെ വെട്ടുകത്തി പോലെ ഒരു പണിയായുധമാണ് എപ്പോഴെങ്കിലും അവർ ചുറ്റി നടക്കുന്ന അവരുടെ ആ ജീപ്പും. അവർ നല്ലൊരു വസ്ത്രമിട്ട് നടക്കുന്നതു പോലും നിനക്കു കാണാൻ കഴിയില്ല. അവർ സാധാരണവസ്ത്രത്തിൽ നമ്മളെപ്പോലെ തന്നെയാണ്; തിരിച്ചറിയാൻ പോലും കഴിയില്ല. അവരുടെ കുട്ടികളേയോ അമ്മയേയോ അച്ഛനേയോ കാണാൻ പോകുമ്പോൾ, അവർ ഇപ്പോൾ

എന്താണോ അതിൽ നിന്നും വ്യത്യസ്തരായ ആളുകളായിരിക്കും. ഇത് ഞാനോ മറ്റുള്ളവരോ കെട്ടിച്ചമച്ച കാര്യങ്ങളല്ല. പകൽപോലെ തെളിഞ്ഞ കാര്യങ്ങളാണ്." അതാണ് അദ്ദേഹം എന്നോട് പറഞ്ഞത്.

ജോഷെയില്ലെങ്കിൽ ഞങ്ങൾ തകർന്നേനെ. "അതുകൊണ്ടാണ് പ്രശ്നങ്ങൾ ഒരാളെക്കൊണ്ട് പരിഹരിക്കാൻ കഴിയില്ലെന്നും അതിന് നാമെല്ലാവരും ക്ഷമയോടെ ഒത്തൊരുമിച്ച് പ്രവർത്തിക്കണമെന്നും പറയുന്നത്. നല്ല വ്യക്തതയുള്ള ചിന്തകളോട് കൂടിയുള്ളവർ. ഏറ്റവും പ്രധാനമിതാണ്: നിങ്ങൾക്ക് താഴ്മയുള്ളവരാകാമെന്നതും ഇരുട്ടിൽ കഴിയാനാകുമെന്നതും. പക്ഷേ നിങ്ങൾ താഴ്മയുള്ളവരാണോ അല്ലയോ എന്നതല്ല പ്രധാനം, മറിച്ച് സംഗതി നമ്മുടെ ബോധവുമായി ബന്ധപ്പെട്ടതാണ്. നമ്മൾക്കുള്ള ബോധം. അപ്പോൾ ജീവിതം തെളിനീര് പോലെ സ്പഷ്ടമാകും." ജോഷെയില്ലെങ്കിൽ ഞാൻ എവിടെ എത്തിപ്പെടുമായിരുന്നു?

"മരണം വരെ ഈ യൂണിഫോം സ്വയം പ്രതിരോധിച്ചുകൊണ്ടിരിക്കുമെന്ന കാര്യം നീ മറക്കരുത്. നമ്മുടെ ജീവിതം ഈ റൈഫിൾകൊണ്ടാണ് വിശദമാക്കപ്പെടുന്നത്. എപ്പോൾ അത് ആണുങ്ങളെപ്പോലെ പിടിച്ചെടുക്കണമെന്നതും ആവശ്യമുള്ളപ്പോൾ വെടിവയ്ക്കണമെന്നതും നമുക്കറിയാവുന്ന കാലത്തോളം നമ്മൾ ശക്തരായിരിക്കുകയും അവർ നമ്മളെ പേടിക്കുകയും ചെയ്യും. കൈകൾ വിറയ്ക്കാത്തിടത്തോളം നമുക്ക് രക്ഷയുണ്ട്." "ഈ നശിച്ച പ്രാണി വീണ്ടും കടിക്കാൻ തുടങ്ങി."

- പെണ്ണ് വരുന്നുണ്ടെന്ന് തോന്നുന്നു.

-നീ പറഞ്ഞത് ശരിയാണ്........

-എന്നാ, എണീക്ക്, വെറുതെ സമയം കളയണ്ട.....

പിജിറിച്ചെ സ്ഥലം വിട്ടു. സന്തോഷത്തോടെ. അവന്റെ കുറ്റിവാൽ ആട്ടിക്കൊണ്ട്.

എനിക്കും സന്തോഷമായി. അവർ ശാന്തരായി ഇരുന്നല്ലോ. ഒരാൾ ഈച്ചയുടെ പിന്നാലെയും മറ്റെയാൾ ഉറുമ്പുകളെ ശ്രദ്ധിച്ചും. ഈ പെണ്ണ് ഇത്ര സമയമെടുത്തിട്ടും ഇവന്മാര് അവളെ അന്വേഷിച്ചു പോകാതിരുന്നത് അത്ഭുതം തന്നെ. അടുത്ത വീട്ടിൽ ടോർട്ടില്ല വാങ്ങാൻ പോലും അവൾ എത്തിയിട്ടില്ലെന്നത് സംഗതി കൂടുതൽ കുഴപ്പത്തിലാക്കുകയാണ്.

അവള് വരാൻ പോകുന്നില്ലാന്നോ മറ്റോ ഇവർക്ക് തോന്നിക്കഴിഞ്ഞാൽ പിന്നെയിവർ ആക്രമകാരികളാകും. ഇടുങ്ങിയവഴിയിൽ ആരോ വരുന്നുണ്ടെന്ന് അവർക്ക് തോന്നിയപ്പോൾ തന്നെ ആ കണ്ണുകളിലെ തിളക്കം ഞാൻ കണ്ടു.

"അവിടെ! ഒരു കുട്ടി വരുന്ന പോലെയുണ്ട്." അവളെന്തായാലും അപ്പോൾ അയൽപക്കത്തെ വീട്ടിലേക്ക് കയറുകയായിരിക്കും. "നമസ്ക്കാരം." അവിടെ അവൾക്കെന്തായാലും കുറച്ചുകൂടി സമയം കാത്തുനില്ക്കേണ്ടിവന്നേക്കും. ഇവർക്ക് ആവശ്യമുള്ളതെന്താണെന്ന് പറഞ്ഞാൽ ഉടൻ ഞാനത് നിറവേറ്റി

കൊടുക്കാൻ ശ്രമിക്കുമായിരുന്നു. കുട്ടിയിലെന്തോ നിഗൂഢത അവർ കാണുന്നുണ്ടെന്നത് എന്നെ വിഷമിപ്പിക്കുന്നു.

-കുട്ടിക്കെന്താ പറ്റിയത്.... ങ്ഹേ?

-അവൾ കടന്നു കളഞ്ഞുകാണും.

-എനിക്ക് തോന്നുന്നത് അവരാ വളവിലെത്തിയിട്ടുണ്ടെന്നാണ്.

-ഞാനെത്ര മുഷിഞ്ഞ് പോയെന്ന് നിങ്ങളെങ്കിലും മനസ്സിലാക്കിയെങ്കിൽ.... ഒരു ഭ്രാന്തിത്തള്ളയെപ്പോലെ അഭിനയിക്കുകയല്ലാതെ എനിക്കെന്തു ചെയ്യാൻ കഴിയും. അവർക്ക് അവളോട് സംസാരിക്കണമെന്നുണ്ടെങ്കിൽ, അവർ കാത്തിരിക്കട്ടെ. ഒരു കുട്ടിക്ക് ഒന്നും തന്നെ സംഭവിക്കാനില്ല തന്നെ.

അവർ

ങ്ഹാ, നോക്കൂ, ഈ പെണ്ണുങ്ങളൊക്കെത്തന്നെ തേവിടിശ്ശികളാണ്. പെണ്ണാവുകയെന്നാൽ തേവിടിശ്ശിയായി ജനിക്കുകയെന്നാണർത്ഥം. എന്നാൽ ആണുങ്ങൾ രണ്ടു തരക്കാരാണ്. എലുമ്പന്മാരും പിന്നെ ഞങ്ങളെപ്പോലെ ഈ യൂണിഫോമിട്ട ശക്തന്മാരും. ഈ ശക്തന്മാരിൽ വച്ച് തന്നെ ഏറ്റവും ശക്തനെ തെരഞ്ഞെടുക്കാനാവും: അതായത് സ്പെഷ്യൽ ഫോഴ്സിലേക്ക് പോയവരും, ചൈനക്കാരായ കരാട്ടേ വിദഗ്ദ്ധരോടും ഗ്രീൻഗോ മനഃശാസ്ത്ര വിദഗ്ദ്ധരോടുമൊപ്പം പരിശീലനത്തിന് പോയവരും. ബലിഷ്ഠരാണവർ. ഉടച്ച ഉരുളക്കിഴങ്ങു കഴിക്കുന്ന ഞങ്ങളിലെ ചിലർ. ഞങ്ങളുടെ ശത്രുക്കളോട് ഞങ്ങൾക്ക് ദാക്ഷിണ്യം കാണിക്കാനാവില്ല. ഉരുക്കിനെപ്പോലെ, ഒന്നിനും വഴങ്ങിക്കൊടുക്കാത്തവണ്ണം ഞങ്ങൾ കഠിനരാവേണ്ടതുണ്ട്. ഞങ്ങൾ വഴങ്ങിക്കൊടുക്കാത്തവരൊന്നുമല്ല. ഞങ്ങൾ നിക്കരാഗ്വോക്കാരെ പോലെയല്ല–എങ്ങനെ കൊല്ലണമെന്നേ അവർക്കറിയൂ. സിവിലിയന്മാരോട് ശരിക്കും പെരുമാറേണ്ട വിധം അവർക്കറിയില്ല. അവരുടെ കൂടെ തിന്ന് നടന്ന് കാര്യങ്ങളെ സ്വയം വിളിച്ചു വരുത്തും. ആത്മാഭിമാനമില്ലായ്മതന്നെ. സമരസപ്പെടുനകയെന്നത് വല്ലാത്ത സംഗതിയാണ്. ഞങ്ങൾ ഹോണ്ടുറാസുകാരെപ്പോലെയുമല്ല. അവർ താഴത്തെ ചണ്ടികൾക്കുപോലും സ്ഥാനങ്ങൾ നല്കും. അതുകൊണ്ടാണവർ എപ്പോഴും സ്ഥാനമാനങ്ങളിലെ തരംതിരിവുകളെക്കുറിച്ചും ദേശീയതയെക്കുറിച്ചും സംസാരിക്കുന്നത്. ഞങ്ങൾ വ്യത്യസ്തരും ഒരുമയുള്ളവരുമാണ്. മരണം വരെയുള്ള ഒരുമ. ഞങ്ങൾ സംശയത്തിന് ഇട നല്കി സിവിലിയന്മാരുടെ പിറകെ ചുറ്റാറില്ല. ദൈവം കാക്കട്ടെ. കാരണം സാൽവദോറുകാരന് കൈനീട്ടിയാൽ അവനാ കയ്യെടുക്കും. അവന്റെ കൂടെ ചിരിച്ചുകൊണ്ടുനിന്നാൽ നിങ്ങളൊരു വിടനാണെന്നോ, ഒന്നിനും

കൊള്ളാത്തവനെന്നോ അവൻ കരുതും. അതുകൊണ്ട് സിവിലിയന്മാരുമായി ഒരു തരം 'കഴുതക്കളി' പറ്റില്ല. ചെമ്മീൻ പിടിക്കുന്ന പോലെയാണത്. നിങ്ങൾ ഉറക്കത്തിൽ വീണാൽ അവയെ ഒഴുക്ക് കൊണ്ടുപോകും. ഇവിടെ മറ്റൊരു സംഗതിയുണ്ട്; 1932ന് ശേഷം കമ്മ്യൂണിസത്തോട് സാൽവദോറന്മാർക്ക് ഒരു ചായ്‌വുണ്ട്.

നമ്മളെല്ലാവരും സമന്മാരാണെന്ന് ദേശീയത പറയുമ്പോൾ നമ്മളെങ്ങനെയാണ് ദേശീയ വാദികളാവുന്നത്? സത്യം പറഞ്ഞാൽ മറ്റ് ആളുകളുമായി, ഇവിടെയുള്ളവരുമായിപ്പോലും, ഞങ്ങൾ സമന്മാരല്ല. കമ്മ്യൂണിസത്തോട് ശക്തമായി യോജിക്കുന്ന സിവിലിയന്മാരുമായി ഞങ്ങളെങ്ങനെ തുല്യത പാലിക്കും? ഞങ്ങൾക്ക് വൈദേശികമായ സംഗതികളോടാണ് താത്പര്യം. കാരണം പുറത്തുനിന്നു വരുന്ന കാര്യങ്ങൾ ഞങ്ങളെ നശിപ്പിക്കുന്നില്ല. മറിച്ച് ഗുണമേ ചെയ്യുന്നുള്ളൂ. സാൽവദോറന്മാർക്ക് തങ്ങൾ സാൽവദോറുകാരാണെന്ന മേല്ക്കോയ്മയുള്ളതിനാൽ നിങ്ങളുടെ പുറത്ത് വിസർജ്ജിക്കുക പോലും ചെയ്യാമെന്നാണ് വിചാരം. അതുകൊണ്ട് അവർക്കുള്ള വെള്ളം ഞങ്ങൾ നിർത്തലാക്കി; കൊല്ലണമെന്നുണ്ടെങ്കിൽ ഞങ്ങളവരെ കൊന്നിരിക്കും. കാരണം സാൽവദോറന്മാർക്ക് ഒരു വൃത്തികെട്ട സ്വഭാവമുണ്ട്-അവർ നായിന്റെ മക്കളാണ് എന്നത്.

എനിക്കെന്റെ ആളുകളുടെ മുകളിൽ വിസർജ്ജിക്കണമെന്നതുകൊണ്ടല്ല, സത്യത്തെ കരുതിയും സത്യത്തിന് വേണ്ട ജീവൻ നല്കിയ ക്രിസ്തുവിനെ കരുതിയുമാണ്. ഒരു സാൽവദോറുകാരനായ സിവിലിയൻ പ്രസിഡന്റാകുന്ന ദിവസം, നിങ്ങൾക്കത് മറക്കാം, കാരണം അവർ ഞങ്ങളെ മണിയിൽ പിടിച്ച് തൂക്കും. ഇതേക്കുറിച്ച് സ്പെഷ്യൽ ഫോഴ്സിലെ ഗ്രീൻഗോ എടുത്തു പറയേണ്ട ആവശ്യമില്ല. ഞങ്ങൾക്ക് സ്വയമേവ അതേക്കുറിച്ച് അറിയാം. അതിനു പ്രധാനകാരണം, ഗ്രീൻഗോ ഞങ്ങളോട് പറയുന്നപോലെ-പണത്തിനോ നല്ല ഭക്ഷണത്തിനുവേണ്ടിയോ അല്ല ഞങ്ങളിവിടെ വന്നിരിക്കുന്നത് എന്നതും മറിച്ച് ദൃഢനിശ്ചയം ഒന്നുകൊണ്ട് മാത്രമാണെന്നതുമാണ്. ദൈവത്തിന്റെ പടയാളികളായ ഞങ്ങൾ, കമ്മ്യൂണിസത്തെ അത്രകണ്ട് സ്നേഹിക്കുന്ന ഈ നശിച്ച രാജ്യത്തെ രക്ഷിക്കാനായി വന്നവരാണ്.

1932-ൽ വിജയം കൈവരിക്കേണ്ട താമസം അവർ ആളുകളെ, അതായത് പണക്കാരെ, വേട്ടയാടാൻ തുടങ്ങി. കാരണം സമ്പന്നരോടാണ് ഇവിടെ വെറുപ്പ്. ഞങ്ങൾ ഉള്ളിൽ അസൂയയുമായി പിറവിയെടുത്തവരാണ്; സന്തോഷവും സംതൃപ്തിയും നിറഞ്ഞ കണ്ണുകളോടെ ഞങ്ങൾക്ക് ആരേയും നോക്കാനാവില്ല. കാരണം അപ്പോഴേക്കും അവരെയെങ്ങനെ നിരപ്പാക്കാമെന്ന് ഞങ്ങൾ ചിന്തിച്ച് കഴിഞ്ഞിരിക്കും. അസൂയയുടെ എല്ലാ മുദ്രകളും അവസാനിപ്പിക്കാനാണ് ചുരുക്കത്തിൽ ഞങ്ങൾ പട്ടാളക്കാർ നിലനില്ക്കുന്നത്. ദൃഢതയോടെയും സ്ഥൈര്യത്തോടെയും അവയെ തോക്കിൻ മുനയിൽ ഉന്മൂലനം ചെയ്യാൻ ഞങ്ങൾ കൂടുതൽ കൂടുതൽ തയ്യാറായിക്കൊണ്ടിരിക്കുകയുമാണ്,

കാരണം കമ്മ്യൂണിസം ഏതാണ്ടിങ്ങെത്തിക്കഴിഞ്ഞു. ഞങ്ങളുടെ വിദേശ അദ്ധ്യാപകർ ഒരു നിമിഷം പോലും കൈവിടാറില്ല. ദേശീയതയുടെ ലാഞ്ഛനകൾ എല്ലാം തന്നെ തുടച്ചു കളയാനും സ്വാതന്ത്ര്യവും ജനാധിപത്യവും കൈവരിക്കാനുമായി ഞങ്ങളോടൊപ്പം മരണം കൈവരിക്കാൻ തയ്യാറാണെന്നാണ് അവർ പറയുന്നത്. ഇതെല്ലാം തന്നെ ഞാൻ അംഗീകരിക്കുന്നു: വർഗ്ഗത്തിനുവേണ്ടി എല്ലാം തീയിട്ട് പുറന്തള്ളണം. ക്രിസ്തുവിൽ എല്ലാവരും ഒത്തുചേർന്ന്, ഞങ്ങളെല്ലാവരും ക്രിസ്തുവിനെ പുല്കി, ഈ കമ്മ്യൂണിസ്റ്റ് പാതിരിമാരെ നശിപ്പിച്ചു കഴിയുന്നതോടെ എല്ലാതരം കുടിലതകളും ഇല്ലാതാവും. ശരിയായ മതത്തെ അപേക്ഷിച്ച് മറ്റൊരു തരം മതം, മുകളിൽ നിന്നുള്ള മറ്റൊരെണ്ണം. പഴയകാല പുണ്യാളന്മാരേയും മൊർമാന്യമതത്തെയും അല്ലെങ്കിൽ വിശ്വാസത്തിന്റെ പൈതങ്ങളെയും തെരഞ്ഞെടുക്കാൻ അനുവദിക്കുന്ന ഒന്ന്-ഞങ്ങൾക്കുണ്ടെന്ന് നിങ്ങൾ കരുതരുത്. കാരണം ഈ മതങ്ങളെല്ലാം തന്നെ മനുഷ്യന്റെ അനശ്വരസന്തോഷത്തിനായി വെളിച്ചവും ആശയും വിതറുന്നവയാണ്.

അതുകൊണ്ട് ആ സഹോദരന്മാരുടെയും, മാതുലന്മാരുടെയും എന്തിന് മാതാപിതാക്കളുടെ തന്നെയും കാര്യങ്ങളെ ആദരിച്ചുകൊണ്ട് ഞങ്ങൾക്ക് മുന്നോട്ട് പോകാനാവില്ല. അവർക്ക് ഇരുട്ടിൽ തന്നെ കഴിയണമെന്നാണെങ്കിൽ എനിക്കൊന്നും ചെയ്യാനില്ല. -അത് ഓരോരുത്തരുടെ കാര്യം. ആർക്കൊക്കെ തങ്ങളുടെ പുറം ചെണ്ടയാക്കണമോ അങ്ങനെ ആയിക്കോട്ടെ. ഇനിയിപ്പോ വെടിയുണ്ടകളാണവർക്ക് വേണ്ടതെങ്കിൽ, അവരെ അവരുടെ വിഡ്ഢിത്തരത്തിന് വിടുകയാണ് നല്ലത്. കാരണം ബദ്ധപ്പാടിൽ അവർക്കത് കിട്ടും. വൈകാരിതയോളം താണ തത്ത്വചിന്താപരമായ ചോദ്യങ്ങളിൽ ഞങ്ങൾക്ക് ശ്രദ്ധിക്കാനാകില്ല.

പെണ്ണുങ്ങളെ സംബന്ധിച്ചിടത്തോളം വയസ്സാവുന്തോറും അവർ കൂത്തച്ചികളാവും. അത് സത്യമാണ്. എല്ലാം സ്പഷ്ടമാണ്. പക്ഷേ ചിലർക്കതിൽ സംശയങ്ങളുണ്ട്. പ്രത്യേകിച്ച് അവരുടെ അമ്മമാരെ കരുതി. പക്ഷേ ഗ്രിൻഗോ സംഗതി വ്യക്തമാക്കിയിട്ടുണ്ട്: "എന്നുവെച്ചാൽ, രാജ്യസുരക്ഷയ്ക്ക് ഏതു നിമിഷവും എതിർപ്പോ പ്രതിബന്ധമോ സൃഷ്ടിക്കുന്നവർ." തീർച്ചയായും ചില അപവാദങ്ങളുണ്ട്. പക്ഷേ വളരെക്കുറച്ചുപേർ മാത്രം. ഉദാഹരണത്തിന്, എന്റെ അമ്മ ഒരു വേശ്യയാണെന്നോ എപ്പോഴുമെങ്കിലും അങ്ങനെ ആകുമെന്നോ വിശ്വസിക്കുന്നില്ല. നോക്കൂ, ശത്രുപക്ഷത്തേക്ക് ചായരുതെന്ന് ഞാനവരെ പഠിപ്പിക്കാൻ പോവുകയാണ്. ഞങ്ങളുടെ പരിശീലകർ പറയും: "വെളിച്ചം കാണാൻ നിങ്ങൾ നിങ്ങളുടെ കുടുംബങ്ങളെ സഹായിക്കണം." തീർച്ചയായും-അവരുമൊത്ത് സമയം കളയാൻ എന്തായാലും ഒരാൾക്കാവില്ല; അവർ നിങ്ങളുടെ കുടുംബമാണെന്ന് കരുതിയോ അല്ലെങ്കിൽ - ഊമകളല്ലേന്നതുകൊണ്ടോ. ചില വൃത്തികെട്ട സംഗതികളുമായി ബന്ധപ്പെടുന്ന ചില ബന്ധുക്കളെനിക്കുമുണ്ട്. എന്റെ കുടുംബവുമായി പ്രശ്നമുണ്ടാകാതിരിക്കാൻ,

ഞാൻ അവരെ എപ്പോഴേ താക്കീതു നല്കിയിട്ടുണ്ട്. നോക്കൂ, സത്യം പറയുകയാണെങ്കിൽ അവരിപ്പോഴും ഇരുട്ടിലാണ്. പക്ഷേ പരിശീലകരോട് ഞാൻ ഇത് പറയാനൊന്നും പോകുന്നില്ല. അവരിത് മനസ്സിലാക്കില്ല. അല്ലാതെ എനിക്ക് പേടിയുള്ളത് കൊണ്ടൊന്നുമല്ല.

പക്ഷേ, ഉദാഹരണത്തിനായി പറയുകയാണെങ്കിൽ എന്റെ തന്നെ സഹോദരിമാരും വ്യത്യസ്തരല്ല. മറ്റ് പെണ്ണുങ്ങളെപ്പോലെ അവരും ചെറുപ്പത്തിൽ തന്നെ ഭർത്താക്കന്മാരെ അന്വേഷിച്ച് ചുറ്റിനടക്കാൻ തുടങ്ങി; അതായത് പതിനഞ്ച് വയസ്സിൽ തന്നെ. അവർ ആരുടെയെങ്കിലും കൂടെ കടന്നുപോകാൻ ഒരുമ്പെട്ടിരുന്നു. അതുകൊണ്ടാണ് ഈ രാജ്യത്ത് ഇത്രകണ്ട് കഷ്ടപ്പാടുകളുണ്ടായത്. കാരണം പെണ്ണുങ്ങൾ ഒരുമ്പെട്ടവളുമാരായാൽ പിന്നെയവർ പ്രസവിക്കാൻ ഒട്ടും താമസിക്കാറില്ല. ഈ ദുരിതങ്ങൾക്കെല്ലാം കാരണം പെണ്ണുങ്ങളാണെന്നത് നിങ്ങൾ വിശ്വസിക്കാൻ കൂട്ടാക്കുന്നില്ലെങ്കിൽ, ഇത് ഒന്ന് ഓർക്കൂ, അതായത് ഈ തുണ്ട് ഭൂമിയിൽ അമ്പത് ലക്ഷത്തിലധികം പേരാണ്. അവർക്ക് ഈ മണ്ണ് വീതം വച്ച് കൊടുക്കുകയും വേണം. നോക്കൂ, എത്ര മണ്ണാണ് നമുക്ക് ഓഹരിയായി കിട്ടുകയെന്ന്? കഷ്ടിച്ച് നില്ക്കാൻ, അതായത് നിങ്ങളുടെ കാലടിയുടെ ഏതാണ്ട് വലിപ്പത്തിലുള്ള നിലം. അവർ ഊമകളാണെന്നല്ല ഞാൻ പറയുന്നത്. കുഴിച്ചിടാൻ പോലും സ്ഥലമില്ല. കാരണം ഭൂമി വീതം വയ്ക്കുമ്പോൾ ഓരോ വ്യക്തിക്കും തുല്യഓഹരി ലഭിക്കാൻ ശരിയായ രീതിയിൽ വീതം വയ്ക്കണമെന്നതാണ് നീതി. അല്ലെങ്കിൽ ഈ വളിച്ച വർത്തമാനം പറഞ്ഞോണ്ട് ചുറ്റും നടക്കുന്നത് അവർ തീർച്ചയായും നിർത്തണം.

ഒരുവന്റെ സഹോദരിമാർ, അവരുടെ ഭർത്താക്കന്മാർക്ക് മതിയാവുന്നതോടെ വീട്ടിലേക്ക് തിരിച്ചെത്തും. പിന്നെ ഇപ്പോൾ കാണുന്നപോലെ പ്രായമായ മുത്തശ്ശനും മുത്തശ്ശിയും വേണം പേരക്കിടാങ്ങളെ നോക്കാൻ. ഞാൻ പറഞ്ഞില്ലേ ഇവറ്റകൾ സാമർത്ഥ്യക്കാരായ പൊലയാടികളാണെന്ന്? അതാണ് പറഞ്ഞത്, ഇവിടെ കുറച്ച് ശാന്തത എവിടെയെങ്കിലുമുണ്ടെങ്കിൽ പോലും, അതായത് ഞങ്ങൾ അടിച്ചോടിച്ചതുകൊണ്ട് ലഹളക്കാരധികം ഇല്ലാത്ത അവസ്ഥയുണ്ടെങ്കിലും, ഞങ്ങളുടെ പണി തീരുന്നില്ല. അപ്പോൾ മറ്റ് സംഗതികൾ കടന്നുവരും. ഉദാഹരണത്തിന്, കുടുംബാസൂത്രണ പരിപാടികൾ സംഘടിപ്പിക്കുക, നിർബന്ധ വന്ധ്യംകരണ ക്യാമ്പുകൾ സംഘടിപ്പിക്കുക എന്നതൊക്കെ. അത് ഞങ്ങളുടെ ഭാവി ദൗത്യമാണ്. രാജ്യം മേന്മ കൈവരിക്കുന്നത് അവിടം, രാജ്യത്തെ സ്നേഹിക്കാനും ബഹുമാനിക്കാനും മരിക്കാനും തയ്യാറുള്ള മക്കൾ താമസം ഉറപ്പിക്കുമ്പോഴാണ്.

മതത്തെക്കുറിച്ച് പറയുകയാണെങ്കിൽ, ആളുകളെ ക്രിസ്തുവിലേക്ക് അടുപ്പിക്കാനായി അവരെ പറഞ്ഞു ബോദ്ധ്യപ്പെടുത്തേണ്ട പണിയും ഞങ്ങൾക്കുണ്ട്. ഞങ്ങൾ എല്ലാം തന്നെ കീഴ്മേൽ മറിക്കണം. കാരണം

1990-ൽ നേരത്തെ പ്രഖ്യാപിച്ചിട്ടുള്ളതുപോലെ, അവൻ വരുമ്പോൾ ക്രിസ്തുവിന്റെ കൂടെ നില്ക്കുന്നവർ മാത്രമേ രക്ഷപ്രാപിക്കൂ. കാരണം അവൻ വരുന്നത്, അവന്റെ ആളുകളൊഴികെ മറ്റുള്ളവരെ ശിക്ഷിക്കാനാണ്. എല്ലാവരും വറുത്ത് പൊടിയാൻ പോവുകയാണ്; വിശ്വാസത്തിന്റെ കുഞ്ഞാടുകൾ ഒഴികെ.

എന്തിനധികം അവൻ ഒരുപക്ഷേ നേരത്തെ വരും. വരുന്ന തീയ്യതിക്ക് മാറ്റം വരാം. അതാണ് ഞങ്ങളുടെ ദൗത്യം കഴിയാവുന്നതും പെട്ടെന്ന് നടപ്പിലാക്കണമെന്നും അതിനായി നിശ്ചയത്തോടും ദൃഢതയോടും ധൈര്യത്തോടെയും പ്രവർത്തിക്കണമെന്നും പറയുന്നത്.

രണ്ടാമത് ഒരു ചിന്തയില്ല. അതായത് നിങ്ങളെന്റെ സുഹൃത്തോ തലതൊട്ടപ്പനോ എന്റെ സഹോദരരോ ആണെന്നമട്ടിൽ. അതെല്ലാം പോഴത്തരമാണ്. ഒന്നുകിൽ നമ്മൾ അങ്ങനെയാണ് അല്ലെങ്കിൽ അല്ല. ബാക്കിയൊന്നും തന്നെ പ്രസക്തമല്ല.

യഥാർത്ഥത്തിൽ ഞാൻ അത്രയ്ക്ക് ക്രൂരനൊന്നുമല്ല. സാമൂഹിക ശാസ്ത്രമാണ് എനിക്കിഷ്ടമുള്ള വിഷയം. കരാട്ടെയിൽ ഞാൻ സ്വല്പം പിറകിലാണ്. പക്ഷേ അങ്ങനെയൊക്കെയാണ് കാര്യങ്ങൾ പോകുന്നത്.

എന്നെ രക്ഷപ്പെടുത്തിയത് എന്റെ സാമൂഹ്യശാസ്ത്രത്തിലുള്ള മിടുക്കും ആറാം ഗ്രേഡിന്റെ പൂർത്തീകരണവുമാണ്. അങ്ങനെ സ്പെഷ്യൽ ഫോഴ്സിലേക്ക് ഞാൻ തെരഞ്ഞെടുക്കപ്പെട്ടു.

അങ്ങനെയാണ് ഞാൻ ഉയർന്നുവന്നത്. എന്റെ കുടുംബം ദരിദ്രമായിരുന്നു. എന്റെ സഹോദരന്മാർക്കോ, സഹോദരിമാർക്കോ പഠിക്കാൻ കഴിഞ്ഞില്ല. അവർ പണിയെടുക്കാനാണ് പോയത്. ഏഴ് തികയുന്നതിനു മുൻപേ, കാപ്പിക്കുരുവും പരുത്തിയും കൊക്കോയും പറിക്കുന്ന പണിക്ക് അവര് പോയി. വളരെ പ്രധാനപ്പെട്ട വയസ്സാണത്. നിങ്ങൾ ഒന്നുകിൽ സ്കൂളിലേക്കോ അല്ലെങ്കിൽ പണിയെടുക്കാനോ പോകും. ഞാൻ ഏഴ് വയസ്സിലേ പണിയെടുക്കാൻ തുടങ്ങി. പക്ഷേ എന്നെയവർ സ്കൂളിലേക്ക് വിട്ടു. ടീച്ചർ, ഞാൻ മുടുക്കനാണെന്നാണ് പറഞ്ഞതിനാൽ അവർക്ക് ഇടയ്ക്കെങ്കിലും എന്നെ സ്കൂളിലേക്ക് വിടേണ്ടി വന്നു. ആറാം ഗ്രേഡ് പൂർത്തിയാക്കാൻ ഞാനെന്തൊക്കെ പണിപ്പെട്ടു! പക്ഷേ ഇപ്പോഴെന്നെ നോക്കൂ. ഇതാ ഇവിടെ ഞാൻ. എന്നെ ഇങ്ങനെ വിലയുള്ളതാക്കുന്ന ഒന്നുംതന്നെ ആരും എടുത്തു കൊണ്ടുപോകാൻ പോകുന്നില്ല.

പിന്നീട് ഞാൻ സാൻസാൽവദോറിലേക്ക് പോയി. ഞാൻ ജീവിതവിജയം കൈവരിക്കുന്നതുവരെ അവിടെ കഴിഞ്ഞു. സഹോദരിമാരും വന്നിരുന്നു. കുട്ടികളുടെ ഒരു പറ്റവും അവർക്കൊപ്പമുണ്ടായിരുന്നു. അവരെ എന്റെ രക്ഷിതാക്കളുടെ അടുത്ത് വിട്ട് അവർ മടങ്ങി വരികയായിരുന്നു. എന്തിനാണെന്ന് ഒന്നാലോചിച്ച് നോക്ക്! ഇതിനൊരവസാനമില്ല. ഇവരിൽ രണ്ടുപേരെ മോശപ്പെട്ട സ്ത്രീകൾ കഴിയുന്ന സ്ഥലത്ത് കണ്ടിരുന്നതായി ഞാൻ

കേട്ടിരുന്നു. അവർ ശരീരം വില്ക്കട്ടെ. ഇത് സമ്മതിക്കാൻ എനിക്ക് വല്ലാത്ത അപമാനമുണ്ടായിരുന്നു. പക്ഷേ ഇനിയില്ല. കാരണം മന്ത്രിയും മതപണ്ഡിതനും കരാട്ടെ അദ്ധ്യാപകനുമായ ഞങ്ങളുടെ പരിശീലകൻ ഗ്രീൻഗോ പറയും: "ജനാധിപത്യത്തിൽ നല്ല വശമെന്തെന്നാൽ ഒരുവന് ചെയ്യാൻ എന്താണോ താത്പര്യം അവനത് ചെയ്യാം. വ്യക്തി സ്വാതന്ത്ര്യം."

പക്ഷേ അതോടൊപ്പം അനീതികളുമുണ്ട്. അതെല്ലാം അംഗീകരിക്കാൻ നമ്മൾ സത്യസന്ധരായിരിക്കണം. പക്ഷേ ജനാധിപത്യം ഒരു രീതിയാണ്; എല്ലാവരും തമ്മിലുള്ള ഐക്യം: വഷളത്തരം. ലോകം ഇത്രകണ്ട് സൂക്ഷ്മമായി വികസിക്കാനായത് നാം സമന്മാരല്ലാത്തതുകൊണ്ടാണ്. ആ കൊച്ചു ചൈനക്കാരനുമായി ഞാനെങ്ങനെയാണ് സമനാവുകയെന്ന് ഒന്നാലോചിച്ച് നോക്കൂ? അയാളാണ് കരാട്ടേ വിദഗ്ദ്ധൻ ഞാനല്ല. കുതിരപ്പുറത്തുകയറി അശ്വാഭ്യാസ മത്സരങ്ങളിൽ ഏർപ്പെടുന്ന സ്ത്രീകളുമായി എന്റെ സഹോദരിയെങ്ങനെയാണ് തുല്യത കൈവരിക്കുന്നത്? ശുദ്ധ അസംബന്ധം. ദൈവം നമ്മെ സമന്മാരായി സൃഷ്ടിച്ചു. പരസ്പരം വ്യത്യസ്തരായിട്ടാണെന്ന് മാത്രം.

പരുത്തി പറിക്കാൻ കുടുംബത്തോടൊന്നിച്ച് പോയത് ഞാനോർക്കുന്നു. നിങ്ങൾ ഏഴ് വയസ്സുള്ള കുട്ടിയെപ്പോലും കൊണ്ടുപോകുമായിരുന്നു. വെയിലടിക്കാതിരിക്കാൻ അവളുടെ തലയിൽ തൊപ്പിയും സഞ്ചിയിൽ ഭക്ഷണവും പായയുമായിട്ടായിരുന്നു യാത്ര. മേസ്തിരി ഞങ്ങളുടെ പേരുകളെഴുതുമ്പോൾ ഞങ്ങൾ പണി തുടങ്ങിയിരിക്കും. ഞങ്ങൾ കുട്ടികളുടെ പേരുകൾ ലിസ്റ്റുകളിലുണ്ടാവാറില്ല. ലിസ്റ്റിലുണ്ടാവുക എന്നതിനർത്ഥം നിങ്ങൾക്ക് ടോർട്ടില്ലയ്ക്കും പയറിനും അർഹതയുണ്ടെന്നാണ്. മുതിർന്നവരൊഴിച്ച് എല്ലാവരെയും തീറ്റിപ്പോറ്റാൻ അവർ തയ്യാറല്ലായിരുന്നു. പക്ഷേ ടോർട്ടില്ല കൂട്ടി കഴിക്കാൻ ഞങ്ങൾ ഉപ്പ് കൈയിൽ കരുതുമായിരുന്നു. പിന്നെ വെള്ളം. ഞങ്ങൾ ചുരയ്ക്കാത്തോടിൽ നിന്ന് വെള്ളമെടുക്കും.

ആരും വിശന്ന് മരിച്ചില്ല. എന്റെ രണ്ട് സഹോദരിമാർ മരിച്ചത് ശരി തന്നെ. പക്ഷേ അത് അമ്മയുടെ ശ്രദ്ധക്കുറവുകൊണ്ടായിരുന്നു. അവർക്ക് വയറിളക്കം പിടിച്ചപ്പോൾ അമ്മയ്ക്ക് പെട്ടെന്ന് ശ്രദ്ധിക്കാനായില്ല. അങ്ങനെ വയറ്റീന്ന് പോയി ശരീരത്തിലെ ജലാംശം നഷ്ടപ്പെട്ട് പിള്ളേർ മരിച്ചു.

ഗ്രാമത്തിലുള്ള ഏതാണ്ട് എല്ലാ കുട്ടികളും ആ രീതിയിലാണ് മരണപ്പെടുക. ഒരുപക്ഷേ ഞങ്ങളുടെ അജ്ഞതകൊണ്ടാവാം ഞങ്ങൾ കാര്യങ്ങൾ നീട്ടിവയ്ക്കുന്നത്. അങ്ങനെ വൈകി കഴിഞ്ഞിട്ടാവും മരുന്നു കടയിലേക്ക് പോകുന്നത്. മാത്രമല്ല ഡോക്ടർമാർ ഇല്ലാതിരുന്നതും.....

പക്ഷേ തേവിടിശ്ശി തേവിടിശ്ശി തന്നെ.

പരിശീലകൻ പറയും: "ആ യൂണിഫോം, നിങ്ങളതിന് മാന്യത കല്പിക്കണം. നിങ്ങളൊരു പെണ്ണിന്റെ കൂടെ കിടക്കുകയാണെങ്കിൽ കൂടി

അതിനെ ബഹുമാനിക്കണം." അപ്പോൾ വിവരമുള്ള ഒരുവൻ ഗ്രിൻഗയോട് പറയും: "നോക്കൂ അതിപ്പൊ, പെണ്ണിന്റെ കൂടെ കിടക്കുമ്പോൾ യൂണിഫോമും തുണിയൊന്നും ഇടാറില്ലല്ലോ. അപ്പോൾ ഗ്രിൻഗോ തുടയ്ക്കാനുള്ള, മരപ്പിടി എടുത്ത് ബുദ്ധിമാന്റെ മുഖത്തോട്ട് ഒരേറാണ്. കൃത്യം കണ്ണിൽ! അതാ കിടക്കുന്നു ദുർബ്ബലനായി. യഹോവ സാക്ഷ്യമായി അദ്ദേഹം ശരിയാണ്. പക്ഷേ ഒരു പരിശീലകനെന്ന രീതിയിൽ അദ്ദേഹം വിവരക്കേട് കാണിക്കരുത്.

മറ്റൊരു തരത്തിൽ പറഞ്ഞാൽ ഇത് ചിരിയും കളിയുമല്ല. ഈ യൂണിഫോമാണ് എന്റെ ജീവിതം. ഇതുകൊണ്ടാണ് രക്തം വിയർപ്പാക്കുന്നത്.

ഇത് നോക്കൂ. മറ്റൊരു ദിവസം ഒരുവൻ ശബ്ദത്തിൽ ഒരു വളി വിട്ടു. ഞങ്ങൾ കിടക്കയിലായിരുന്നു. മാലപ്പടക്കം പോലെയായിരുന്നു കൂട്ടച്ചിരി. ബാരക്കിനു മറുവശത്ത് എഴുതിക്കൊണ്ടിരിക്കുകയായിരുന്ന ഗ്രിൻഗോയുടെ കൂർത്ത കാതുകൾ, ഈ ഭാഗ്യംകെട്ട വളിയോ ചിരിയോ കേട്ടു. ഗ്രീൻഗോ വാതിൽ തുറന്ന് വെളിച്ചമടിച്ചപ്പോൾ ഞങ്ങൾ നിശ്ശബ്ദരായിരുന്നു. അദ്ദേഹം ഒന്നും പറഞ്ഞില്ല; തിരിച്ച് പുറത്ത് പൂന്തോട്ടത്തേക്ക് നടന്നു.

ഞങ്ങളുടെ ബാരക്കിന് മേൽക്കൂര മാത്രമേ ഉള്ളൂ, ചുവരുകളില്ല. അപ്പോൾ പുറമെ പോയി താമസിക്കുന്നത് ഞങ്ങൾക്ക് ശീലമാകുമല്ലോ. ശരി, എന്തായിരുന്നു അദ്ദേഹം ചെയ്തിരുന്നവെന്നത് ഊഹിക്കാമോ: ഓസെടുത്ത് ഘടിപ്പിച്ച് ഞങ്ങളുടെ നേരെ അടിച്ചു. ആ രാത്രി ഞങ്ങൾക്ക് ഉറങ്ങാൻ കഴിഞ്ഞില്ല. അത്രയ്ക്ക് തണുപ്പായിരുന്നു. മാത്രമല്ല പുതപ്പും കിടക്കയും ശരിക്കും നനഞ്ഞ് തണുത്തിരുന്നു. അകത്തെ മലം പോലും കട്ടിയായിപ്പോയി.

അദ്ദേഹം ഞങ്ങളോട് പറഞ്ഞു: "വഷളത്തരം കാണിച്ചതിന്." ഞാനെന്താണ് ഉദ്ദേശിച്ചതെന്ന് മനസ്സിലായോ?

വട്ട പൂജ്യം. ഒരു ആത്മീയഗുരുവെന്ന നിലയിൽ അദ്ദേഹത്തെ ഞാനത്രയ്ക്ക് ബഹുമാനിച്ചിരുന്നെങ്കിലും ഞങ്ങളുടെ പരിശീലനവുമായി ബന്ധപ്പെട്ട ചില കാര്യങ്ങൾ പക്ഷേ രഹസ്യമായതുകൊണ്ട് നിങ്ങളോട് പറയാനാവില്ല.

അതായത്, നിങ്ങൾ കാണുന്ന, ഞാൻ അഭിമാനത്തോടെ ധരിക്കുന്ന ഈ യൂണിഫോം ഇടാൻ അത്ര എളുപ്പമല്ല; എല്ലാവർക്കും പറ്റിയ പണിയല്ല.

പിന്നെയവർ ചുറ്റും നടന്ന് ഞങ്ങളുടെ പേര് ചീത്തയാക്കാൻ ശ്രമിക്കും; അതിൽ കാര്യമില്ലെന്നും ആളുകളെ പീഡിപ്പിക്കുന്നതിലാണ് കാര്യമെന്നും പറഞ്ഞുകൊണ്ട്. നിങ്ങൾക്കറിയാത്ത കാര്യങ്ങളെക്കുറിച്ച് വൃത്തികേട് പറയരുത്. അവർ രാജ്യത്തിന്റെ ശത്രുക്കൾ. കാരണം ബഹുമാനിതനായ ഒരുവൻ ഒരിക്കലും തന്റെ വിടുവായ കൊണ്ട് അതുമിതും പറഞ്ഞ് നടക്കില്ല.

പകൽ 11 :45

ഈയൊരു നിമിഷത്തിൽ എന്തുകൊണ്ടാണ് നീ എന്റെ മനസ്സിലേക്ക് കടന്നു വന്നതെന്നറിയില്ല. ചെറുപ്പത്തിൽ നീ വാക്കു തന്നിട്ടുള്ളതുപോലെ നീയൊരു പക്ഷേ എനിക്ക് കൂട്ട് തരികയാവാം. വരാതിരിക്കുന്നതാണ് നിനക്ക് നല്ലത്; ങ്ഹും.... നിനക്ക് രണ്ട് തവണ മരണപ്പെടാം. നീ ഒരു തവണ പോലും മരണപ്പെട്ടിട്ടില്ലെങ്കിൽ കൂടി. അതായിരുന്നു നല്ലത്. കാര്യങ്ങൾ വഷളാവുന്നിടത്തോളം വഷളായിക്കഴിഞ്ഞു; നിനക്ക് വരണമെന്നുണ്ടെങ്കിൽ വരാം. കാരണം കുറെക്കാലമായി നീ എനിക്ക് കൊച്ച് ആന്റണി പുണ്യാളനാണ്, എന്റെ വിശിഷ്ടനാണ്, രക്ഷാകവചമാണ്, ജീവിതത്തിൽ ഒരുവൻ വിശ്വസിക്കുന്ന എല്ലാമാണ്.

നീ പ്രത്യക്ഷപ്പെടുവോളം.

അച്ചൻ തയ്യാറായിക്കഴിഞ്ഞു. നിന്റെ അമ്മയ്ക്ക് അത്ര താത്പര്യം പോര. പക്ഷേ കാര്യങ്ങൾ എങ്ങോട്ടാണ് നീങ്ങിക്കൊണ്ടിരിക്കുന്നതെന്ന് അവർക്കറിയാം. ജോഷെയും ജസ്റ്റിനോയും എവിടെയാണോ അവിടെ ഞാനുണ്ടാകും, എന്റെ മകനെ.

എവിടെ നിന്റെ മകൻ മരണപ്പെടുന്നുവോ നീയും അവിടം കണ്ടെത്തും. അതിനാലാണ് പൊടിനിറഞ്ഞ ഈ പാതയിൽ ഞാൻ നില്ക്കുന്നത്. നിന്റെ കഴുത്ത് വെട്ടാനായി വെട്ടുകത്തി വീശുന്നത് നീ കണ്ടപ്പോഴും നീ അനങ്ങാതിരുന്നതായി എനിക്ക് അനുഭവപ്പെടുന്നു.

ഞാൻ നോക്കി നില്ക്കുകയായിരുന്നു. നിന്റെ മുഖം ഒന്ന് കോടുകപോലും ചെയ്തില്ല. ഞങ്ങളെല്ലാം നോക്കിക്കൊണ്ടിരിക്കുകയായിരുന്നുവെന്ന് നിനക്കറിയാം. നീ ഞങ്ങൾക്കൊരു... മോശം ഉദാഹരണമായി ഭവിച്ചില്ല. നീ

എതിർത്തില്ലെങ്കിൽ അതിനുകാരണം അവർ നിന്നെ പിടികൂടിയത് അമ്പരിപ്പിച്ചുകൊണ്ടായിരുന്നു എന്നതിനാലാണ്. നീ പുലർച്ചെ വീടു വിട്ടിറങ്ങാൻ തയ്യാറെടുക്കുകയായിരുന്നു.

എന്നിട്ടിപ്പോൾ അവർക്ക് ഞാൻ കുറച്ച് വെള്ളമോ പൈനാപ്പിൾ വാറ്റോ കൊടുക്കുന്നത്, ദാഹിച്ചിരിക്കുന്നവർക്ക് കുടിക്കാൻ നല്കുന്നതാണ് ജീവിതത്തിൽ വച്ചേറ്റവും പുണ്യമായ പ്രവൃത്തി എന്നതിനാലാണ്. ഏറ്റവും നികൃഷ്ടനായ ഒരുവന് പോലും നിങ്ങൾക്കത് നിഷേധിക്കാനാവില്ല. എന്റെ ഈ ഉപചാരത്തിൽ കാപട്യമോ ദാസ്യതയോ ഇല്ല. ദൈവം പോലും പിശാചിന് നിഷേധിക്കാത്ത സംഗതിയാണ്. നീയത് മനസ്സിലാക്കണം, ജസ്റ്റിനോ. ഈ നീചന്മാർക്കും കൊലപാതകികൾക്കും ഒരുവളും ഹൃദയം നല്കില്ല. നീയും ഇത് തന്നെ ചെയ്യും, ഭയന്നോ ചതിച്ചോ അല്ലെങ്കിൽ രാജിയായത് കൊണ്ടോ അല്ല.

"ഞാൻ മരിച്ചാൽ" നീ ഒരിക്കൽ പറഞ്ഞു, "ഞാൻ വന്ന് നിന്റെ കാൽ പിടിച്ചു വലിക്കും. ഞാൻ പ്രത്യക്ഷപ്പെടും. പെട്ടെന്നല്ല, കാരണം നീ ഭയപ്പെടും. ഇല്ല, ഞാൻ നിന്റെ മുഖത്തോടു മുഖം നോക്കി വിശേഷം ചോദിക്കും:

"സുപ്രഭാതം, മമ്മാ." അത് ധാരാളം. പിന്നെ, നീ എന്റെ കാലൊന്നും പിടിച്ച് വലിക്കാൻ പോകുന്നില്ല.

പക്ഷേ ഒരിക്കലും നീ നേരിട്ട് വന്നിട്ടില്ല. നിന്റെ നിഴൽമാത്രം.

ഇപ്പോഴും നിന്റെ ശരീരത്തെ എനിക്കറിയാൻ കഴിയുന്നുണ്ട്. നിന്റെ ശ്വാസം വീടിന്റെ നാലു മൂലകളിലും തങ്ങി നില്ക്കുന്നത് പോലെ. നിന്റെ എണ്ണയുടെ മണംകൊണ്ട് നീ വീട് മുഴുവൻ നിറയ്ക്കുകയാണ്.

നീ ശുദ്ധമായ വായു കൊണ്ടുതന്നു.

അനുകരണ പക്ഷിയുടെയും കുരുവിയുടെയും പ്രാവിന്റെയും പാട്ടുകൾ നിന്നെ അനുഗമിച്ചു. നീ വീട്ടിലൂടെ കാലിന്റെ പെരുവിരൽ ഊന്നി നടക്കുന്ന പോലെ തോന്നുന്നു.

"അപ്പോൾ നീ സംഘടനയിൽ പെട്ടവനാണ്, അല്ലെടാ തെണ്ടി! നിന്നെ രക്ഷിക്കാൻ അവരിപ്പോൾ എവിടെപ്പോയി? നിന്റെ സംഘടനയുടെ ധൈര്യം ഇപ്പോൾ എവിടെപ്പോയി? അപ്പൊ, നീ മാത്രമേ ഉള്ളൂ മുതലാളിമാരെ കുഴിച്ചിടാൻ? നിനക്ക് ഈ തോക്ക് എവിടെ നിന്ന് കിട്ടിയതെന്ന് പറ? വിവരം കെട്ടവനെ, നിന്നെ ഞങ്ങൾ കൊല്ലുമെന്ന കാര്യം പോകട്ടെ, നിനക്ക് ഈ തോക്ക് ആരു തന്നുവെന്ന് പറ? പറഞ്ഞാൽ ഞങ്ങൾ പെട്ടെന്ന് തീർക്കും. ഇല്ലെങ്കിൽ, സംശയിക്കണ്ട നിന്നെ പതുക്കെ പതുക്കെ കൊല്ലും. അപ്പോൾ നീ അനുഭവിക്കും. നിന്നെ രക്ഷിക്കാൻ നിന്റെ തൊഴിലാളി സംഘടനയോട് പറ! അധികാരികളെ കളിപ്പിച്ച് ചുറ്റിനടക്കാൻ പറ്റില്ലെന്ന് മനസ്സിലായില്ലേ. എല്ലാറ്റിനെയും ഞങ്ങൾ കൊല്ലാൻ പോവുകയാണ്.

നീ അവരോട് ഒന്നും പറയാതിരുന്നതുകൊണ്ട് നിന്റെ മൗനം അവർക്ക് സഹായകരമല്ലാത്തതായി തോന്നി. ചുരുക്കി പറഞ്ഞാൽ നീ അവരെ ശരിക്കും കളിയാക്കി. കാരണം അവരുടെ ആവശ്യം നിന്നെ അണുഅണുവായി പീഡിപ്പിക്കാനായിരുന്നു. പക്ഷേ അവർക്കത് പറ്റില്ല. കാരണം അവരെ സംബന്ധിച്ചിടത്തോളം മൗനം ഏറ്റവും നിന്ദ്യമായ കുറ്റമാണ്. ക്ഷമിക്കാനാവാത്ത ഒന്ന്. ഏറ്റവും മോശപ്പെട്ട കൃത്യം അവരെ ഭയക്കാതിരിക്കുക എന്നതല്ല, നിങ്ങളെ തോക്കിൻ പാത്തികൊണ്ട് അവർ അടിക്കുമ്പോഴും നിങ്ങൾ സ്ഥൈര്യം വിടാതിരിക്കുക എന്നതാണ്. ജനശത്രുക്കൾ.

പിന്നെ, വെട്ടുകത്തി പ്രത്യക്ഷമായി. നിനക്ക് തുറന്നിരിക്കുന്ന ഒരേയൊരു പാത, രക്തത്തിൽ തളം കെട്ടിയിരിക്കുന്നു. നിങ്ങൾക്കെല്ലാവർക്കും ജീവിതമെന്നത് അർത്ഥമില്ലാത്ത ഒന്നാണ്. മരണം മാത്രമാണ് അർത്ഥവത്തായത്. നിങ്ങൾ ആളുകളെ കൂട്ടി ചുറ്റും നടക്കുമ്പോൾ മരണം മണക്കും. സിപ്രസ് മരത്തിന്റെ ഗന്ധം നിങ്ങളെ പറ്റിപ്പിടിക്കും.

കുരിശുകൾ നിറഞ്ഞ ശ്മശാനം പിറകിലേന്തി നിങ്ങൾ നടക്കും; നിലയ്ക്കാത്ത ഭീതിയെ ആക്രമണമായി നിങ്ങൾ പരിവർത്തനം ചെയ്തത് ശ്രദ്ധിക്കാതെ. ഇങ്ങനെയെല്ലാമായാലും നിങ്ങൾക്കിപ്പോഴും എനിക്ക് വെള്ളം തരാനാകും.

പൈനാപ്പിൾ വാറ്റിന്റെ ഒരിറക്ക്. ദയാവായ്പോ അല്ലെങ്കിൽ അനുകമ്പയായോ ആയി നിങ്ങളിത് കണക്കാക്കരുത്. മനുഷ്യത്വപരമായ ഒരു സാധാരണ പ്രവൃത്തി മാത്രം.

നിത്യേന നിങ്ങൾ നടത്തുന്ന കൊലപാതകങ്ങളിൽ, നിങ്ങളെപ്പോൾ വീണ്ടും ജീവിക്കുമെന്നത് നിങ്ങൾക്കറിയാവുന്നതാണ്. നിങ്ങൾക്ക് കാണാം. തീർച്ചയായും കാണാം. നിങ്ങൾക്ക് തീർച്ചയായും ഞങ്ങളോടൊത്ത് ചിരിക്കാൻ കഴിയുന്നുണ്ടാകും. ടോർട്ടില്ല ഉപ്പുചേർത്ത് കഴിക്കാൻ ഞങ്ങളോടൊത്ത് കൂടാം. പരസ്പരം സുഖകരവും ഊഷ്മളവുമായ വാക്കുകൾ കൈമാറാം. ഇതെല്ലാം തന്നെ വീണ്ടുമൊരു ജന്മത്തിലേക്ക് വഴി തെളിക്കും.

നിങ്ങളെല്ലാവരും ജീവിക്കണം.

ജസ്റ്റിനോ നീ കൂടി കേൾക്കുവാൻ കൂടിയാണ് ഞാനിത് പറയുന്നത്. കാരണം നീ ഇവിടെയുണ്ടെന്നും ലജ്ജ കാരണമാണ് പ്രത്യക്ഷമാവാത്തതെന്നും എനിക്കറിയാം. നാവ് പൂച്ച പിടിച്ചതുപോലെ നീ ഒന്നും പറയാതിരിക്കുകയാണ്. കാരണം നീ ഇവിടെ എന്നും വരുന്നുണ്ടെന്ന് എനിക്കറിയാം; നിനക്കു വേണ്ട വെള്ളം കുടിച്ച് എന്നെ ഭയപ്പെടുത്താതെ കടന്നുപോകുന്നുണ്ടെന്നും. ഞങ്ങളെങ്ങനെ കഴിയുന്നുവെന്നത് അറിയാൻ മാത്രമാണ് നീ വരുന്നത്. 'എങ്ങനെ, സുഖമല്ലേ." എന്ന് നേരിട്ടല്ലാതെ ചോദിക്കാൻ. എനിക്കറിയാമത്.

എനിക്കറിയാം, കാരണം വെള്ളപാതയ്ക്കടുത്ത് ചെറുതായി ചാരം വിതറിയാണ് ഞാൻ പുറത്തേക്കു പോവുകയോ അല്ലെങ്കിൽ കിടക്കാൻ പോവുകയോ ചെയ്യുക. പിന്നീട് ഞാൻ പാടുകൾ കാണാറുണ്ട്. നിന്റെ നഗ്നമായ കാല്പാടുകൾ; ചെറുതായൊരു ശബ്ദം പോലും ഇല്ലാതിരിക്കാൻ നീ കാലുറകൾ അഴിച്ചുവയ്ക്കും. നിന്റെ കാലിന്റെ ആകൃതി എനിക്കറിയാം. മാത്രമല്ല പണിയെടുത്തു കഴിഞ്ഞാലുള്ള നിന്റെ മണവും എനിക്കറിയാം. എണ്ണയുടെ മണം പോലെയാണ്. നിന്റെ നിഴൽ മാത്രം. നന്ദി പറയാൻ പര്യാപ്തമാണ് ഞങ്ങളെക്കുറിച്ചുള്ള നിന്റെ വേവലാതിപ്പെടൽ. നിന്റെ നിശ്ശബ്ദമായ "ഹായ് എല്ലാവരും എങ്ങനെയുണ്ട്" പിന്നെ നിന്റെ അദൃശ്യ ശരീരവും. ഞങ്ങൾ നിന്നെ കാണുന്നില്ല, നിന്റെ സാന്നിദ്ധ്യം മനസ്സിലാക്കുന്നു, ജസ്റ്റിനോ. അതു മതി.

പകൽ 11 : 50

സ്മരിക്കാൻ ഞാൻ ഇഷ്ടപ്പെടുന്നു. ഇത് അവരോട് സംസാരിക്കാൻ ഉപയോഗിച്ച മനഃസാക്ഷിയുടെ ശബ്ദമാണ്. " വായും തുറന്ന് പിടിച്ചുകൊണ്ട് നടക്കുന്നതു കൊണ്ടാണ്." അമ്മയുടെ കൂടെ നടന്ന് കാലിടറുമ്പോൾ, അമ്മ പറയും. അല്ലെങ്കിൽ പാഠപുസ്തകം നോക്കുമ്പോൾ വിശദീകരിച്ചുതരും. "എന്റെ പപ്പ എന്നെ സ്നേഹിക്കുന്നു. ഞാൻ എന്റെ പപ്പയെ സ്നേഹിക്കുന്നു. 'പാ- പെ- പി- പൊ- പു.' പെറുവിലെ ഗ്യായസയെ, പറയൂ നിനക്കെത്ര വയസ്സായി."

എന്നിട്ട് ഞാൻ പൂമ്പാറ്റകളെ പിടിക്കാൻ തെുവിലേക്കു പോകും.

വളരെ ദൂരത്തായിരുന്നതിനാൽ, ഏതാണ്ട് രണ്ട് മൈലിലധികം ദൂരമുണ്ട്, എനിക്ക് സ്കൂളിലേക്കു പോകാൻ ഇഷ്ടമില്ലായിരുന്നു. ടോർടില്ലയുണ്ടാക്കാൻ ഞാൻ അമ്മയെ സഹായിക്കാൻ താത്പര്യപ്പെട്ടിരുന്നു. "നീ വായിക്കാൻ പഠിക്ക്." അമ്മ പറയും. അല്ലെങ്കിൽ തൊട്ടടുത്തുള്ള തോട്ടത്തിൽ പരുത്തി പറിക്കാൻ പോകുമ്പോൾ ഞാൻ കൂടെ പോകാൻ തയ്യാറാകും. വിടർന്ന അരികോടു കൂടിയ തൊപ്പിയിട്ട്. പക്ഷേ ആർക്കും അത്രയ്ക്ക് വിളഞ്ഞ കാപ്പിക്കുരുവൊന്നും കിട്ടില്ല.

ഏഴു വയസ്സ് മാത്രമുള്ള എനിക്ക് പണി വല്ലാതെ ബുദ്ധിമുട്ടുള്ള ഒന്നായി അനുഭവപ്പെട്ടു. പക്ഷേ ചിലത് ആവർത്തിച്ചുപറയുന്നത് എനിക്ക് താത്പര്യമായിരുന്നു. എന്റെ പട്ടി ഫിഡോ. അല്ലെങ്കിൽ "ഫിഡോ പന്തെടുത്തു കൊണ്ടുവാ" അല്ലെങ്കിൽ "ഫിഡോ-ഫുഫോ-ഫറോ ഫൊക്കാ ഫുമോ" എന്നിങ്ങനെ. വിരലുകളുടെ അറ്റങ്ങൾ ഉമിനീരുകൊണ്ട് നനച്ച് അവയ്ക്ക് കുറ്റം ചെയ്തവരാകാൻ സാധ്യതയുള്ളവരുടെ പേര് നല്കി, കള്ളനെ കണ്ടുപിടിക്കാനാകും; ഏതു വിരലാണ് ആദ്യം ഇണങ്ങുന്നതെന്ന് നോക്കി.

പുഴയിലേക്കു പോകാൻ പറ്റിയ പകൽ. "കൂട്ടുകാരികളുമൊത്ത് കുളിക്കാൻ പോകുവാൻ സമ്മതിക്കുമോ?'' ''നിനക്കെങ്ങനെയാണ് അങ്ങനെ അലോചിക്കാൻ പറ്റുന്നത്? നീ വളരെ മോശമാണ് കേട്ടോ, പെൺകുട്ടികൾ തനിയെ കുളിക്കാൻ പോകാൻ പാടില്ലെന്നത് നിനക്കറിയില്ലേ? ഇങ്ങനെ വൃത്തികേട് കാണിക്കാൻ തുടങ്ങിയാൽ നല്ല അടിവച്ചുതരും" മറൂക്കയ്ക്ക് ഒരു പാവയുണ്ട്." "സപ്പെ, കള്ളപ്പൂച്ചെ! വീട്ടിൽ പോ." ഒരാൾ സംസാരിക്കുന്നതിൽ നിന്ന് വ്യത്യസ്തമായാണ് എപ്പോഴും പുസ്തകങ്ങൾ എഴുതാറുള്ളത്.

സ്കൂളിൽ പോകാതിരിക്കുന്നത് ഞാൻ അവസാനിപ്പിച്ചു. നിങ്ങളെ എളുപ്പം അവർക്ക് പറ്റിക്കാമെന്നുള്ളതുകൊണ്ട് വിവരമില്ലാതെ ജീവിക്കുന്നത് മോശമായ കാര്യമാണെന്ന് മമ്മാ പറയുമായിരുന്നു; ബുദ്ധിയുള്ളവരുടെ ദയയ്ക്കു വേണ്ടി നിങ്ങൾക്ക് കൂടുതൽ ആശ്രയിക്കേണ്ടി വരും "പപ്പയുമായി ഇത്രയധികം സമയം ചിലവഴിക്കാൻ എന്ത് കാര്യമാണുള്ളത്?" കാരണം പപ്പയെ ഞാൻ അത്രയധികം സ്നേഹിച്ചിരുന്നു. എപ്പോഴും ഞാൻ പറ്റിപ്പിടിച്ചു നില്ക്കും. ടീച്ചർ വല്ലാത്ത ഒരു പ്രകൃതക്കാരിയായിരുന്നു. കൂടാതെ നല്ല മഴ വന്നാൽ ഞാൻ കടലിലേക്ക് ഒലിച്ചുപോകാനും ഇടയുണ്ടായിരുന്നു. അതുറപ്പാണ്. മഴക്കാലം വളരെ അപകടം പിടിച്ചതാണ്. പുഴ മുറിച്ചു കടക്കണം, വല്ലാത്ത ഒഴുക്കുമായിരിക്കും.

''ങ്ഹാ, നിനക്കറിയുമോ നീ എന്താണ് ചെയ്യുന്നതെന്ന്'', അമ്മ പറയുമായിരുന്നു. പകൽ ആറുമണിയാകുമ്പോഴേക്കും അച്ഛനോടൊപ്പം ഉണ്ട ചുറ്റാൻ കൂടും. അതാണ് പപ്പയുടെ വരുമാനമാർഗ്ഗം. അച്ഛൻ മെസ്ക്കൽ നാര് വാങ്ങി നൂലുണ്ടാക്കും. പട്ടണത്തിൽ പടക്കക്കടയിൽ കൊടുത്താൽ നല്ല വില കിട്ടും. ഞാൻ കുഴൽ പിടിച്ചു നില്ക്കുമ്പോൾ പപ്പ പിറകോട്ട് നടക്കും; നീണ്ട് നീണ്ട് പോകുമ്പോൾ പപ്പയുടെ രൂപം ചെറുതാകും. കാരണം നൂറടിയോളം ദൂരെ പപ്പ നീങ്ങിയിട്ടുണ്ടാകും. ജോലിചെയ്ത് എന്റെ കൈയിലെ പേശികൾ പോലും കരുത്തുള്ളതായിക്കഴിഞ്ഞിരുന്നു. ചോള സഞ്ചികൾ ഉയർത്താൻ തക്ക ബലവും കൈവന്നു. എന്റെ ബലത്തെക്കുറിച്ച് അമ്മയ്ക്ക് വലിയ കാര്യമായിരുന്നു.

"പപ്പയുടെ കൂടെ ഇത്രയ്ക്ക് പണിയെടുത്തതുകൊണ്ട് നീ ഇപ്പോൾ കോവർ കഴുതകളുടെ പണിയെടുക്കാൻ തുടങ്ങി. പക്ഷെ ചോളം തൊലിപൊളിക്കാൻ എന്നെ സഹായിക്കാൻ വയ്യ." അല്ലെങ്കിൽ ടോർടില്ലയ്ക്ക് കുഴയ്ക്കാനോ തുണി അലക്കാനോ പയറോ ചോളമോ പുഴുങ്ങാനോ വയ്യ.

ഇഷ്ടമുള്ള പണി സന്തോഷത്തോടെ ചെയ്ത്, ക്ഷീണിച്ച് വിയർത്ത്, എങ്ങനെയാണ് ഞാൻ വീട്ടിലേക്ക് വന്നിരുന്നതെന്നോ. നൂലുണ്ടകൾ പുറത്തു തൂക്കി വരുന്ന പപ്പയെക്കണ്ടാൽ തെങ്ങാണെന്നാണ് തോന്നുക; പുറത്ത് നാളികേരമായും ഞാൻ നൂല്ക്കുന്ന കുഴലുമായും: "ഒന്ന് കാത്ത് നില്ക്കൂ, പപ്പാ.'' ഞാൻ പറയും. ങ്ഹാ, ഞാൻ എന്റെ വയറിനുള്ള ഭക്ഷണം

ചെറുപ്രായത്തിൽ തന്നെ സമ്പാദിക്കാൻ തുടങ്ങി. "പെട്ടെന്നാവട്ടെ മോളെ, ഉച്ചയാവാറായി." പപ്പയുടെ പിറകിൽ നടക്കുമ്പോൾ, നിഴലിനെ കാണുന്നില്ലെങ്കിൽ , നോക്കൂ അതാണ് ഉച്ചയായതിന്റെ ലക്ഷണം. സൂര്യൻ ആകാശത്ത് ഉയരത്തിലെത്തുമ്പോൾ നിങ്ങളുടെ തലയ്ക്കു മുകളിലായതുകൊണ്ട് നിങ്ങൾക്ക് നിങ്ങളുടെ നിഴൽ കാണാനാവില്ല.

ഞാൻ ഒന്ന് വളർന്നതും, എല്ലാവരും തന്നെ പരുത്തി പറിക്കാൻ തീരത്തേക്ക് പോകുമായിരുന്നു. ഞാനെപ്പോഴും എല്ലാറ്റിനേയും വാ പൊളിച്ചുനിന്നാണ് നോക്കുക. ഉദാഹരണത്തിന്, കടലിന് മുന്നിൽ നിൽക്കുമ്പോൾ, അത് ആകാശത്തു നിന്ന് വീഴുന്നത്, വെളുത്ത കൂറ്റൻ കാളകൾ ഞങ്ങളുടെ മുകളിൽ പ്രത്യക്ഷമാവുന്നത്, കടലോരത്ത് നിന്ന് ചക്രവാളത്തിലേക്ക് നോക്കുന്നത്, സൂര്യോദയം നോക്കുന്നത്. കടൽവെള്ളം മുകളിലേക്ക് നീരാവിയായി പോകുമെന്ന് എന്റെ ടീച്ചർ പറയുമായിരുന്നു. പിന്നെ അതേ വെള്ളം മഴയായി പെയ്യും. എന്റെ പരന്ന തൊപ്പി ഇട്ട് പരുത്തി പറിക്കുമ്പോൾ ഞാനിതെല്ലാം ഓർക്കും. കുറച്ചു കഴിഞ്ഞാൽ ഞാൻ പപ്പയോട് പറയും, കക്കയെടുക്കാൻ കടലോരത്തേക്ക് പോകാമെന്ന്.. പപ്പയ്ക്ക് ഞണ്ട് പിടിക്കാൻ ഇഷ്ടമാണ്. മറ്റ് സമയങ്ങളിൽ കല്ലിൻമേൽകായ പിടിച്ച്, കടലോരത്ത് കാറിൽ കടന്നുപോകുന്ന ആളുകൾക്കു വില്ക്കുമായിരുന്നു.

മറ്റൊരു രീതിയിൽ പറഞ്ഞാൽ അദൃശ്യമായ നദികളായാണ് വെള്ളം ആകാശത്തേക്കു പോകുന്നത്. അതുകൊണ്ടാണ്. മഴക്കാലത്ത് കൂറ്റൻ പേമാരികളുണ്ടാകുന്നത്. തവളകളെയും പാമ്പുകളെയും കൊണ്ടുവരുന്ന ശക്തമായ മഴക്കോളുണ്ടാവാറുണ്ട്. ഇത് നടക്കാത്തതാണെന്ന് ഞാൻ ചിന്തിക്കുമായിരുന്നു. പക്ഷേ ഭൂമിയിൽ നിന്ന് വെള്ളം പൊങ്ങുന്നത് കണക്കാക്കുമ്പോൾ, അതെ, അത് സാദ്ധ്യമാണ്. ഞങ്ങൾ ഏതാണ്ട് രണ്ട് മാസത്തോളം തീരത്ത് കഴിച്ചുകൂട്ടും. ചിലപ്പോൾ മൂന്നു മാസവും. തിരിച്ചു വരുമ്പോൾ വലിയ ആഘോഷങ്ങളാണ്. ഞങ്ങളെ കാത്തുകൊള്ളാനും ആരോഗ്യത്തോടും സമാധാനത്തോടും തിരിച്ചെത്തിക്കാനും, ഞങ്ങൾക്ക് എന്നും സഹായമരുളുന്ന കന്യകയോടുള്ള പ്രാർത്ഥനകൾ.

തിരികെ എത്തുന്ന അതേ ദിവസം തന്നെ ഞങ്ങൾ നീന്താൻ പോകും. പകൽ മുഴുവനും. വെള്ളത്തിൽ തുമ്പികൾ വന്ന് മുട്ടുമ്പോൾ ഞങ്ങൾ ശ്രദ്ധിക്കും. വെള്ളത്തിൽ പാറുന്ന കൂത്താടികളെ പിടികൂടാൻ ശ്രമിക്കുമ്പോൾ നിങ്ങൾക്ക് ഏതാണ്ട് ആ ശബ്ദം കേൾക്കാനാകും. കമ്പു കൊണ്ട് തുമ്പികളെ കൊല്ലാൻ ശ്രമിക്കുമ്പോൾ ഞങ്ങൾ ഒച്ചവയ്ക്കും. "എത്ര പാപമാണ്. ആ കമ്പൊക്കെ കള. തുമ്പിയെ തൊട്ടാൽ പിന്നെ ഉറങ്ങി എഴുന്നേല്ക്കുമ്പോൾ നിങ്ങളുടെ കണ്ണുകൾ ഒട്ടിപ്പിടിക്കും." തുണി തിരുമ്മിക്കൊണ്ട്, ഞങ്ങളോ മറ്റോ കിണറ്റിന്റെ അടുത്തേക്ക് പോകുന്നത് ശ്രദ്ധിക്കുന്ന അമ്മ, അങ്ങനെയാണ് നിലവിളിക്കുക; അറിയോ, അവിടെ ഞങ്ങളെ വിഴുങ്ങാൻ തക്ക ഒരു നീർച്ചുഴി ഉണ്ടായിരുന്നു.

അങ്ങനെ തണുപ്പാകും. ഞങ്ങൾ ഞങ്ങളെ വെയിലത്തുതന്നെ ഉണക്കിയെടുക്കും. സൂര്യൻ മൂലമാണ് മരിച്ച കുഞ്ഞുങ്ങൾ ആകാശത്തേക്ക് ഉയരുക. ചിറകുള്ളതുകൊണ്ടല്ല മാലാഖമാർക്ക് പറക്കാനാവുന്നത്, മറിച്ച് അന്തരീക്ഷത്തിൽ പാറിനടക്കാൻ കഴിയുന്നതു കൊണ്ടാണ്. അവിടം മുഴുവൻ കനത്ത സാധനങ്ങളായിരിക്കും, അദൃശ്യങ്ങളായ പുഴകളും അതിൽപ്പെടും. കുഞ്ഞു മാലാഖകൾ ഉണ്ടാവില്ല. കുട്ടികൾ മരിച്ചാൽ പിന്നെ വേദനപ്പെടാറില്ല. പക്ഷെ, മരിച്ചുകൊണ്ടിരിക്കുമ്പോൾ, അതെ, വേദനിക്കും. അവരുടെ ആ അവസാന ശ്വാസത്തിൽ ശരീരം ആത്മാവുമായി വേർപെടും. ശരീരം മാത്രമാണ് പുഴുക്കളാൽ നശിക്കുക. ഒരുപക്ഷേ ഈ വിശ്വാസങ്ങളെല്ലാം എപ്പോഴും നിലനില്ക്കുമായിരിക്കാം. ങ്ഹാ, നിങ്ങൾ സ്നേഹിക്കുന്ന ആരെങ്കിലും മരണപ്പെട്ടാൽ പോലും പ്രതീക്ഷ മാത്രമാണ് നിലനില്ക്കുക. നിങ്ങളുടെ തലയ്ക്കകത്തെ ഓർമ്മകൾ മാത്രമാവാം ജീവാത്മാവെന്ന് പറയുന്നത്. കാലം എത്ര കടന്നുപോയാലും പ്രിയപ്പെട്ടവരെ മറക്കാനാവില്ല. “കണ്ണിൽനിന്ന് മറയുക, മനസ്സിൽ നിന്നു മറയുക എന്നതൊക്കെ പ്രായോഗികമല്ലാത്ത കാര്യങ്ങളാണ്. ചിലർ അപ്രത്യക്ഷരാവുമ്പോൾ നമുക്ക് എല്ലാവർക്കും തന്നെ ഒരു നശ്വരത അനുഭവപ്പെടും. നിങ്ങളുടെ കുഞ്ഞാണ് അതെങ്കിൽ കൂടുതലായും. നിങ്ങൾക്ക്, രക്തം ചീന്തുമ്പോഴുള്ള വേദനയാണ് അനുഭവപ്പെടുക; ഹൃദയത്തിന്റെ കീറിപ്പറിയൽ.

ഒരമ്മയ്ക്ക് മാത്രമാണ് ആ വേർപെടലറിയാൻ കഴിയുക. ആരും വേദനകൾ മറക്കില്ല. മറക്കാൻ കഴിയുമെന്ന് പറയുന്നത് നുണയാണ്. ഓർമ്മയിൽ കുഴിച്ചുമൂടിയ നിലയിൽ, എന്നെന്നേക്കുമായി നിങ്ങളുടെ അകത്ത് അത് നിലനില്ക്കും.

പ്രാണൻ സഞ്ചരിക്കുന്നതും കുഞ്ഞുമാലാഖകൾ പാറി നടക്കുന്നതും നദിയിലൂടെയാണ് എന്നതിനാൽ നീരാവി എനിക്കിഷ്ടമാണ്. ജീവിതത്തിന് ഒരു അർത്ഥം കൈവരുന്നത് ഇത്തരം വിശ്വാസങ്ങളിലൂടെ മാത്രമാണ് എന്നതുകൊണ്ട് അവ വിശ്വസിക്കണമെന്ന് പപ്പ എന്നോട് പറയുമായിരുന്നു.

ഇങ്ങനെ ചുറ്റും പലതും ആലോചിച്ച് ഞാൻ നടക്കുന്നതു കൊണ്ടാണ് അമ്മയെന്നെ “വലിയ വായക്കാരി” എന്ന് പറയുന്നത്.

പിന്നീട് ചെപ്പെ എന്റെ കണ്ണുകൾ തുറന്നു- അത്തരം കാര്യങ്ങളൊന്നും വാസ്തവമല്ല. ചെപ്പെ പറഞ്ഞതെല്ലാം ഞാൻ വിശ്വസിച്ചു. ചെപ്പെ എപ്പോഴും ശരിയായിരുന്നു. നിങ്ങളോട് വിശ്വസിക്കരുതെന്നോ വിശ്വസിക്കണമെന്നോ പറയുന്ന ഒരുവനിൽ നല്ലൊരളവിൽ വെളിച്ചമുണ്ട്.

ആരെങ്കിലും ഈ കാര്യങ്ങൾ നിങ്ങളോട് വിശദീകരിക്കുന്നതുവരെ.

പപ്പയെ കുറിച്ചാണെങ്കിൽ പറയാതിരിക്കുന്നതാണ് നല്ലത്: പപ്പ പിശാചിലും സിപിറ്റിയോയിലും സിഗ്യനാസയിലും കേഡയോസിലുമൊക്കെ വിശ്വാസം പുലർത്തിയിരുന്നു.

അത് വെറും വിശ്വാസത്തിന്റെ മാത്രം പ്രശ്നമായിരുന്നില്ല; ഈ പറഞ്ഞതെല്ലാം തന്നെ പപ്പയുടെ മുന്നിൽ വരികയും ചെയ്തിരുന്നു. കയ്യിൽ അല്പസ്വല്പം ലീലാവിലാസങ്ങളുള്ളതുകൊണ്ട് ഇതെല്ലാം ഒരു ശിക്ഷയായാണ് പപ്പ കരുതിയത്. ഇതേക്കുറിച്ചെല്ലാം, നൂലുണ്ട ചുറ്റുമ്പോഴോ ചോളമുരിക്കുമ്പോഴോ എന്നോട് പറയുമായിരുന്നു. ഒരുപക്ഷേ ഉദ്ദേശ്യം എന്നെ പേടിപ്പിക്കുക എന്നതായിരിക്കണം. സിഗിന്യാസയെക്കുറിച്ച് ആലോചിച്ചിരുന്നാൽ എനിക്കുറങ്ങാൻ കഴിയില്ല. പപ്പ വിവരിച്ചപോലെ ഞാൻ ഭാവനയിൽ കാണും. അല്ലെങ്കിൽ ചെപ്പെ പറയുന്നപോലെ, "നിനക്ക് വിശ്വസിക്കാനാവില്ല, അത്ര രസികൻ സംഗതിയാണ്."

അത്തരം ഭീതികളുമായി എന്തുകൊണ്ടാണ് നമ്മൾ ജീവിക്കേണ്ടതെന്ന് എനിക്കറിഞ്ഞുകൂട. ഒരുപക്ഷേ, നമ്മളിലെ പ്രതീക്ഷയുടെ ഇത്തിരിവെട്ടമാകാം.

അജ്ഞാതമായവ, നമ്മെ എപ്പോഴും സത്യത്തെ കണ്ടെത്താൻ പ്രേരിപ്പിക്കും.

കാര്യകാരണങ്ങൾക്ക് അതുമായി ബന്ധമുണ്ട്. നിഗൂഢതകൾ ജീവിതം ഉണർത്തുന്നു, എന്നാൽ അതോടൊപ്പം യാഥാർത്ഥ്യങ്ങളും: അരി, അത് ഉള്ളപ്പോൾ; ടോർട്ടില്ലയ്ക്കായി ചോളം, ഭക്ഷണത്തിന്റെ അരുചി മാറ്റാൻ ഉപ്പ്, പിന്നെ ഒന്നും കിട്ടാതാകുമ്പോൾ ടോർട്ടില്ലയും. എല്ലാറ്റിനും ഒടുവിൽ, പ്രതീക്ഷ. ഇത്തരം സംഗതികൾ കണക്കിലെടുക്കാതെ ഞങ്ങളെപ്പോലുള്ള പാവങ്ങൾക്ക് ജീവിക്കാനാവില്ല. ഒട്ടും കൂടുതലോ കുറവോ ഇല്ലാത്ത പ്രതീക്ഷകളെക്കുറിച്ച്, ഞങ്ങൾക്ക് ചിന്തിക്കാവുന്നതിനേക്കാൾ കൂടുതൽ ചിന്തിക്കും. മെഴുകുതിരി വെട്ടം പോലുള്ളതാണത്. ഞങ്ങൾക്ക് ഇരുട്ടിൽ കാണാനാവില്ല. പിന്നീട് കുറച്ച് കഴിഞ്ഞ് ജോഷെ എന്നോട് പറയാൻ തുടങ്ങി: പ്രതീക്ഷ വിഡ്ഢികളുടെ വയറ്റിൽ പിഴപ്പാണ്. ഞാൻ ജോഷെയെ ഒരിക്കലും വിശ്വസിച്ചിരുന്നില്ല. എന്താണ് പറഞ്ഞുവരുന്നതെന്ന് എനിക്ക് മനസ്സിലാവും, പക്ഷേ അക്ഷരാർത്ഥത്തിൽ ജോഷെയെ വിലയ്ക്കെടുക്കുന്നില്ല. പ്രതീക്ഷയും ഞങ്ങളെ പുഷ്ടിപ്പെടുത്തുന്നുണ്ട്. വിഡ്ഢികളുടെ പ്രതീക്ഷയല്ല. മറ്റെ തരത്തിൽ. എല്ലാം ശരിയാകുമ്പോഴുള്ള പ്രതീക്ഷ. ബോധം.

പുഴയിലേക്കുള്ള യാത്രകൾ ഞാനോർക്കുന്നു. കൊച്ചു തവളകളെ പിടിക്കാനും പിന്നെ കുഞ്ഞു നീർക്കുതിരകളെ കൊന്ന് ചില്ലു ഭരണികളിലടയ്ക്കാനും. ഞാൻ എനിക്ക് സാദ്ധ്യമാവുന്നതിലധികം ചിന്തിക്കുന്നു. ആലോചിക്കുന്നത് രസകരമാണ്. ഞങ്ങളുടേത് തെളിഞ്ഞ മനസ്സുകളായതിനാൽ ചിന്തകൾ വ്യക്തമായും വൻ പ്രവാഹങ്ങളായും കടന്നുവരും. പ്രത്യേകിച്ച് ഞാൻ സ്വയം കുട്ടികളോടൊപ്പം തനിച്ചാകുമ്പോൾ. അഡോൾഫിന വരുമ്പോൾ ഞാൻ അധികം ചിന്തിക്കില്ല. ഒരുപക്ഷേ ഞാനവളെ കൂടുതൽ ശ്രദ്ധിക്കുന്നത് കൊണ്ടാവാം. ഇങ്ങനെ, എന്റെ സമയം കടന്നുപോകും. അവളെ നോക്കിയിരുന്നുകൊണ്ട്. എന്റെ മകൾ മരിയപിയയുടെ ജീവിക്കുന്ന ചിത്രമാണവൾ. അവൾ ശരിക്കും അവളുടെ അമ്മയെപ്പോലെയാണ്.

അഡോൾഫിന പള്ളിയിൽ സംവദിക്കുന്നു

ഇന്ന് ഞങ്ങൾ സാൻ സാൽവദോറിലുള്ള ഭദ്രാസനപ്പള്ളിയിൽ കുടിയേറാനായി സ്ഥലം വിട്ടു. അമ്മാവൻ ജസ്റ്റിനോ ഗ്യാർദദോയുടെ മരണശേഷമാണ് എല്ലാം ആരംഭിച്ചത്; കുറച്ചു ദിവസം മുൻപ് ബാങ്കിലെ ആ പ്രകടനത്തിനുശേഷം. ഇയൊബാസ്കോയിലേക്കുള്ള വഴിയിലാണ് അദ്ദേഹത്തിന്റെ വീട്. ഒരുദിവസം രാത്രി ആയുധധാരികളായ നാല് സിവിൽ അധികാരികൾ അദ്ദേഹത്തിന്റെ വീട്ടിൽ കയറി. അദ്ദേഹത്തെ മർദ്ദിച്ച് അവശനാക്കി വലിച്ചിഴച്ചുകൊണ്ടുപോയി. പിന്നെ ഭാര്യയെയും കുട്ടികളെയും വലിച്ചു പുറത്താക്കി വീടിന് തീ വച്ചു. എന്റെ ജസ്റ്റിനോ അമ്മാവൻ.

അദ്ദേഹത്തെ എവിടേക്കാണ് കൊണ്ടുപോയതെന്ന് ആർക്കറിയാം. പിറ്റേന്ന്, അടിയേറ്റ പാടുകളോടെ അദ്ദേഹത്തിന്റെ തലയില്ലാത്ത ശരീരം കണ്ടെത്തി. തല ഒരു കുറ്റിയിൽ തറച്ച് നിർത്തിയിട്ടുണ്ടായിരുന്നു. സ്ഥലം അളന്നടയാളപ്പെടുത്തുന്ന കുറ്റിയാണത്. ശരീരത്തിന്റെ ബാക്കിഭാഗം തൊട്ടടുത്ത ചാലിൽ വലിച്ചെറിഞ്ഞ് കിടപ്പുണ്ടായിരുന്നു

ഇത്തരമൊരു മരണം ജസ്റ്റിനോ അർഹിച്ചിരുന്നില്ലാത്തതിനാലും ജനങ്ങളെല്ലാവരും തന്നെ അദ്ദേഹത്തെ സ്നേഹിച്ചിരുന്നതിനാലും, എന്തു ചെയ്യണമെന്നറിയാതെ പട്ടണമൊന്നാകെ ഇളകിമറിഞ്ഞു- അദ്ദേഹം അദ്ധ്വാനിക്കുന്ന തൊഴിലാളിയും നല്ലൊരു പുത്രനുമായിരുന്നു. അദ്ദേഹത്തിന്റെ കുടുംബത്തിന്റെയും ലൂപ്പെ മുത്തശ്ശിയുടെ ഒരു അത്താണിയായിരുന്നു. തനിക്ക് കിട്ടുന്ന വല്ലതും കൊണ്ട് എപ്പോഴും അവരെ അമ്മാവൻ സഹായിച്ചിരുന്നു.

പക്ഷേ അദ്ദേഹത്തെ പിടിച്ചുകൊണ്ടുപോയ നാലുപേരെയും ആ ഭാഗത്ത് നന്നായി അറിയാമായിരുന്നു. അങ്ങനെ ആളുകൾ ഒത്തുചേർന്നു.

"ജസ്റ്റിനോയുടെ കൈകളിൽ ഒരിക്കലും രക്തം പുരണ്ടിട്ടില്ല. നല്ലൊരു മനുഷ്യനായിരുന്നു."

"ജസ്റ്റിനോ ആകെ ചെയ്തത് വിത്തിനും വളത്തിനും വിലക്കുറവ് ആവശ്യപ്പെട്ട് ബാങ്കിൽ ഒരു പ്രക്ഷോഭം സംഘടിപ്പിക്കുന്നതിന് സഹായിച്ചു എന്നതാണ്. അത്രമാത്രം."

"അപ്പോൾ നമ്മുടെ സുഹൃത്തിന്റെ സ്മരണയ്ക്കായി നമ്മളെന്താണ് ചെയ്യാൻ പോകുന്നത്?"

അങ്ങനെ, കൊലപാതകികളെ കണ്ടെത്താൻ കുറച്ച് പേർ ചേർന്നു. വടികളും വെട്ടുകത്തികളുമായി വീടുവീടാന്തം അവർ കയറിയിറങ്ങി.

അങ്ങനെ ഞങ്ങൾ അവരെ ഓരോരുത്തരെയായി വലിച്ചു പുറത്തെടുത്തു. അതാ നില്ക്കുന്നു അടയിരിക്കുന്ന കോഴിയെപ്പോലെ വിറപൂണ്ട് നില്ക്കുന്ന നാല് പേർ.

"പക്ഷേ ഞങ്ങൾ കൊലപാതകികളല്ല,"

അവർ, ഞങ്ങളുടെ ആളുകൾ പറഞ്ഞു. നാലുപേരോടും ജസ്റ്റിനോക്കായി കുഴി കുത്താൻ പറഞ്ഞു. അവർ ജസ്റ്റിനോയെ വധിച്ച അതേ സ്ഥലത്തുതന്നെ.

മുട്ടുകുത്തി നിന്ന് മരണപ്പെട്ടവനോട് പൊറുക്കണമെന്ന് അപേക്ഷിക്കാൻ ആവശ്യപ്പെട്ടു.

ജസ്റ്റിനോക്ക് അന്ത്യോപചാരം അർപ്പിക്കാൻ. സൂര്യന് കീഴെ. ചുടു സൂര്യന് കീഴെയുള്ള പ്രാർത്ഥന. ചുറ്റും വെട്ടുകത്തികളുമായി ഞങ്ങളും.

"ഞങ്ങൾ സിവിൽ അധികാരികളാണ്", അവർ പറഞ്ഞു.

"നിങ്ങൾ കൊലപാതക അധികാരികളാണ്", ഞങ്ങളുടെ ആളുകൾ പറഞ്ഞു.

നാലുപേർക്കും തന്നെ ഒരു മൺകോരിക്കെങ്കിലും മണ്ണെടുത്ത് മരണപ്പെട്ടവന്റെ സംതൃപ്തിക്കായി കുഴിയിൽ അർപ്പിക്കേണ്ടി വന്നു. കുഴി മൂടപ്പെട്ടതിനു ശേഷം നാലു പേരെയും വെറുതെ വിട്ടു.

"എല്ലാറ്റിനുമുപരി ദൈവഭയംകൊണ്ടും പിന്നെ ഞങ്ങൾ കൊലപാതകികളല്ലാത്തത് കൊണ്ടും." ഞങ്ങൾ അവർക്ക് മാപ്പ് നല്കി.

ജസ്റ്റിനോയുടെ മരണത്തിന് പ്രായശ്ചിത്തമായി അങ്ങനെ മരണത്തിന്റെ കണക്ക് ഒത്തു തീർപ്പാക്കി. ജസ്റ്റിനോ എന്റെ അമ്മാവനാണ്, ലൂപ്പെ മമ്മായുടെ മകൻ.

സിവിൽ അധികാരികളുമായി നടന്ന ഈ സംഭവത്തിന് വൈഷമ്യം അനുഭവിക്കേണ്ടി വരുമെന്ന് ഞങ്ങൾ ഒരിക്കലും കരുതിയിരുന്നില്ല.

എന്താണ് സംഭവിച്ചതെന്ന് അധികാരികൾ മനസ്സിലാക്കിയതോടെ ഗാർഡുകളുമായി ട്രക്കുകളും, എന്തിന് ഒരു ഹെലികോപ്റ്ററും ഒരു വിമാനം

തന്നെയും അയയ്ക്കപ്പെട്ടു. മൃഗീയമായിരുന്നു സംഹാരം: ഒട്ടനവധി മരണങ്ങൾ. വീടുകൾ ചാമ്പലാക്കപ്പെട്ടു. സ്ത്രീകൾ ബലാത്സംഗത്തിനും കുട്ടികൾ മർദ്ദനത്തിനും ഇരയായി. മൃഗങ്ങൾക്ക് പോലും വില നല്കേണ്ടിവന്നു. കോഴികളും പന്നികളും വെടിയുണ്ടകളാൽ സംരക്ഷിക്കപ്പെട്ടു. കാളകളും കുതിരകളും വാളിനിരയായി. ചിലയാളുകൾക്ക് പെണ്ണുങ്ങളും കുട്ടികളുമൊത്ത് മലയിലേക്ക് രക്ഷപ്പെടാനായി. മലകളിലൂടെ, പാതകളിലൂടെ, ഞങ്ങൾ അലഞ്ഞു.

അഞ്ച് ദിവസത്തിന് ശേഷം ഞങ്ങൾ തിരിച്ചെത്താൻ തുടങ്ങി; വിശപ്പ് താങ്ങാൻ പറ്റുന്നുണ്ടായിരുന്നില്ല. മാത്രമല്ല കൊച്ചു കുഞ്ഞുങ്ങളുടെ ശരീരം കൊതുകിന്റെയും കീടങ്ങളുടേയും കടിയേറ്റ് വലഞ്ഞിരുന്നു. ഏഴ് ഗ്രാമങ്ങളിലെ വീടുകളിൽ തെരച്ചിൽ നടത്തി. ഇയെബാസ്കൊ മുതൽ ചലാറ്റെ വരെ സർക്കാരിന്റെ വിലക്ക് നീണ്ടു.

ജസ്റ്റിനോയുടെ മരണത്തിന് പ്രായശ്ചിത്തം ചെയ്യിപ്പിച്ച സ്ഥലത്തെ ഏതാണ്ട് എല്ലാ വീടുകളും നാശത്തിന് ഇരയായി.

ഒന്നും തന്നെ പത്രങ്ങളിൽ വന്നില്ല. പാവപ്പെട്ടവർക്കു വേണ്ടി അവരൊന്നും പറഞ്ഞില്ല. ഈയൊരു അവസ്ഥയിൽ ആർക്കും പണിയെടുക്കാൻ കഴിയുമായിരുന്നില്ല.

അങ്ങനെയാണ് പള്ളിയിലേക്ക് കയറാൻ തുടങ്ങിയത്. ഒരു സംഘം കുട്ടികളും അദ്ധ്യാപകരും ഞങ്ങളെ ക്ഷണിക്കാൻ വന്നു.

ഞങ്ങൾ കൂട്ടത്തോടെയായിരുന്നതിനാൽ, ഒരുമിച്ച് പോയി: നൂറ്റി ഇരുപതോളം പാടത്തുപണിക്കാരും പിന്നെ ഒരു കൂട്ടം അദ്ധ്യാപകരും കുട്ടികളും ഉണ്ടായിരുന്നു.

ഇങ്ങനെയെങ്കിലും ഞങ്ങളുടെ അവസ്ഥയെക്കുറിച്ച് പത്രങ്ങൾ വല്ലതും എഴുതട്ടെ.

പറഞ്ഞുവച്ച ദിവസം ഞങ്ങളെല്ലാവരും കുർബാനയ്ക്ക് വരാൻ തുടങ്ങി.

ഏതാണ്ട് പത്ത് മണിയായതോടെ, കുർബാന കഴിഞ്ഞതും, കാഴ്ചക്കാരെന്ന മട്ടിൽ ഞങ്ങൾ ബെഞ്ചുകളിൽ ഇരിപ്പുറപ്പിച്ചു. അപ്പോഴാണ് ആരോ പറഞ്ഞത് "വാതിലടയ്ക്ക്."

വിശുദ്ധപാത്രങ്ങൾ തയ്യാറാക്കിക്കൊണ്ടിരുന്ന പാതിരി ഞങ്ങളുടെ പക്കലെത്തി ചോദിച്ചു. "നിങ്ങളെന്താണ് ചെയ്യുന്നത്?"

"പോകുന്നതാണ് നല്ലത്." ഞങ്ങളവിടെ നിന്നും അനങ്ങുന്നില്ലെന്നും കുറച്ച് നേരം നില്ക്കുകയാണെന്നും പള്ളിക്കകത്തെ നടപ്പാതയിലുള്ള വാതിലുകളുടെ താക്കോലുകൾ തരണമെന്നും ഞങ്ങൾ അദ്ദേഹത്തോട് ആവശ്യപ്പെട്ടു.

താക്കോലുകൾ തരാൻ പാതിരി എതിർത്ത ഉടൻ അരമെടുത്ത്

തയ്യാറായിക്കഴിഞ്ഞിരുന്നു. താഴിനകം മുറിച്ച്, പ്രധാനകവാടം മാത്രം തുറന്ന്, ഞങ്ങൾ പള്ളി അടച്ചു. രണ്ട് വിദ്യാർത്ഥികളും മൂന്ന് അദ്ധ്യാപകരും കാവൽക്കാരായി നിന്നു. അവർ മാമോദീസയ്ക്കും നിശ്ചയത്തിനുമായി വന്ന ആളുകളോട് അന്നേക്ക് ആ കാര്യങ്ങൾ നിർത്തിവച്ചിരിക്കുകയാണെന്ന കാര്യം കാര്യകാരണം വിശദീകരിച്ചു. ചലാറ്റനെംഗോയിലെ ഗ്രാമങ്ങളിൽ നടന്നു മൃഗീയതകൾക്കെതിരെ പ്രതിഷേധിക്കാൻ വന്നവരുടെ കൂടെ കൂടാനല്ല മറിച്ച് പ്രാർത്ഥിക്കാനാണ് വന്നിരിക്കുന്നതെങ്കിൽ ഉടൻ തന്നെ അത് ചെയ്യുവാൻ അവരോട് ആവശ്യപ്പെട്ടു.

ആളുകൾ ഞങ്ങളെ ശ്രദ്ധിച്ച്, കുരിശ് വരച്ച്, അവർക്ക് കഴിയാവുന്ന വേഗത്തിൽ അവിടെ നിന്നും സ്ഥലം വിട്ടു. കാവൽ നില്ക്കുന്നവരൊഴികെ മറ്റെല്ലാവരും തന്നെ ഉച്ചയോടെ അകത്തെത്തി. പ്രധാന വാതിൽ പാതി തുറന്ന് അവർ ഉച്ചഭാഷിണിയിലൂടെ പ്രസംഗിക്കുന്നുണ്ടായിരുന്നു. തെരുവിൽ കാഴ്ച കാണാനെത്തിയവരെയാണ് അവർ അഭിസംബോധന ചെയ്യുന്നുണ്ടായിരുന്നത്.

അകത്ത് ഞങ്ങൾ, അടിയന്തിരഘട്ടത്തിൽ പൂട്ടാൻ തയ്യാറെടുത്ത് നില്പായിരുന്നു. കാരണം പോലീസുകാരും കുറച്ച് നിരീക്ഷണ കാറുകളും പള്ളി വളഞ്ഞിരുന്നു. ഭക്ഷണമായും, തുണികളായും മരുന്നുകളായും ഞങ്ങൾക്ക് ആളുകളിൽ നിന്ന്, പ്രത്യേകിച്ച് അങ്ങാടിയിലുള്ള പെണ്ണുങ്ങളിൽ നിന്ന് സഹായം ലഭിച്ചു തുടങ്ങിയിരുന്നു. ഇതിനെല്ലാറ്റിനുമിടയിൽ അവർ പള്ളിക്കു പുറത്ത് സന്ദേശങ്ങളടങ്ങിയ ബാനറുകളും തൂക്കിയിരുന്നു.

ഒരു മണിക്കൂർ കഴിഞ്ഞതും, അതായത് ഉച്ചയ്ക്ക് ഒരുമണിയായതോടെ ചുവന്ന വസ്ത്രമണിഞ്ഞ ഒരു പാതിരി കടന്നുവന്ന് ഞങ്ങളോട് പോകാൻ പറയാനായി ശ്രമം നടത്തി: "ശ്രദ്ധിക്കൂ, നിങ്ങൾക്ക് തെരഞ്ഞെടുക്കാവുന്നതിൽ വച്ച് ഏറ്റവും പ്രശ്നം പിടിച്ച സ്ഥലമാണിത്. പോകുന്നതാണ് നല്ലത്; വെറുതെ നിങ്ങളുടെ ജീവന് അപായം വരുത്തിവയ്ക്കരുത്. നല്ലൊരു ആവശ്യവുമായാണ് നിങ്ങളിവിടെ എത്തിച്ചേർന്നിരിക്കുന്നതെന്ന് ഞങ്ങൾക്കറിയാം. പക്ഷേ സംഭവിച്ചു കഴിഞ്ഞതിനെക്കുറിച്ച് ഇവിടെ ഞാൻ കൂട്ടിച്ചേർക്കേണ്ടതില്ലല്ലോ." അതാണ് അദ്ദേഹം ഞങ്ങളോട് പറഞ്ഞത്. "ഈ വിശുദ്ധ സ്ഥലത്തിന്റെ മേൽനോട്ടം എനിക്കാണ്."

"തിരുമനസ്സേ" വിദ്യാർത്ഥികളിലൊരാൾ പറഞ്ഞു: (അന്നുവരെ ഞാനൊരു തിരുമനസ്സിനെ കണ്ടിട്ടില്ല) "താങ്കളും മറ്റെല്ലാ ക്രിസ്ത്യാനികളും ഞങ്ങൾക്കെന്തെങ്കിലും സംഭവിക്കുന്നത് തടയുമെന്ന വിശ്വാസം ഞങ്ങൾക്കുണ്ട്."

അപ്പോൾ തിരുമനസ്സ് പറഞ്ഞു: "നല്ലത്, ഞാൻ നിങ്ങളെ താക്കീത് ചെയ്യുകയാണ്, തങ്ങണമെന്നുണ്ടെങ്കിൽ ആവാം. ഒരേയൊരു കാര്യം ഞാനാവശ്യപ്പെടുന്നത് ഇവിടെയുള്ളവയെ എല്ലാം ബഹുമാനിക്കണമെന്നാണ്. അവ പരിശുദ്ധമാണ്."

ഞങ്ങളിലൊൾ മറുപടി നല്കി: "തിരുമനസ്സേ, അതുറപ്പിക്കാം. ഞങ്ങൾ സത്യസന്ധരാണ്. കാണാമല്ലോ ഞങ്ങളുടെ പ്രതിഷേധവും സമാധാനപരമാണ്- ഇവിടുള്ള ഒരാളുടെ കൈയിൽ പോലും ഒരു കത്തിയില്ല."

അപ്പോൾ തിരുമനസ്സ് പറഞ്ഞു: "അതെ, പക്ഷേ നിങ്ങൾ എന്തിനും പോന്നവരാണെന്ന് എനിക്കറിയാം. നിങ്ങൾ വാതിലുകളിലെ താഴുകൾ തകർത്തു കഴിഞ്ഞിരിക്കുന്നു."

ഞങ്ങളപ്പോൾ പറഞ്ഞു: "ശരിയാണ്, തിരുമനസ്സേ , അതിന് കാരണം പാതിരി താക്കോൽ തരാൻ കൂട്ടാക്കാത്തതുകൊണ്ടും സുരക്ഷയെ കരുതിയുമാണ്, വാതിലടയ്ക്കാൻ."

തിരുമനസ്സിന് വല്ലാതെ ദേഷ്യം വന്നു. അദ്ദേഹമത് പ്രകടമാകാതിരിക്കാൻ ശ്രമിച്ചു. അദ്ദേഹം തന്റെ അങ്കി വലിച്ചുകൊണ്ടേയിരുന്നു-കണ്ടാൽ അദ്ദേഹമത് വലിച്ചു കീറാനാണ് ശ്രമിക്കുന്നതെന്ന് തോന്നുമായിരുന്നു. "നോക്കൂ തിരുമനസ്സേ കുറ്റം ഞങ്ങളിലല്ല.", ഒരു അദ്ധ്യാപകൻ പറഞ്ഞു.

തിരുമനസ്സ് പറഞ്ഞു: "എൽസാൽവദോറിലുള്ള കത്തോലിക്കരുടെ ഏറ്റവും പാവനമായ സ്ഥലമാണിതെന്ന് നിങ്ങൾ മറക്കുന്നു."

ഞാൻ പറയാം, ഞാനെന്തുകൊണ്ടാണ് അങ്ങനെ പറഞ്ഞതെന്ന് അതിശയിക്കുന്നു-എനിക്കൊരു തിരുമനസ്സിനോട്, എന്തിന് ഒരു പള്ളിക്കാരനോട് പോലും വർത്തമാനം പറഞ്ഞ് ശീലമില്ല. ഞാനദ്ദേഹത്തോട് പറഞ്ഞു: "തിരുമനസ്സേ, അതുകൊണ്ടാണ് ഞങ്ങളിവിടെ വന്നിരിക്കുന്നത്." ചിലപ്പോൾ മനസ്സ് പ്രകാശിക്കും. "അതുകൊണ്ടാണ് ഞങ്ങളിവിടെ", എല്ലാവരും ഒരുമിച്ച് പറഞ്ഞു.

ഉടൻതന്നെ മറ്റൊരു പാതിരി കടന്നുവന്നു. കുറച്ചുകൂടെ നല്ല വേഷത്തിൽ. "അസ്സല് തുണി" ഞാൻ എന്നോട് പറഞ്ഞു. ആരോ പിറുപിറുത്തു: "ഇതാണ് ആർച്ച് ബിഷപ്പ്" "ഇദ്ദേഹം എങ്ങനെ അകത്തുവന്നു?" അദ്ദേഹം വന്നതും എല്ലാവരും പറഞ്ഞു: "ആർച്ച്ബിഷപ്പ്" "റൊമേറോ തിരുമനസ്സ്" ആരോ പറഞ്ഞു.

ഞങ്ങളുടൻ കൈയടിച്ചു. കാരണം ഞങ്ങളദ്ദേഹത്തിന്റെ പ്രസംഗം കേട്ടിട്ടുണ്ട്. ഞങ്ങളെ അദ്ദേഹം അനുകൂലിച്ചിരുന്നു. ഈയൊരു പൊട്ടിത്തെറി ഞങ്ങളിൽനിന്ന് പ്രതീക്ഷിക്കാത്തതുകൊണ്ടാവാം അദ്ദേഹം ചിരിക്കാൻ തുടങ്ങി. കുഴപ്പമില്ലെന്നും ഞങ്ങളെ തങ്ങാൻ അനുവദിക്കുകയാണെന്നും പള്ളിയിലെ പരിശുദ്ധമായ വസ്തുക്കളെക്കുറിച്ച് വേവലാതിപ്പെടേണ്ട തില്ലെന്നും അദ്ദേഹം തിരുമനസ്സിനോട് പറഞ്ഞു. ഒരുപക്ഷേ അദ്ദേഹം ഒരുപാട് പേരെ കണ്ടതിൽ ഭയപ്പെട്ടിരിക്കാം. ഞങ്ങളോട് അദ്ദേഹം പറഞ്ഞു: "നിങ്ങൾ, ഒരുപാട് പേരുണ്ടല്ലോ."

സംഘാടകരിൽ ഒരാൾ പറഞ്ഞു: "ഞങ്ങൾ നൂറ്റി മുപ്പത് പേരുണ്ട്, അതിൽ

നൂറ്റി ഇരുപത് പേർ ചലാറ്റനെംഗോയിൽ നിന്നുള്ളവരാണ്-കൃഷിക്കാർ. പിന്നെ ഞങ്ങൾ പത്തോളം പേർ ഇവിടെ നിന്നും.

ഞങ്ങളുടെ പ്രശ്നങ്ങളെക്കുറിച്ച് എല്ലാം അറിയാമെന്നും അന്ന് തന്നെ നേരെ ഉന്നതാധികാരികളുമായി സംസാരിച്ച് പ്രശ്നങ്ങൾ കഴിയാവുന്നതും വേഗം തീർപ്പാക്കുന്നുണ്ടെന്നും അദ്ദേഹം പറഞ്ഞു.

പിന്നീടവർ ഞങ്ങളിലെ മേൽനോട്ടക്കാരനും കാര്യങ്ങൾ പറഞ്ഞതുമായ ഒരാളെ അടിയന്തിരഘട്ടങ്ങളിൽ ഒളിക്കാനുള്ള സ്ഥലങ്ങൾ കാട്ടി കൊടുക്കാനായി പള്ളിക്കകത്തേക്ക് കൊണ്ടുപോയി.

അതിനുശേഷം അവർ സ്ഥലം വിട്ടു. സംഘാടകൻ ഞങ്ങളെ വിളിച്ച്, ആവശ്യഘട്ടങ്ങളിൽ, ഞങ്ങളെ പാതിരിമാർ കാണിച്ചുകൊടുത്ത സ്ഥലങ്ങളിലേക്ക് നയിക്കാമെന്ന് പറഞ്ഞു.

മൂന്ന് മണിക്ക് ഉച്ചയൂണും അത്താഴവും ചേർന്ന ഭക്ഷണം നല്കപ്പെട്ടു. നിറയെ ഉണ്ടായിരുന്നു. തീൻ മുറിയിൽ നിന്നും അങ്ങാടിയിൽ നിന്നുമാണ് കൊണ്ടുവന്നത്. പ്ലാസ്റ്റിക് സഞ്ചികളിൽ. ഇത്രയ്ക്ക് സ്വാദിഷ്ടമായ ഭക്ഷണം ഞാൻ കഴിച്ചിട്ടില്ല. ഒട്ടും കേടുവന്ന് പോകാതിരിക്കാൻ ഞങ്ങൾ എല്ലാം തന്നെ അകത്താക്കി. മറ്റൊരു ലോകത്ത് നിന്നുള്ള ഭക്ഷണം.

കുറച്ച് കഴിഞ്ഞപ്പോൾ റൊമേറോ തിരുമനസ്സ് ഞങ്ങളിൽനിന്ന് പാചകക്കാരെ തെരഞ്ഞെടുക്കാൻ തിരികെ വന്നു. ഞങ്ങളിൽ നിന്ന് രണ്ടുപേർ മാത്രമേ അദ്ദേഹത്തിന്റെ പാവനമായ അടുക്കളയിലേക്ക് പ്രവേശിക്കാനാകൂ എന്ന് പറഞ്ഞു. അദ്ദേഹം വിശദീകരിച്ചു:

തന്റെ ബന്ധുക്കളും പാചകക്കാരനും മാത്രമേ അടുക്കളയിൽ പ്രവേശിച്ചിട്ടുള്ളൂ.

"വളരെ നന്ദി തിരുമനസ്സേ", ആരോ പറഞ്ഞു. മൃഗനയനങ്ങൾ അദ്ദേഹത്തിന് ഉള്ളതുകൊണ്ടാവാം, ഞങ്ങളുടെ സംഘത്തിൽ നിന്നും രണ്ട് പ്രാഥമിക അദ്ധ്യാപകരെ മാത്രമാണ് അദ്ദേഹം തെരഞ്ഞെടുത്തത്. അപ്പോൾ അദ്ധ്യാപകർ ഞങ്ങൾക്കൊരു സഹായിയെ വേണമെന്ന് ആവശ്യപ്പെട്ടു. ഞാൻ തെരഞ്ഞെടുക്കപ്പെട്ടു. "എങ്കിൽ ശരി", തിരുമനസ്സ് പറഞ്ഞു: "അറിയാമല്ലോ, സൂക്ഷിക്കണം"

"കുഴപ്പമുണ്ടാവില്ലച്ചോ", ഞാൻ പറഞ്ഞു. എല്ലാം എന്നിലാണെന്ന മട്ടിൽ ഞാനങ്ങ് കയറി പറയുകയായിരുന്നു.

പിന്നെ, വൃത്തിയാക്കുന്നവരെയും സുരക്ഷയ്ക്കായി നില്ക്കുന്നവരെയും തെരഞ്ഞെടുത്തു.

ആ ദിവസം എനിക്ക് സമയത്തെക്കുറിച്ച് ബോധമുണ്ടായിരുന്നില്ല. എന്റെ പപ്പയെയും മമ്മയെയും മാത്രമാണ് ചിന്തിച്ചിരുന്നത്. എന്റെ അപ്പൂപ്പൻ ചെപ്പെയെക്കുറിച്ചും.

പിന്നെയെന്റെ ലൂപ്പെ അമ്മൂമ്മയെക്കുറിച്ചും. എന്റെ മൂന്ന് കുഞ്ഞുങ്ങളും: ഒന്നരവയസ്സുള്ള സഹോദരൻ, ഏഴുവയസ്സുള്ള അനിയത്തിയും പത്തു വയസ്സുള്ള മറ്റൊരനിയനും.

സത്യമാണ് പപ്പയെക്കുറിച്ച് ഞാനധികം ചിന്തിച്ചില്ല. എന്തായാലും, അദ്ദേഹത്തെ കാണാതായി. മരിച്ചതിനു തുല്യമാണത്. പിന്നെ എന്റെ ഒരു രീതിയിൽ, മരണത്തേക്കുറിച്ചുള്ള ചിന്ത ദുഃഖത്തിലേക്കും, ദുഃഖം ഉത്സാഹത്തിന്റെ നാശത്തിലേക്കും വഴിതെളിക്കുമെന്നതിനാൽ മരിച്ചവരെക്കുറിച്ച് ഞാൻ ചിന്തിക്കാറില്ല.

ഹീലിയോ ഹെർണാണ്ടസ്, അതാണ് അച്ഛന്റെ പേര്.

അദ്ദേഹമായിരുന്നു കുടുംബത്തിന്റെ വരുമാനമാർഗ്ഗം. ഇപ്പോൾ ഞാനും.

വീട്ടിൽ ഞങ്ങൾ പല പരീക്ഷണഘട്ടങ്ങളും നേരിട്ടു.

ഇതിൽ കാര്യമില്ലാത്തതുകൊണ്ട് അതിനെക്കുറിച്ച് ഞാൻ ചിന്തിക്കാതിരിക്കുന്നതാണ് നല്ലത്.

ഗ്യാസ് കൊണ്ടുള്ള ചെറിയ സ്റ്റൗ; നിങ്ങൾക്കതറിയാം, സൂക്ഷിച്ച് കൈകാര്യം ചെയ്തില്ലെങ്കിൽ പൊട്ടിത്തെറിക്കും. അടുത്ത് ഒരു തീപ്പെട്ടി വച്ചാൽ അത് പോലും കത്തിക്കുന്നവ. എല്ലാവർക്കും വേണ്ടത്ര തയ്യാറാക്കാൻ ഞങ്ങൾക്ക് ആറുമണിക്ക് പാചകം തുടങ്ങണം. പത്തു മണിക്ക് തീർക്കും. പതിനൊന്നിനും മൂന്നിനുമിടയ്ക്ക് ഉച്ചഭക്ഷണം. വലിച്ചെറിയുന്ന തരം പ്ലാസ്റ്റിക് പാത്രങ്ങളാണ് ഞങ്ങൾ ഉപയോഗിക്കുന്നത്. ഞങ്ങൾ പക്ഷേ അവ വലിച്ചെറിയാറില്ല. കഴുകിവയ്ക്കും. പാചകക്കാരായ ഞങ്ങൾക്ക് മൂക്കൊന്ന് ചൊറിയാൻ പോലും നേരമില്ല.

ഞങ്ങൾ എട്ടു ദിവസത്തോളം പള്ളിയിൽ കഴിഞ്ഞു. അക്കാലത്ത് ആർക്കും കുളിക്കാൻ പോലും സമയം കിട്ടിയിരുന്നില്ല. പാചകക്കാർക്ക് കഴിഞ്ഞിരുന്നു. കാരണം അടുക്കളയ്ക്കകത്ത് ഒരു കൊച്ചു കുളിമുറിയുണ്ടായിരുന്നു. ഞങ്ങൾ പരസ്പരം വെള്ളമൊഴിച്ച് പാത്രം കഴുകാനുള്ള സോപ്പെടുത്ത് മേല് കഴുകും.

ആദ്യദിവസം മുതല്ക്കേ സുരക്ഷാനടപടികൾ എടുത്തിരുന്നു. ഒരു സമയം പരമാവധി രണ്ടു പേർക്ക് മാത്രമേ കുളിമുറിയിൽ പ്രവേശനം ഉണ്ടായിരുന്നുള്ളൂ. രാത്രി രണ്ട് സംഘങ്ങളായാണ് ഞങ്ങൾ രാത്രി കിടന്നുറങ്ങുക. ഒന്ന് A മറ്റൊന്ന് B. കാലുറകൾ ധരിച്ചാണ് കിടക്കുക. കാരണം അടിയന്തിരഘട്ടങ്ങളിൽ കാലുറയും ധരിക്കാതെ ഓടാനാവില്ലല്ലോ.

"ഗ്രൂപ്പ് A, ഗ്രൂപ്പ് B " എന്ന വിളികേട്ട ഒരു രാത്രിയായിരുന്നു ഞങ്ങൾ ആദ്യ പരീക്ഷണം നേരിട്ടത്. പേടിച്ചരണ്ടാണ് ഞങ്ങൾ എഴുന്നേറ്റത്. കാരണം, കാവൽക്കാർ, ഒരു സംഘം പോലീസുകാർ പ്രധാനകവാടത്തിലേക്ക് കുതിക്കുന്നത് കണ്ടിരുന്നു. വാസ്തവത്തിൽ അതൊരു മുന്നറിയിപ്പ്

മാത്രമായിരുന്നു. കാരണം അവരാകെ ചെയ്തത് പള്ളിക്കു മുന്നിലുള്ള ബാനറുകൾ വലിച്ചു കീറുക മാത്രമായിരുന്നു.

രാത്രി പിന്നീട് ആരും തന്നെ ഉറങ്ങിയില്ല. കാലുറകൾ അഴിച്ചു വച്ചവരോടും, "ഗ്രൂപ്പ് A, ഗ്രൂപ്പ് B" എന്ന വിളികേട്ട് എഴുന്നേല്ക്കാതിരുന്ന ഉറക്കം തൂങ്ങിയവരേയും, മേൽനോട്ടം വഹിച്ചയാൾ, ഉണർന്നിരിക്കാൻ ആവശ്യപ്പെട്ടു. മൂന്നു മണിയായെന്ന് അയാൾ ഞങ്ങളോട് പറഞ്ഞു. എല്ലാവരും കൂട്ടം ചേർന്നശേഷം, ഞനാണ് അവസാനം എഴുന്നേറ്റത്. വാതിലിനു മുന്നിലെ ബെഞ്ചിൽ ഉറങ്ങിക്കൊണ്ടിരുന്നവർക്ക് ശകാരം കേട്ടു.

യന്ത്രത്തോക്കു കൊണ്ട് വെടിവയ്ക്കാൻ തുടങ്ങിയാൽ എത്ര അപകടകരമായിരിക്കുമെന്നത് അവരെ മേൽനോട്ടക്കാരൻ പറഞ്ഞു മനസ്സിലാക്കി. അന്നു മുതൽ ഞങ്ങൾ എല്ലാവരും ചേർന്ന്, സംഘങ്ങളായി, നിലത്തോ ബെഞ്ചുകളിലോ ആണ് കിടന്നിരുന്നത്; ചുമരിന്റെ സുരക്ഷയുള്ള സ്ഥലത്ത്. പകലിൽ, വിരസമാവാതിരിക്കാൻ, അവകാശങ്ങളെക്കുറിച്ച് ചിലർ സംസാരിക്കും. രണ്ട് ദിവസത്തിനുശേഷം റോയറേ തിരുമനസ്സ് മടങ്ങിവന്നു. ഞങ്ങൾ വീട്ടിലാണെന്ന മട്ടിൽ കാണപ്പെട്ടതു കൊണ്ടും ആരും ഭയബഹു മാനങ്ങൾ പ്രകടിപ്പിക്കാതിരുന്നതുകൊണ്ടും അദ്ദേഹം പറഞ്ഞു: "അതു ശരി, അപ്പോൾ ആർക്കും തങ്ങളിരിക്കുന്നത് പാവനമായ സ്ഥലത്താണെന്നത് ഓർമ്മയില്ല.

ഞങ്ങൾ ഒറ്റശബ്ദമായി പറഞ്ഞു: "തീർച്ചയായും തിരുമനസ്സേ!" അദ്ദേഹം തിരികെ പറഞ്ഞു: "എങ്കിൽ ശരി, കാണട്ടെ, നിങ്ങളെത്ര പേർ പ്രാർത്ഥിച്ചു?"

ഞങ്ങളെല്ലാവരും കൈകളുയർത്തി. ഞാൻ പൊട്ടിച്ചിരിയുടെ വക്കിലായിരുന്നു. സത്യമാണ്, ആരും തന്നെ തങ്ങൾ കത്തോലിക്ക രാണെന്നോ വിശ്വാസികളാണെന്നോ ഓർമ്മിച്ചിരുന്നില്ല; അധികം പ്രാർത്ഥിക്കാനും തുനിഞ്ഞിരുന്നില്ല. അതിനല്ലല്ലോ ഞങ്ങളെത്തി യിരിക്കുന്നത്. ഞങ്ങളുടെ പ്രശ്നങ്ങളുമായാണല്ലോ.

തിരുമനസ്സപ്പോൾ ഗൗരവത്തോടെ പറഞ്ഞു: "എന്നെ കളിപ്പിക്കാൻ നോക്കരുത്, ശീലം കൊണ്ടാണ് നിങ്ങൾ കൈകൾ ഉയർത്തിയത്. അല്ലാതെ പ്രാർത്ഥിച്ചത് കൊണ്ടല്ല."

അപ്പോൾ ഞങ്ങളിൽ മേൽനോട്ടം വഹിച്ചിരുന്ന ആളും പറഞ്ഞു, ഗൗരവമായിത്തന്നെ "തിരുമനസ്സേ, താങ്കൾ വിശ്വസിക്കില്ലെന്നറിയാം, ഞങ്ങൾ വിശ്വാസികളും ദൈവ കല്പനകൾ അനുസരിക്കുന്നവരുമാണ്. അതാണ് ശരി. പക്ഷേ വേണ്ട സമയത്ത് അവർ ഞങ്ങളെ 'തൊട്ടാൽ', ഞങ്ങൾക്ക് സ്വയരക്ഷയ്ക്കായി ചിലത് ചെയ്യേണ്ടിവരും"

വിഷയം മാറ്റുന്നതാണ് നല്ലതെന്ന് തിരുമനസ്സിന് തോന്നി. "ഭക്ഷണം എങ്ങനെയുണ്ട്? അടുക്കള നന്നായി പോകുന്നില്ലേ? നന്നായി ഉറങ്ങാറില്ലേ?"

പിന്നെ വീണ്ടും വിഷയം മാറ്റി ഞങ്ങളോട് പറഞ്ഞു: "നിങ്ങളാവശ്യപ്പെട്ടത് പരിഗണിച്ചു കഴിഞ്ഞെന്ന് അവർ റേഡിയോവിൽ പറയുന്നുണ്ട്. നിങ്ങൾക്കു പോകണമെന്നുണ്ടെങ്കിൽ ഭയം കൂടാതെ അതാവാം. കാരണം നിങ്ങളുടെ ജീവന് വില കല്പിക്കണമെന്ന് ഉത്തരവുണ്ട്; ഇവിടെ നിന്നും പോയാൽ ആരും തന്നെ നിങ്ങളെ പിടികൂടില്ല.

മേൽനോട്ടക്കാരൻ പറഞ്ഞു: "ഈ വാർത്ത എത്തിയതിൽ വളരെ നന്ദിയുണ്ട് തിരുമനസ്സേ, പക്ഷേ ഞങ്ങളുടെ നേതാക്കന്മാരിൽ നിന്നും ഉത്തരവ് കിട്ടാതെ ഞങ്ങൾ പോകുന്നില്ല. കാരണം ഇവിടെയുള്ളപ്പോൾ താങ്കൾക്ക് ഞങ്ങളുടെ ജീവന് ഉറപ്പുനല്കാം. വീടുകളിലേക്കു മടങ്ങിയാൽ പറ്റില്ലല്ലോ. മാത്രമല്ല, ഗാർഡുകൾ ഇപ്പോഴും ഗ്രാമങ്ങളിലുണ്ട്. അവരവിടെ ഉള്ളിടത്തോളം ഞങ്ങൾ ഒരിക്കലും പോകാൻ ഉദ്ദേശിക്കുന്നില്ല."

തിരുമനസ്സ് ഇതിന് ക്ഷമ ചോദിക്കാനാണ് താത്പര്യപ്പെട്ടത്. പിറ്റേന്ന് ഒൻപത് മണിക്കുള്ള കുർബാനയ്ക്കായി തിരികെ വരാമെന്ന് അദ്ദേഹം പറഞ്ഞു.

നാലാം ദിവസമായതോടെ ഭക്ഷണത്തിന് കുറവു വരാൻ തുടങ്ങി. കഷ്ടിച്ച് ഒരു റൊട്ടിയോ കടിക്കാൻ ബിസ്ക്കറ്റോ കിട്ടിയാലെന്നായി. യോഗങ്ങളിൽ പറഞ്ഞിരുന്നു: "ഈ മൂന്ന് കുട്ടിത്തടിയന്മാരെ, ശ്രദ്ധിക്കുക. നിങ്ങളെ ഇവിടെവച്ച്, ആരും തന്നെ വിശപ്പുകൊണ്ട് നശിക്കാൻ ആഗ്രഹിക്കുന്നില്ല."

അപ്പോൾ അവർ പറയും: "അത്രയ്ക്ക് ദാരിദ്ര്യം കാട്ടാതെ. ഞങ്ങളെ വറുത്ത് കഴിക്കാൻ നിങ്ങൾക്ക് പറ്റോ?"

അപ്പോൾ ഞാൻ, അടുക്കള സഹായിയായിരുന്ന ഞാൻ, പറയുമായിരുന്നു: "അതെ, നിങ്ങളെ ശ്രദ്ധിക്കുന്നതാണ് നല്ലത്." ഞങ്ങൾ പറയുമായിരുന്ന നിസ്സാരകാര്യങ്ങളൊക്കെ ഞങ്ങൾ ആസ്വദിച്ചിരുന്നു.

മേൽനോട്ടക്കാരൻ പറഞ്ഞു: "അടങ്ങിയിരിക്കിൻ. ഭക്ഷണത്തിന്റെ കുറവ് കാരണം അവർ റെഡ്ക്രോസിൽ നിന്നെത്തിക്കാൻ വേണ്ട നടപടി കളെടുക്കുന്നുണ്ട്."

പക്ഷേ റെഡ്ക്രോസ് വരാതിരുന്നപ്പോൾ പിറ്റേന്ന് കടയ്ക്കു പോകേണ്ട തായി വന്നു. എന്നാൽ വരുന്നതിലും പോകുന്നതിലും അപകടം ഒരുപാട് ഉള്ളതുകൊണ്ട് മിടുക്കുള്ളവർ വേണ്ടിവന്നു. കാരണം അറസ്റ്റ് ചെയ്യപ്പെടാം. അതിനുള്ള സാദ്ധ്യത കുറയ്ക്കാനും സാധനങ്ങൾ വാങ്ങുന്നത് പെട്ടെന്നാക്കുവാനും ടാക്സി ആവശ്യമായി.

രണ്ട് പെൺകുട്ടികളെ ഏല്പിച്ചു. ഒരു പതിനാലുകാരിയും പിന്നൊരു പതിനാറുകാരിയും. പിൻവാതിലിലൂടെ, മഠത്തിന്റെ ഭാഗത്തിലൂടെ അവർ പോയി. പകൽ പത്ത് മണി സമയമായിരുന്നു. നാലായതോടെ ഞങ്ങൾക്ക് പരിഭ്രമമായി. അവർ തിരിച്ചെത്തിയിരുന്നില്ല. അവർ ഒരുപക്ഷേ പിടി

കൂടപ്പെട്ടിട്ടുണ്ടാകാമെന്ന് ഞങ്ങൾ കരുതി. അല്ലെങ്കിൽ ഞങ്ങളെ ഉപേക്ഷിച്ച് അവർ പേടിച്ച് ഓടിപ്പോയിരിക്കാം. "ഇല്ല, ആ പെൺകുട്ടികൾ നല്ല ധൈര്യമുള്ളവരാണ്. പള്ളി വളരെ സൂക്ഷ്മനിരീക്ഷണത്തിലുള്ളതുകൊണ്ട് തിരികെ നുഴഞ്ഞുകയറാൻ അവർക്ക് കഴിയുന്നുണ്ടാവില്ല" മേൽനോട്ടക്കാരൻ പറഞ്ഞു.

അത് അങ്ങനെയായിരുന്നു. കാരണം വാതിലിനടുത്ത കാവൽക്കാരൻ അവർ ടാക്സിയിൽ പോകുന്നത് കണ്ടിരുന്നു; അവർ നാലുതവണയോളം പള്ളിക്ക് വലംവച്ച് അപ്രത്യക്ഷരായി. എന്താണ് സംഭവിച്ചുകൊണ്ടിരുന്നതെന്നാൽ പള്ളിക്കടുത്തേക്കു വരുന്നവരെ പോലീസ് നോക്കി നിന്നിരുന്നതിനാൽ ആർക്കും പള്ളിയെ സമീപിക്കാൻ കഴിയുമായിരുന്നില്ല. പക്ഷേ കാര്യങ്ങൾ പിടികിട്ടാനായി പെൺകുട്ടികൾ പലതവണ ചുറ്റുകയും ഒടുവിൽ നിർമ്മാണഘട്ടത്തിലിരിക്കുന്ന പള്ളിയുടെ വശത്തിലൂടെ ഭക്ഷണം എത്തിക്കാനാവുമെന്ന് കണ്ടെത്തുകയും ചെയ്തു; അവർ, ചെങ്കല്ലുപണിക്കാരിൽ ഭക്ഷണസഞ്ചികൾ കൊണ്ടുകൊടുത്ത് അത് പള്ളിക്കരികെ നിന്ന ആളുകൾക്ക് എടുക്കാൻതക്ക പാകത്തിൽ മറുവശത്തേക്കെത്തിക്കാൻ പറഞ്ഞു: "ഞങ്ങൾക്കു വേണ്ടി ദയവായി ഈ സഞ്ചികളൊന്ന് എത്തിക്കാമോ", അവർ പണിക്കാരോട് ചോദിച്ചു.

പിന്നെ സഞ്ചികളില്ലാതെ, പെൺകുട്ടികൾ മഠത്തിന്റെ ഭാഗത്തേക്കു നടന്നു. അവരങ്ങനെ ആ മൂലയ്ക്കുനിന്ന പോലീസുകാരെ പറഞ്ഞു മനസ്സിലാക്കിയോ ആവോ, അവരെ അവർ കടന്നുപോകാൻ അനുവദിച്ചു. പള്ളിക്കു പുറകിലുള്ള അതേ കെട്ടിട ഭാഗത്തുതന്നെയായിരുന്നു മഠം. മഠത്തെ വാതിലിനടുത്തായി ഒരു പോലീസുകാരൻ നില്പുണ്ടായിരുന്നു. പെൺകുട്ടികൾ അയാളുടെ അടുത്തേക്കു സംസാരിക്കാൻ ചെന്നു. പാതിരിമാരെ കാണാനായി വരുന്നവർക്കായി വാതിൽ തുറന്ന് വച്ചിരിക്കുന്നത് കണ്ട് അവർ, പൊടുന്നനെ അകത്തേക്കു കുതിച്ച് കയറി. പോലീസുകാർക്ക് വാ പൊളിച്ചു നില്ക്കാനേ കഴിഞ്ഞുള്ളൂ. അവരുടെ കടന്നുവരൽ ആരവത്തോടെ സ്വീകരിച്ചു. സാധനങ്ങൾ വാങ്ങാൻ പോയപ്പോൾ സംഭവിച്ചത് അവർ വിവരിച്ചു. പണി നടക്കുന്ന പള്ളിയുടെ വശത്തെ അഭിമുഖീകരിച്ച് നിന്ന് കൊച്ചു ജനാലയിലൂടെ ഭക്ഷണം വലിച്ചെടുക്കാൻ ഒരു കയർ അവർ ആവശ്യപ്പെട്ടു. അത് തിരുമനസ്സിന്റെ കിടപ്പുമുറിയെയും അടുക്കളയെയും ബന്ധിപ്പിച്ചിരുന്നു. തെങ്ങു കയറാനും മറ്റും അറിയുന്ന രണ്ടു പേരെ വിളിച്ചു വരുത്തി. കാരണം ജനാല നിലത്തു നിന്നും നാല്പത് ഉടി ഉയരത്തിലായിരുന്നു. അരമണിക്കൂർകൊണ്ട് ഭക്ഷണം ഞങ്ങളുടെ കൈക്കലായി. വൈകുന്നേരം അഞ്ച് മണിയായിരുന്നു സമയം.

പിന്നെ ഞങ്ങൾ നല്ലൊരു പാചകം തയ്യാറാക്കി ഉച്ചഭക്ഷണത്തിന് ഓരോരുത്തർക്കും പകുതി മാത്രമേ കഴിക്കാനുണ്ടായിരുന്നുള്ളൂ.

പിറ്റേന്ന് ഞങ്ങൾക്ക് വേണ്ടത്ര ഭക്ഷണം റെഡ്ക്രോസിൽ നിന്നു ലഭിച്ചു. അത് ഒരു ദാനമായിരുന്നില്ല. മറിച്ച് അങ്ങാടിയിലെ സ്ത്രീകളിൽ നിന്നും ഞങ്ങളുടെ സംഘടനയിൽനിന്നും കൊണ്ടുവരപ്പെട്ടതായിരുന്നു.

അച്ചടക്കമൊഴിച്ച് മറ്റെല്ലാം ശരിയായിരുന്നു. കാരണം അടച്ചിടപ്പെടുക വല്ലാത്തൊരു അലോസരമാണ്, പ്രത്യേകിച്ചും പുറം ലോകത്തായിരിക്കുക എന്ന അവസ്ഥ ശീലിച്ച കർഷകർക്ക്. കാവൽക്കാരെ മാത്രമാണ് വിരസത ബാധിക്കാതിരുന്നത്. ഉച്ചഭാഷിണിയിലൂടെ നിലവിളിച്ച് അവരുടെ ശബ്ദം വല്ലാതെ പരുക്കനായിപ്പോയിരുന്നു. അവർക്കൊഴികെ ആർക്കും തന്നെ തെരുവ് കാണാൻ കഴിയുമായിരുന്നില്ല.

ജനാലയിലൂടെയും വാതിലിലൂടെയും പുറത്തേക്ക് നോക്കുന്നത് വിലക്കിയിരുന്നു. ഞങ്ങൾ നാലു ചുവരുകൾ മാത്രമാണ് നോക്കിക്കൊണ്ടിരുന്നത്. അവിടെ ഓരോ നിമിഷവും ആളുകൾ അനുവാദം ചോദിച്ചുകൊണ്ട് ചുറ്റും നടക്കാനിറങ്ങിയത് അതുകൊണ്ടാണ്. കാരണം കുളിമുറിയിലേക്ക് പോകണമെന്നുണ്ടെങ്കിൽ ഗോവണി കയറി ഇറങ്ങണം; ഇരുണ്ട ഇടവഴികളിലൂടെ. അപ്പോൾ മറ്റൊരു മുറിയിൽ എത്തിച്ചേരും. അവിടെയാണ് കുർബാനയും മറ്റും നടക്കുന്നത്. അവിടെയാണ് രണ്ടോ മൂന്നോ സെമിനാരി വിദ്യാർത്ഥികളും പള്ളിയുടെ മേൽനോട്ടം വഹിക്കുന്ന തിരുമനസ്സിന്റെ മൂന്നോ നാലോ ബന്ധുക്കളും കിടന്നുറങ്ങുന്നതും. അവർ അവിടം വിട്ട് പോകാൻ ഇഷ്ടപ്പെടുന്നില്ലെന്ന് മാത്രമല്ല, അവർക്കങ്ങനെ പോകാനും സാദ്ധ്യമല്ല. ഈ തിരുമനസ്സും ഞങ്ങളെപ്പോലെ ബുദ്ധിമുട്ടിലാണെന്നത് ഞങ്ങൾ മനസ്സിലാക്കി. അദ്ദേഹം അങ്ങനെ മോശമായിട്ടൊന്നും പെരുമാറിയിരുന്നില്ല; പ്രത്യേകിച്ച് വയസ്സായവർ തങ്ങളുടെ സുരക്ഷയെക്കുറിച്ചാണ് കൂടുതൽ ആകുലരാവുന്നതെന്നത് കണക്കാക്കുമ്പോൾ. അദ്ദേഹത്തിന് പ്രമേഹത്തിന്റെ അസുഖവും ഉണ്ടായിരുന്നു. അത് പാചകക്കാരോട് അദ്ദേഹം പറഞ്ഞിരുന്നു. കൂടാതെ, താൻ അകപ്പെട്ടിരിക്കുന്നുവെന്ന തോന്നൽ ഉണ്ടായിരുന്നതിനാൽ സ്ഥലം വിടാൻ അദ്ദേഹം താല്പര്യപ്പെട്ടില്ല.

അദ്ദേഹം പള്ളിയുടെ മേധാവി കൂടിയാണ്. അദ്ദേഹത്തെ കൂടെ കിട്ടിയത് ഞങ്ങളുടെ ഭാഗ്യമെന്നേ പറയാവൂ. അന്നൊരു ദിവസം നമ്മുടെ അദ്ധ്യാപകനായ പാചകക്കാരനോട് അദ്ദേഹം പറഞ്ഞു:

"നോക്കൂ, ദൈവം നിനക്കിതിനുള്ള പ്രതിഫലം തരും. കാരണം നിനക്കൊരിക്കലും ഇവിടെ അടഞ്ഞു കഴിയേണ്ട ആവശ്യമില്ല. നീ നിന്റെ അയൽക്കാരനുവേണ്ടിയാണ് എന്തെങ്കിലും ചെയ്യുന്നത്."

എന്നിട്ടദ്ദേഹം കൂട്ടിച്ചേർത്തു: "ഇതിപ്പോൾ രണ്ടാം തവണയാണ് ഞാനിങ്ങനെ അകപ്പെടുന്നത്. പക്ഷേ ഇപ്പോൾ പള്ളിക്കകത്ത് കൂടുതൽ കാലം ബന്ധിതനായി കഴിയാൻ എനിക്ക് വേണ്ട ശക്തിയുണ്ട്."

അപ്പോഴായിരുന്നു അദ്ദേഹം തന്റെ പ്രമേഹത്തെക്കുറിച്ചു പറഞ്ഞത്. ഒരു നല്ല കാര്യത്തെ പിന്താങ്ങുന്നതുകൊണ്ട് ഒരിക്കലും ബന്ധിതനാണെന്ന തോന്നൽ പാടില്ലെന്ന് അദ്ധ്യാപകനായ പാചകക്കാരൻ അദ്ദേഹത്തോട് പറഞ്ഞു. അദ്ദേഹം ചിരിക്കുക മാത്രമേ ചെയ്തുള്ളൂ. എന്നിട്ട് ജപമാലയെന്നറിയപ്പെടുന്ന കൊച്ചു മുത്തുമാല കൈയിൽ പിടിച്ചുകൊണ്ട് പ്രാർത്ഥന തുടർന്നു.

രസകരമായ സംഗതികളുണ്ടായിരുന്നു. ഉദാഹരണത്തിന് ഇടവഴികളിലെ ഇരുട്ടുമൂലമുള്ള വീഴ്ചകൾ. കാരണം കയറി ഇറങ്ങാൻ അത്രയ്ക്ക് പടികളുണ്ടായിരുന്നു.

ഒറ്റപ്പെട്ടുപോയവരെ സംബന്ധിച്ചിടത്തോളം കാര്യങ്ങൾ അത്ര നല്ല രീതിയിലായിരുന്നില്ല. എപ്പോഴും ആരെങ്കിലും കുഴപ്പത്തിൽ ചെന്ന് ചാടും-പിടിവലിയും ഉന്തലും.

ഒരുതവണ പലർക്കും വേണ്ടത്ര കാപ്പി കുടിക്കാൻ ലഭിച്ചില്ല. എന്താണെന്ന റിയാമോ, കാപ്പി കൊണ്ടുവന്നയാൾ പടികളുടെ താഴെ വീണു. അയാളുടെ മൂക്കിന്റെ പണി ഏതാണ്ട് തീർന്നിരുന്നു. വീണ സ്ഥലത്തേക്ക് ഞങ്ങൾ ചെന്നപ്പോൾ തറയിൽ കാപ്പി പോയിരിക്കുന്നത് കണ്ടു. അവിടെ അത്രയ്ക്ക് ഇരുട്ടുണ്ടായിരുന്നില്ല. എന്താണ് പ്രശ്നമെന്ന്വച്ചാൽ പടികൾക്കും, മുകളിലും താഴെയുമുള്ള തേപ്പിനും ഒരേ നിറമാണ്. ശരിക്കും നോക്കിയില്ലെങ്കിൽ ഒരേ നിരപ്പാണെന്നേ തോന്നൂ. അതുകൊണ്ട് ഒറ്റപ്പെട്ട് വെപ്രാളത്തിൽ നടക്കുന്ന ഒരാൾ വീഴുകതന്നെ ചെയ്യും.

വളരെ കുറച്ചു പേർക്കേ വയറിനു പ്രശ്നമുണ്ടായുള്ളൂ. കാരണം കുറച്ച് മാത്രമേ ഞങ്ങൾ കഴിച്ചിരുന്നുള്ളൂ. മാത്രമല്ല നന്നായി ഭക്ഷണം പാചകം ചെയ്തിരുന്നു. എല്ലാവരും നല്ല ശുചിത്വത്തിലുമായിരുന്നു.

ഒരു തവണ മാത്രമാണ് അശ്രദ്ധ പറ്റിയത്. പാചകത്തിനുള്ള പാത്രത്തിന് പകരം മൂത്രമൊഴിക്കാനുള്ള പാത്രമാണെടുത്തത്. കാപ്പിക്കുവേണ്ടി വെള്ളമൊഴിച്ചതും ഞങ്ങൾക്ക് മണം പിടികിട്ടി. സംഗതി വലിച്ചെറിയുകയും ചെയ്തു. ഈയൊരു കുഴപ്പം കാരണം പിന്നീട് ഞങ്ങൾ ഇത്തരം പാത്രങ്ങൾ ഉപയോഗിച്ചില്ല.

ഒരു ദിവസം മൂന്ന് സഞ്ചികൾ നിറയെ ശീതീകരിച്ച മാംസവും മത്സ്യവും കോഴിയും കിട്ടി. കൽവരികൾക്കപ്പുറത്തുനിന്നും ഇതെത്തിച്ച ആളുകളെ പുറമെ വച്ച് പിടികൂടി.

അന്ന് മഠത്തിൽ ഒരു ഫോൺ വിളി വന്നു. ഏതാണ്ട് എട്ടുമണിയായി കാണും. ഞങ്ങൾ പയർസൂപ്പ് ഉണ്ടാക്കിക്കൊണ്ടിരിക്കുകയായിരുന്നു. തിരുമനസ്സിന്റെ പാചകക്കാരിയാണ് ഫോണെടുത്തത്. ആ സ്ത്രീയോട് അവർ പറഞ്ഞത് “നാളെ നിങ്ങൾ അവിടം വിട്ടിരിക്കും!” അത്രമാത്രം. പാചകക്കാരി ഞങ്ങളോട് പറഞ്ഞു: “ഞാനിപ്പോൾ വല്ലാത്ത ഒരു ശബ്ദം കേട്ടു. നിങ്ങളൊക്കെ

ഇവിടെ നിന്ന് പുറത്തേക്ക് വരുമെന്നാണ് പറയുന്നത്. നല്ലതിനോ കെട്ടതിനോ എന്നെനിക്ക് അറിഞ്ഞുകൂടാ. സൂക്ഷിച്ചിരുന്നോളൂ." ഞങ്ങൾ പറഞ്ഞു: "നന്ദി. ഈ പയറൊന്ന് ഇറക്കിക്കോളൂ. മറ്റുള്ളവരോട് ഞങ്ങൾക്കിത് പറയണം."

മറ്റുള്ളവരിലേക്കെത്താൻ പാചകക്കാർ ആവശ്യാനുസരണം ഉപയോഗിച്ച ഒരു വാതിലുണ്ടായിരുന്നു. സുരക്ഷയെക്കരുതി ഞങ്ങളാ സൗകര്യം ദുരുപയോഗപ്പെടുത്തിയിരുന്നില്ല. പുറമേ നിന്ന് രണ്ട് തവണ മുട്ടിയാൽ കാവൽക്കാർ വാതിൽ തുറന്ന് അകത്തേക്ക് വിടും. ആ വാതിലിൽ ഒരു വിള്ളലുണ്ട്. അതിലൂടെ നോക്കിയാൽ തെരുവ് കാണാം. പക്ഷേ അച്ചടക്കത്തെ കരുതിയും ആ നോട്ടം അപകടമാണ് എന്നതിനാലും ഞങ്ങൾ അതിലൂടെ നോക്കാൻ ശ്രമിച്ചിരുന്നില്ല. കഴിയാവുന്നതും വേഗം സ്ഥലം വിടുകയാണ് ചെയ്യുക. ഇത്തവണ ഞങ്ങൾ വിള്ളലിലൂടെ നോക്കാൻ തീരുമാനിച്ചു. കാര്യമായ നിരീക്ഷണമുണ്ടായിരുന്നില്ല. ഒന്നൊഴികെ മറ്റെല്ലാ കാറുകളും അപ്രത്യക്ഷമായിരുന്നു. പോലീസുകാർ വിരലിലെണ്ണാവുന്നവർ മാത്രം.

ഞങ്ങളെത്തിയപ്പോൾ കൂടെയുള്ളവർ ഒരു ചെറിയ റേഡിയോക്കു ചുറ്റും കൂടി നില്ക്കുന്നത് കണ്ടു. റേഡിയോയുടെ ശബ്ദം വളരെ നേർത്തതായിരുന്നു. ഞങ്ങളുടെ മേൽനോട്ടം വഹിച്ചിരുന്നയാളുടെ അടുക്കൽ ചെന്ന് തിരുമനസ്സിന്റെ പാചകക്കാരി പറഞ്ഞ കാര്യം അറിയിച്ചു.

ഞങ്ങളുടെ ചുമതല വഹിക്കുന്ന ആൾ പറഞ്ഞത് അത് ആരോടും പറയേണ്ടെന്നാണ്. കാരണം വെറുതെ കളിപ്പിക്കലാണെങ്കിൽ അബദ്ധധാരണ ഉണ്ടാക്കേണ്ടതില്ലല്ലോ. നിരീക്ഷകരായ പോലീസുകാരുടെ അഭാവം അദ്ദേഹവും ശ്രദ്ധിച്ചിരുന്നു. അതുകൊണ്ട് തന്നെയാണവർ രാത്രി പത്തു മണിക്കുള്ള റേഡിയോ വാർത്തകൾ കേട്ടിരുന്നതും.

പിറ്റേന്ന് ഉച്ചയ്ക്ക് ഞങ്ങളത് കേട്ടു; റെഡ്ക്രോസിന്റെ ആഭിമുഖ്യത്തിൽ പള്ളി ഒഴിപ്പിക്കുകയാണെന്ന്.

അപകടമില്ലെന്ന് മനസ്സിലായതോടെ, അടുക്കളയിലേക്ക് തിരിക്കുമ്പോൾ ഞങ്ങൾ മുകളിലേക്ക് പോകാൻ തീരുമാനിച്ചു. ദൂരത്തായി കുറച്ചു വീടുകളുള്ള സ്ഥലത്ത് തീ ആളിക്കത്തുന്നത് മുകളിലെ ഫ്ളാറ്റിൽനിന്ന് കാണാമായിരുന്നു. എനിക്ക് സന്തോഷം തോന്നി. തീ കാരണമല്ല ഞങ്ങൾ പോകുന്നതെന്ന് ഓർത്ത്. ആർക്കറിയാം, ഗ്രാമത്തിലെ ഞങ്ങളുടെ വീടുകളിൽ, പ്രശ്നങ്ങൾ ഒരുപക്ഷേ തീർന്നുകാണും.

അങ്ങനെയാണ് കാര്യങ്ങൾ. പിറ്റേന്ന് റെഡ്ക്രോസിന്റെ ബസുകൾ വന്നു. അന്ന് മുതൽക്ക് എന്റെ ഉറക്കം മലകളിലാണ്. ഞങ്ങൾക്ക് അച്ഛനെ കാണാനായില്ല. ഗാർഡുകൾ കൊണ്ടുപോയ മുതല്ക്കേ അച്ഛനെ കാണാതായിരുന്നു. അമ്മ അവിടെയുണ്ടായിരുന്നു. എനിക്ക് താഴെയുള്ള പറക്കമുറ്റാത്ത കുഞ്ഞുങ്ങളുമായി പാവം വല്ലാതെ കഷ്ടപ്പെടുകയാണ്. പത്ത് വയസ്സുകാരൻ വീടിന് വേണ്ടി പണിക്കുപോവാൻ തുടങ്ങിക്കഴിഞ്ഞിരുന്നു. ഞാനും അങ്ങനെ

തന്നെയായിരുന്നു.

പലവിധത്തിലുള്ള കഷ്ടപ്പാടുകൾ എന്നും നിലനില്ക്കുന്ന ഒരു കാര്യമല്ലെന്ന് ഉറപ്പുണ്ടായിരുന്നെങ്കിലും, ദുരിതങ്ങൾ നിലനില്ക്കുകയാണ്. ഇവയെല്ലാം നിലനില്ക്കുന്ന ഒന്നായി മാറാതിരിക്കാൻ ആവശ്യമുള്ള കാര്യങ്ങൾ ഞങ്ങൾ ചെയ്തുപോരുന്നു. പട്ടണത്തിലെയും ഞങ്ങളുടെ ഭാഗത്തെയും പോലീസ് നടപടികൾ കുറച്ചു ദിവസത്തേക്ക് നിർത്തി വയ്ക്കപ്പെട്ടു. പക്ഷേ അവർ തിരിച്ചുവരും. എന്നാൽ ഓരോ തവണയും ഞങ്ങൾ കൂടുതൽ ശക്തമായി തിരിച്ചടിക്കുന്നത് അവർ കാണും. ഞങ്ങളുടെ അമ്മമാരുടെയും പെങ്ങന്മാരുടെയും വയസ്സായവരുടെയും ഈ ദുരിതത്തിൽ, ഞങ്ങൾ കർഷകർ ചെയ്തിട്ടുള്ള കാര്യങ്ങൾ ഞങ്ങളെ പുനർജീവിപ്പിക്കും.

കാര്യങ്ങളെല്ലാം ശരിയായ വിധത്തിലായി. അതേസമയം, ഞാൻ ഇയൊബാസ്കോയിലേക്ക് തിരിക്കുകയാണ്.

ഉച്ചയ്ക്ക് 12 മണി

കൂ...കൂ.... മാക്കൂലീസ് മരത്തിലിരുന്ന് ടോർട്ടോലിറ്റയുടെ കൂജനം. ചിറകുകളിൽ വെളുത്ത വരകളോടുകൂടിയ ചുവപ്പൻ ടോർടോലിറ്റ. കൂ... കൂ... ഒരോ തവണയും 'ഊ' എന്നത് കുഞ്ഞുങ്ങളുടെ കരച്ചിൽ പോലെ നീളും. *ടോർട്ടോലിറ്റ* ഒരു സാധു പ്രാവാണ്. ഏകാകിതയും മാന്യതയുമുള്ള പ്രാവ്. അത് പാടിക്കൊണ്ട് പറയുന്നത് മണി പന്ത്രണ്ടായെന്നും കോഴിയെ ഇനിയും അടുപ്പത്ത് വച്ചിട്ടില്ലെന്നുമാണ്. കൂ കൂ വിളിച്ച്, ചിറക് കുടഞ്ഞ് പുളിമരക്കൊമ്പിലേക്ക് ഒരു പറക്കൽ. "ഇപ്പോൾ സൂര്യൻ തലയ്ക്ക് മുകളിലായിരിക്കും." അഡോൾഫിന വളവിലെത്തുമ്പോൾ കേൾക്കുന്നത് ഇതേ *ടോർട്ടോലിറ്റ*യെ തന്നെയാണ്. ചുടുമണ്ണ് അവളുടെ ചെരുപ്പിലേക്ക് കയറും. കുട്ടികൾ മുൻവിരലിൽ ഊന്നി നടക്കും; വായ അയച്ച് പിടിച്ച്, നക്ഷത്രപല്ലികളെ കല്ലെറിഞ്ഞ്.....

അവിടെ, ടിഹ്യുലോട്ടെ മാക്കൂലീസ് മരങ്ങളും പല്ലികളും നിറഞ്ഞ പാതയിൽ, നട്ടുച്ച വിളിച്ചറിയിക്കുന്ന ടോർടോലിറ്റയുടെ സാന്നിദ്ധ്യത്തിൽ, അവരെത്തും.

നേരത്തെതന്നെ വിശന്നിരിക്കുന്ന പക്ഷികളെ അലോസരപ്പെടുത്തിക്കൊണ്ട് അവരെത്തും, കാരണം ഏതൊരു ക്രിസ്ത്യാനിയെയും പോലെ പക്ഷികളും പന്ത്രണ്ടു മണിക്കുതന്നെ ഭക്ഷണം കഴിക്കുന്നവയാണ്.

മാവ് കുഴയ്ക്കാൻ ഇനി സമയമില്ല. ഉപ്പുചേർത്ത ടോർട്ടില്ല ചൂടോടുകൂടി എപ്പോഴും നല്ലതാണ്. "തിരിച്ചുവരുമ്പോൾ ടോർട്ടില്ല കൊണ്ടുവാ" എന്ന് ഞാൻ അവളോട് പറഞ്ഞിരുന്നു. ഒരുപക്ഷെ അതുണ്ടാക്കുന്നത് കാത്തിരുന്നതുകൊണ്ടാവാം അവളിത്രയ്ക്ക് സമയമെടുത്തത്. ഞാൻ

മടിപിടിച്ചാണ് രാവിലെ എഴുന്നേറ്റത്. "മൂന്ന് വലിയ ടോർട്ടില്ലയും കുട്ടികൾക്ക് മൂന്നെണ്ണം ചെറുതും ഉണ്ടാക്കാൻ പറ." , "ശരി", അവൾ എന്നോട് പറഞ്ഞു.

ജയിലിൽ വിളിക്കുന്ന ബ്യൂഗിൾ പോലെ ശബ്ദിച്ചുകൊണ്ടും, ചിലമറ്റയുടെ ഇലകൾക്കിടയിൽ പഴങ്ങൾ തിന്നുകൊണ്ടും ഏകാകിക്കിളിയും ഉണരുകയാണ്. ഫുയ്‌ലി ഫുയീ...... ഒറ്റക്കിളി ചിലയ്ക്കുന്നു; മലയിടുക്കുകൾക്കിടയിലെ ഈർപ്പം നിറഞ്ഞ ചതുപ്പുകളിൽ മറഞ്ഞുകൊണ്ട്. മത്സ്യത്തെപ്പോലെയാണ് ചെളിക്കുണ്ടുകളിൽ നിന്നും അവൻ വെള്ളം കുടിക്കുന്നത്; ചെളിക്കുണ്ടിൽ തന്റെ പ്രതിബിംബം നോക്കിക്കൊണ്ട്.

അപ്പോൾ ഏകാകിക്ക് *ടോർട്ടോലിറ്റ* മറുപടി നല്കുന്നു.

പിന്നെ '*സൻസയു*'ടെ മുഖമുള്ള *ചിൽറ്റോറ്റയും*. സീബാ മരങ്ങളിലെ ഉയർന്ന ശാഖകളിൽ പൂച്ചക്കുട്ടികളെപോലെ കരഞ്ഞ്. പിന്നെ കറുത്ത കുരുവിയാണ്. റാഞ്ചറാ ഗായകനായ അവൻ തന്റെ ഇണയെ വിളിക്കുകയാണ്. *സൻസാ പോട്ടെ*യുടെ ചെറിയ മഞ്ഞ ചുംബനങ്ങൾ തിരികെ നല്കി അവൾ ആ കള്ളനെ നിശ്ശബ്ദനാക്കും. പാട്ടുകൾ നിറഞ്ഞ ആ പാതയിലൂടെയാണ് അഡോൾഫിനയും ബെഞ്ചമിനും എസ്റ്ററും മോഞ്ചോയും വരുന്നത്.

-ഒടുവിൽ അവളെത്തി.

-പെട്ടെന്ന് വാതിലിനടുത്തേക്ക് പോ, ഞാൻ നിന്നെ മറഞ്ഞു നില്ക്കാം.

"അവർ നിന്നെ നോക്കി നില്ക്കുകയാണ്.", അവരവളെ അമ്പരിപ്പിക്കുന്നതിന് മുന്നേ ഞാൻ ഉറക്കെ പറഞ്ഞു: "പെട്ടെന്ന്" പിറകിലായിരുന്ന കുട്ടികളോട് ഞാൻ പറഞ്ഞു.

പിജിറിച്ചെയുടെ ചാട്ടം.

"ഇതാ എന്റെ പേരമകൾ." ഞാൻ പറഞ്ഞു. എന്നോട് തന്നെയാണ് പറഞ്ഞത്. കൂടുതലായൊന്നുമില്ല. ഇതാ അവൾ കതക് പെട്ടെന്ന് തുറന്ന് എത്തിക്കഴിഞ്ഞു. "വേഗമാവട്ടെ" അവൾ ഉറക്കെ പറഞ്ഞു. തലയിൽ ടോർട്ടില്ലയുടെ പൊതിയുണ്ടായിരുന്നത് വീഴാതിരിക്കാൻ ശ്രദ്ധിച്ചുകൊണ്ട്.

"പെട്ടെന്നാവട്ടെ പെണ്ണേ! വട്ട് കളിക്കുമ്പോപ്പോലും നീ ഇത്ര പതുക്കെ നടക്കാറില്ലല്ലോ" "നടക്കാൻ കൂട്ടാക്കാത്തമോഞ്ചോയെയുമായി വഴി മുഴുവൻ ഞാൻ തർക്കിച്ചു കഴിഞ്ഞിട്ടേയുള്ളൂ. ടോർട്ടില്ലയുണ്ടാക്കുമ്പോൾ അവരുടെ മേലെ ചെക്കൻ ഉറങ്ങി വീണിരുന്നു."

അധികാരി തന്റെ നോട്ട്ബുക്ക് പുറത്തെടുത്തു.

പേര്, അച്ഛന്റെയും അമ്മയുടെയും ചേർന്ന പേര്, അച്ഛനാരാണ്, വരുമാനമാർഗ്ഗം, എവിടെനിന്ന് വരുന്നു, കിലോമീറ്ററിൽ എങ്ങനെ എത്തിപ്പെട്ടു, ക്രിസ്ത്യാനി കർഷകസംഘത്തിൽ അംഗമാണോ, ആണെങ്കിൽ എന്നുമുതൽ, വയസ്സ്, മുത്തശ്ശിയുടെ വീട്ടിലെന്തിനാണ് വന്നത്. എന്നിങ്ങനെ അയാൾ ചോദിച്ചു.

അപ്പോൾ അഡോൾഫിന:

-നിങ്ങൾ പ്രൈവറ്റ് മാർട്ടിനെസ് അല്ലേ?

അപ്പോൾ അയാൾ:

-നിങ്ങൾക്കീ ചോദ്യങ്ങൾ ചോദിക്കുന്ന കുട്ടിയെ വിശ്വസിക്കാൻ പറ്റുമോ?

അപ്പോൾ ഇടയ്ക്കുകയറി ഒരു അധികപ്രസംഗി:

-സാർ ഞാൻ പറഞ്ഞില്ലേ ഇവറ്റകൾക്ക് അനുസരണക്കേടും അഹമ്മതിയും കൂടിയിട്ടുണ്ടെന്ന്.

അപ്പോൾ അഡോൾഫിന:

-നിങ്ങളെക്കുറിച്ച് അമ്മയും വല്ല്യമ്മച്ചിയും പറഞ്ഞിട്ടുണ്ട്. നിങ്ങൾ വില്ല്യമിന്റെ കൂടെ എന്റെ വല്ല്യപ്പച്ഛന്റെ ..... അച്ഛന്റെ അച്ഛന്റെ വീട്ടിൽ പോയിട്ടുണ്ട്.

അപ്പോഴയാൾ:

-നോക്കൂ കുട്ടീ.... പറഞ്ഞത് മതി. നീ മറ്റാർക്കോ പകരം എന്നെ തെറ്റിദ്ധരിച്ചിരിക്കുകയാണ്. മോശമായി പെരുമാററരുത്. കാരണം ഞങ്ങളാണ് ഇവിടെ ചോദ്യങ്ങൾ ചോദിക്കാൻ വന്നിരിക്കുന്നത്. ഇനിയിപ്പോൾ നീ നോട്ട് ബുക്ക് പുറത്തെടുത്ത് കുറിക്കാൻ തുടങ്ങും........

അപ്പോൾ പഴയ അധികപ്രസംഗി:

-കാര്യങ്ങൾ നേരെയാക്കുവാൻ ഇവറ്റകൾക്ക് താല്പര്യമില്ല. കൂടുതൽ അടുത്ത് പെരുമാറുംതോറും ഇവറ്റകൾ തലയ്ക്ക് കയറിക്കൊണ്ടിരിക്കും. നമ്മൾ ദേഷ്യപ്പെടില്ലെന്ന് തീരുമാനിച്ചാലും, ഇങ്ങനെയാണ് ഇവറ്റകൾ നമ്മുടെ ക്ഷമ നശിപ്പിക്കുക.

അപ്പോഴയാൾ:

-എന്നെ ചൂടു പിടിപ്പിക്കാതെ. ഇപ്പൊ തന്നെ ഈ പെണ്ണിന്റെ വൃത്തികെട്ട മോന്തക്കിട്ട് ഒന്ന് പൊട്ടിക്കാൻ എനിക്ക് പറ്റും. നീ കുളിച്ചിട്ടില്ലെന്നത് സത്യമല്ലേ? കമ്മ്യൂണിസ്റ്റുകാരുമായിട്ടാണ് നിന്റെ മറ്റേ പരിപാടി എന്നതും സത്യമല്ലേ.

അപ്പോൾ ഞാൻ:

നോക്കൂ, സർ...... സാർജന്റ്. ഇതുവരേക്കും ഞങ്ങൾ അധികാരികളെ ബഹുമാനിച്ചിട്ടേ ഉള്ളൂ. നിങ്ങൾ വന്നു. ഞങ്ങൾ ഉത്തരങ്ങൾ നല്കുകയും ചെയ്തു. സ്വതവേ ഞങ്ങൾ വിനീതരും എങ്ങനെ മര്യാദ പാലിക്കണമെന്ന് അറിവുള്ളവരുമാണ്. നിങ്ങളും മര്യാദയോടെ പെരുമാറണമെന്നാണ് എന്റെ ആഗ്രഹം. എന്നിട്ട് ഞങ്ങളെ അപമാനിക്കാതെ എല്ലാം തന്നെ അവസാനിപ്പിക്കണമെന്നും. കുട്ടി നിങ്ങളെ ചോദ്യം ചെയ്യുന്നത് അവളത്രകണ്ട് അനുഭവിച്ചതുകൊണ്ടാണെന്ന് കണക്കിലെടുക്കണം- അവളുടെ അച്ഛനെ പിടിച്ചുകൊണ്ടു

പോയി, അധികാരികളുടെ അടികൊണ്ട് അവളുടെ അമ്മയുടെ ഒരു കണ്ണ് ഏതാണ്ട് നഷ്ടപ്പെട്ടു. അവരവളുടെ മുത്തച്ഛന്റെ വീട്ടിലേക്കും ചെന്നു. നോക്കൂ ഇനിയിപ്പോൾ എന്താണ് ഉള്ളത്.

നിന്റെ അമ്മാവൻ ജസ്റ്റിനോയെക്കുറിച്ച് ഞാനവരോട് പറയുന്നില്ല.

അധികപ്രസംഗി:

അവരുടെ വിചാരം പെണ്ണുങ്ങളായതുകൊണ്ട്.....

അപ്പോൾ അഡോൾഫിന:

നിങ്ങൾ ആളുകൾ ഒരിക്കലും ഒരു കാര്യവും മുഴുവനാക്കില്ല. നോക്കൂ നിങ്ങളെന്റെ അമ്മയെ ചവിട്ടിയ വിധം. അതിൽ നിങ്ങൾക്കുള്ള പങ്ക് എനിക്കറിയാം. മിസ്റ്റർ പ്രൈവറ്റ് എനിക്ക് അത് നല്ലവണ്ണം അറിയാം. നിങ്ങളുടെ അമ്മ ഡോണ പട്രീഷ്യയെ എനിക്കറിയാം. അത് കള്ളമാണെന്ന് എന്നോട് പറയരുത്. ഞാൻ ഹീലിയോ ഫെർണ്ണാണ്ടസിന്റെ മകളാണ്. അദ്ദേഹം എവിടെ?

ഞാനപ്പോൾ അവളുടെ കൈപിടിച്ച് എന്നോട് ചേർത്തു:

കുട്ടീ വെറുതെ തലതിരിഞ്ഞ വർത്തമാനം പറയരുത്. ആളുകളെ ബഹുമാനിച്ച് ചോദ്യത്തിന് മാത്രം മറുപടി പറ. മിസ്റ്റർ സാർജന്റ്, മനസ്സിലായോ, ഇവൾ വെറും കുട്ടിയാണെന്ന്. അവൾക്കു ദുരന്തം വിട്ടുമാറിയിട്ടില്ല. ഞങ്ങൾ കല്ലുകൊണ്ടു ഉണ്ടാക്കിയവരൊന്നുമല്ല. ചിലപ്പോൾ അവിശ്വാസം തോന്നുമ്പോൾ ഞങ്ങൾ മോശമായി പെരുമാറുന്നു.....

അധികപ്രസംഗി:

-കണ്ടോ, ഇപ്പോഴും ലോകത്ത് മര്യാദയുള്ള ചില തള്ള പുലയാടികളുണ്ട്.... വിശ്വസിക്കാൻ പ്രയാസമാണെങ്കിലും.

ഞാനപ്പോൾ:

-വന്നകാര്യം എന്തിനാണെന്ന് പറയേണ്ടവരാണ് നിങ്ങൾ. നിങ്ങളിങ്ങനെ മിണ്ടാതെ നില്ക്കുമ്പോൾ, നോക്കൂ, അതാണ് പ്രശ്നമുണ്ടാക്കുന്നത്. കാരണം ഇവളിപ്പോഴും കുടുംബത്തിന്റെ നോട്ടത്തിൽ വളരുന്ന മുതിരാത്ത ഒരു കുട്ടിയാണ്. നിങ്ങളിങ്ങനെ ഒരിക്കലും പെരുമാറാൻ പാടില്ലാത്തതാണ്. മനസ്സിലാക്കൂ മിസ്റ്റർ സാർജന്റ്......

അപ്പോൾ അയാൾ:

-നോക്കൂ സെനോറ ഈയിടെയായി അധികാരികളോടുള്ള നിങ്ങളുടെ ബഹുമാനകറവുക്കൊണ്ട് തന്നെയാണ് ഇങ്ങനെയൊക്കെ സംഭവിക്കുന്നത്. ബുദ്ധിയോടെ പ്രവർത്തിച്ചാൽ അതിനുതക്ക കാര്യങ്ങൾ നിനക്ക് കിട്ടുമെന്ന് നിനക്കറിയാൻ പറ്റും. എല്ലാവരെയും കരുതി നിന്റെ പേരമകളോട് ഞങ്ങളോടൊപ്പം സഹകരിക്കാൻ പറ. ഒരു റോസാപ്പൂ മണക്കുന്നതുപോലെ ഞങ്ങൾ ഞങ്ങളുടെ പണി തീർത്ത് പോകും.

അപ്പോൾ ഞാൻ:

എനിക്ക് വേണ്ടത് നിങ്ങളിത്തരം ഭാഷ അവളുടെ മുന്നിൽ ഉപയോഗിക്കരുതെന്നതാണ്. എനിക്ക് പ്രശ്നമില്ല. കാരണം എനിക്ക് വയസ്സായി, ഇതെല്ലാം പരിചയമുള്ളതുമാണ്.

അപ്പോൾ അഡോൾഫിന:

-ശരി, എന്നാൽ എന്താണ് നിങ്ങൾക്ക് എന്നിൽ നിന്ന് വേണ്ടതെന്ന് പറയൂ.

അവരുടെ ഉദ്ദേശ്യം മോശമുള്ളതല്ലെന്നാണ് എനിക്ക് തോന്നുന്നത്. ഇവരുടെ കാര്യത്തിൽ ആർക്കും ഒന്നും തന്നെ മനസ്സിലാക്കാൻ ആവില്ലെങ്കിലും.

ഉച്ചയ്ക്ക് 12:10

-നിങ്ങളോട് ഞങ്ങൾക്ക് തനിച്ച് സംസാരിക്കണം.

"നിങ്ങൾ" എന്ന ഔപചാരിക പ്രയോഗം വല്ലാത്ത അതിശയം തന്നെ. കാരണം അവർ മര്യാദയില്ലാത്തവരാണ്, പ്രത്യേകിച്ച് ദുരൂഹത വരുത്താൻ അവർ ശ്രമിക്കുമ്പോൾ.

-ങ്ഹാ, നോക്കൂ, ഞങ്ങളൊരു മുറിവേറ്റ മനുഷ്യനെ കണ്ടിരുന്നു. നിങ്ങൾ ആ വഴി കടന്നുപോയപ്പോൾ അത് ശ്രദ്ധിച്ചിട്ടുണ്ടാകുമെന്നാണ് ഞങ്ങൾ കരുതിയത്.

അതാണ് അപ്പോൾ ഇത്രനേരം പറയാൻ കഴിയാതിരുന്നത്. ഈ ദുരൂഹതകൾക്കെല്ലാം കാരണം അതാണ്! ഞാൻ കരുതി.

അപ്പോൾ അഡോൾഫിന: ഞാൻ ആരേയും കണ്ടില്ല.

-ഒൻപത് മണിക്കാണ് നിങ്ങൾ ആ സ്ഥലത്തിൽക്കൂടെ നടന്നു പോയത്.

-ഏത് സ്ഥലത്ത്?

-ഞങ്ങൾ മുറിവേറ്റയാളെ കണ്ടിടത്ത്. അവിടെയുള്ളവർ പറഞ്ഞത് നിങ്ങളും വഴിയിലുണ്ടായിരുന്നുവെന്നാണ്. മാത്രമല്ല 'അഡോൾഫിന' എന്നതുപോലെ ഒരു പേരാണ് മുറിവേറ്റയാൾ പറയുന്നുണ്ടായിരുന്നത്.

-നോക്കൂ, നിങ്ങളെന്താണ് സംസാരിക്കുന്നതെന്ന് എനിക്കറിയുന്നില്ല....

-ആ മുറിവേറ്റ വ്യക്തി സ്വന്തം പേര് ഒരിക്കലും പറയില്ല. അയാളുടെ പക്കൽ തിരിച്ചറിയാൻ കടലാസുകൾ പോലുമില്ല. അപ്പോഴാണ് ഞങ്ങൾ പറഞ്ഞത്, എന്നാൽ നമുക്ക് അയാൾ പറയുന്ന ആ അഡോൾഫിനയെ നോക്കാൻ പോകാമെന്ന്. മാത്രമല്ല ഈ പരിസരത്തുള്ള ആ ഒരു പേരുള്ള

വ്യക്തി നിങ്ങൾ മാത്ര......

-പക്ഷേ അത്രയ്ക്ക് ഉറപ്പില്ലെന്നല്ലേ പറഞ്ഞത്?

-അതെ അതാണ്. തീർച്ചയായും ഉറപ്പില്ല. അല്ലെങ്കിൽ നിങ്ങളോട് ഞങ്ങൾ ചോദിക്കുമായിരുന്നില്ല. ഒറ്റയടിക്ക് എല്ലാം തന്നെ ശരിയാക്കുമായിരുന്നു.

-അപ്പോൾ എന്താണ് നിങ്ങൾക്ക് വേണ്ടത്?

-അയാളെ തിരിച്ചറിയാൻ ഞങ്ങളോടൊപ്പം വരുമോ എന്നറിയണം. അയാൾ നിങ്ങളെ തിരിച്ചറിയുന്നോ എന്നും അയാളെ നിങ്ങൾക്കറിയാമോ എന്നും അറിയണം. അറിയുന്നുണ്ടെങ്കിൽ നിങ്ങൾ ഞങ്ങളെ കുറച്ച് സഹായിക്കണം.

-നിങ്ങൾ പറഞ്ഞപോലെ അത്രയ്ക്ക് ഗുരുതരമാണ് പരിക്കെങ്കിൽ അയാളെ ആശുപത്രിക്ക് കൊണ്ടുപോകുന്നതായിരുന്നില്ലേ നല്ലത്?

-നോക്ക്, ഞങ്ങളോടൊന്നും നിങ്ങൾക്ക് പറയേണ്ട ആവശ്യമില്ല. നിങ്ങളെത്തേടിയാണ് ഞങ്ങൾ വന്നത്. ആ ടോർട്ടില്ല മാറ്റിവച്ച് പോകാം.

ഞാൻ പറ്റില്ലെന്ന് പറഞ്ഞു. എന്തിന്. കാരണം പരിക്കേറ്റയാൾക്ക് അഡോൾഫിനയെ അറിയാമെങ്കിൽ എന്നെയും അറിഞ്ഞുകൂടെ? അവരുടെ കൂടെ ഞാൻ പോകുന്നതാണ് നല്ലത്. അപ്പോഴവർ: തള്ള ഇതിലിടപെടേണ്ട. ഞങ്ങൾക്കിതിന് അധികം സമയമില്ല. അയാൾ ഒരുപാട് ദൂരത്താണ്. ഗൗരവമേറിയ ഈ നിയമപ്രശ്നത്തിലേക്ക് ഈ പിള്ളേരെ എങ്ങനെയാണ് വലിച്ചിഴക്കുന്നത്."എനിക്കവരെ അറിയാവുന്നത് കൊണ്ട്, അഡോൾഫിന വീട് വിടുന്നില്ലെന്ന് ഞാൻ പറഞ്ഞു, ഒറ്റയ്ക്ക് ഒരടിപോലും വയ്ക്കില്ലെന്നും. "അവൾ കുട്ടിയാണെന്നും പേരമകളായ അവളെ എന്നെ വിശ്വസിച്ച് ഏല്പിച്ചതാണെന്നും നിങ്ങൾ മനസ്സിലാക്കണം. എന്റെ സംരക്ഷണത്തിൽ കഴിയുമ്പോൾ അവൾക്കെന്തെങ്കിലും സംഭവിക്കാൻ ഞാൻ അനുവദിക്കില്ല. നിങ്ങളിത് ഓർത്തോ. നിങ്ങളെപ്പോലെ എനിക്ക് വളരെ ദൂരം നടക്കാനാവും. കുട്ടികളെ അയൽപക്കത്ത് വിടാം. ഇവിടുള്ള ആളാണെങ്കിൽ എനിക്കയാളെ തിരിച്ചറിയാം. മറ്റ് വല്ല സ്ഥലത്ത് നിന്നുമുള്ള ആളല്ലെങ്കിൽ എനിക്കിവിടത്തെ എല്ലാവരെയും അറിയാം. പുറത്ത് നിന്നുള്ള ആളാണെങ്കിൽ അയാൾ നമുക്ക് പ്രശ്നമല്ല. അതൊരു തെറ്റുപറ്റിയതാവും. ആ സാദ്ധ്യത നിങ്ങൾ തന്നെ സമ്മതിക്കും. ഞാൻ പറയുന്ന കാരണങ്ങൾ നിങ്ങൾ മനസ്സിലാക്കണം. ഞാൻ വല്ലാത്ത വിഷമത്തിലാണ്. അറിയാമല്ലോ, എനിക്കിഷ്ടപ്പെട്ടയാൾ മരിച്ച് അധികമായിട്ടില്ല. അതുകൊണ്ടാണ് എന്റെ ഈ പരിഭ്രമവും ഞാൻ കുട്ടിയെ വിടാത്തതും. നിങ്ങൾക്ക് സന്തോഷമാണെങ്കിൽ എന്നെ ഇവിടെ വച്ചുതന്നെ വെടിവച്ചോളൂ. പക്ഷേ എന്റെ പേരമകൾ ഇവിടെനിന്ന് അനങ്ങില്ല. നിങ്ങൾക്ക് ഞങ്ങളെ എല്ലാവരെയും കൊല്ലേണ്ടതായി വരും."

എന്താണ് പറയുന്നതെന്ന് എനിക്ക് തന്നെ പിടിയില്ലായിരുന്നു. എനിക്ക്

അഡോൾഫിനയുടെ ശബ്ദം മാത്രമേ കേൾക്കാൻ കഴിയുമായിരുന്നുള്ളൂ. “നില്ക്ക് മുത്തശ്ശി. യാതൊരു പ്രശ്നവും കൂടാതെ നമുക്കെല്ലാവർക്കും കൂടി പോകാനാകും. മറ്റ് വഴിക്ക് ചിന്തിക്കണ്ട. നമ്മളെല്ലാവരും പോവുകയാണ്. നമ്മൾക്കെല്ലാവർക്കും കൂടി പോകാമല്ലോ സാർ?” അപ്പോൾ, മുൻപ് സംഭവിച്ചത് ഓർത്ത് നില്ക്കുകയായിരുന്നു ഞാൻ. ശക്തി സംഭരിച്ചുകൊണ്ട്. കാരണം അതുപോലെ ഇനി അവളെ എന്നിൽനിന്ന് കൊണ്ടുപോകാൻ ഞാൻ ഒരിക്കലും സമ്മതിക്കുമായിരുന്നില്ല. ജസ്റ്റിനോക്കത് സംഭവിച്ചശേഷം, ഇതാ എനിക്ക് ഇപ്പോൾ ഇവിടെ വലിയ വിശ്വാസമില്ലാത്ത ആളുകൾക്കൊപ്പം. അവൾ, ഒരിഞ്ചുപോലും അനങ്ങാതെ, ഉത്തരവുകൾ മാത്രം നല്കിക്കൊണ്ട്, എന്നെ തുറിച്ചു നോക്കിക്കൊണ്ടിരുന്നു-ഒരുപക്ഷേ മണിക്കൂറുകളുടെ നിശ്ശബ്ദതയ്ക്കുശേഷം പെട്ടെന്ന് ഒരുപാട് സംസാരിച്ച് ഞാനവരെ അനുസരിപ്പിച്ചിരിക്കാം. സത്യം പറഞ്ഞാൽ, ഈ തള്ളക്കെന്താ വട്ടായോ, എന്തുപറ്റിയെന്ന മട്ടിൽ അവരെന്നെ ശ്രദ്ധിച്ചുകൊണ്ടിരിക്കുക മാത്രമാണ് ചെയ്തിരുന്നത്. ഒന്നും തന്നെ എന്നെ ബാധിച്ചിരുന്നില്ല. എന്റെ ചെറിയ കുട്ടികളെക്കുറിച്ച് പോലുമോ അല്ലെങ്കിൽ എന്നെ വെടിവയ്ക്കുന്നതിനെ ക്കുറിച്ചോ ഞാൻ ചിന്തിച്ചിരുന്നില്ല. കണ്ണീരൊഴുക്കി കുട്ടികൾ കരയുന്നുണ്ടായി രുന്നു. വിശക്കുമ്പോഴോ മുറിവ് പറ്റുമ്പോഴോ അസുഖം ബാധിച്ചാലോ കുട്ടികൾ പുറപ്പെടുവിക്കുന്ന കരച്ചിലിന്റെ ശബ്ദം “എന്റെ പേരക്കുട്ടി എങ്ങും പോകുന്നില്ല.” ഞാൻ ഒച്ചവച്ചത് പിജിറിച്ചെയെപോലും കുരപ്പിച്ചു. ചൂട് ടോർട്ടില്ലകൾ താഴെ വയ്ക്കാതെ അഡോൾഫിന എന്നെ കെട്ടിപ്പിടിച്ച് നില്പായിരുന്നു. “എന്താണിങ്ങനെ”, അവൾ കരച്ചിലിന്റെ വക്കിലായിരുന്നു. “എന്താണിങ്ങനെ.” അവൾ കരഞ്ഞു പറഞ്ഞു. ഈ ആളുകളുടെ ഒപ്പം വിട്ടാൽ ജസ്റ്റിനോ എന്നെ ശപിക്കും. ജസ്റ്റിനോയെ ഓർത്തതും ഞാൻ കൂടുതൽ ശക്തി സംഭരിച്ചു. അവർക്കാദ്യം എന്നെ കൊന്നേ പറ്റൂ. അവർക്ക് ഞങ്ങളെ കൊന്നേ പറ്റൂ.

ഒടുവിലവർ സംസാരിക്കുന്നതു വരെ.

-ഈ തള്ളയ്ക്ക് ബോധം നഷ്ടപ്പെടുത്തുന്ന വിധം ഒരെണ്ണം വച്ചു കൊടുക്കണം.

-എന്ത് പ്രാന്തി തള്ളയാണിത്.

-നിങ്ങളൊന്നുകിൽ കുട്ടിയെ വിടുക. അല്ലെങ്കിൽ ഞങ്ങൾ വലിച്ചു കൊണ്ടുപോകും. ഈ തള്ള എല്ലാം നാശമാക്കി. നല്ലയാളുകളായതിന് ഇതാണ് ഞങ്ങൾക്ക് കിട്ടിയത്.

അപ്പോൾ അഡോൾഫിന സംസാരിച്ചു:

-നിങ്ങളോടൊപ്പം ഞാൻ വരില്ല. ഞാനിവിടുന്ന് അനങ്ങില്ല. ആരെയാണ് നിങ്ങളെന്നെ കാണിക്കുന്നതെന്ന് എനിക്കറിയില്ല. എത്തിപ്പെടാൻ കുറച്ച് സമയമെടുക്കുമെങ്കിലും ഞങ്ങളെ എല്ലാവരെയും കൊണ്ടുപോകുന്നതാണ്

നിങ്ങൾക്ക് നല്ലത്. അത്രയ്ക്ക് ദൂരമില്ലെങ്കിൽ കുട്ടികൾ നടന്നുകൊള്ളും. ചെറിയ പിള്ളേരെ ഞങ്ങളെടുക്കാം. വേറെ പ്രശ്നം ഞാൻ കാണുന്നില്ല.

രാവിലെയിട്ട മേലുടുപ്പുകൊണ്ട് കണ്ണ് തുടച്ച് അവർ പറഞ്ഞു. പാവം, മുഖവും കണ്ണും തുടച്ചിരുന്നില്ലെങ്കിൽ കരയുകയാണെന്ന് പോലും അവർക്ക് മനസ്സിലാവാത്ത വിധം സ്വാഭാവികമായാണ് അവർ സംസാരിക്കുന്നത്. കണ്ണീരു നിറഞ്ഞ, തിളങ്ങുന്ന ഗോട്ടികൾ പോലുള്ള കണ്ണുകൾ.

-ഈ ആളുകൾ കൂടുതൽ കൂടുതൽ വൃത്തികേട് പറയുകയാണ്. എവിടുന്നാണ് അവർക്കീ ധൈര്യ........

-അവർ അധികാരികളായാൽ നന്നായിരുന്നു. കാരണം ഇവിടെ ഒരാൾക്കും ഇതിൽക്കൂടുതൽ ഉത്തരവുകൾ ഇനി നല്കാനാവില്ല.

-ഇത്രയ്ക്ക് കടുകട്ടിയുള്ള രണ്ട് പരിഷകളെ ഞാനിതുവരെ കണ്ടിട്ടില്ല.

-നല്ല അടി മാത്രമേ ഇവർക്ക് മനസ്സിലാകൂ. വേണമെങ്കിൽ ഞങ്ങൾ ശരിയായ രീതിയിൽ പരുക്കേൽപ്പിക്കാം, വെറുതെ ചിലയ്ക്കാതെ നിന്നോ.

-നില്ക്ക്. ഞാനാണിവിടെ ഉത്തരവ് നല്കുന്നത് അങ്ങനെയങ്ങ് പോകാതെ.

പെട്ടെന്ന് അഡോൾഫിന താൻ മുൻപ് പറഞ്ഞതെല്ലാം തന്നെ ആവർത്തിച്ചു, തന്റേതായ വഴികളിലൂടെ. അവൾ പറഞ്ഞു: "നോക്കൂ, എനിക്ക് നിങ്ങളെ അറിയാം. നിങ്ങളുടെ മുഖം എവിടെയാണ് കണ്ടതെന്ന് ഞാൻ ഓർക്കുകയാണ്. ഞായറാഴ്ചകളിൽ ചന്തയിൽ പച്ചക്കറികൾ വില്ക്കുന്ന ടിക്കയുടെ മകനല്ലേ."

"ഇവറ്റകൾക്ക് സംഗതി എങ്ങനെ കൈക്കലാക്കാമെന്ന് അറിയാം. കാര്യങ്ങൾ ഇപ്പോൾ ഇവരാണ് ചർച്ച ചെയ്യുന്നത്!'' എന്നിട്ടയാൾ അഡോൾഫിനയോട് പറഞ്ഞു: "നോക്ക്, എനിക്ക് നിന്നെ അറിയുക പോലുമില്ല. ടിക്കയാരാണെന്ന് പോലും എനിക്കറിയില്ല! അധികാരികളോട് മര്യാദകെട്ട രീതിയിൽ സംസാരിക്കാതെ പുറപ്പെടാൻ നോക്ക്."

-നിങ്ങളെന്റെ അമ്മയുടെ വീട്ടിൽ വന്നിട്ടുണ്ട്.

-ഈ പട്ടിക്ക് വട്ടാണ് സാർ. ഇവള് നമ്മളെ അരിശം പിടിപ്പിച്ചേ അടങ്ങൂ. കാര്യങ്ങൾ നല്ല രീതിയിൽ പോകാൻ ഇവറ്റകൾക്ക് ആഗ്രഹമില്ല.

"നിർത്ത് കുട്ടീ. കഴിഞ്ഞുപോയത് അത്ര പ്രധാനമുള്ളതല്ല. മര്യാദകേട് കാട്ടാതെ." "ഇത് അങ്ങനെ കഴിഞ്ഞുപോകില്ല മുത്തശ്ശീ.", എന്റെ നെഞ്ചോട് ചേർന്ന് നിന്നിരുന്ന അവൾ പതുക്കെ പറഞ്ഞു.

അയാൾ തന്റെ കൊച്ചു റേഡിയോ പുറത്തെടുത്തു. അവരതിനെ ആന്റിനയെന്നാണ് വിളിക്കുന്നത്. എന്നിട്ട് അക്കങ്ങൾ കൊണ്ട് സംസാരിക്കാൻ തുടങ്ങി. പരിക്കുപറ്റിയ ആളെ കൊണ്ടുവരാൻ സാദ്ധ്യമാണോ എന്നു

ചോദിച്ചു. ആളുമായി ജീപ്പിൽ ഈ വഴി വരണമെന്ന് ആ വല്ലാത്ത ഉപകരണത്തിലൂടെ വിളിച്ചുപറഞ്ഞു.

ചെറിയ കുട്ടികൾ മൂലയ്ക്ക് കൂടിയിരുന്ന്, പയറു കൂട്ടി ടോർട്ടില്ല തിന്നുകയായിരുന്നു; പിജിറിച്ചെയുടെ തലയിൽ പിടിച്ച് കളിച്ചുകൊണ്ട്. “കുട്ടികൾ പുറത്ത് പോയി കളിക്കൂ. ചോളത്തിന്റടുത്ത് പോകണ്ട. പൊടി പറ്റും.” അവർ ഓടിപ്പോയി. പിറകിൽ തുരത്തിക്കൊണ്ട് പട്ടിയും. ഞാനും നോക്കിനിന്നു പോയി. അവരോട് യാത്രപറയുന്ന കണക്ക്. കാരണം അങ്ങനെയാണ് ഇപ്പോഴത്തെ സന്ദർഭം.

-പ്രിയപ്പെട്ടവരോട് നിങ്ങളെപ്പോഴും യാത്ര പറഞ്ഞുകൊണ്ടിരിക്കണം. ഒരുപക്ഷേ നിങ്ങളൊരിക്കലും കാണില്ല. ആർക്കും അവസാനത്തെ സന്ദർഭത്തെക്കുറിച്ച് അറിയില്ലല്ലോ, അവസാനമായി കണ്ണുകൾ തുറന്ന് ജീവനോടെ കാണുന്ന സന്ദർഭം. മരിച്ചവരുടെ കണ്ണ് തുറന്നിരിക്കും, ജസ്റ്റിനോയുടേതുപോലെ. ചില്ലുകൾ കൊണ്ടുണ്ടാക്കിയത് പോലെയാണ് ആ കണ്ണുകൾ കാണപ്പെട്ടത്. തല കുറ്റിയിൽ തറച്ചു നിർത്തിയിരുന്നു. ചുണ്ടിൽ എന്തോ ഒരു പുഞ്ചിരി ബാക്കിവച്ചുകൊണ്ട്. ഒരുപക്ഷേ കുട്ടികളോടുള്ള യാത്രപറച്ചിലാവാം. അല്ലെങ്കിൽ എന്നോടോ, തേടിപ്പോയ കൂട്ടാളികളോടോ.

തടിച്ചു നീണ്ട ബെഞ്ചമിൻ. എപ്പോഴും എന്നെ കുറച്ച് നേരം നീ വിട്ടുപോകും. എസ്റ്ററേ നീ വല്ലാതെ മെലിഞ്ഞു. കാറ്റത്ത് പറക്കും. കുട്ടിപ്പയ്യൻ മോഞ്ചോ. പിന്നെ അഡോൾഫിന. മരിയ പിയായുടേയും എന്റെയും രക്തം. ഞാനെപ്പോഴും യാത്ര പറയുന്നതിന് കൈ കാട്ടും. ഞാൻ എന്നെ തന്നെ ദൈവത്തിൽ അർപ്പിച്ചിരിക്കുകയുമാണ്.

അങ്ങനെയാണിപ്പോൾ കാര്യങ്ങളുടെ കിടപ്പ്. എവിടുന്നാണ് അടി വരുന്നതെന്ന് ആർക്കും അറിയാൻ കഴിയില്ല.

പിന്നെ, ഞാൻ ദൈവത്തെക്കുറിച്ച് ഓർക്കുമ്പോഴൊക്കെ തന്നെ ചെപ്പെ പറയാറുള്ള മനഃസാക്ഷിയെക്കുറിച്ചും ഓർക്കും. ഒരുപക്ഷേ രണ്ടും ഒന്ന് തന്നെയാവണം. മനഃസാക്ഷിയ കൂടാതുള്ള ഞാൻ എന്താണ് ആയിത്തീരുക? ഇത്തരം കാര്യങ്ങളെ എനിക്ക് ചെറുത്തു നില്ക്കാനാവില്ല. മനഃസാക്ഷിയില്ലാത്ത കൂട്ടർ എങ്ങനെയാണ് വേദന സഹിക്കുന്നത്? ഒപ്പം ചെപ്പെയില്ലാത്ത കൂട്ടർ? എന്റെ ഹൃദയം അവരിലേക്ക് പോകുന്നു. ഭയങ്കരം തന്നെ.

അവർ ആ കൊച്ചു റേഡിയോയിൽ അമർത്തിക്കൊണ്ട് സംസാരിച്ചുകൊണ്ടേയിരുന്നു.

ആ ടോർട്ടില്ലയെടുത്ത് അകത്ത് വയ്ക്ക്. അധികം താമസിയാതെ നമുക്കുള്ള സ്വല്പം ചോറ് സമാധാനത്തിൽ കഴിക്കാനാവും. നന്നായി പൊതിഞ്ഞു വയ്ക്ക്, എന്നാലേ തണുക്കാതിരിക്കൂ. ആളുകൾ എങ്ങനെയാണ് തണുത്ത ടോർട്ടില്ലകൾ കഴിക്കാൻ ശീലിക്കുന്നതെന്ന് മനസ്സിലാവുന്നില്ല. കാരണം പണിസ്ഥലത്ത് അവർക്ക് കിട്ടുന്നത് ടോർട്ടില്ലയല്ല തുകലാണെന്നു

തന്നെ പറയണം. പേര് കേട്ട ചെങ്ക-പുളിച്ച് നാറിയ സാധനം. ടോർട്ടില്ല യാണെങ്കിൽ ചൂടോടെ കഴിക്കണം. അല്ലാത്തത് ടോർട്ടില്ലയല്ല.

ബോധമുണ്ടാകാതിരിക്കുന്നതാണ് നല്ലത്. അത്ര കുറച്ചേ സഹിക്കേണ്ട തുള്ളൂ.

പെട്ടെന്ന്, നട്ടുച്ചയുടെ വെളിച്ചം കത്തിപടർന്നു. കൊല്ലന്റെ ഉലത്തോൽ പോലെ ടോർടോലിറ്റകളുടെ മാറിടങ്ങൾ ഞാൻ കാണുന്നു. അവയുടെ ചുവന്ന തൂവലുകൾ. ദൂരത്തുള്ള മറ്റ് ടോർട്ടോലിറ്റകളുടെ കൂ കൂ ശബ്ദം കേൾക്കാനായി ഒരു വശത്തേക്ക് തിരിച്ചു വച്ചിരിക്കുന്ന അവയുടെ തലകൾ. കൊച്ചു റേഡിയോകളോ ആന്റിനകളോ കൂടാതെ അവർ വളരെ ദൂരെയുള്ള കൂട്ടുകാരെ വിളിക്കുന്നു. എല്ലാ നട്ടുച്ചകളിലും അവർ ചോളത്തുണ്ടുകൾ കഴിക്കാനെത്തും. ടോർട്ടോലിറ്റകളുടെ കാലമാകുമ്പോൾ അവ ധൈര്യത്തോടെ പ്രത്യക്ഷപ്പെട്ട് താഴേക്കിറങ്ങും. എന്നിട്ടവ പുളി മരത്തിലേക്ക് പറക്കും. അവിടെ വച്ച് ശേഖരിച്ച കൊച്ച് ചോളത്തുണ്ടുകൾ ഭക്ഷിക്കും. പേടിക്കുമ്പോഴുള്ള അവയുടെ ചിറകടി ശബ്ദമുണ്ട്. റും......... ബദ്ധപ്പാടോടു കൂടിയ റും..... റുമ്മ്.

"വേണമെങ്കിൽ ഞാൻ ഗാർഡുകളുടെ കൂടെ നില്ക്കുന്ന നേരത്ത് നീ പയറും കൂട്ടി ചോറ് കഴിച്ചോ. കുറച്ച് കുട്ടികൾക്കും കൊടുത്തോ. ഉപ്പ് കൊണ്ടുവന്നിട്ടുണ്ടല്ലോ അല്ലേ മോളേ?" കുറച്ച് ഒരു പിടി വീതം. ഉപ്പിന് വിലയില്ലെങ്കിലും വെറുതെ കളയരുത്. അത് പാപമാണ്. അവർ പാപം മായ്ച്ചു കളയാൻ മാമോദിസ മുക്കുന്ന സമയത്ത് ഉപ്പാണ് ചേർക്കുക. പരിശുദ്ധാത്മാവി ന്റെയും പുത്രന്റെയും പേരിൽ ഞാനിതാ ജ്ഞാനസ്നാനം ചെയ്യുന്നു. അഡോൾഫിനയെ തലയിൽ വെള്ളം തളിക്കാൻ കൊണ്ടുപോയത് ഇന്നലെയാണെന്ന് തോന്നിപ്പോകുന്നു. പിന്നീട് അവൾ ഒരുപാട് മുതിർന്നു. ഇനി പെട്ടെന്നവൾ വിവാഹിതയാകും. കുട്ടികളുണ്ടാകും.

ങ്ഹാ, ഒരു ദിവസം ചെപ്പെ എന്നോട് പറഞ്ഞിരുന്നു: "രക്തം ചിന്താൻ, എന്റെ രക്തം ചിന്താൻ ഞാൻ നിയോഗിക്കപ്പെട്ടാൽ അതിൽ കാര്യമില്ല. കാരണം അത് മറ്റുള്ളവരുടെ നന്മയ്ക്കായാണ്." അങ്ങനെയാണ് ചെപ്പെ. "മനഃസാക്ഷി", ചെപ്പെ പറഞ്ഞു: "ചൂഷണം ചെയ്യപ്പെട്ടവർക്ക് വേണ്ടി ത്യാഗം അനുഷ്ഠിക്കുന്നതിനെ പറയുന്നതാണത്." ചെപ്പെ വിശദീകരിച്ചു തന്നില്ലാ യിരുന്നെങ്കിൽ ഒരിക്കലും ആ വാക്കിന്റെ അർത്ഥം എനിക്കറിയില്ലായിരുന്നു. ഉള്ളിലോട്ട് ആ വാക്കെടുക്കാനും എന്തുകൊണ്ടാണ് ഞങ്ങൾ ചൂഷണം ചെയ്യപ്പെടുന്നതെന്ന് മനസ്സിലാക്കാനും എനിക്ക് വല്ലാത്ത പാടാണ്. കാരണം എന്നെ സംബന്ധിച്ചിടത്തോളം എല്ലാം പ്രകൃതിയുടെ ഭാഗമാണ്. ഒരുവൻ ആരാണോ അതുതന്നെ. എല്ലാവരും അവനവന്റെ തലയിലെഴുത്തുമായി കഴിയുന്നു. ഞാൻ അത്തരം കാര്യങ്ങൾ വിശ്വസിക്കുന്ന കൂട്ടത്തിലാണ്. ഒരാൾ ദരിദ്രനാണെങ്കിൽ, ങ്ഹാ, അതാണ് ജീവിതം. നല്ലൊരു ജീവിതം ദൈവം നമുക്ക് സമ്മാനിച്ചില്ലെങ്കിൽ നമ്മൾ എന്തുചെയ്യാനാണ്. നമുക്ക് നല്കിയ

ആരോഗ്യത്തിനും, ചോളത്തിനും ഉപ്പിനും പയറിനും നമ്മൾ നന്ദി പറയണം. "ചൂഷണം" എന്ന വാക്കിന്റെ അർത്ഥം നമ്മൾ കണ്ടുപിടിക്കാൻ തുടങ്ങുന്നത് വരെ. നമ്മൾ കർഷകർ ഈ രാജ്യത്ത് ചൂഷണം ചെയ്യപ്പെടുന്നു. നമ്മുടെ ദാരിദ്ര്യം ഇതിൽ നിന്നാണ് ഉണ്ടാകുന്നത്. ഞങ്ങൾക്ക് നല്ല കൂലി അവർ തരണമെന്നുണ്ടെങ്കിൽ അത് സംഗതി വേറെയാണ്. പക്ഷേ ഞങ്ങൾ എപ്പോഴും ചൂഷണം ചെയ്യപ്പെട്ടു കൊണ്ടിരിക്കും. വിവരമില്ലാതെ വളരാതിരിക്കാൻ കുട്ടികൾ സ്കൂളിൽ പോകണം. അപ്പോഴേ അവർക്ക് നമ്മുടെ, കർഷകരുടെ പ്രശ്നങ്ങൾ നല്ലവണ്ണം മനസ്സിലാകൂ!

ചെപ്പെ എപ്പോഴും മറ്റുള്ളവരെ കുറിച്ചാണ് ചിന്തിക്കുക. അതിനായി പണിപ്പെടുകയും ചെയ്യും. ഐക്യത്തിനു വേണ്ടിയുള്ള ആ ഉത്സാഹം കൊണ്ടാണ് മറ്റുള്ളവർ ചെപ്പെയെ അത്ര ഇഷ്ടപ്പെടുന്നത്. അവർക്കറിയാം ചെപ്പെ എപ്പോഴും മറ്റുള്ളവർക്ക് വേണ്ടി ത്യാഗം ചെയ്യാൻ തയ്യാറുള്ള ആളാണെന്ന്. ഞങ്ങളുടെ സംഘടനയിൽ പരിപൂർണ്ണമായി മുഴുകുന്നതിനു വേണ്ടി ചെപ്പെ കുടിക്കുന്നത് പോലും നിർത്തി. ശനിയും ഞായറുമൊന്നും ചെപ്പെക്ക് ബാധകമല്ലായിരുന്നു. ഞങ്ങളെ ഉപേക്ഷിച്ച് ചെപ്പെ പോകുന്ന തെന്തിനാണെന്ന് ആദ്യമൊന്നും എനിക്ക് മനസ്സിലാക്കാൻ കഴിയു മായിരുന്നില്ല. പോകുന്നതിലല്ല ഞങ്ങളെ ഒട്ടും ശ്രദ്ധിക്കാതിരുന്നതിലായിരുന്നു കാര്യം. ചെപ്പെയെ സംബന്ധിച്ചിടത്തോളം സംഘടനാ ജോലി മാത്രമാണ് നിലനിന്നിരുന്നത്. ഇതിനുള്ള വിശദീകരണം ഞങ്ങൾക്ക് നല്കിയിരുന്നു.

"ഇത്തരത്തിലുള്ള നിലനിൽപ്പിൽ മനഃസാക്ഷിയുണ്ട്," ചെപ്പെ എന്നോട് പറയും. പിന്നെ, നോക്കൂ, ഇത് വല്ലാത്തൊരു സംഗതിയാണ്. ഒറ്റ വാക്കു കൊണ്ട് ഇത് നിർവചിക്കാനാവില്ല. നമ്മുടെ താല്പര്യം നോക്കാതെ മറ്റുള്ളവരുടെ നന്മയെകരുതി ചെയ്യുന്ന എല്ലാ കാര്യങ്ങളും മനഃസാക്ഷിയാണ്.

ഞാൻ പറയും : ചെപ്പെയാണ് എന്റെ മനഃസാക്ഷി.

ഉച്ചക്ക് 1 മണി

ഞങ്ങൾ കുറച്ചേ കഴിച്ചുള്ളൂ. ഞങ്ങളെ അവർ തനിച്ചാക്കി പോകുമ്പോൾ നിമിഷങ്ങൾ കടന്നു പോവുകയാണ്. കാരണം അവർ റേഡിയോയിൽ മുഴുകിയിരിക്കുകയാണ്. കാറ്റിലൂടെ നീന്തി പരുന്ത് ഒഴുകി വരുന്നു. വേഗതയാർന്ന ശരം, സൂക്ഷ്മമായ കേൾവി. കിർക്ക്-കിർക്ക്- പാതയ്ക്ക് കുറകെയുള്ള പറമ്പിൽ. കോഴിക്കുഞ്ഞുങ്ങളുടെ കൂട്ടത്തിലേക്ക് മഞ്ഞു വീഴുന്ന കണക്ക് താഴ്ന്നിറങ്ങൽ. കാറ്റ് പഴുത്ത മാമ്പഴങ്ങൾ തൂങ്ങുന്ന മാവുകളിൽ വന്ന് ഒറ്റയടിക്ക് പഴങ്ങളെ അടിച്ചു വീഴ്ത്തുന്നതുപോലെയാണ് പരുന്ത് കോഴിക്കുഞ്ഞുങ്ങളിലേക്ക് താഴ്ന്നിറങ്ങുക. പിടക്കോഴി പരുന്തുമായി മല്ലിടും. അവൾ അവന്റെ പുറത്തോട്ട് ചാടിപ്പറന്നു കയറും. പറക്കും. പിടക്കോഴിക്ക് നിലത്ത് നിന്ന് അധികം പറക്കാനാവില്ല. അവളുടെ ഒരു കുഞ്ഞു നഷ്ടപ്പെട്ടതും അവൾ മറ്റുള്ളവരുടെ പക്കലേക്ക് ഓടിയടുക്കും: ക്ലക്-ക്ലക്.

-അതാണ് ഞാൻ പറയുന്നത് ഡോൺ സെബാസ്: ഭാഗ്യദോഷം വരുമ്പോൾ നമ്മൾ നശിക്കുന്നു. മുൻപ്, മഴയുണ്ടായിരുന്നില്ല. പൂച്ചമൂത്രം പോലെ മഴ വരുമ്പോഴോ നമ്മൾ വളരെ സന്തോഷിക്കും. കാരണം ഉള്ള കുറച്ച് ചോളം വിതക്കാലോ. കഴിഞ്ഞ വർഷം നമ്മൾ എല്ലാം തന്നെ സഹിച്ചു.

ഒരുപക്ഷെ ഈ വർഷം നല്ലതാവാം. കുറെ ദിവസങ്ങളായി ഒരുപാട് താറാവുകൾ കടന്നുപോകുന്നുണ്ട്.

-നിങ്ങൾ ശരിക്കും പറയുന്നില്ലേ ഡോൺ സെബാസ്? അവ വളരെ ഉയരത്തിൽ പറക്കുന്നത് കാണുമ്പോഴുള്ള സന്തോഷത്തോടെ അവയെ നോക്കി നിൽക്കാൻ പോലും എനിക്കായിട്ടില്ല.

ഒരു പക്ഷെ മഴ കനക്കാൻ പോകുന്നതിനാലാവണം. ആകാശത്ത് 'V'

ആകൃതിയിൽ പറന്നു പോകുന്ന താറാവുകളുടെ എണ്ണം നിങ്ങൾക്ക് സങ്കല്പിക്കാനാവില്ല.

- അവ ഒരുപക്ഷെ വടക്കോട്ടേക്കായിരിക്കും?

- ഏത് നരകത്തിലേക്കാണാവോ പോകുന്നത്.

- ഇക്കൊല്ലത്തെക്കുറിച്ച് വിശ്വാസം ഉണ്ടായേ പറ്റൂ.

ചക്രവാളത്തിൽ നിന്നും അടുത്തടുത്തേക്ക് സമയമെടുത്ത് നടന്നു വരുന്ന മഴയെ അങ്ങ് കാണുമ്പോഴെല്ലാം ഞാൻ പാടുമായിരുന്നു: "എരിമലക്കടുത്ത് മഴ തുടങ്ങി, പാപ്പാ ജുവാൻ മഴ നനഞ്ഞു." "പോകാനിനിയും വഴികൾ ബാക്കി." ഓടിപ്പോയി ഡെറ്റ്യറിൽ ചെന്ന് ഡോൺ സെമ്പാസിന്റെ കടയിൽ നിന്നും കാപ്പിക്കു വേണ്ടി ശർക്കര വാങ്ങാൻ സമയമുണ്ട്. പിന്നെ പിറകിൽ മഴയുമായൊരു മടക്കം. കൃത്യം സമയത്ത് തന്നെ. ഞങ്ങൾ വല്ലാതങ്ങ് തിമർപ്പിലാണ്. ചക്രവാളത്തിൽ ഒരു ജനാലവിരിപോലെ മഴ കടന്നു വരുന്നത് ഞങ്ങൾ കാണും. ഞാനപ്പോൾ പാടും: "എരിമലക്കടുത്ത് മഴ തുടങ്ങി." ഒരുപാട് സന്തോഷമുണ്ടതിൽ.

- ഏയ് മമ്മാ, അറിയോ, മമ്മയുണ്ടാക്കിയ കാപ്പി കുടിച്ച് ശീലിച്ച് മറ്റൊരാൾ ഉണ്ടാക്കിയ കാപ്പി കഴിക്കുമ്പോൾ വലിയൊരു വ്യത്യാസം എനിക്ക് തോന്നും. ഇതിന്റെ രഹസ്യം പറഞ്ഞുതന്നാൽ കൂട്ടുകാർക്ക് പറഞ്ഞു കൊടുക്കാമായിരുന്നു......

- നീ ഈ പറയുന്നത് മമ്മ ഉണ്ടാക്കിയത് കൊണ്ടാണെന്നാണ്.

ശരിയാണ്, അത് നല്ല.....

- ശരിക്കും അങ്ങിനെയാണ്, മമ്മാ....

- നീ കല്ല്യാണം കഴിഞ്ഞ് വീട് വിട്ടുപോകുമ്പോൾ നിന്റെ ഭാര്യയുണ്ടാക്കുന്ന കാപ്പിയ്ക്കാണ് ഏറ്റവും സ്വാദെന്ന് നീ പറയും. അതാണ് ജീവിതം ജസ്റ്റിനൊ. ആളുകൾ പങ്കുവെക്കുന്ന സ്നേഹത്തിന്റെ ഭാഗം. കാര്യങ്ങൾ കാര്യങ്ങളായി മാത്രം പോര. എങ്ങിനെയത് നൽകുന്നുവെന്നതിലാണ് കാര്യം. കൊടുക്കുന്ന ആർദ്രതയിൽ ലഭിക്കുന്ന സ്നേഹത്തിൽ.....

- ങ്ഹാ, അറിയാലോ, എനിക്ക് ഇരുപത്തി ഒന്നിന് അടുത്തായിട്ടും കല്ല്യാണമായിട്ടില്ല....

- നീ ഇവിടെ എവിടെയെങ്കിലും വല്ല പെണ്ണുമായി ചുറ്റുന്നുണ്ടാവുമെന്നത് എനിക്ക് ഉറപ്പാണ്; അത് സാധാരണമാണ്, മോനേ...

-എന്റെ ശരീരവും ആത്മാവും സംഘടനക്ക് വേണ്ടി വലിച്ചെറിഞ്ഞതുകൊണ്ട് അത്തരത്തിലുള്ള വിഡ്ഢിത്തരത്തിന് ഞങ്ങൾക്ക് സമയം കിട്ടാറില്ല.

- അത്തരത്തിലുള്ള കാര്യങ്ങളും ജീവിതത്തിന്റെ ഭാഗമാണ് മോനേ.

അവൻ ജോഷെയുടെ ജീവിക്കുന്ന പ്രതീകമാണെന്ന് എനിക്കെപ്പോഴും തോന്നും. അതേ കണ്ണുകളും മുഖവും. വന്ന് കയറിയ ഉടൻ ഒഴുകുന്ന വിയർപ്പ് തുടച്ചു കളഞ്ഞ് കൈകൾ സാവകാശം താഴ്ത്തുന്ന രീതി അതുപോലെ തന്നെയാണ്. ഒരു പക്ഷെ ഒരേ പോലുള്ള ആംഗ്യമായതു കൊണ്ടാവാം. വീട്ടിലേക്ക് വരാൻ ആരംഭിച്ച മുതൽ, യുവാവായ അതേ ജോഷെയെ പോലെ തന്നെയാണ് ഞാൻ നിന്നെ കാണുന്നത്. ജസ്റ്റിനോ, നീ ജോഷെയെക്കാൾ നന്നായി വസ്ത്രം ധരിക്കുന്നുണ്ട്. ജോഷെ എപ്പോഴും പരുക്കൻ തുണിയേ ഇടാറുള്ളൂ-മറ്റൊന്നും തന്നെ സ്വന്തമായിട്ടില്ല. നീയോ, കുട്ടിത്തം വിട്ടത് മുതൽ നിനക്ക് ഒരിക്കലും പരുക്കൻ തുണികൾ ഇഷ്ടപ്പെട്ടിട്ടില്ല. വാങ്ങാൻ പോകുന്ന ഷർട്ട് നീ വളരെ ശ്രദ്ധിച്ചു മാത്രമേ പട്ടണത്തിൽ പോയി എടുക്കാറുള്ളൂ എപ്പോഴും. കാരണം ഇപ്പോഴത്തെ ചെറുപ്പക്കാർ വ്യത്യസ്തരാണ്. അവർക്ക് മേന്മ കൂടിയ സാധനങ്ങളോടാണ് ഇഷ്ടം; ഇപ്പോൾ ആളുകൾ വലിയ അപകടത്തിലാണ് ഉള്ളതെങ്കിലും. അടങ്ങി ഒതുങ്ങി കഴിയാതെ അവകാശങ്ങൾ നാം ചോദിക്കാൻ തുടങ്ങിയതോടെ ഈ ഭാഗത്തുള്ള ആളുകളുടെ ജീവിതം അസാധ്യമായി തീർന്നിരിക്കുന്നു. ദരിദ്രരായി ജനിച്ച നമ്മൾ, ദരിദ്രരായി തന്നെ കഴിയാനോ അല്ലെങ്കിൽ നമ്മളെ ഇല്ലാതാക്കാനോ ആണ് അവർ ആഗ്രഹിക്കുന്നുത്. നമ്മളോട് ഏത് രീതിയിലാണോ പെരുമാറുന്നത് അതു പോലെ ആളുകളെ എളുപ്പത്തിൽ അവർ ഇല്ലാതാക്കുന്നത് കാണുന്നില്ലേ. നമ്മൾ ദാരിദ്ര്യത്തിലാണ് ജീവിക്കുന്നത്. നമ്മൾ വിശന്നാണ് കഴിയുന്നതെങ്കിലും നമ്മളെ തുടച്ചില്ലാതാക്കാനാണ് അവരുടെ ശ്രമം. ഒരുപക്ഷേ നമ്മൾ നില നില്ക്കരുതെന്നായിരിക്കാം അവർ കരുതുന്നത്. അപ്പോൾ പിന്നെ ആരാണ് കാപ്പിക്കുരു പറിക്കുക? എളുപ്പത്തിൽ വിത്ത് പാകാൻ ആരാണ് പാടങ്ങൾ ഉഴുതിടുക? അവരുടെ സ്വന്തത്തിലുള്ള വലിയ തോട്ടങ്ങളിൽ ആരാണ് പണിയെടുക്കാൻ പോകുന്നത്? ഒരുപക്ഷേ അവർ തന്നെയാണോ ചെയ്യുക? ആളുകളെ പേടിപ്പെടുത്താനായി കൊണ്ടുനടക്കുന്ന യന്ത്രങ്ങളെ വെട്ടുകത്തിക്കും അരിവാളിനും ഒരു ജോഡി കാളകൾക്കുമായി ഉപേക്ഷിക്കുമോ? അധികാരികൾ കൊണ്ടുനടക്കുന്ന വന്യയന്ത്രങ്ങളുടെ സ്ഥാനം ഇവയ്ക്കു കിട്ടുമോ? അവർ യൂണിഫോമുകളെല്ലാം അഴിച്ചു മാറ്റുമോ? അവർ ആക്രമിക്കാൻ നടക്കുന്ന അധികാരികൾ അല്ലാതായി മാറുമോ? പാവപ്പെട്ടവരെ അവർ ഇല്ലാതാക്കുന്നതോടെ ഇതെല്ലാം സംഭവിക്കുമോ?

"ഇതൊന്നും തന്നെ സംഭവിക്കില്ല.", ജസ്റ്റിനോ എന്നോട് പറയുമായിരുന്നു. ജോഷെ എന്നോട് ആവർത്തിക്കും "പക്ഷേ നമ്മൾ സംഘടിക്കണം." അക്കാരണം കൊണ്ടാണ് ഞങ്ങൾക്ക് ശക്തി കൈവന്നതും ഭയം ഇല്ലാതായതും. ഞങ്ങൾ ഭയപ്പെട്ടാൽ, ഒറ്റപ്പെടൽ കൊണ്ട് ഭയപ്പെട്ടാൽ, കാര്യങ്ങൾ അങ്ങനെതന്നെ കടന്നുപോകും. അവരുടെ ക്രൂരതകളെ ഞങ്ങൾ വെറുതെ വിടില്ല. ഉന്മാദവും കൊലപാതകങ്ങളും ഞങ്ങളെ ബാധിക്കുന്നു. എപ്പോഴും

ആകുലപ്പെട്ടുകൊണ്ടിരിക്കുന്നത് മരണം പോലെ തന്നെയാണ്. ഞങ്ങളുടേത് ശരിയായ നിലപാടുകളായിരിക്കുമ്പോൾ എങ്ങനെയാണ് അത് ഉപേക്ഷിക്കുവാൻ കഴിയുക?

-എന്തിനാണ് ജസ്റ്റിനോയെ ഓർമ്മിച്ചുകൊണ്ടിരിക്കുന്നതെന്ന് എനിക്കറിയില്ല.

-ഞങ്ങൾക്ക് മറന്നേ പറ്റൂ.

-മനസ്സിൽ നിന്നും ജസ്റ്റിനോയെ അകറ്റുന്നതിൽ വിജയിച്ചുവെന്ന് എന്നോട് പറയരുത്. പല രാത്രികളിലും നീ മൂക്കു ചീറ്റി ചെറുതായി ശബ്ദങ്ങളുണ്ടാക്കുന്നത് ഞാൻ കേട്ടിട്ടുണ്ട്; നിനക്ക് ലജ്ജയുള്ളതു പോലെ. അപ്പോൾ മൂത്രമൊഴിക്കുന്നതാണ് നിനക്ക് നല്ലതെന്നതിനാൽ, അതും പറഞ്ഞ് നീ പുറത്ത് പോയാൽ പിന്നെ പുറത്ത് തന്നെ തങ്ങുകയാണ് പതിവ്. നീ മൂത്രമൊഴിക്കുന്നത് ഞാൻ കേൾക്കും. നീ ശരിക്കും മൂത്രം ഒഴിക്കുക തന്നെയാണ്. പക്ഷേ, ഓർമ്മകളാൽ വേട്ടയാടപ്പെട്ടത് പോലെ തുടർന്ന് നീ പുറത്തുതന്നെ തങ്ങും.

ഞാൻ മറന്നിട്ടില്ല. പക്ഷേ എന്നെ നീയത് ഓർമ്മിപ്പിക്കണമെന്നുമില്ല. കാരണം അത് ഒരാളുടെ ശക്തി ഊറ്റിയെടുക്കും; ഒരിക്കലുമിനി കുട്ടികളെ കാണില്ലെന്ന തരം സംഗതികൾ. നമ്മൾ സ്വയം ശാന്തത കൈവരിച്ചാലേ സംഘടനയ്ക്ക് വേണ്ടി ജാഗ്രതയുള്ള മനസ്സിനെ സമർപ്പിക്കാനാവൂ.

ഇന്ന് അവൻ ശാന്തമായാണ് എഴുന്നേറ്റത്. എന്നിട്ട് പറഞ്ഞു: "മുറ്റത്ത് എറിഞ്ഞ ചോളത്തണ്ടുകൾ പെറുക്കി പഴയ ചാക്കിലിടാൻ കുട്ടികളോട് പറ. അടുപ്പുകൂട്ടാൻ വേണമെന്ന് അടുത്ത വീട്ടുകാർ പറഞ്ഞിരുന്നു."

ഇന്ന് കാലത്ത് പോകുമ്പോൾ എന്നോട് പറഞ്ഞിരുന്നു. "ചിലപ്പോൾ സന്ധ്യയ്ക്ക് മുൻപേ തിരിച്ചെത്തും. കൂട്ടുകാരിയുടെ കൂടെയാണെങ്കിൽ കൂടി രാത്രി മലയിലെ കിടത്തം വല്ലാതായിത്തുടങ്ങി."

"വേണ്ട. വരാതിരിക്കുന്നതാണ് നല്ലത്." ഞാൻ പറഞ്ഞു. അപകടമുള്ളിടത്തോളം. ഹീലിയോക്ക് സംഭവിച്ചത് കണ്ടില്ലേ. അവർ പാവപ്പെട്ടവന് വേണ്ടി ഒന്നും ചെയ്യില്ല. ഹീലിയോയെക്കുറിച്ച് ഒരു വാക്കുപോലും പറയില്ല. നമുക്ക് ജസ്റ്റിനോയുടെ ശരീരമെങ്കിലും കാണാൻ കഴിഞ്ഞതുകൊണ്ട് മരിച്ചുവെന്നറിയാനായി കാണാതായുള്ള മനുഷ്യനെക്കുറിച്ചുള്ള ആധി വല്ലാത്തതാണ്. മരണത്തിൽ ഒരു ആശ്വാസമെങ്കിലുമുണ്ട്. കാണാതായ ആളെ സംബന്ധിച്ചിടത്തോളം അവരുടെ ചെയ്തി ഒരു വെടിക്ക് രണ്ട് പക്ഷി എന്നതാണ്. കാണാതായവനുമായി ബന്ധപ്പെട്ട് കഴിയുന്ന എല്ലാവരും ആധികൊണ്ട് വരിയപ്പെടും. ആധി എന്നത് മരണത്തിന്റെ ഒരു പതിഞ്ഞ രൂപമാണ്.

ഹീലിയോയെക്കുറിച്ച് എനിക്കറിയാമെന്നത് അദ്ദേഹത്തിന് അമ്പരപ്പായിരുന്നു. "നിന്നോടാരാണ് പറഞ്ഞത്, നീ എങ്ങനെയാണ്

അറിഞ്ഞത്?" അദ്ദേഹം ആദ്യം കരുതിയത് അഡോൾഫിനയായിരിക്കുമെന്നാണ്.

"അവളല്ല", ഞാൻ പറഞ്ഞു. "ക്ഷമിക്ക് നിനക്ക് വിഷമമാകുമെന്ന് കരുതി പറയാതിരുന്നതാണ്." അദ്ദേഹം പറഞ്ഞു. "നമുക്കിത് ഭാഗ്യമില്ലാത്ത വർഷമാണ്.", ഞാൻ പറഞ്ഞു. "ഭാഗ്യമെന്നൊന്നും ഇല്ല; ഓരോരുത്തരും അവരവരുടെ ജീവിതം സൃഷ്ടിക്കുന്നു. അതിൽ യാഥാർത്ഥ്യങ്ങളേ ഉള്ളൂ", അദ്ദേഹം പറഞ്ഞു. "ഞാനെങ്ങനെ അത് മനസ്സിലാക്കിയെന്നതിൽ കാര്യമില്ല. എന്താണ് പ്രധാനമെന്നു വച്ചാൽ ഈ സത്യത്തിന്റെ വില നമ്മളെല്ലാവരും കൂടി പങ്കുവയ്ക്കണമെന്നതാണ്. ഏതൊരു അവസ്ഥയിലും ഞാനൊപ്പമുണ്ടാകും", ഞാനതാണ് അദ്ദേഹത്തോട് പറഞ്ഞത്. അപ്പോൾ തന്നെ എനിക്ക് പറയേണ്ടിയിരുന്നില്ലെന്ന് തോന്നി, കാരണം അദ്ദേഹം പെട്ടെന്ന് സങ്കടപ്പെടുന്ന തരക്കാരനാണ്. "സാരമില്ല", പോകാൻ തയ്യാറെടുക്കുമ്പോൾ അദ്ദേഹം എന്നോട് പറഞ്ഞു.

അപകടമുള്ളതിനാലാണ് അദ്ദേഹം നേരത്തെ ഇറങ്ങിയത്. അപ്പോഴും ഇരുട്ടായിരുന്നു. റോഡിൽ ഒരു കുഞ്ഞുപോലുമുണ്ടായിരുന്നില്ല. അദ്ദേഹം നടന്നകലുന്നത് ഞാൻ നോക്കിനിന്നു. "നോക്കിക്കോ ഇന്ന് പരുന്ത് അപ്പുറത്തെ പറമ്പിൽ തന്നെയുണ്ട്."

അദ്ദേഹം വീണ്ടും പറയും "ങ്ഹാ, എന്നാൽ സൂക്ഷിച്ചോ, കോഴിക്കുഞ്ഞിനെ തിന്ന പരുന്ത് വീണ്ടും തിന്നാൻ തിരിച്ചുവരും." അതാണ് അതിന്റെ രീതി.

ഞാൻ അപ്പോൾ പറയാൻ പോവുകയാണ്. "തെരഞ്ഞെടുത്തുവച്ചത് പോലെ തടിയൻ കോഴിക്കുഞ്ഞിനെ തന്നെ അവനെടുക്കും. പാവം തള്ളക്കോഴി. ചിറകിൽ മറ്റ് കുഞ്ഞുങ്ങളെ ഒതുക്കി അവന്റെ പിന്നാലെ പാഞ്ഞ് ഒച്ചവയ്ക്കും. അത് വല്ലാത്ത സങ്കടമാണ്" പരുന്തുകൾ അവിടെ നിശ്ചയമായും ഉണ്ടാകുമോ?

അപ്പോൾ അദ്ദേഹം പറയും "ഏതൊരു കുഞ്ഞും നഷ്ടപ്പെടുന്നത് ഏറെ വേദനിപ്പിക്കും. കുഞ്ഞുങ്ങൾ നഷ്ടപ്പെടുന്നത് മൃഗങ്ങൾക്ക് പോലും വേർപാടാണ്." ഒരു കൊമ്പ് മുറിച്ചാൽ തന്നെ അത് മരങ്ങളെപ്പോലും ബാധിക്കുമെന്നാണ് പറയുക.

അദ്ദേഹം പറഞ്ഞു: "നിന്നെ കുറച്ചെങ്കിലും സഹായിക്കാൻ പെണ്ണിവിടെ കുറച്ചു ദിവസം തങ്ങുന്നത് നന്നായി. അവളിവിടെയുള്ളതാണ് നല്ലത്. ഇയൊബാസ്കയിൽ കഴിയുന്നത് അപകടമാണ്. ആളുകൾ പറയുന്നത് അധികാരികൾ അവരുടെ ഏറ്റവും വഷളായ പുറം ജോലിയിൽ ഏർപ്പെട്ടുകൊണ്ടിരിക്കുകയാണെന്നതാണ്." ഞാൻ പറഞ്ഞു "അവരെന്താണ് മരിയാപിയയോട് ചെയ്തതെന്ന് നോക്കൂ. ഹീലിയോയെക്കുറിച്ചൊന്നും അറിയിക്കാതെ അവളെ അവർ ഇരുട്ടിലാക്കി." അപ്പോൾ അദ്ദേഹം പറഞ്ഞു:

"അവർ ഒരാളെക്കുറിച്ചും ഒന്നുംതന്നെ പറയാതിരിക്കുന്നതാണ് ഏറ്റവും കഷ്ടം. എവിടെയാണെന്നും മറ്റും ഒരാൾക്കും അറിയില്ല."

അഡോൾഫിനയുടെ ശക്തി എന്നെ വല്ലാതെ അത്ഭുതപ്പെടുത്തി. പുതിയ തലമുറ ശക്തരാണോ എന്നെനിക്കറിയില്ല. ഞങ്ങളുടെ കൂടെ അവൾ രണ്ടാഴ്ച തങ്ങുമെന്നാണ് അവളുടെ അമ്മ പറഞ്ഞ് വിടുന്നത്

അപ്പോൾ ജോഷെയോട് ഞാൻ പറയാൻ പോവുകയാണ്, "അഡോൾഫിനയുള്ളത് എത്ര ഉപകാരമാണെന്നറിയോ. അവൾ വരുമ്പോൾ എനിക്ക് ഒഴിവു കിട്ടുന്നപോലൊരു തോന്നലാണ്." കാരണം കുട്ടികളെ അതായത് അവളുടെ അമ്മാവന്മാരെയും അമ്മായിയേയും അവൾ സഹായിക്കും. അതവൾക്ക് രസമാണ്. കാരണം എനിക്ക് നാല്പത് വയസ്സുള്ളപ്പോഴാണ് മോഞ്ചോ ജനിക്കുന്നത്. ഏതാണ്ട് ആ വയസ്സിൽ കുടുംബത്തിൽ എല്ലാവരുടേയും ലാളന കിട്ടാൻ അവന് ഭാഗ്യമുണ്ടായി. "പാവം കുട്ടി", മരിയ പിയയെ ഉദ്ദേശിച്ച് അദ്ദേഹം പറയും. "അഡോൾഫിനയെ പോലെ തന്റേടിയും ബുദ്ധിയുമുള്ള കുട്ടിക്ക് അവളാണ് ജന്മം നല്കിയതെന്ന് ഓർക്കുമ്പോ."

പുളിമരത്തിൽ നിന്നും പൂവൻ താഴത്തേക്ക് ചാടി ഇറങ്ങുമ്പോഴാണ് ഞങ്ങളിത് സംസാരിച്ചു കൊണ്ടിരുന്നത്. സ്വർഗ്ഗത്തിൽ നിന്ന് നക്ഷത്രങ്ങളെ താഴോട്ട് വലിച്ചിറക്കുന്ന കണക്കാണ് അവൻ ചിറകുകൾ കൊണ്ട് ശബ്ദമുണ്ടാക്കുന്നത്. പൂവൻ കൂവുന്നു ക്രിസ്തുവിനെ എത്ര തവണയാണ് തള്ളിപ്പറഞ്ഞതെന്ന് ചോദിച്ചുകൊണ്ട്. തന്നെ തള്ളിപ്പറയുമെന്ന് ക്രിസ്തുവിന് മുന്നെ അറിയുമായിരുന്നു.

ഒരു തരത്തിലല്ലെങ്കിൽ മറ്റൊരു തരത്തിൽ നമ്മളെല്ലാവരും സഹിക്കുന്നു.

ക്രൂശിക്കപ്പെടുന്നതിനേക്കാൾ ദുസ്സഹമായി. അല്ലെങ്കിൽ അതുപോലെ തന്നെ.

ഉച്ചയ്ക്ക് 01.30

ഞാൻ ചിരിച്ച് മണ്ണ് കപ്പി.

ഓരോ തവണ കഥപറയുമ്പോഴും ജോഷെ എന്നെ വല്ലാതെ ഇളക്കി മറിക്കും. അദ്ദേഹം കുസൃതിക്കാരനായത് കൊണ്ടാണിത് സംഭവിക്കുന്നത്. അതദ്ദേഹം നിഷേധിക്കുകയുമില്ല. തനിക്ക് പറ്റിയ സമയത്താണെങ്കിൽ അദ്ദേഹം അത് ആവർത്തിച്ചുകൊണ്ടിരിക്കും. തന്റെ ദേപരക്കുട്ടികളോടും കൊച്ചുകുഞ്ഞുങ്ങളോടും. എന്നോടും. "എനിക്കും മറ്റെ പെണ്ണിനും പറ്റിയൊരു പറ്റേ", എന്നിട്ട് അതേ കഥ തന്നെ ഓർമ്മിച്ചെടുക്കും.

ജോഷെ വർത്തമാനം നിർത്തുകയേ ഇല്ല.

ങ്ഹാ, ഞാൻ മരിയാപിയയുടെ വയറുവേദനയ്ക്ക് വേണ്ടി അൽത്താമിൻ തേടിക്കൊണ്ടിരിക്കുകയായിരുന്നു. അവൾക്കന്ന് ഒൻപത്മാസമാണ് പ്രായം. കാനാഫിസ്റ്റോള കിട്ടുമോ എന്നറിയാൻ ഞാൻ മമ്മയെ കാണാൻ പോയി. "എന്തു പറ്റി മോനേ."

"പെണ്ണിന് എന്നെ കാണാതെ ഇരിക്കപ്പൊറുതിയില്ല. പുഴയിൽ പോയി അൽത്താമിൻ കിട്ടുമോന്ന് നോക്കട്ടെ" "അയ്യോ ഇരുട്ടാകുമല്ലോ. പോയി കുതിരയെ എടുത്തോ. അവിടെ കമ്പിളിയും ജീനിയുമുണ്ട്." കാനഫിസ്റ്റോളയിൽ (കുതിര)ഞാൻ സ്ഥലം വിട്ടു. വൈകീട്ട് അഞ്ചു മണിയാവുന്നതേ ഉണ്ടായിരുന്നുള്ളൂ.

പക്ഷേ ആ മാസങ്ങളിൽ അഞ്ച് മണി ആകുമ്പോഴേക്കും ഇരുട്ടായി കഴിഞ്ഞിരിക്കും. ഞാൻ ഏതാണ്ട് മുതിർന്ന് കഴിഞ്ഞിരുന്നു. പതിനെട്ടിനടുത്ത പ്രായം. ഞാൻ നാലിന് പണി നിർത്തി നേരെ വീട്ടിലേക്ക് പോയി. സംഗതി അപാകമായിരുന്നു. 32ലെ കൂട്ടക്കൊല നടന്ന സമയമായിരുന്നു. ഞാൻ പക്ഷേ

പുഴയിലേക്ക് പോയി. എന്ത് മണ്ടത്തരമാണ്! രാത്രിയിൽ കുതിരയുടെ പുറത്ത് ചുറ്റുന്നത് വിശ്വസിക്കാൻ പറ്റുമോ. ആ സമയത്ത് മഞ്ഞിന് പിറകിലായി കാപ്പിച്ചെടികളുടെ കൂട്ടത്തിൽ സൂര്യൻ താഴ്ന്നിറങ്ങിയപ്പോൾ എന്റെയുള്ളിൽ ഒരു വിറയൽ കടന്നുപോയി. പുഴക്കടുത്തുള്ള വിജനമായ ആ പാതയിൽ ആരായാലും അപകടത്തിൽ തന്നെയാണ്. അങ്ങനെ ചിന്തിച്ചു നില്ക്കുമ്പോഴാണ് ഒരു രൂപം, അത്ര മോശമല്ലാത്ത രൂപം പാറപ്പുറത്ത് ഇരിക്കുന്നത് കണ്ടത്. കൂടുതൽ അടുത്തെത്തിയതോടെ രൂപം അത്ര മോശമല്ലെന്ന് എനിക്ക് പറയാനായി. കാരണം, അത് നീണ്ട മുടിയോടുകൂടിയ ഒരു സ്ത്രീ രൂപമായിരുന്നു. വർണ്ണാഭമായിരുന്നെങ്കിലും അവൾ വല്ലാതെ മുഷിഞ്ഞാണ് കാണപ്പെട്ടത്. അവളെ ആരാണവിടെ ഒറ്റയ്ക്ക് വിട്ടു പോയതെന്ന് ഞാൻ അതിശയിച്ചു. സഹായിക്കാൻ കഴിയുമോന്ന് നോക്കി അടുത്ത് ചെന്നപ്പോഴാണ് അവൾ ഉള്ളിൽ വസ്ത്രമൊന്നും ഇട്ടിട്ടില്ലെന്നത് ഞാൻ ശ്രദ്ധിച്ചത്. അവളുടെ വിറയ്ക്കുന്ന മാറ് കണ്ടാൽ അതെനിക്ക് പറയാമായിരുന്നു. ഹൃദയത്തിന്റെ ഓരോ മിടിപ്പിലും അവളുടെ വസ്ത്രം വിറയ്ക്കുന്നത് ഞാൻ ശ്രദ്ധിച്ചു; നേർത്ത മണലാണ് അതിലുള്ളതെന്നപോലെ. അല്ലെങ്കിൽ നിലാവ് വീഴുമ്പോൾ നിശ്ചലമായിരിക്കാതെ ഓളങ്ങളുണ്ടാക്കുന്ന കുളം പോലെ.

വികാരം എന്റെ കണ്ണുകളെ മേഘാവൃതമാക്കി.

അവളുടെ ഇടുപ്പ്, തെളിവെള്ളം നിറഞ്ഞ മൺകുടം. മുത്തുകൾ തങ്ങാൻ മാത്രം ആഴത്തിലുള്ള നുണക്കുഴികൾ. അവളുടെ കണ്ണുകൾ പ്രകാശിച്ചിരുന്നു; പട്ട് പോലെ, അല്ലെങ്കിൽ പാമ്പിന്റെ കണ്ണുകൾ പോലെ. അവളുടെ കണ്ണുകൾ നേരെയാണ് നോക്കിയത്; പിന്നെയാ ഇടുപ്പും നുണക്കുഴികളും. അവളൊരിക്കലും ചിരി നിർത്തിയിരുന്നില്ല.

നോക്കൂ, ഒരു വൃത്തികെട്ടവളാണ് അവളെന്ന് എനിക്ക് തോന്നിയില്ല.

ഞാനവളോട് പറഞ്ഞു: "എന്തിനാ പാറപ്പുറത്തിരിക്കുന്നത്. ചൂട് തോന്നുന്നില്ലേ? നല്ല പനി പിടിക്കും."

അവളപ്പോൾ പറഞ്ഞു: "ഹേയ്, ഇല്ല, ഈ പാറയിലിരിക്കാൻ നല്ല തണുപ്പും സുഖവുമുണ്ട്. ഇരിക്കാൻ പറ്റിയ സ്ഥലം. പക്ഷേ ഞാനിവിടെ ഉപേക്ഷിക്കപ്പെട്ടിരിക്കയാണെന്ന് മാത്രം."

ഞാനവളോട് പറഞ്ഞു: "ശരി, ഇനി നിനക്ക് തനിച്ചിരിക്കേണ്ട കാര്യമില്ല. നിനക്കെന്താണ് വേണ്ടതെന്ന് വച്ചാൽ ഞാൻ സഹായിക്കാം."

സത്യം പറഞ്ഞാൽ ഉള്ളിന്റെയുള്ളിൽ ഞാൻ തുള്ളിച്ചാടിപ്പോയി.

"വിഷമിക്കേണ്ട", അവളെന്നോട് പറഞ്ഞു-പനിയൊന്നും പിടിക്കില്ല. നോക്കിക്കോളൂ. ഞാൻ പരിഭ്രമിക്കാൻ പോകുന്നൊന്നുമില്ല; കണ്ടില്ലേ, എന്റേത് ഉള്ളിൽ ചൂടുള്ള ചെറുപ്പമാണ്.

"നിന്റെ നല്ലതിനു വേണ്ടിയാണ് ഞാൻ പറഞ്ഞത്." എല്ലാ കാര്യങ്ങളും

വെറുതെ ഓർമ്മിക്കുന്നത് തന്നെ രോമങ്ങളെ എഴുന്നേല്പിക്കുന്നു. ഞങ്ങളെ സാവധാനം വിഴുങ്ങിക്കൊണ്ടിരുന്ന നിഴലുകളെ ശ്രദ്ധിക്കാതെ ഞാൻ ആ അപരിചിതയുമായി സംസാരം തുടർന്നു. കാപ്പിത്തോട്ടത്തിലെ നിശ്ശബ്ദതയെ അവൾ നിറച്ചു. ഞാനവളോട് ചോദിച്ചു: "ഇവിടെ നീ ഒറ്റയ്ക്ക് എന്താണ് ചെയ്യുന്നത്?" അവളൊറ്റയ്ക്കല്ലെന്ന് എന്നോട് പറഞ്ഞു. ഞാൻ ചുറ്റും നോക്കിയെങ്കിലും വേറെ ആരേയും കണ്ടില്ല.

ഞാൻ വിഡ്ഢിയെപ്പോലെ തോന്നിച്ചു, ആരെയും കണ്ടില്ല. അവൾ പറഞ്ഞത് "നിങ്ങൾ എന്നോടൊപ്പമില്ലേ", എന്നാണ്. എന്റെ ഹൃദയം വീണ്ടും പിടയ്ക്കാൻ തുടങ്ങി. ങ്ഹാ, അങ്ങനെ നമ്മളീ വിജനതയിൽ ഒറ്റപ്പെട്ടു. അവൾ പറഞ്ഞു "അതാണ് അതിന്റെ രീതി." എനിക്ക്, ഒരു പട്ടിയെന്ന കണക്ക് അവളുടെ മുകളിലേക്ക് ചാടണമെന്നുണ്ടായിരുന്നു. എന്റെ കൂടെ പോരാൻ ഞാൻ ആവശ്യപ്പെട്ടു. ''അൽത്താമിസക്കായി ഞാൻ പുഴയിലേക്ക് പോവുകയാണ്. അതിനുശേഷം നിന്നെ എങ്ങോട്ട് വേണമെങ്കിലും കൊണ്ടുപോകാം."

എന്റെ ശബ്ദം തുടർച്ചയായി വിറച്ചുകൊണ്ടേയിരുന്നു. അകത്ത് ഹൃദയം ഒരു പൂച്ചയെന്ന കണക്ക് ചാടിക്കൊണ്ടിരുന്നു. പം പം, ആ വികാരം എന്നെ ഏതാണ്ട് മരവിപ്പിച്ചു കളഞ്ഞു. കൂജയുടെ കഴുത്തുപോലെയാണ് അവളുടെ അരക്കെട്ട്. "എന്നാ കയറ്" ഞാനവളെ കയറാൻ സഹായിച്ചു. വീണു പരിക്കേൽക്കാതിരിക്കാൻ എന്റെ മുന്നിലായാണ് ഇരുത്തിയത്. ഒന്ന് പിടിച്ചമർത്തി; സാരമില്ല, ഇറുക്കെ പിടിച്ചുകൊണ്ടാണ് ഓടിച്ചത്. കുതിരയുടെ വെട്ടലിൽ അവൾക്കൊന്നും പറ്റരുതല്ലോ. കുതിര ചെയ്തത് മുകളിലോട്ടും താഴോട്ടും ചാടുകയാണ്, വെറുതെ ഒരു രസത്തിന്. എനിക്കുറപ്പാണ് അവസരം മുതലാക്കുകയാണ്.

"ഞാൻ നിങ്ങളുടെ കൂടെ പിന്നെ വരാം." അവൾ മന്ത്രിച്ചു.

സാരമില്ല, ഞാൻ പറഞ്ഞു. വഴി കാണിച്ചാൽ മതി. ഞാനവിടെ എത്തിക്കാം. സംഗതിയെന്താണെന്നുവച്ചാൽ അവൾക്ക് അസൂയ ഉണ്ടാവാതിരിക്കാൻ ഞാൻ നുണ പറഞ്ഞുവെന്നതാണ്. ഒരാൾ ഇത്രയധികം വഷളനാവില്ല." ഗ്രാമത്തിലുള്ള എന്റെ അയൽക്കാരിയായ വയസ്സായ ഒരു സ്ത്രീക്കുവേണ്ടിയാണ് അൽത്താമിസ. അവർക്ക് പെട്ടെന്ന് വയറുവേദന പിടിച്ചു.'' നിശ്ചയമായും ഞാനീ പെണ്ണിനുവേണ്ടി മത്സരിക്കുന്ന ഒരു സ്ഥാനാർത്ഥിയാണ്. ഒരുപക്ഷേ എന്റെ ഈ ചെറുപ്പവും ഉന്മാദവും കാരണം. പക്ഷേ പെണ്ണ് മുഴുവൻ സമയം പറഞ്ഞുകൊണ്ടിരുന്നത് പാതയോരത്തെ പൂക്കളെക്കുറിച്ചും പുഴയിലെ മീനിനെക്കുറിച്ചുമായിരുന്നു എന്നതാണ് ഇതിലെ ഏറ്റവും മോശപ്പെട്ട കാര്യം. ഞാൻ അവളോട് ചോദിച്ചു: "*പെപെസ്കാ* ഇഷ്ടമാണോ?"

അവൾ പറഞ്ഞു: "ഹേയ്, എനിക്കിഷ്ടമല്ല."

"പിന്നെ നീയെന്തുകൊണ്ടാണ് പുഴയിലെ *ദള്ളോമിന* ഇഷ്ടമാണെന്ന് പറഞ്ഞത്. രണ്ടും ഒന്നല്ലേ?" ഞാൻ ചോദിച്ചു.

"അത് രണ്ടും ഒന്നല്ലാത്തതു കൊണ്ടുതന്നെ." അവൾ മറുപടി പറഞ്ഞു.

"രണ്ടും ഒന്നാണ്, ഞാൻ പറഞ്ഞു "ഉണക്കിയ *ഒള്ളോമിന* തന്നെയാണ് വറുത്തു കഴിക്കുന്ന *പെപെസ്ക*യും. *ഒള്ളോമിന* ജീവനോടുള്ളപ്പോൾ *പെപെസ്ക*യാണ്." ഞാൻ വിശദീകരണം പൂർത്തിയാക്കി.

"ഹോ, അങ്ങനെയാണല്ലേ" അവൾ സ്ഥിരീകരിച്ചു. "ജീവനോടുള്ള പൊടി മീൻ രസമാണ്. എനിക്കതാണ് ഇഷ്ടം. ചത്ത ഉണക്ക മത്സ്യം എനിക്ക് പിടിക്കില്ല."

തുടർന്ന് ഞാൻ ആദ്യത്തെ നീക്കം നടത്തി. അത്രയ്ക്ക് രഹസ്യ മാകുമ്പോൾ പെട്ടെന്ന് സംഗതി മനസ്സിലാവില്ല. എങ്കിലും ഞാനവളോട് പറഞ്ഞു: "നീ വല്ലാത്തൊരു രസികത്തി തന്നെ." ഞങ്ങൾ ആരംഭിച്ചു: എന്നോടവൾ പറ്റിച്ചേർന്നു. രണ്ട് തവളകളെപ്പോലെ. എന്റെ തെമ്മാടിത്തരം തന്നെ. എനിക്ക് ഭാഗ്യക്കുറി കിട്ടയതുപോലെയായിരുന്നു.

ഇക്കഥ പത്തിലധികം തവണ ജോഷെ എന്നോട് പറഞ്ഞിട്ടുണ്ട്. ജോഷെ സന്തോഷമായിരിക്കുമ്പോഴെല്ലാം ഇത് ഓർമ്മിക്കുമായിരുന്നു. ഇതാദ്യം എന്നോട് പറഞ്ഞപ്പോൾ എനിക്ക് ചെറുതായി അസൂയ തോന്നിയിരുന്നു. പക്ഷേ തുടക്കത്തിൽ മാത്രം.

സത്യത്തിൽ സംഗതി നേരെ മറിച്ചായിരുന്നു.. എന്റെ അമ്മായിയമ്മ പറഞ്ഞത് ജോഷെ ഏതാണ്ട് മരവിച്ച കണക്കാണ് വീട്ടിലെത്തിയതെന്നാണ്. നെഞ്ചോട് അമർത്തിപ്പിടിച്ച അൾത്താമിസ കൈവിട്ടിരുന്നില്ല. ഒന്നും കേൾക്കാതെ, മിണ്ടാതെ, തരിച്ച്, വിളറി. ഒരു വാക്ക് വായിൽ നിന്നും വീഴാൻ അസാദ്ധ്യമായിരുന്നു. പാമ്പ് പിടിച്ചോ, അതോ പ്രേതം പിന്നാലെ കൂടിയോ? ഒന്നുമില്ല. അൾത്താമിസ കൈവിട്ടില്ല. വല്ലാത്ത തമാശതന്നെയായിരുന്നു. ഇക്കഥ പറയുന്നത് അമ്മായിയമ്മയെയും രസിപ്പിച്ചിരുന്നു.

ജോഷെ തുടർന്നു:

അവൾ പാറപ്പുറത്ത് നഗ്നയായി കിടക്കുന്നത് ഞാൻ ഓർത്തുനോക്കി. തുണി അഴിച്ചു മാറ്റുന്ന പ്രശ്നമേയുള്ളൂ. സംഗതി നിങ്ങളുടെ കൈയിലായി. അവളുടെ വയറിനു കീഴെ കൈകൾ ഇറുകെവച്ച് കാനാഫിസ്റ്റോളയുടെ ചുവടുകൾക്കൊപ്പം അശ്രദ്ധമായി കൈകളുയർത്തി മുലകളിൽ തൊടാൻ ശ്രമിക്കുമ്പോൾ ഞാനത് ശ്രദ്ധിച്ചിരുന്നു. ഈ ഭാഗത്തുള്ള ഏറ്റവും സുന്ദരമായ മുടിയുള്ളവളാണ് നീയെന്ന് ഞാനവളോട് പറഞ്ഞു. എന്നെ കാണാൻ മോശമാണെന്ന് നിങ്ങൾക്കറിയാം, വെറുതെ നുണ പറയണ്ട, അവൾ പറഞ്ഞു. അവളൊരു ചെറിയ വ്യഭിചാരിണിയായതുകൊണ്ട്, അല്ലെങ്കിൽ കുതിരപ്പുറത്ത്

അവളെ കയറ്റുമ്പോൾ ഞാനങ്ങനെ കരുതിയതുകൊണ്ട് ഞാനവളോട് ചോദിച്ചു. അത് സന്ദർഭത്തെ ആശ്രയിച്ചിരിക്കും, അവൾ പറഞ്ഞു. ഞാൻ കൂടുതൽ ഉന്മത്തനായി. അവളുടെ മുകളിലേക്ക് കയറിയ പോലെ എനിക്ക് തോന്നിക്കഴിഞ്ഞിരുന്നു. അവളെ കണ്ട നിമിഷം ഞാനാ നുണക്കുഴികളെ പ്രണയിച്ചു കഴിഞ്ഞിരുന്നു. ഞാനവളോട് പറഞ്ഞു. പിന്നെയാ കണ്ണുകൾ വെട്ടിത്തിളങ്ങുന്ന മിന്നാമിനുങ്ങുകളെപ്പോലെ. അപ്പോഴാ വേശ്യ എന്നോട് പറഞ്ഞു: "നിങ്ങൾ അതിലേക്ക് നേരെ നോക്കിയാൽ അവ എത്ര തിളങ്ങു മെന്നറിയാമോ."

"നേരിട്ട് നോക്കുമ്പോൾ നിന്റെ കണ്ണുകൾ എങ്ങനെയിരിക്കും", ഞാനവളോട് ചോദിച്ചു. "നമ്മൾ പുഴയിലെത്തുമ്പോൾ നിങ്ങൾ അത് നോക്കുന്നതാണ് നല്ലത്, അവൾ പറഞ്ഞു" ഹോ മണ്ടീ വിവരക്കേട് പറയാതെ, എന്താണതിൽ കാര്യം?" ഞാൻ പറഞ്ഞു.

പിന്നീട് ഒരു പരാതിയെന്ന കണക്ക് അവൾ പറഞ്ഞു: "എന്നെ ഇങ്ങനെ ഇറുക്കി പിടിച്ചിട്ട് എനിക്ക് അനങ്ങാൻ പോലും പറ്റുന്നില്ല. പിന്നെങ്ങനെ തിരിഞ്ഞു നോക്കാനാണ്? എന്തിനാ ഇത്ര ധൃതി, എന്തായാലും കൈയൊന്ന് അയന്ക്കൂ." എനിക്ക് നിയന്ത്രണം വിട്ടിരുന്നു. മസാകാട്ട പാമ്പുകളെ പോലെ പെരുമാറുന്ന എന്റെ കൈകളെക്കൊണ്ട് എന്ത് ചെയ്യണമെന്ന് എനിക്കറിയില്ലാ യിരുന്നു. വിരലുകൾ കൊണ്ടും നഖങ്ങൾ കൊണ്ടും അവളെ തിന്നാനാണ് ഞാൻ ആഗ്രഹിച്ചത്. ഞാനപ്പോൾ അവളോട് പറഞ്ഞു: "നീയെന്നെ വട്ടു പിടിപ്പിക്കും."

അവൾ പറഞ്ഞു: "നിങ്ങൾ വല്ലാത്തൊരു വഷളൻ തന്നെ. എന്റെ ശരീരത്തിലെ രോമം പോലും നിങ്ങൾ പറിച്ചെടുക്കുകയാണ്."

എനിക്ക് നാണക്കേട് തോന്നാൻ തുടങ്ങി. ഞാൻ അവളുടെ മേലുള്ള പിടിയൊന്ന് അയച്ചു. അവളപ്പോൾ ഇങ്ങനെ പറഞ്ഞത് എന്നെ എത്ര അമ്പരപ്പിച്ചെന്നോ "ഞാനതല്ല ഉദ്ദേശിച്ചത്." ഇതിൽ കൂടുതൽ എന്തു ചോദിക്കാനാണ്. ഒന്നലോചിച്ച് നോക്ക്!

എന്റെ വഴിക്ക് വരുത്താൻ ഞാനവളോട് പറഞ്ഞു: "പുഴയിലേക്കിറങ്ങു ന്തോറും എന്താണിങ്ങനെ തണുപ്പ് തോന്നുന്നത്? എനിക്ക് ശരിക്കുമത് അനുഭവപ്പെടുന്നുണ്ടായിരുന്നു. "ഈ തണുത്ത വരണ്ട കാറ്റാണ്. അതാണവൾ എന്നോട് പറഞ്ഞത്. "നീ പറയും ഞാനൊരു പെണ്ണു പിടുത്തക്കാരനാണെന്ന്. എന്നാൽ നീ ഒരു ശല്യക്കാരിയാണ്." ഞാൻ സത്യം പറഞ്ഞു. "നിനക്ക് ആളുകളെ വട്ടം കളിപ്പിക്കലാണ് പണി." ഒരു സന്യാസിയായി നടിച്ച് ഞാൻ പറഞ്ഞു. "എന്നാൽ നമ്മൾ പുഴയടുക്കുന്തോറും എനിക്കെത്ര ചൂടു തോന്നി ക്കുമെന്ന് കണ്ടോളൂ" അവൾ പുഴയെക്കുറിച്ച് പറഞ്ഞപ്പോൾ ആണത്തത്തിന്റെ ഉഷ്ണം എന്നെ വലയം ചെയ്തു. എനിക്കത് താങ്ങാൻ കഴിഞ്ഞില്ല. ഇരുട്ടിന്റെ വരവും പോക്കും. അത് വരാതിരിക്കാൻ വിരൽ പിണച്ച് ഞാൻ വേഗം കൂട്ടി.

മൺകുടം പോലെ ശരീരാകൃതിയുള്ള അവളുടെ ശരീരത്തെ ആസ്വദിച്ച് അവളെ ഓർമ്മിച്ചുകൊണ്ടിരിക്കുന്നത് ഒരു സുഖമാണ്. ഉയർന്ന ഗ്യാരാമോ മരങ്ങൾക്കിടയിൽ സൂര്യൻ കുടുങ്ങി. സത്യം പറഞ്ഞാൽ പോകുന്ന വഴി കാനാഫിസ്റ്റോളയുടേതാണ്; അവൻ നയിക്കും. അവന്റെ കാലുകൾ കൂട്ടിമുട്ടിക്കുകയും പിണയുകയും ചെയ്താലും എന്റെ ജ്വരത്തെ അവൻ ഏറ്റെടുക്കുകയും പരിശുദ്ധമാക്കുകയും ചെയ്തപോലെ. അവളുടെയാ മുലകൾ, എന്തിനാ നുണ പറയുന്നത്, കട്ടിയുള്ള കൊച്ചു ചുണ്ടുകളോടു കൂടിയ രണ്ട് കുഞ്ഞ് പ്രാവുകളാണ്.

കാനാഫിസ്റ്റോള പോലും അവന്റെ കുതിപ്പ് കൂട്ടി. "ഈ ജന്തുവിന് ഇതെന്തുപറ്റി." മരക്കൊമ്പുകളിൽ ഉറക്കം തൂങ്ങിയിരുന്ന പ്രാവുകളെ, കുതിരയുടെ ചിനക്കം ചിതറിച്ചു. പേടിച്ചാർന്ന ആ ചിറകുകളുടെ പെടപെടപ്പ് എനിക്കറിയാൻ കഴിഞ്ഞിരുന്നു. കൂമന്റെ കൂവൽ. "അവൻ പാമ്പുകളെ കണ്ടിട്ടുണ്ടാവും. തമാഗാസിനെ ആയിരിക്കും", ഞാൻ പറഞ്ഞു. കുതിര മുന്നോട്ട് പോകാൻ മടിച്ചു. ഞാൻ കുത്തിയിളക്കിയിട്ടും അവൻ അനങ്ങിയില്ല. "പെട്ടെന്നാവട്ടെ, പണ്ടാരം പിടിച്ച ജന്തു, നമ്മൾ ഏതാണ്ട് പുഴയുടെ അടുത്തെത്തിയത് കണ്ടില്ലേ?

മുകളിലേക്ക് പോയതെല്ലാം തന്നെ താഴോട്ട് പോന്നേ പറ്റൂ. നമുക്കിവിടെ ഇറങ്ങേണ്ടതുണ്ട്. എല്ലാം പറഞ്ഞ് കാര്യങ്ങൾ നന്നായി തീർന്നാൽ-ഞാൻ നോക്കിവച്ച നനുത്ത പാറയുടെ പ്രതലം പുഴയിലെ കല്ലുകൾ പോലെ നല്ലതാണ്.

"നമുക്കൊന്ന് പോയി അൾത്താമിസ കിട്ടുമോന്ന് നോക്കാം", ഞാനവളോട് പറഞ്ഞു. എന്നിട്ട് ഞാനവളെ അവൾക്കിഷ്ടമുള്ളിടത്ത് എത്തിക്കും. കാരണം പെണ്ണുങ്ങളുടെ അടുത്ത് ഏതൊരുവനും ഒരു പട്ടിയാണ്. "എന്നാലിവിടെ ഇറങ്ങാം.'' അവളപ്പോൾ നാട്യത്തോടെ പറഞ്ഞു: ''ഹേയ്, വേണ്ട, നിങ്ങൾക്കെന്നെ എന്തോ ചെയ്യണമെന്നുണ്ടല്ലേ? "വിഡ്ഢിത്തരം പറയാതെ", ഞാൻ പറഞ്ഞു.

"കുതിര അനങ്ങാത്തത് കണ്ടില്ലേ. നിനക്കൊരു കുഴപ്പവും സംഭവിക്കില്ല." അപ്പോഴാ വ്യഭിചാരിണി പറഞ്ഞു: "എന്റെ ആവശ്യം എനിക്ക് നല്ലത് വല്ലതും സംഭവിക്കണമെന്നാണ്."

അവളെന്തിനാണ് അതെന്നോട് പറഞ്ഞത്: എന്റെ കാലുകൾ വിറയ്ക്കാൻ തുടങ്ങി.

അപ്പോൾ അവൾ: ഞാൻ നിന്നോട് സത്യം പറയാം. പുഴയുടെ അടുത്ത് കുറച്ച് ഇരുട്ടുള്ള ഭാഗം കണ്ടുവച്ചിട്ടുണ്ട്. അവിടെ ഉയർച്ചയ്ക്ക് കുറവുണ്ട്. പെട്ടെന്ന് രാത്രി കടന്നുവരികയും ചെയ്യും. ഇവിടെ എനിക്ക് പേടിയാണ്."

"എന്തിന്റെ പേടി?" ഞാനവളോട് ചോദിച്ചു.

അവൾ പറഞ്ഞു: "വെളിച്ചത്തിന്റെ." "അപ്പോൾ നീ വലിയ നാണക്കാരിയാണ്" ഞാൻ പറഞ്ഞു. അവളെന്തോ ഒന്നിനെ ഉദ്ദേശിക്കുകയാണെന്ന് ചിന്തിച്ചതും: "വരൂ, നമുക്ക് ഇടുക്കിലേക്ക് പോകാം. അവിടെ താഴത്തായി അൽത്താമിസ കിട്ടും." അവിടെ ഇരുട്ടായതുകൊണ്ട് അവളെതിർക്കില്ലെന്ന ചിന്തയായിരുന്നു അതിനു പിന്നിൽ. അവൾ നടക്കാൻ വിസമ്മതിച്ചു. "നടക്ക് മണ്ടത്തരം കാട്ടാതെ, നമുക്ക് ഇടുക്കിലേക്ക് പോകാം." അവളുടെ തല താഴ്ന്നിരുന്നു. മുഖത്ത് മുടിയിഴകൾ വീണിരുന്നു. ഞാൻ കുറച്ച് പരുക്കനായി അവളെ മുറുകി പിടിച്ചു. ആളുകൾ പറയുന്നപോലെ "പപ്പയോടൊപ്പം വാ." "വലിക്കാതെ, എനിക്കിഷ്ടമാണെങ്കിൽ വരില്ലേ", അവൾ പറഞ്ഞു. പിന്നെ ഞാനവിടെ, അവൾ സൂക്ഷിക്കുന്ന ആ രണ്ട് കൊച്ച് പ്രാവുകളിൽ കൈവച്ചതും അവൾ മറ്റൊരു ശബ്ദത്തിൽ എന്നോട് സംസാരിച്ചു ഏതാണ്ട് മറ്റൊരാളെന്ന പോലെ: നോക്കൂ, ഞാൻ ഇരുട്ടിന്റെ പുത്രിയാണ്." "അവിടെ ഇടുക്കിനു മുകളിൽ വെളിച്ചമുണ്ട്, കുറച്ച് താഴെ ഇരുട്ടായിക്കഴിഞ്ഞു. അവിടെ പോയാൽ നിനക്കത് കാണാം." ഞാൻ ഇന്നലെ ജനിച്ച കുട്ടിയൊന്നുമല്ലല്ലോ. അവളുടെ ആ രണ്ട് കൊച്ച് പ്രാവുകൾ കൈയിലുള്ളപ്പോൾ എനിക്കവയുടെ മാധുര്യമുള്ള പാല് വലിച്ചു കുടിക്കണം. അപ്പോഴാണ് അവളുടെ മുടിയിലൂടെ വെളിച്ചം പ്രകാശിക്കുന്നത് ഞാൻ കണ്ടത്. പൂച്ചയുടെ കണ്ണിൽ നിന്ന് വരുന്ന വെളിച്ചം പോലെ. ഞാൻ, എന്റെ ഭാവനയെ വിശ്വസിച്ചോ അവളുടെ കണ്ണുകളിലെ ഭംഗിയിലോ, ചോദിച്ചു: "എന്തുകൊണ്ടാണ് നിന്റെ കണ്ണിത്ര തിളങ്ങുന്നത്? ഇരുട്ടിൽ അതെങ്ങനെയാണെന്നത് കാണണം. അവളെന്നോട് പറഞ്ഞു.

ങ്ഹാ, ആവേശം വന്നു കഴിഞ്ഞാൽ ആർക്കു ഞങ്ങളെ തടുക്കാനാവും? അവളൊരു അവസരം എനിക്കു തരികയാണെന്നത് നിങ്ങൾക്ക് നിഷേധിക്കാനാവില്ല. ഞങ്ങൾ ആണുങ്ങളത് വെറുതെ കളയാൻ പാടില്ല. അല്ലെങ്കിൽ അവർ നമ്മളെ മോശമായി കരുതും. ഒരു ആണും പെണ്ണും കെട്ടവനായിപ്പോലും തരംതാഴ്ത്തിക്കളയും.

"അത് ആസ്വദിക്കാനായി നമുക്ക് ഇരുട്ടുള്ളിടത്തേക്ക് പോകാം." ഞാൻ അവളോട് പറഞ്ഞു; ഓരോ തവണയും സ്വയം കൂടുതൽ വിഡ്ഢിയായിക്കൊണ്ട്. പാറക്കൂട്ടത്തിനടുത്തേക്ക് സാവധാനം നടന്നടുക്കുമ്പോൾ അവൾ പറഞ്ഞു: "അതിൽ വലിയ കാര്യമില്ല. എന്റെ നഖങ്ങളിലേക്ക് നോക്കൂ." പെട്ടെന്ന്, ഞാൻ കണ്ടിട്ടുള്ളതിൽ വച്ച് ഏറ്റവും വലിയ നഖങ്ങൾ കണ്ടു. ഒരുപക്ഷേ പെട്ടെന്ന് വളർന്നതാവാം. അല്ലെങ്കിൽ വികാരം കൊണ്ട്. ഞാൻ ശ്രദ്ധിച്ചിരുന്നില്ല. അവളുടെ കൈകളിൽ തൊട്ടിരുന്നത് ഞാൻ ഓർമ്മിച്ചെടുത്തില്ല....... വിജനമായ പാതയിൽ ഒരു പുരുഷൻ ഒരു സ്ത്രീയെ ഒറ്റയ്ക്ക് കാണുമ്പോൾ ഇത്തരം സംഗതികളിൽ കൂടുതൽ നേരിട്ടാണ് ഇടപെടുക. അവളൊരു ചാപല്യക്കാരിയാണെങ്കിൽ പ്രത്യേകിച്ചും. ഉദാഹരണത്തിന്, പുരുഷൻ സ്ത്രീവിഷയ തല്പരനാണെങ്കിൽ. ഞാനൊരിക്കലും അത്തര

ക്കാനല്ലെങ്കിലും പ്രലോഭനം പ്രലോഭനം തന്നെയാണ്. എന്നിട്ടവൾ മുഖം മൂടിയിരുന്ന മുടിയിഴകൾ പുറകോട്ടാക്കി തല പിറകോട്ട് ചെരിച്ചു. അവിടെയാ സുന്ദരനുണക്കുഴികൾ കാണാനില്ലായിരുന്നു. മരണം പോലെ അവൾ വിളറി കാണപ്പെട്ടു. പെട്ടെന്ന് തന്നെ ഞാനവളെ പോകാനനുവദിച്ചു. കാരണം അവളാകെ തണുത്തുറച്ചപോലെയാണ് എനിക്കനുഭവപ്പെട്ടത്. ഒടുവിലവൾ പറഞ്ഞു: "അതിലല്ല കാര്യം എന്റെ പല്ലുകൾ നോക്ക്."

പെട്ടെന്ന് ഞാൻ എന്റെ ജീവിതത്തിൽ കണ്ടിട്ടുള്ളതിൽവച്ച് ഏറ്റവും വലിയ പല്ലുകൾ കണ്ടു. അവളുടെ ചിരി കേട്ടതും പാന്റിൽ കൃത്യം സ്ഥലത്ത് ഞാൻ വിസർജ്ജിച്ചു. അവൾ ബ്ലൗസ് വലിച്ച് കീറി എന്റെ നേരെ അലറി: "ഇതാ നിനക്കുവേണ്ട മുലക്കണ്ണുകൾ, ഇതാ നിനക്കുവേണ്ട മുലക്കണ്ണുകൾ!" ഞാനെങ്ങനെ കല്ലായി മാറിയില്ലെന്നതും കാനാഫിസ്റ്റോളയുടെ അടുത്തെത്തിയെന്നതും എനിക്കറിയില്ല.

ഗ്യാരാമോ മരങ്ങളിൽ അവളുടെ ശബ്ദം മാഞ്ഞുപോയി: "ഇതാ നിനക്ക് മുലക്കണ്ണുകൾ, ഇതാ നിനക്ക് മുലക്കണ്ണുകൾ" വീട്ടിലെത്തിയപ്പോൾ പൊള്ളുന്ന പനിയായിരുന്നു. എങ്ങനെയാണ് വീട്ടിൽ എത്തിപ്പെട്ടതെന്നും അറിയില്ലായിരുന്നു.

എന്റെ മുത്തശ്ശി ചോദിച്ചിരുന്നു: "എന്താ നിന്റെ മുഖം ചത്തവനെ പോലെയുള്ളത്?" എന്റെ ജീവനിൽ നിന്ന് എനിക്ക് വാക്കുകൾ കണ്ടെത്താനായില്ല. എനിക്ക് സംസാരിക്കാനുള്ള ശേഷി നഷ്ടപ്പെട്ടിരുന്നു. "എന്തിനധികം പറയുന്നു- നീ സ്വയം നാറ്റിച്ചിരിക്കുന്നു. നിനക്ക് എന്താണ് സംഭവിച്ചത്?"

അഞ്ച് ദിവസം കിടന്നു. നെഞ്ചിനോട് ചേർത്തുവച്ച അൾത്താമിസ ഞാൻ വിട്ടിരുന്നിലലത്രെ. എപ്പോഴാണാവോ ഞാനത് പറിച്ചെടുത്തത്.

പിന്നെ, എപ്പോൾ ഒരു പെണ്ണ് എന്നെ നോക്കി ചിരിച്ചാലും ഞാൻ സിഗ്വാനാസയെ കാണും.

സിഗ്വനാസയുമായുള്ള ജോഷെയുടെ കണ്ടുമുട്ടലിന്റെ വിവരണം കാണേണ്ടതുതന്നെയാണ്. നേരിട്ടു കേട്ടു നോക്കിക്കോളൂ. ങ്ഹാ, ജോഷെ ഇപ്പോഴതൊന്നും ഓർക്കുന്നുപോലുമില്ല.

"ഒന്നാലോചിച്ച് നോക്ക്" ജോഷെ എന്നോട് പറഞ്ഞു. "പത്ത് ദിവസത്തിലധികം ചോളം കലക്കിയത് കുടിച്ചും പാൽക്കട്ടി തിന്നുമാണ് കഴിച്ചുകൂട്ടിയത്. ചെറിയ കുട്ടിയെപോലെ. എനിക്കൊന്നും തന്നെ കൈവിടാൻ കഴിയുമായിരുന്നില്ല." ആരോ പറഞ്ഞു: "കുട്ടികളുടെ ഭക്ഷണം കൊടുക്ക്; അതാകുമ്പോ കട്ടിയുണ്ടാവില്ല."

"ഞാൻ കഥ പറയുമെന്ന് കരുതി എല്ലാവരും കാണാൻ വന്നിരുന്നു. എനിക്കങ്ങനെ പറയുന്നതിന് ഒരു മാസം വേണ്ടിവന്നു."

എന്റെ അമ്മായിയമ്മ പറയും: "എന്തോ രഹസ്യം സൂക്ഷിക്കുന്ന പോലെയാണ് ആദ്യം അവനെന്നോട് പറഞ്ഞത്. സിഗ്വാനസയുമായുള്ള തെമ്മാടിത്തരം ഓർത്തെടുക്കുന്നത് അവനെ വേദനിപ്പിച്ചിരുന്നു. 'ഞാനത് നിങ്ങളോട് പറഞ്ഞില്ലെങ്കിൽ എന്റെ പാപത്തിന് പരിഹാരമാവില്ല', അവനെന്നോട് പറഞ്ഞു: "ഇതാണ് എനിക്കാകെയുള്ള ആശ്വാസം. അങ്ങനെയായിരുന്നു തുടക്കം. എന്നോട് പറഞ്ഞതും അവന് കുറച്ചൊരാശ്വാസം തോന്നി. ഞാൻ ക്ഷമിച്ചുവെന്ന് അവനോട് പറഞ്ഞിരുന്നു"

അത് ജോഷെയുടെ ജീവിതത്തിന്റെ കഥയായിരുന്നതുകൊണ്ട് ജോഷെ വർഷങ്ങളോളം അത് പറഞ്ഞു. ഓരോ തവണയും അതിന് പൊടിപ്പുകൾ കൈവന്നു. ഒടുവിലത്തെ പാഠഭേദങ്ങൾ ഞങ്ങളെ ചിരിപ്പിച്ച് കൊന്നു.

ജോഷെ ഇപ്പോൾ കരുതുന്നത് അതെല്ലാം ഒരു സ്വപ്നമായിരുന്നെന്നാണ്.

ഉച്ചയ്ക്ക് 2 മണി

ഉടൻതന്നെ ചുറ്റുവേലിക്കു മുകളിലായി പൊടിയുടെ ഒരു മേഘപടലം ഉയരുന്നത് ഞങ്ങൾ കണ്ടു. "ഇതാ, അയാളെയും കൊണ്ടുള്ള ജീപ്പ്", മാർട്ടിനെസ് പറഞ്ഞു. ങ്ഹാ അതണയാളുടെ പേരെന്ന് അഡോൾഫിനയാണ് എന്നോട് പറഞ്ഞത്. ജീപ്പ് മുൻവശത്ത് നിന്നു. നാല് ഗാർഡുകൾ ആ മനുഷ്യനെ പരിക്കേറ്റ മൃഗത്തെപോലെ പുറത്തേക്ക് വലിച്ചിഴച്ചു. അയാളുടെ രൂപമാകെ മാറിപ്പോയിരുന്നു. മുഖമാകെ രക്തം പുരണ്ടിരുന്നതുകൊണ്ടും വസ്ത്രമാകെ രക്തം നനഞ്ഞിരുന്നതുകൊണ്ടും അയാളെങ്ങനെ യായിരിക്കുമെന്ന് കാണാൻ കഴിയുമായിരുന്നില്ല.

-അവർക്കറിയുമോയെന്ന് നോക്കാൻ ഇങ്ങോട്ടയാളെ കൊണ്ടുവാ. മുഖമാകെ രക്തം പുരണ്ടിരുന്നതിനാൽ, ജോഷെ, അടുത്തെത്താതെ അത് നീയായിരുന്നെന്ന് എനിക്ക് മനസ്സിലാക്കാൻ കഴിഞ്ഞില്ല. നിന്റെ ഒരു കണ്ണ് തകർന്നിരുന്നു. മറ്റേ കണ്ണ് ചുറ്റുമുള്ള ജീവിതം വീക്ഷിച്ചു. കാരണം ആ കണ്ണ് കാണാമായിരുന്നു, പുറത്തേക്ക് തള്ളി. എന്നിട്ടവർ അഡോൾഫിനയോട് തിരക്കി: ''നിനക്കറിയുമോ ഇയാളെ?'' നിങ്ങളിങ്ങനെ രക്തത്തിൽ മുക്കിക്കൊണ്ടുവന്നാൽ ഞാനെങ്ങനെ അറിയാനാണ്. അത് ആരായിരിക്കു മെന്ന് പോലും എനിക്കറിയില്ല. മുഖം പോലും കാണാൻ പറ്റുന്നില്ല. എങ്ങനെയാണ് ഇയാളെ ആർക്കെങ്കിലും തിരിച്ചറിയാൻ കഴിയുക എന്ന് എനിക്ക് മനസ്സിലാവുന്നില്ല." അതാണ് അഡോൾഫിന അവരോട് പറഞ്ഞത്. സംസാരിക്കുകയല്ല, ഒച്ചവയ്ക്കുകയാണ് ചെയ്തത്. പ്രൈവറ്റ് മാർട്ടിനെസ് എന്നവൾ വിളിക്കുന്നയാളോട് മാത്രമായിരുന്നു അത്രയും. നീയായിരിക്കാം അതെന്ന് എനിക്കപ്പോൾ തോന്നിത്തുടങ്ങിയിരുന്നെങ്കിലും എനിക്ക് സംശയങ്ങളുണ്ടായിരുന്നു. എനിക്ക് നിന്നെ അറിയില്ല, അറിയണമെന്നുമില്ല.

നിന്റെ പാന്റ് കണ്ടതോടെ എന്റെ തലയിൽ പേക്കിനാവുകൾ നിറയുകയായിരുന്നു. നിന്നെ അറിയില്ല, അറിയില്ലെനിക്ക്. നിന്നെ എനിക്കറിയില്ലെന്ന ആശയം എവിടെനിന്നാണ് എനിക്ക് കിട്ടിയത്? നിന്നെ അറിയില്ലെന്ന് പറയാൻ ആരാണ് നിർദ്ദേശിച്ചത്? അതോ, അത് ശരിക്കും നീയായിരിക്കില്ലെന്ന എന്റെ പ്രതീക്ഷയോ? രക്തം പുരണ്ട് തിരിച്ചറിയാൻ കഴിയാത്ത വിധത്തിലാണെങ്കിലും ആർക്കാണ് ആ പാന്റ്സും അതുപോലുള്ള ഷർട്ടും ഉണ്ടാവുക? നിനക്കെപ്പോഴെങ്കിലും ചോരയുടെ നിറമുള്ള ഷർട്ടുണ്ടായിരുന്നിട്ടുണ്ടോ? നിന്നെ തിരിച്ചറിയാൻ കഴിയുന്ന എന്നെ അപേക്ഷിച്ച് എന്തിനാണവർ അഡോൾഫിനയുടെ പിന്നാലെ കൂടിയിരിക്കുന്നത്? എന്താണവരുടെ ഉദ്ദേശ്യം? എന്തിനാ ഈ പീഡനം? ഉള്ളിൽ പിശാചു കൂടിയിരിക്കുന്ന ഇവന്മാർക്കും അമ്മയും അച്ഛനും പെങ്ങന്മാരും മക്കളുമൊന്നുമില്ലേ? ആരാണവരെ വഴിപിഴപ്പിച്ച് രക്തം പങ്കിലമാക്കിയത്? ഇവരുടേത് വർഗ്ഗ രക്തമല്ല. ക്രിസ്ത്യാനികളുടേതോ പാവപ്പെട്ടവരുടേതോ അല്ല ഇവരുടെ സിരകളിലൂടെ ഓടുന്ന രക്തം. ഏത് പേപിടിച്ച ജന്തുവാണ് ഇവരെ മക്കളായി സ്വീകരിക്കുകയും മനുഷ്യരുടെ സാധാരണ രക്തത്തെ ഇവർക്കു വെറും ലഹരി പാനീയങ്ങളാക്കി മാറ്റുകയും ചെയ്തത്?

അഡോൾഫിനയുടെ ശബ്ദം ഇടയ്ക്കു കയറി എന്നോട് പറഞ്ഞു, "മുത്തശ്ശീ, മുത്തശ്ശിക്ക് എന്താണ് സംഭവിക്കുന്നത്? തുടർന്ന് അധികാരികളുടെ ശബ്ദം "നിനക്കറിയുമായിരിക്കും?" എന്റെ കാലുകൾ, ഊർന്നുപോകുന്നതിന്റേയും രക്തം വാർന്ന് പോയി സിരകളിലൂടെയുള്ള പ്രവാഹം നിലച്ചതിന്റേയും നിമിഷം. ശരീരമാകെ വിളർച്ച ബാധിക്കുന്നതായി ഞാനറിഞ്ഞു. "നിനക്ക് ഇയാളെ അറിയുമോ?"

പട്ടികൾ കടിച്ചുകീറിയ മാംസം പോലെ രൂപാന്തരം പ്രാപിച്ച നിന്നെ കണ്ടതും എന്റെ ശരീരം മരവിച്ചു. കാരണം കീറിപ്പറിഞ്ഞ വസ്ത്രത്തിലൂടെ നിന്റെ ശരീരം എനിക്ക് കാണാമായിരുന്നു; അവർ നിന്നെ വലിച്ചിഴച്ച്, മുരണ്ട്, മാംസം പറിച്ച്, രക്തം കുടിച്ച പോലെ. ഈ രാക്ഷസന്മാർ, നൂറായിരം തേവിടിശ്ശികളുടെ മക്കളും ഏറ്റവും വൃത്തികെട്ട തരം കൊലയാളികളുമാണ്.

ഞാനപ്പോൾ, അറിയില്ലെന്ന് പറഞ്ഞു. മടിയുടെ ഒരു ലാഞ്ചന കൂടാതുള്ള, ശബ്ദത്തിന്റെ നേരിയ ഇടർച്ച പോലുമില്ലാത്ത ഒരു നിഷേധമായിരുന്നു ഞാൻ പറയേണ്ടിയിരുന്നത്. ആ ഒരു നിമിഷം, നിനക്ക് അവർ ബാക്കിവച്ച ഒരു കണ്ണ് നീ തുറന്നു. സംസാരിക്കാതിരിക്കാനും തിരിച്ചറിയാതിരിക്കാനുമാ യിരിക്കണം അത്രയും നേരം നീയത് അടച്ച് പിടിച്ചത്. മുപ്പത് വർഷത്തിലധികം ഞാൻ കണ്ട അതേ കാപ്പിനിറമുള്ള കണ്ണുകൾ.

നീ, നീ തന്നെയാണ് ജോഷെ. കാരണം, ആ കണ്ണ് മറ്റൊന്നും പോലെ ആയിരുന്നില്ല. അത് നീ തന്നെ. എനിക്കുറപ്പാണ്. നീ എന്നിൽ നിന്ന് ഒളിഞ്ഞാലും. അപ്പോൾ ദൈവം മനസ്സ് പ്രകാശിപ്പിച്ചു. ഒരുപക്ഷേ നീ എന്നോട് പറഞ്ഞ ആ വാക്കുകൾ ഓർത്തിരുന്നത് കൊണ്ടാവാം. "ഏതെങ്കിലുമൊരു

നിമിഷത്തിൽ, നിനക്കോ നിന്റെ കുടുംബത്തിനോ അപകടം മണക്കുന്ന പക്ഷം, എന്നെ തള്ളിപ്പറയാൻ നീ ഒട്ടും മടിക്കരുത്." നീ എന്നെ ആണ യിടീപ്പിച്ചിരുന്നു. അങ്ങനെ വരുമെന്നത് ഒരിക്കലും ഞാൻ വിശ്വസിച്ചിരുന്നില്ല. "കാരണം, നമ്മളെ സംബന്ധിച്ചിടത്തോളം, നമ്മളെപ്പോഴും അപകടത്തിലാണ്. ജസ്റ്റിനോയെ നോക്ക്, ഹീലിയോയെ കണ്ടില്ലേ, മറ്റുള്ളവരെ കണ്ടില്ലേ. അതിനാൽ അനാവശ്യമായി രക്തം ഒരിക്കലും തൃജിക്കേണ്ടതില്ല. അതാണ് നീ എന്നോട് പറഞ്ഞത്. "മറ്റൊരു വഴിയും നീ കാണുന്നില്ലെങ്കിൽ എന്നെ രക്ഷിക്കേണ്ട കാര്യം എനിക്കുമാത്രം വിടുക.", നീയെപ്പോഴും ആവർത്തിക്കു മായിരുന്നു.

മറ്റൊരു വഴിയുമില്ലെന്ന് എനിക്ക് മനസ്സിലായി. നിന്നെ അറിയില്ലെന്ന് പറഞ്ഞപ്പോൾ നീ കണ്ണ് തുറന്നത് അതുകൊണ്ടാണ്. കാരണം എനിക്കേറ്റവും വിഷമം പിടിച്ച കാര്യം ഞാൻ അതിനകം ചെയ്തുകഴിഞ്ഞിരുന്നു. നിന്റെ നോട്ടം ഒരു സംബോധനപോലെ ഞാനെടുത്തു. "നന്ദീ ലൂപ്പെ" എന്ന് നീ പറയുകയാണെന്ന വിധത്തിൽ. അടഞ്ഞിരുന്ന കാപ്പിനിറമുള്ള കണ്ണിലൂടെ യുള്ള, നിന്റെ തല കുതിർത്തിയ അതേ രക്തത്താൽ മൂടപ്പെട്ട കണ്ണിലൂടെ യുള്ള, ആ നോട്ടത്താൽ. അതേസമയം നിന്റെ മറ്റേ കണ്ണ് അടയപ്പെട്ടിരുന്നു. പുറമെ മൂക്കിലേക്ക് തൂങ്ങിക്കിടന്ന്. എങ്ങനെയാണ് നിനക്ക് ബോധം നിലനിർത്താൻ കഴിഞ്ഞതെന്ന് ഞാൻ അത്ഭുതപ്പെട്ടു. രണ്ടാളുകൾ നിന്റെ പിറകിൽ നിന്റെ തുണിയും പിടിച്ചുവലിച്ച് നില്പുണ്ടായിരുന്നു; നീയൊരു പേക്കോലമാണെന്ന കണക്ക്.

നിന്നെ മനസ്സിലാക്കുന്നതിൽ ഞാൻ പരാജയപ്പെട്ടില്ല ജോഷെ. നിന്റെ ആ കണ്ണ് തുറന്നപ്പോൾ നീ വിടപറയുകയാണെന്നും അതോടൊപ്പം തന്നെ എന്റെ പേരക്കുട്ടിയുടെ ചുമൽ പിടിച്ചുള്ള എന്റെ നില്പിൽ നിനക്ക് അഭിമാനമുണ്ടെന്നും എനിക്ക് മനസ്സിലായിരുന്നു. എനിക്ക് ഓർമ്മ യുണ്ടായിരുന്നു അതെന്നും. നീ എന്താണ് എന്നോട് പറഞ്ഞിരുന്നത്: "ഞാൻ മരണപ്പെട്ടാൽ എന്റെ കണ്ണുകൾ തുറന്ന് വയ്ക്കണം. കാരണം എനിക്കെല്ലാം കാണണം. അതിലൂടെയാണ് മറ്റൊരു ജീവിതത്തിലേക്ക് ഒരാൾ ആദ്യ ചുവടുകൾ വയ്ക്കുന്നത്. കൈകൾ മാത്രം ഹൃദയത്തോട് ചേർന്ന് പിണച്ചു വയ്ക്കണം, നിന്നെയും ഞാൻ കൊണ്ടുപോവുകയാണെന്ന് കരുതാൻ- നിന്നെ നെഞ്ചോട് ഇറുകെ പുണർന്ന്" ജീവിതത്തിലുടനീളം നീ അതുപോലെ ചില കാര്യങ്ങൾ എന്നോട് പറഞ്ഞിട്ടുണ്ട്.

"ഈ കമ്പുകൾ കൊണ്ടുണ്ടാക്കിയ കട്ടിലിൽ ശാന്തമായി കിടന്ന് മരിക്കുമെന്നൊന്നും ഞാൻ കരുതുന്നില്ല." നീ പലപ്പോഴുമതെന്നോട് പറഞ്ഞിട്ടുണ്ട്.

അവർ പിടിക്കുന്നതുകൊണ്ട് മാത്രമാണ് നീ നില്ക്കുന്നതെന്ന് എനിക്കറിയാം. ഇങ്ങോട്ട് തിരിച്ച് വരണമെന്ന് നിനക്കറിയില്ലായിരുന്നെങ്കിലും യാത്ര പറയാൻ തക്ക ശക്തി നിനക്കുണ്ട്.

"നോക്കി പെരുമാറണം. മയങ്ങരുത്. ഒരു ലക്ഷ്യത്തിനായാണ് ഞാൻ രക്തം ചീന്തുന്നത് എന്ന് വാക്കുകൊടുത്തിട്ടുള്ളതിനാൽ, എന്നോടൊപ്പം നില്ക്കണം." ആ നിമിഷങ്ങളിൽ നീ നിന്റെ വാക്കുകൾ കാത്തുസൂക്ഷിക്കുമ്പോൾ ഞാൻ എന്റേതും കാക്കുന്നു. ഉറപ്പ് തരാം, ഞാൻ എന്റേത് കാത്തിരിക്കും.

"കാര്യമില്ല, മോളേ", ഞാനവളോട് പറഞ്ഞു.

"മുത്തശ്ശി തലകറങ്ങി വീഴാൻ പോകുന്ന പോലെയുണ്ട്." അവൾ പറഞ്ഞു.

"ആരുടേയും മുന്നിൽ ഒരാൾക്കുണ്ടാവുന്ന പ്രതികരണമാണ് മോളേ, ഞാനവളോട് പറഞ്ഞു.

പ്രൈവറ്റ് മാർട്ടിനെസ്? "നിനക്കിയാളെ അറിയുമെന്നോ അതോ അറിയില്ലെന്നോ?"

ഞാൻ: "ഇല്ല, ഇയാളാരായിരിക്കുമെന്ന് എനിക്കറിയില്ല." *'വാച്ചാമാക്കലിത്'* കർഷകഫെഡറേഷനുമായി ബന്ധപ്പെട്ട പോരാളികളുടെ അവസാനമാണെന്നും അത് തന്നെയാണ് നിനക്കും സംഭവിക്കുകയെന്നും കാണിക്കാനായാണ് ഈ കൊണ്ടുവരവ്. അങ്ങനെയാണ് മറ്റൊരു ലോകത്ത് നിന്നുള്ള പൊള്ളയായ ശബ്ദം പറയുന്നത്.

പ്രൈവറ്റ് മാർട്ടിനെസ്: "നിന്റെ പേരക്കുട്ടി ഇവിടെ ചുറ്റും നടന്ന് വിവരക്കേടുകൾ കാട്ടുന്നുണ്ടെന്ന് ഞങ്ങൾക്കറിയാം. കുറച്ച് മുൻപ് എങ്ങനെയാണവർ എന്നോട് മോശമായി പെരുമാറിയതെന്ന് കണ്ടതല്ലേ."

ഞാൻ: എന്റെ പേരക്കുട്ടി എങ്ങനെയാണ് നടക്കുന്നത് എന്നൊന്നും എനിക്കറിയില്ല. എനിക്കറിയാവുന്ന ഒരേയൊരു കാര്യം അവൾ കുട്ടിയാണെന്നും മറ്റ് പല അഭിലാഷങ്ങൾ ഉണ്ടെന്നതുമാണ്. കാരണം, ഞങ്ങൾ വയസ്സായവർ പാതി ചത്ത് കഴിഞ്ഞു. ഞങ്ങളെ കുറെശ്ശയായി കൊല്ലാൻ നിങ്ങളെ ഞങ്ങൾ അനുവദിച്ചിട്ടുണ്ട്. പക്ഷേ അധികം വൈകിയിട്ടില്ലാത്ത സമയത്തുതന്നെയാണ് ഞങ്ങൾക്ക് സ്വയം ബോധമുണ്ടായതും. എന്റെ പേരക്കുട്ടി ജീവനോടെയുണ്ട്. നിങ്ങളവളെ പതുക്കെ കൊല്ലാൻ പോകുന്നൊന്നുമില്ല. എനിക്കറിയാമത്. അതാണ് നിങ്ങളിഷ്ടപ്പെടാത്തതും. അവൾ ഞങ്ങളെല്ലാവർക്കും വേണ്ടിയാണ് ജീവിക്കുന്നതും ശ്വസിക്കുന്നതും. ഞങ്ങൾ മരണവെപ്രാളപ്പെടുമ്പോഴാണ് അവൾ ജനിച്ചത്. ഞങ്ങളെ അവൾ രക്ഷിക്കുവാനും സാദ്ധ്യതയുണ്ട്."

എങ്ങനെയാണ് ഈ വാക്കുകൾ പുറപ്പെടുവിച്ചതെന്ന് എനിക്കറിയില്ല. എനിക്കെന്റെ കണ്ണുകൾ അടയ്ക്കേണ്ടതായി വന്നു. സംസാരിക്കണമെന്നുണ്ടെങ്കിൽ എനിക്ക് കണ്ണുകൾ അടയ്ക്കണം; നിന്നെ കാണാതിരിക്കാനാണ് ജോഷെ. അപ്പോഴാണ് നിന്റെ പ്രചോദനം എന്നിലേക്ക് ശരിക്കും വരിക.

പ്രൈവറ്റ് മാർട്ടിനെസ്: "നിങ്ങളൊക്കെ ഈ കണ്ണാടിയിൽ നോക്കൂ.

അങ്ങനെയായിരിക്കും നിങ്ങളുടെ അവസാനം. നിങ്ങൾക്ക് പണക്കാരെ ഇഷ്ടമല്ല. കാരണം ജനാധിപത്യവിരോധികൾ നിങ്ങളുടെ മനസ്സുകളിൽ വിഷം കുത്തിവച്ചിരിക്കുകയാണ്. എന്നാലലല്ലേ നിങ്ങൾ പണക്കാരെ വെറുക്കൂ."

അഡോൾഫിന: "നിങ്ങൾക്ക് മറ്റൊന്നും ചെയ്യാനില്ലെങ്കിൽ, ഞങ്ങളെ ഇങ്ങനെ ശകാരിക്കുന്നതിൽ നിങ്ങൾ സന്തോഷിച്ചിട്ടുണ്ടെങ്കിൽ, ഇനി ആ തൂങ്ങിനില്ക്കുന്ന മാന്യനെ നിങ്ങൾ തിന്നുകൊള്ളുക.

കോന്തൻ പ്രൈവറ്റ്: "സാറെ ഇവറ്റകളെ ഇങ്ങനെ മര്യാദകെട്ടവരായി പെരുമാറാൻ വിടരുത്. ഈ പുലയാടിയുടെ കാര്യം ഞാൻ നോക്കാം."

പ്രൈവറ്റ് മാർട്ടിനെസ്: "ആവശ്യമില്ലാത്ത കാര്യത്തിൽ കയറി തലയിടണ്ട. പെണ്ണ് പറയുന്നത് ശരിയാണ്."

കാരണം, സത്യം നിനക്കറിയാം പ്രൈവറ്റ് മാർട്ടിനെസ്, സത്യം നിനക്കറിയാം. നീയിത് പീഡിപ്പിക്കാനാണ് ചെയ്യുന്നത്. ഹീലിയോയെ ചെയ്യാൻ കഴിയാത്തത് അഡോൾഫിനയോട് ചെയ്യുക. അല്ലെങ്കിൽ അവൻ അപ്രത്യക്ഷമാകില്ലല്ലോ. കാരണം ആളുകൾ സംസാരിക്കുന്നില്ലെങ്കിൽ, നിങ്ങളുടെ പീഡനങ്ങളെ ഭയക്കുന്നില്ലെങ്കിൽ, നിങ്ങളവരെ അപ്രത്യക്ഷ രാക്കും. നിന്നെ എനിക്കറിയില്ല പ്രൈവറ്റ് മാർട്ടിനെസ്. പക്ഷേ ജോഷെ പറഞ്ഞതിൽ നിന്ന് നിങ്ങളെ ഒരു സംഘമായി എനിക്കറിയാം. നീ എവിടെ നിന്നാണ് വരുന്നതെന്നും, എവിടേക്കാണ് പോകുന്നതെന്നും. നീ എന്നെ വെടിവയ്ക്കില്ല. നിനക്ക് ധൈര്യമുണ്ടെങ്കിൽ കോന്തൻ പ്രൈവറ്റിനോട് പറഞ്ഞ് അയാളുടെ പിന്നിൽ തൂക്കിയിരിക്കുന്ന സാധനമെടുത്ത് ഞങ്ങളെ കൊല്ലാൻ പറ. നിനക്ക് ധൈര്യമുണ്ടെങ്കിൽ അയാളോടത് പറയുന്നത് ഞങ്ങളൊന്ന് കേൾക്കട്ടെ.

കുണ്ടും കുഴിയും നിറഞ്ഞ റോഡിലൂടെ വണ്ടിയോടെ തന്നെ കടന്നു കളഞ്ഞ കാളകളുടെ പിന്നാലെ നീ ഓടിയത് ഞാനോർക്കിന്നു ജോഷെ. കാളകൾ മുന്നിലേക്ക് കുതിക്കുമ്പോൾ, റബ്ബർ ബൂട്ടിട്ട നീ ചാടിമാറിയതും, അവറ്റകളെ ചറപറാന്ന് കുത്തി പിറകിലുള്ള റോഡിൽ നിന്ന് മാറ്റാൻ ശ്രമിച്ചതും ഞാനോർക്കുന്നു. കാളവണ്ടി നിന്റെ നേരെ മുകളിലേക്കാണ് വന്നത്. പക്ഷേ നീ മാറിക്കളഞ്ഞു. കൈയിലപ്പോഴും അടിക്കാനുള്ള വടിയുണ്ടായിരുന്നു.. ഞങ്ങൾ വണ്ടിയിലിരുന്ന് നിലവിളിച്ചിരുന്നു.

അത്, ഞങ്ങൾക്ക് കാളവണ്ടിയുള്ളപ്പോഴായിരുന്നു.

ഞങ്ങളത്രയ്ക്ക് ദരിദ്രരല്ലാത്ത കാലത്ത്.

ഞങ്ങൾക്ക് രണ്ട് കാളകളും ഒരു പശുവും ഉണ്ടായിരുന്നു. പക്ഷേ കഷ്ടകാലം വന്നതോടെ അവറ്റകളെ വിറ്റ് ഒരു തുണ്ട് ഭൂമി വാങ്ങാൻ ഞങ്ങൾ തീരുമാനിച്ചു. നോക്കൂ കൈകൾ ഉപയോഗിക്കണമെന്നുണ്ടെങ്കിലും മണ്ണിൽ വിളവുണ്ടാക്കുന്നതാണ് ഏറ്റവും നല്ലത്. നീയതാണ് എന്നോട് പറയുക.

“കാളയും കാളവണ്ടിയും ഒരു ധാരാളിത്തമാണ്.”, നിന്റെ വാക്കുകൾ ഞാൻ വ്യക്തമായി ഓർക്കുന്നു. കാളവണ്ടി ആരും കൊണ്ടുതന്നതല്ല. അതവിടങ്ങനെ കേടുവന്ന് കിടക്കുകയായിരുന്നു. ഒന്നുമില്ലെങ്കിലും ഭക്ഷണം വയ്ക്കാനുള്ള തട്ടായിട്ടെങ്കിലും ഉപയോഗിക്കാമല്ലോ. പക്ഷേ കാളകളെ വിറ്റതിലൂടെ കുറച്ച് ഭൂമികൂടി വാങ്ങി വാഴ നടാൻ ഞങ്ങൾക്ക് കഴിഞ്ഞു. ചോളത്തിനും കൂടുതൽ സ്ഥലം കിട്ടി.

അതിരിക്കട്ടെ, എന്താണ് ചെയ്യുന്നതെന്ന് നിങ്ങൾക്ക് അറിയാമല്ലോ, എന്നദ്ദേഹത്തോട് ഞാൻ പറഞ്ഞു. കാരണം പാല് തന്നിരുന്ന പശുവിനെയും ഒഴിവാക്കുകയാണ്. കുട്ടികൾക്കങ്ങനെയാണ് വെണ്ണ കൊടുക്കാൻ പറ്റിയിരുന്നത്. അങ്ങനെ ബുദ്ധിമുട്ടൊന്നും ആകാനിടയില്ല, ഞങ്ങളുടെ കാര്യത്തിൽ.

അങ്ങനെ ബുദ്ധിമുട്ടൊന്നും ആയില്ല. ചുരുങ്ങിയ പക്ഷം, ഞങ്ങൾക്ക് കഴിക്കാനുള്ള ഭക്ഷണമുണ്ട്, കുഴിച്ചിടാനെങ്കിലും അല്പം സ്ഥലമുണ്ട്. മുട്ടയ്ക്കും ഇറച്ചിക്കുമായി കുറച്ച് കോഴികൾ. പിറകിൽ, ഡോൺ സെബാസിന്റെ കടയിൽ വില്ക്കാനായി ഞങ്ങൾ കുറച്ച് കൈതച്ചക്കയും നട്ടു. ഞങ്ങളുടേത് നല്ല അയൽപക്കമാണ്. ഞങ്ങൾ ആർക്കും ഒരു ദ്രോഹവും ചെയ്തില്ല. മരണം വരെ ഞങ്ങൾ മാന്യത പുലർത്തും. അയൽപ്പക്കക്കാർക്ക് അതറിയാം. കഠിനാദ്ധ്വാനികൾ. പുരികം വിയർപ്പിച്ചാണ് ഞങ്ങൾജീവിക്കുന്നത്. എല്ലാവർക്കും അതറിയാം. അരിഷ്ടിച്ചാണ് കഴിഞ്ഞുപോകുന്നത്. എന്നാലും ഞങ്ങൾ ജീവിക്കും. ആർക്കും കഷ്ടം വരുത്തണമെന്ന് ഞങ്ങൾക്ക് ആഗ്രഹമില്ല, ഇപ്പോഴീ പ്രൈവറ്റ് മാർട്ടിനെസിനു പോലും

ഞങ്ങൾക്കില്ലാത്ത ഒരേയൊരു സംഗതി, അവകാശമാണ്. ഞങ്ങൾക്കീ ബോധം ഉണ്ടായിത്തുടങ്ങിയപ്പോഴാകട്ടെ ഉത്തരവുകൾ അടിച്ചേല്പിക്കാൻ ആഗ്രഹിക്കുന്ന, സർവ്വശക്തരായ അധികാരികളെക്കൊണ്ട് ഇവിടം നിറഞ്ഞു; അവർ വിളിക്കുന്നതുപോലെ ആ ഓട്ടോമാറ്റിക്കുകളുമായി. ഞങ്ങളെ ങ്ങനെയാണ് പെരുമാറുന്നത്, ആരെയാണ് പിടിച്ചുകൊണ്ടു പോകേണ്ടത്, പാഠം പഠിപ്പിക്കാൻ ആരെയാണ് അടിക്കേണ്ടത് എന്നെല്ലാം ശ്രദ്ധിച്ചുകൊണ്ട് സമയാസമയങ്ങളിൽ അവർ വന്നിരുന്നു.

വടിവാളിനും തോക്കിൻ മുനയ്ക്കും മുന്നിൽ ഞങ്ങളെ നിർബന്ധപൂർവ്വം കഷ്ടതകളുമായി രാജിയാക്കാനായിരുന്നു അവരുടെ ശ്രമം. അവർക്ക് മനസ്സിലാകുന്ന ഒരുതരം ദാരിദ്ര്യമുണ്ട്- തോക്കുകൾ കൊണ്ട് ഞങ്ങളെ സമ്മതിപ്പിക്കാമെന്ന് അവർ കരുതുന്ന ആത്മീയദാരിദ്ര്യം. അവർക്കതിന് കഴിയാത്തതുകൊണ്ട് അവർ അവരുടെ ക്രൂരതകളെ സ്വപ്നവല്ക്കരിക്കുന്നു.

ഭാഗ്യത്തിന് അഡോൾഫിന അദ്ദേഹത്തെ തിരിച്ചറിഞ്ഞില്ല. എന്താണ് സംഭവിച്ചതെന്ന് ആർക്കറിയാനാണ്. ഒരുപക്ഷേ പലപ്പോഴായി അവർ കാര്യങ്ങൾ തീർത്തിരിക്കാം. ജോഷെ, നല്ല കടുപ്പമുള്ള ആളാണ്. ഇടയ്ക്കൊക്കെ കുറച്ച് അകത്താക്കുകയും ഞായറാഴ്ചകളിൽ ചിലപ്പോൾ

വെടിപറഞ്ഞിരിക്കുകയും ചെയ്യും. പന്തയംവച്ച് കളിക്കരുത്, അതപകടമാണ് എന്ന് ഞാൻ പറയുമായിരുന്നു. ചില പ്രത്യേക സംഗതികളിൽ നിന്നാണ് അദ്ദേഹത്തിന് ദുശ്ശീലങ്ങളുണ്ടായത്. പക്ഷേ, സംസാരിക്കാൻ തുടങ്ങിയതോടെ, കർഷകഫെഡറേഷനിൽ എല്ലാവർക്കും സമ്മതനായതോടെ, അദ്ദേഹത്തിന്റെ കാര്യങ്ങളെല്ലാം മാറിമറിഞ്ഞു.

കുറെ വർഷങ്ങൾക്ക് മുൻപ് ഞാൻ അദ്ദേഹത്തോട് പറഞ്ഞിരുന്നു: "നിങ്ങളൊരു ഗൗരവക്കാരനല്ലേ. പിന്നെന്തിനാണ് പന്തയം വയ്ക്കുന്നത്. ഗാർഡു വന്ന് പിടിച്ചുകൊണ്ടു പോകുന്നത് പെട്ടെന്നായിരിക്കും." അപ്പോൾ സ്വയരക്ഷയ്ക്ക് വേണ്ടി പറയും പന്തയം വെറുതെ രസത്തിനാണെന്ന്. കാരണം, സത്യം പറഞ്ഞാൽ വെടിപറഞ്ഞിരിക്കുന്നത് മോശം പരിപാടിയായതുകൊണ്ട് വേറൊരു സമയം പോക്കും ഇല്ലാത്തതിനാൽ അദ്ദേഹത്തിന് മറ്റൊരു വഴിയും ഇല്ലായിരുന്നു.

കുറച്ച് കഴിഞ്ഞതും, ചെറുപ്പക്കാരും പാതിരിമാരും വന്ന് ക്രിസ്ത്യാനി കർഷകസംഘം രൂപീകരിച്ചു. അതിലൂടെയായിരുന്നു നല്ല വായ്പകൾക്ക് വേണ്ടിയുള്ള ഞങ്ങളുടെ അപേക്ഷ കൊടുത്തിരുന്നത്. അതിന് ഫലവുമുണ്ടായി. കുറച്ചൊരു വർദ്ധനവ് അവർക്കുണ്ടാവുകയും, വിശ്വാസം വന്നത് കൊണ്ട് ആളുകൾ ഗൗരവക്കാരാവുകയും ചെയ്തു. മദ്യപിക്കുന്നതുപോലും നിന്നു. പിന്നെയല്ലേ വെടിപറച്ചിൽ.

ഇടവകയിലെ ആഘോഷങ്ങളോടുകൂടിയാണ് അവർ തുടങ്ങിയത്. ഞങ്ങളെല്ലാവരും തന്നെ ചെറിയ സംഭാവനകൾ നല്കുകയും മധുരറൊട്ടിയുണ്ടാക്കാനായി ചോക്ലേറ്റു മാവും, പലപ്പോഴായി പൈനാപ്പിളും നല്കുകയും ചെയ്തു. എല്ലാവരും തിമിർപ്പിലായിരുന്നു. തുടക്കത്തിലായിരുന്നു അങ്ങനെ.

പിന്നീട്, ആഘോഷങ്ങൾക്ക് സ്ഥാനമുണ്ടായിരുന്നില്ല. സംഘടനയെക്കുറിച്ചുള്ള അവബോധം പടർത്താൻ ഏവർക്കും സമയം ചെലവഴിക്കേണ്ടതുണ്ടായിരുന്നു. ആയിടയ്ക്ക് ഒരിക്കൽ മാത്രമേ ആഘോഷമുണ്ടായിരുന്നുള്ളൂ. അത് പക്ഷേ നിക്ഷേപം കൂട്ടാനോ, ജോലി ഇല്ലാതിരിക്കുകയോ വീട്ടിലെ വരുമാനക്കാരനെ നഷ്ടപ്പെടുകയോ ചെയ്ത അയൽപക്കക്കാരനെ സഹായിക്കാനോ ആയിരുന്നു. അതുകൊണ്ടായിരുന്നു ഞങ്ങൾക്ക് അതിൽനിന്നും നല്ല സമയമുണ്ടായത്. മുൻപത്തേക്കാളധികം അവർ ഞങ്ങളെ മർദ്ദിക്കുമ്പോൾ എന്ത് നല്ലത്? കാരണം, ഇപ്പോൾ ഞങ്ങൾക്കറിയാം എങ്ങോട്ടാണ് ഞങ്ങൾ പോകുന്നതെന്ന്. എങ്ങോട്ടാണ് ഞങ്ങൾ പോകുന്നതെന്ന് ഞങ്ങൾക്കറിയാമെന്ന കാര്യം അവർക്കും അറിയാം. ഇത് അധികാരികളുടെ നടപടി വിശദമാക്കുന്നു.

ഞങ്ങൾ വമ്പ് പറയുകയല്ല. ഞങ്ങൾ അവിടെ എത്തിക്കൊണ്ടിരിക്കുകയാണ്.

ജോഷെ ഗ്വാർദദോ ഞങ്ങൾക്കൊപ്പമുണ്ട്.

ഉച്ചയ്ക്ക് 02.30

എന്നെയാണ് നീ നോക്കുന്നതെന്ന്, ഞാനെങ്ങിനെ മനസ്സിലാക്കിയെന്നത് എനിക്കറിയില്ല-നിന്റെ കണ്ണ് ഒരു നിമിഷത്തേക്ക് മാത്രമാണ് ചിമ്മിത്തുറന്നത്. അവർ തൊടാത്ത നിന്റെ ആകെയുള്ള ആ കാപ്പി നിറമുള്ള കണ്ണ്. ഒരുപക്ഷേ അതൊരു സൂചനയാവാം. കാരണം, കഷ്ടിച്ച് ഒരു നിമിഷമേ അത് നില നിന്നുള്ളൂ. എന്തൊരു ശ്രമമായിരുന്നു അത്. അല്ലെങ്കിൽ യാത്രാമൊഴി. അല്ലെങ്കിൽ അവർ പറഞ്ഞപോലെ: "എന്നെ കൈവിടാതിരിക്കാൻ ശ്രദ്ധിക്കുക, നിന്നെതന്നെ കൈവിടാതിരിക്കാൻ ശ്രദ്ധിക്കുക. അല്ലെങ്കിൽ എന്നെ ഇവർ വിട്ടാൽ ഞാനിതിന് നിന്നോട് ചോദിക്കും." ഞാനൊന്ന് ചഞ്ചലപ്പെടുകപോലുമുണ്ടായില്ല. ഞാൻ നിശ്ചയിച്ചു കഴിഞ്ഞതിൽ പിന്നെ, എന്റെ ശബ്ദം പതറിയില്ല. അഡോൾഫിന നിന്നെ തിരിച്ചറിയാൻ പോകുന്നില്ല. പാവം ആ പെണ്ണ് തിരിച്ചറിയില്ല. ഞങ്ങൾക്ക് അതാണ് ഏറ്റവും നല്ലത്. ചെപ്പെക്ക്, കുട്ടികൾക്ക്, അഡോൾഫിനക്ക്, പിന്നെ എനിക്കും.

-ശരി ഇയാളെ നിനക്കറിയില്ലെന്ന് ഉറപ്പുണ്ടെങ്കിൽ, ഞങ്ങൾ ഇയാളെ പട്ടണത്തിലൂടെ നടത്തിക്കാൻ പോവുകയാണ്. അവരാരെങ്കിലും തിരിച്ചറിയുമെന്ന് ഞങ്ങൾക്കുറപ്പാണ്. കാരണം ഇവിടുത്തുള്ള ആളെപ്പോലെ തന്നെയാണ് ഇവന്റെ മട്ട്.

-രണ്ടും രണ്ടും നാലാണെന്നപോലെ, ഞങ്ങൾക്കത് ഉറപ്പാണ്.

പുളിമരക്കൊമ്പിൽ ഒരു ഗ്യാനപക്ഷി ചേക്കേറി. പതുപതുത്ത തലയും നീണ്ട വാലുമുള്ള സുന്ദരിയായ ഗ്യാന. ഉണങ്ങിയ പുളിങ്കുരുകൾക്കുവേണ്ടി ഗ്യാന ചുറ്റും തല വെട്ടിക്കാൻ തുടങ്ങി.

എനിക്ക് പക്ഷികളെ ഇഷ്ടമാണ്. പക്ഷേ ജോഷെ എപ്പോഴും

എനിക്കുവേണ്ടി ഒന്നിനെ പിടിച്ചുതരാൻ വിസമ്മതിച്ചിരുന്നു: "സാധുക്കൾ, എന്തിനാണ് അവയെ പിടിച്ച് കൂട്ടിലടയ്ക്കുന്നത്? നിമിഷം കൊണ്ട് അവ ചത്ത് പോകും." പക്ഷികൾക്ക് കൂട്ടിലടയ്ക്കപ്പെടുന്നത് താങ്ങാനാവില്ല. മിമിക്രി പക്ഷിക്ക് പോലും. അതാണ് ഏറ്റവും രസകരവും വളർത്താൻ പറ്റിയതുമായ പക്ഷി. അതിനെ പോലും തുറന്നു വയ്ക്കണം. അതിനെ ചിറകുകൾ മുറിച്ച് വിടുകയേ വേണ്ടൂ. വീട്ടിൽ തങ്ങും. ഉള്ളിലുള്ള സാധന ങ്ങളിലെല്ലാം തത്തി കളിച്ചുകൊണ്ട് സുഖങ്ങൾ കൂട്ടാക്കാതെ, ആരാണ് ബന്ധനത്തിൽ തുടരാൻ ആഗ്രഹിക്കുക? കാറ്റിലും പുഴയിലും മരങ്ങളിലും പഴകാൻ ആരെയും അനുവദിക്കണം.

-നമുക്ക് തെരച്ചിൽ തുടരണം, അവർ ടോർട്ടില്ലയുണ്ടാക്കുന്ന സ്ഥലം പോലും.

-വീടുവീടാന്തരം ഇയാളെ കൊണ്ടുപോകണം.

-മോചനത്തിനായി ഇവർ ചുറ്റും നടക്കുന്നത്കൊണ്ടാണ് ഇത്തരം കാര്യങ്ങൾ നടന്നത്. മോചനക്കാരുടെ കാര്യം ഇവിടെ നല്ല രീതിയിൽ പോകില്ല.

-സ്വന്തം വിധി അംഗീകരിക്കാത്ത കൂട്ടർ.

-ഒരുപക്ഷേ പിന്നീടവർ അനുഭവത്തിൽ നിന്ന് പഠിക്കും.

-ജീപ്പെടുക്ക്.

പരുന്തുകൾ കോഴിക്കുഞ്ഞുങ്ങളെ കാൽ നഖങ്ങളിൽ അള്ളിപ്പിടിക്കുന്ന കണക്ക്, അവർ സ്ഥലം വിട്ടു. അവരുടെ നഖങ്ങൾ കൊണ്ടാണ്, ഉറപ്പാക്കി തന്നെ, നിങ്ങളെയവർ റാഞ്ചുന്നത്. ഞങ്ങളുടെ നിത്യവിശ്രമത്തിലേക്ക്. രണ്ടാം തവണ നിങ്ങൾ കണ്ണ് തുറക്കും. നിങ്ങൾക്കതിൽ പണിപ്പെടേണ്ട ആവശ്യമില്ല. യാത്ര പറയേണ്ട ആവശ്യമില്ല; കുറച്ച് സമയത്തിനുള്ളിൽ നമ്മൾ പരസ്പരം കാണും. ഈ ഏതെങ്കിലും ദിവസങ്ങളിൽ.

ചെപ്പെയുടെ മണം തങ്ങിനില്ക്കുന്നു. പണി കഴിഞ്ഞ് അവൻ കൊണ്ട് വരുന്ന അതേ മണം. ശരിയായ മനുഷ്യന്റെ, വൃത്തിയുള്ള, അംഗീ കരിക്കാവുന്ന വിയർപ്പിന്റെ മണം. അത് ഞങ്ങളുടെ ജീവിതപരിമളമാണ്. അത് ശീലമായിക്കഴിഞ്ഞാൽ പിന്നെ ശരീരത്തിന്റെ നനവ് നിലനിർത്തുന്നതിലാണ് സുഖം. ശരീരം തന്നെ അത് വലിച്ചെടുക്കും. ഒരുപക്ഷേ അതേ വിയർപ്പ് ഞങ്ങളെ പരിപോഷിപ്പിക്കുന്നുണ്ടാവാം; പകൽ മുതൽ വൈകുന്നേരം വരെ വിയർക്കുന്ന ആളുകളെയെങ്കിലും. വർഷങ്ങളായി തന്നെ.

ഞാൻ പാടപോലൊന്ന് ആകാശത്ത് കണ്ടു. തലയ്ക്കു മുകളിലൂടെ കടന്നുപോകുന്ന വിമാനങ്ങൾ പുറകോട്ട് വിടുന്ന ഒരുതരം പുകപോലെ. പനമ്പട്ട പോലൊന്ന് ആകാശത്ത് അതുപേക്ഷിക്കും. അര ദിവസമെടുക്കും അതൊന്ന് മായാൻ. കുളികഴിഞ്ഞ് അധികമായിട്ടില്ലാത്ത, പുരാതനമായ ആകാശത്ത്.

കാലക്കേട് ഞാൻ മുൻകൂട്ടി കാണുന്നു.

ഇനി കാര്യങ്ങൾ ചെയ്യേണ്ടത് ഞാനാണ്. മൂന്ന് കുഞ്ഞുങ്ങളുടെ സംരക്ഷണം. കാര്യമായി വല്ലതും ഉണ്ടാകുമോ എന്നെനിക്കറിയില്ല. ഈ അനിശ്ചിതത്വം വല്ലാത്തതാണ്. പണിയെടുക്കാൻ ജോഷെ കൂടെയുള്ളപ്പോൾ പോലും പയറ് കഷ്ടിച്ചേ കിട്ടിയിരുന്നുള്ളൂ. നടുന്ന പയറ് വീട്ടിലേക്ക് ഉള്ളതാണ്. പക്ഷേ എങ്കിലും കൊല്ലം മുഴുവൻ കിട്ടില്ല. പെട്ടെന്നോ പിന്നീടെപ്പോഴുമെങ്കിലോ കൂടുതൽ വാങ്ങേണ്ടതായി വരും. എന്റെ പണികൊണ്ട് ഞങ്ങൾക്ക് പയറ് വാങ്ങാൻ പറ്റുമോ. അതാണ് എന്റെ ഒരു അന്ധാളിപ്പ്.

എന്താണ് ഒരാളെപ്പോഴും ഭക്ഷണത്തെക്കുറിച്ച് മാത്രം ചിന്തിക്കുന്നത്?

കുട്ടികൾക്കുള്ള ഭക്ഷണത്തെക്കുറിച്ച്. വായു മാത്രം ഭക്ഷിച്ച് ഞങ്ങൾക്ക് കഴിയാനാകുമോ. ഒരുപക്ഷേ ഇതൊരു ആഴമേറിയ ദു;ഖമാവാം.

കാലക്കേട് മുൻകൂട്ടി ഞാൻ കാണുന്നു. മരണം വരുമ്പോൾ മുന്നേ നിങ്ങളെ ഉണർത്തും. പൊടുന്നനെയാവില്ല അത്. കൽപ്പാതയിലൂടെ ഒരു കുതിരയെ ഓടിക്കുന്ന ഗണമത്, അതെപ്പോഴും വലിയ ശബ്ദമുണ്ടാക്കും. കല്ലുകളിൽ കടകട ശബ്ദമുണ്ടാക്കിയാണ് വരവ്, ദാരുണമായ മരണം. ഓടിവരുന്ന അതിന്റെ കുതിരകളിൽ നിന്ന് ഞങ്ങൾക്ക് ഒഴിഞ്ഞ് മാറാനാവില്ലെന്ന കാര്യം അതിനറിയാവുന്നതിനാൽ, ഞങ്ങളെ കളിപ്പിക്കുകയാണ്. തേടിയെത്തുമ്പോൾ ഞങ്ങളെ എപ്പോഴും ദരിദ്രരായാണ് അതിന് കാണാനാവുക. ജീവിതത്തിൽ പ്രശ്നങ്ങളുണ്ട്. ഒരു കുട്ടിക്ക് അസുഖം പിടിപെടുക, പയറുകൾ കരിഞ്ഞ് പോവുക. ഒരു മകന് പരിക്കേല്ക്കുകയോ അവൻ കൊല്ലപ്പെടുകയോ ചെയ്യുക. ഞങ്ങളെപ്പോഴും ഈ കളിയിൽ തോല്ക്കുകയാണ്.

ഇനി ഞങ്ങൾ പിന്നിൽ നിന്ന് കടന്നു വന്നേ പറ്റൂ. ആനുകൂല്യം ലഭിക്കാൻ വൈഷമ്യമുള്ള ഒരു വലിയ അംഗവൈകല്യം ഞങ്ങൾക്കുണ്ട്. ഞങ്ങളെപ്പോഴും, തോൽക്കുന്ന കളിക്കാരെപ്പോലെയാണ്. എന്നിട്ട് ഞങ്ങൾ ഒരിക്കലും തളരാത്തവരാണെന്ന മട്ടിൽ കഴിയുക. എത്രത്തോളം രക്തമാണാവോ ഞങ്ങൾക്ക് നഷ്ടമാവുക?

തളർന്നു പോകാൻ ഞങ്ങൾ സ്വയം അനുവദിക്കരുത്. ഞങ്ങളുടെ കുട്ടികൾക്ക് വേണ്ടിയും, ഞങ്ങളുടെ കുട്ടികളുടെ കുട്ടികൾക്ക് വേണ്ടിയും. ഒരു ദിവസം നിലം ഞങ്ങളുടേതാവുകയും ഞങ്ങൾ ജയിക്കാൻ തുടങ്ങുകയും ചെയ്യും. പിന്നിൽ നിന്ന്. സംഗതി ബുദ്ധിമുട്ടാവാൻ പോവുകയാണ് ചെപ്പെ. ഊതി വീർപ്പിച്ചുമാത്രമേ കുപ്പികൾ ഉണ്ടാക്കുവാൻ കഴിയൂ എന്ന് കരുതരുത്. നമ്മൾ ജയിക്കാൻ തുടങ്ങുന്നതോടെ അവർ വെള്ളം തരാതാവും. അവർ ഒരിക്കലും നമുക്ക് ക്ഷമ തരില്ല. അവർ ബദ്ധവൈരികളാകും.

പുലിയുടെ മർമ്മത്തിലാണ് നമ്മൾ തൊടുന്നത്. ഒരിക്കലും അവൻ

പൊറുക്കില്ല. നമ്മുടെ കഷ്ടപ്പാടുകളെ കുറിച്ച് ഓർക്കാൻ മാത്രമേ നമുക്കിപ്പോൾ സമയമുള്ളൂ, മറ്റൊന്നും കൂടുതലായില്ലാ ഞങ്ങളുടെ മനസ്സ് ദൂരത്തെത്തി ക്കഴിഞ്ഞു. അവർ ഞങ്ങളോട് പൊറുക്കില്ല. നമുക്കിത് പിന്നീട് കാണാം. നമ്മളോട് അവർ പൊറുക്കുമോ എന്ന് ചിന്തിക്കുന്നതിൽ കാര്യമില്ലെന്നതിനാൽ അതേക്കുറിച്ച് ഏറെ ഇനി ചിന്തിക്കേണ്ടതില്ല. എല്ലാം പറഞ്ഞും ചെയ്തും കഴിയുമ്പോഴേക്കും നമ്മുടെ കഴുത്തോളം വെള്ളമായിക്കഴിഞ്ഞിരിക്കും. പക്ഷേ നമ്മൾ മുങ്ങുകയില്ല.

നിന്റെ അസാന്നിദ്ധ്യത്തിൽ ഞങ്ങളൊരിക്കലും മുങ്ങിപ്പോകയില്ല ജോഷെ. ഞങ്ങളൊരിക്കലും മുങ്ങില്ല.

'ഷക്കാലക്കകൾ' ആകാശത്ത് പ്രത്യക്ഷമായതിനാൽ ഞാനൊരിക്കലും ചിന്തിക്കുന്നത് നിർത്തിയില്ല. ഗ്യാനകൾ സ്ഥലം വിട്ടെങ്കിലും ഷക്കാലക്കകൾ വന്നിരിക്കുന്നു.

ഞാനോർക്കുന്നു. അഡോൾഫിന കുഞ്ഞായിരിക്കുമ്പോൾ അവൾ സംസാരിച്ചിരുന്നില്ല. രണ്ട് വയസ്സുള്ള അവൾ കഷ്ടിച്ചാണ് പപ്പ, മമ്മ എന്നൊക്കെ പറഞ്ഞിരുന്നത്. ടോർട്ടില്ലയ്ക്ക് 'ടില്ല'യെന്നും ഉപ്പിന് 'പ്പ്' എന്നുമാണവൾ പറയുക. മറ്റൊന്നും പറയാനാവില്ല. ഞങ്ങൾ വല്ലാതെ വിഷമിച്ചിരുന്നു. വളർത്തിയിരുന്ന കുട്ടിതത്തയുടെ തുണ്ടുകൾ തിന്നതുകൊണ്ട് തന്നെയാണ് ഇത് സംഭവിച്ചതെന്ന് മരിയാ പിയാ എന്നോട് പറഞ്ഞു. അപ്പോഴാണ് മരുന്നുകാരൻ 'ഷക്കാലക്ക' സൂപ്പ് വച്ച് കൊടുക്കുന്നത് നല്ലതാണെന്ന് പറഞ്ഞത്. ഞാൻ സ്വയം ഡോക്ടറുടെ അടുത്ത് ചെന്നപ്പോൾ ഷക്കാലക്ക കൊടുക്കുന്നത് സംസാരത്തിന് നല്ലതാണെന്ന് ഉറപ്പുതന്നിരുന്നു. അതുതന്നെയാണ് സംഭവിച്ചതും. ഞങ്ങൾ ചിലപ്പോൾ ഷക്കാലക്കകളെ തിത്തിരിപക്ഷിയെന്നാണ് വിളിക്കുക. പകൽസമയം അവർ കൂട്ടമായി പൈൻ മരങ്ങൾക്ക് മുകളിൽ ഉച്ചത്തിൽ കലപില കൂട്ടും. അവരെ ആർക്കാണ് തടയാൻ പറ്റുക? ആർക്കാണ് വായടപ്പിക്കാൻ പറ്റുക? രാവിലെയാവുന്നതിന് വളരെ മുമ്പുതന്നെ അവർ കൂട്ടമായി തുടങ്ങും. നേരെ, പുറത്തെ വൈക്കോലിലേക്കാണ് ചെല്ലുക. "പെണ്ണേ പോയി കല്ലെടുത്തെറിയ്. കുട്ടി എണീക്കാതെ നോക്ക്. പിന്നെ എനിക്ക് ഒരു പണിയും എടുക്കാൻ പറ്റില്ല." എത്ര കല്ലെടുത്തെറി ഞ്ഞിട്ടും കാര്യമില്ല. ബഹളത്തിന് കുറവുണ്ടാവില്ല. കഴിച്ചു കഴിഞ്ഞാൽ പിള്ളേർ പോയി കിടക്കും. പാവങ്ങൾ കഷ്ടപ്പെട്ടാണ് അവര് കഴിയുന്നത്. അതിലും കഷ്ടമാണ് നടന്നു കഴിഞ്ഞാൽ അവർക്ക് കിട്ടുന്നതും.

ഷക്കാലക്കയുടെ അഞ്ച് കൊച്ച് സൂപ്പുകളേ വേണ്ടിവന്നുള്ളൂ. ഒരുദിവസം ശരിയായാൽ മറ്റൊരു ദിവസം ശരിയാവില്ല-കുറച്ച് ദിവസത്തിനകം അഡോൾഫിന സംസാരിക്കാൻ തുടങ്ങി. അതുകൊണ്ടാണ് ഒരാൾക്ക് വിശ്വസിക്കാതിരിക്കുകയോ വിശ്വസിക്കുകയോ ചെയ്യാമെന്ന് വന്നത്. അതാണ് സൂത്രം. അതിശയമാണ് പിന്നെ.

ഇടയ്ക്കിടെ അവരാ പൈൻ മരങ്ങളിൽ ശബ്ദിച്ചുകൊണ്ട് സാന്നിദ്ധ്യമറിയിക്കും. പക്ഷേ ഇത്രയ്ക്ക് ഒരാൾക്ക് സ്ഥിരതയില്ലാതാവാൻ പറ്റില്ല. അവർ അവരുടെ ഷക്കാലക്ക വർത്തമാനമായി വന്നില്ലെങ്കിൽ എനിക്ക് വല്ലാതെ സങ്കടം വരും. ഒറ്റപ്പെട്ട പോലെ. കുട്ടികളൊരു കൂട്ടാണ്. പക്ഷേ അവര് വളരെ ചെറുതായതുകൊണ്ട് അടങ്ങിയൊതുങ്ങി ഒറ്റയ്ക്ക് കളിക്കാനാവില്ല. അസുഖം വരുമ്പോഴേ അവർ കരയൂ. ദൈവം നല്ല കുട്ടികളെയാണ് എനിക്ക് തന്നിരിക്കുന്നത്. എനിക്ക് പരാതിപ്പെടാനില്ല. അസുഖക്കാരനാണെന്നത് സത്യം തന്നെ. വിരകൾ അവരെ ഉള്ളിൽ തിന്നും. കുട്ടികളവരെ തടയുക ഉറങ്ങിക്കൊണ്ടാണ്. അവർ ഉണരാത്തത് ഭാഗ്യമായി. ദൈവം വലിയവനാണ്.

നട്ടുച്ചയ്ക്ക്, തുറന്ന ആകാശത്തിന് കീഴെ, വിയർത്തുകൊണ്ടുള്ള നടത്തം. പോയി വരൂ, ജോഷെ.

ഉച്ചയ്ക്ക് 3 മണി

ജോഷെക്ക് കുട്ടികളെല്ലാവരോടും സ്നേഹവും വാത്സല്യവുമാണ്. തോട്ടത്തിൽ നിന്ന് പണി കഴിഞ്ഞെത്തിയാൽ ആദ്യം ചോദിക്കുക കുട്ടികളെയാണ്: ഒരുപാട് കരയുന്നുണ്ടോ, നന്നായി ഭക്ഷണം കൊടുത്തോ എന്നൊക്കെ. എന്റെ ഹൃദയം ജോഷെക്ക് പിറകെയാണ്. തളർന്നും വിയർത്തുമാണ് അദ്ദേഹം വീട്ടിൽ വരുക. എന്നിരുന്നാലും കുറച്ച് സമയം അവരായി കളിക്കാനോ അല്ലെങ്കിൽ അടുത്തെവിടേക്കെങ്കിലും നടത്തിക്കൊണ്ടുപോകാനോ സമയം കണ്ടെത്തും. ഇക്കാര്യത്തിൽ എനിക്ക് പരാതിപ്പെടാനില്ല. അദ്ദേഹം നല്ലൊരച്ഛനാണ്. നോക്കൂ, അവർക്ക് നല്ലവണ്ണം പണിയുണ്ട്. ആളുകൾ, അവരുടെ കുട്ടികളുമായി, അവർക്കിഷ്ടപ്പെട്ടത്ര സമയം ചെലവഴിക്കില്ല. അങ്ങനെ പോണം. അദ്ദേഹത്തിന് ഇടപെടേണ്ട പല കാര്യങ്ങളുണ്ടായിട്ടും, പ്രത്യേകിച്ച് സഹകരണ സംഘവുമായി ബന്ധപ്പെട്ട കാര്യങ്ങളായിട്ടും എങ്ങനെയാണ് സമയം കണ്ടെത്തുന്നതെന്ന് എനിക്കൊരു അത്ഭുതമാണ്-അദ്ദേഹത്തിന്റെ ആ ഉല്പതിഷ്ണുത. ആണുങ്ങൾ വേണ്ടെന്ന് കരുതുന്നത് കൊണ്ടല്ല. മറിച്ച്, രണ്ടറ്റവും കൂട്ടിമുട്ടിക്കാനുള്ള പെടാപ്പാടിലായിരിക്കും അവർ. അപ്പോൾ സ്ത്രീകൾക്ക് മാത്രമാണ് കുട്ടികളെ സംരക്ഷിക്കാനുള്ള ചുമതല.

ആണുങ്ങളിൽ നിന്ന് കൂടുതൽ പ്രതീക്ഷിക്കാനാവില്ല. ആ ഒരു ഭാഗത്ത് നിന്നും നോക്കുമ്പോൾ ഞങ്ങൾ കർഷകസ്ത്രീകൾ അടിമകളാണ്. അത് അവരുടെ കുഴപ്പം കൊണ്ടല്ല. കുട്ടികളെ ഞങ്ങൾ സ്വയം നോക്കുമ്പോൾ ഭൂവുടുമകളുടെ സമ്പാദ്യം കൂട്ടുന്നതിന് സഹായമാകുന്നുണ്ട്-ആഴത്തിൽ പരിശോധിക്കുമ്പോൾ. കാരണം ആണുങ്ങൾക്ക് പകലന്തിയോളം സമാധാന ത്തോടെ പണിയെടുക്കാൻ ഞങ്ങളെക്കൊണ്ട് കഴിയുന്നുണ്ട്. എന്നുവച്ചാൽ,

ഭൂവുടമകൾക്ക് ഞങ്ങൾ ഞങ്ങളുടെ സമയം നല്കുകയും, അങ്ങനെ ഞങ്ങളുടെ ഭർത്താക്കന്മാർ കൂടുതൽ ഉത്പാദിപ്പിക്കുകയും, അവരെ കൂടുതൽ ചൂഷണം ചെയ്യാൻ ഭൂവുടമകൾക്ക് കഴിയുകയും ചെയ്യുന്നു.

ആ ഒരു വീക്ഷണത്തിലൂടെ നോക്കിയാൽ ഞങ്ങളും അടിമകളാണ്. തോട്ടം ശരിയാക്കാനും സമയത്തിന് കാപ്പിക്കുരു പറിക്കാനും, മഴയോ കീടങ്ങളോ കയറാതെ പരുത്തി നോക്കാനും വിധിക്കപ്പെട്ട അടിമകൾ.

അതാണ്, ജോഷെ പറയുന്ന ബോധം. ആത്മാവും നിലനില്ക്കുന്നുണ്ട്, അദ്ദേഹം എന്നോട് പറയും. അത് എങ്ങോട്ടാണ് പോകുന്നത് എന്ന് അറിയുന്നതിൽ കാര്യമില്ല. ആളുകളുടെ ആത്മാവാണ് ഭൂമിയിൽ ജീവിക്കുന്നത്.

-നീ പണിയെടുത്ത് ചാവുമെന്നാണ് എനിക്ക് തോന്നുന്നത്.

-വല്ലാത്ത പണിയാണ് നിന്റേത്. ദിവസം മുഴുവൻ കുട്ടികളുമൊത്ത് വീട്ടിൽ കഴിയേണ്ടിവരിക ഒരടിമയെപ്പോലെ. ഒന്നാലോചിച്ച് നോക്കൂ.

-ഇനിയിപ്പൊ നമുക്ക് *'അചിയോട്ടെ'* പണിയാകുമ്പോൾ, എന്റെ ഊഴമാകും.

കാരണം ഞങ്ങളുടെ ഈ ചെറിയ സ്ഥലത്തിൽ ഞങ്ങൾക്ക് കഴിഞ്ഞു കൂടാനുള്ളത് കിട്ടില്ല. ഡോൺ സെബാസിന്റെ കടയിൽ കൊടുക്കാനായി *'അചിയോട്ടെ'* കായ്ക്കുന്ന സമയത്തെങ്കിലും ഞാനത് ഉണ്ടാക്കും. റോഡിലൂടെ കടന്നുപോകുന്ന യാത്രക്കാർ അത് വാങ്ങാനായി നിർത്തും. ഇവിടങ്ങളിലുള്ള *'അചിയോട്ടെ'* പേരുകേട്ടതാണ്. നല്ല ചുവപ്പും ഗുണവുമുള്ള അത് ഒരുപാട് കാലം ഉപയോഗിക്കാം. നിങ്ങൾക്കറിയാമോ, അത് കേടുവരില്ല.

ഇനി അവസാനമായിട്ട്. അവരെ ആലോചിക്കുമ്പോൾ തന്നെ പേടിപ്പെടുത്തുന്ന തരത്തിൽ ഒരുപാട് കാര്യങ്ങൾ നിങ്ങളിലേക്ക് വന്നു. ഒരു കണ്ണു മാത്രമുള്ള ജോഷെക്ക് എന്ത് സംഭവിക്കും? കാരണം ആ മറ്റെ കണ്ണ് നഷ്ടപ്പെട്ടു കഴിഞ്ഞതിനാൽ. ങ്ഹ, നമ്മൾ ജനിക്കുന്നത് തന്നെ പാതി ചത്തിട്ടാണ്. പക്ഷേ മറ്റേ പകുതിയാണ് പ്രധാനം. ഇതിനെ അവർക്ക് നിയന്ത്രിക്കാനാവില്ല. ജീവിതത്തിന്റെ ആ പകുതികൊണ്ട് ഞങ്ങളെന്ത് ചെയ്യുന്നു എന്നതിലാണ് കാര്യം. എന്നെക്കുറിച്ച് വിഷമിക്കേണ്ടതില്ല ജോഷെ. നിന്റെ വാക്കുകൾ ഞാൻ മറന്നിട്ടില്ല.

അദ്ദേഹം എന്നോട് പറയും: "ഈ കുട്ടികളെ എന്തായാലും സ്കൂളിൽ പറഞ്ഞയക്കണം."

-അതെ, ദിവസവും പണി വല്ലാത്തതാണ്.

-അവർക്ക് വായിക്കാനും എഴുതാനുമെങ്കിലും കഴിഞ്ഞാൽ അവരെ പിന്നെയങ്ങനെ എളുപ്പത്തിൽ ചതിക്കാനാവില്ല.

-അതെ. അതാണ് ഞാൻ നിന്നോട് പറഞ്ഞത്. അതാണ് ഞാൻ

'*അചിയോട്ടെ*'ക്ക് വേണ്ടി കുറച്ച് വളം വാങ്ങിയാലോ എന്ന് ആലോചിക്കുന്നത്. നല്ല വിളവ് കിട്ടിക്കഴിഞ്ഞാൽ പിന്നെ തോട്ടത്തിൽ നിന്ന് കിട്ടുന്ന നക്കാപിച്ചയെ മാത്രം ആശ്രയിക്കേണ്ടതില്ലല്ലോ.

-അങ്ങനെ വന്നാൽ നമുക്ക് ഏഴ് വയസ്സ് മുതൽ പിള്ളേരെ പണിക്ക് വിടേണ്ട ആവശ്യമില്ല. ദൂരമുണ്ട്. അവരെ ഞാൻ തന്നെ നടത്തിക്കൊണ്ടുപോകണം. എന്നാലും അവരെ സ്കൂളിലേക്ക് വിടുന്നത് തന്നെയാണ് നല്ലത്.

-ഞാൻ പറഞ്ഞുവരുന്നത് എന്താണെന്നുവച്ചാൽ കൊടുങ്കാറ്റടിച്ചാൽ നമ്മൾ പിള്ളേരെ അയയ്ക്കേണ്ടതില്ല. കാരണം പുഴയിൽ വെള്ളം പൊങ്ങിയിട്ടുണ്ടാവും.

-'*അചിയോട്ടെ*' പണിയിൽ ഞാൻ നിന്നെ സഹായിക്കാം.

കുറെക്കാലങ്ങളായി ഞങ്ങൾ '*അചിയോട്ടെ*'യിൽ നിന്ന് കുറച്ച് വല്ലതും ഉണ്ടാക്കുന്നുണ്ട്. സഹകരണസംഘം തുടങ്ങിയതോടെ കാര്യങ്ങൾക്ക് ചെറുതായി മാറ്റം വന്നു. പക്ഷേ ഭാഗ്യവും വേണമെന്ന് പറഞ്ഞപോലെ, ആളുകൾ തങ്ങളുടെ ഭക്ഷണത്തിൽ '*അചിയോട്ടെ*' കഴിക്കുന്നത് നിർത്തി. ഇപ്പോൾ പിന്നെ ഞാൻ ചത്ത് പണിയെടുക്കുന്നുമില്ല. അചിയോട്ടെ ഉണ്ടാക്കുന്നത് നിർത്തിയുമില്ല. കുറച്ചെങ്കിൽ -കുറച്ച്-ഡോൺ സെബാസിന് വേണ്ടത്.

ജോഷെയ്ക്ക് എന്തെങ്കിലും സംഭവിച്ചാൽ ഞങ്ങൾ വല്ലാതെ വിഷമിച്ചുപോകും. ഞങ്ങൾ വിലപിക്കും. ഞങ്ങളദ്ദേഹത്തിൽ നിന്ന് വീര്യം കൈവരിക്കും. എങ്കിലേ, നിങ്ങൾ ഭീരുക്കളാണെന്നും സംസാരിച്ചതെല്ലാം മറന്നിട്ടുണ്ടാകുമെന്നും അദ്ദേഹം ചിന്തിക്കാതിരിക്കുകയുള്ളൂ.

-എനിക്കെന്തെങ്കിലും സംഭവിച്ചാൽ എന്താണ് ചെയ്യേണ്ടതെന്ന് നിനക്കറിയാലോ.

-പെട്ടെന്ന് തന്നെ ഞാനത് നേരിടും. അത്തരം കാലക്കേടുകളെക്കുറിച്ച് ഓർക്കാതെ. നിങ്ങൾ ചെയ്യുന്നതെല്ലാം നല്ലത് തന്നെ.....

-ആർക്കറിയാം, ലൂപ്പെ

-ശരി എനിക്ക് കാര്യങ്ങൾ നോക്കാൻ പ്രാപ്തിക്കുറവൊന്നുമില്ല. നിങ്ങളില്ലാതായാലും എനിക്ക് എന്നെ നോക്കാനാവും.

അതാണ് ശരിയായ രീതി. എല്ലാം തകർന്നരീതിയിൽ മനസ്സ് കൈവിടാതെ. മരണത്തെ ഒരുവൻ ഭയക്കരുത്. പ്രത്യേകിച്ച് നമ്മളെ പോലുള്ളവർ. ഇപ്പോഴൊക്കെ മരണം നമുക്ക് വളരെ പരിചിതമാണ്. നമ്മുടെ കുടുംബത്തിലുണ്ടായ ഇത്രയൊക്കെ ദൗർഭാഗ്യങ്ങളെ എങ്ങനെ നേരിടുമെന്ന് ഞാൻ അമ്പരന്നിരുന്നു. നിനക്ക് എത്രയ്ക്ക് ശക്തിയുണ്ട് എന്നതിലല്ല, മറ്റുള്ളവരുടെ കഷ്ടപ്പാടുകളിൽ നീ എപ്പോഴും തളരുന്നുണ്ട്.

നീയില്ലാത്തത് ഞാൻ ശരിക്കും അനുഭവിക്കുന്നുണ്ട്. "എന്തുതന്നെയായാലും, എനിക്കെന്തെങ്കിലും സംഭവിച്ചാൽ", ജോഷെ എന്നോട് പറയും "വിഷമിക്കരുത്. മലയിൽ കാട്ടുമൃഗങ്ങൾ എന്നെ കൊന്നാലും നീ ദു;ഖിക്കരുത്. കാരണം എന്തായാലും തന്നെ മരിച്ചവൻ പിന്നെ ഒന്നും അറിയുന്നില്ലല്ലോ. അപ്പോൾ പിന്നെ, എങ്ങനെ മരിക്കുന്നു എന്നതിലൊന്നും വലിയ കാര്യമില്ല." എനിക്കെപ്പോഴും ജോഷെ ധൈര്യം പകർന്നിരുന്നു! ജോഷെ അത്ര സാധു ബലിയാടൊന്നുമല്ല. എന്താണ് ചെയ്യുന്നതെന്ന് അദ്ദേഹത്തിന് നന്നായിട്ടറിയാമായിരുന്നു. നമ്മൾ എത്രകണ്ട് ദരിദ്രരാകുന്നുവോ അത്രകണ്ട് പോരാടണം. ഇതെല്ലാം തന്നെയാണ് അദ്ദേഹം പറയുന്ന അവബോധം ഉണ്ടാക്കുന്നത്.

-നീ കണ്ടോളൂ ചെപ്പെ, മരിച്ചുകഴിഞ്ഞാൽ യാതൊരുവിധ വികാരങ്ങളും ഉണ്ടാകുന്നില്ലെന്നത് നീയെന്നെ വിശ്വസിപ്പിക്കും.........

-തീർച്ചയായും ഒന്നുംതന്നെ അറിയില്ല. അതൊരു ഉറക്കം പോലെയാണ്. പിന്നെ, മരണത്തിന് മുൻപ് ക്രൂരമായ മരണം സഹിക്കണമെന്നുണ്ടെങ്കിൽ അത് വിധിയാണ്. എല്ലാം ഒന്നുതന്നെ. കാരണം ശ്മശാനം വരെ ഈ വേദന പിറകെ കൂടില്ലെന്നത് സ്വയം പറഞ്ഞ് വിശ്വസിപ്പിക്കണം. ആ വേദന ബാക്കി നില്ക്കുക പീഡിപ്പിച്ച കൊലപാതകികളിലാണ്.

-ഹേയ്. നീയിപ്പോൾ സംസാരിച്ചത് കണ്ടില്ലേ. നീയീ പറഞ്ഞത് വച്ച് സമാധാനത്തോടെ മരിക്കാനാണ് എന്റെ ആഗ്രഹം. ആളുകൾ മരിക്കുന്ന കണക്ക്, നീണ്ട ഉറക്കത്തിൽ പെട്ടപോലെ.

-ആളുകളുമായി അധികാരികൾ ഇവിടെ എങ്ങനെയാണ് ബഹളം കൂട്ടിയതെന്ന് നീ കണ്ടില്ല. ആളുകളോടവർ പെരുമാറിയത് എങ്ങനെയെന്നത് നമുക്കറിയാം. ഇതെല്ലാം നിനക്കും സംഭവിക്കുമെന്ന് കരുതുന്നത് തന്നെയാണ് നല്ലത്.

-ഞാൻ നിന്റടുത്ത് തർക്കിക്കുക.......

-ങ്ഹാ, തീർച്ചയായും നന്നായി ജീവിക്കണമെന്നായിരിക്കും ഒരാളുടെ ആഗ്രഹം. നന്നായി, പ്രശ്നങ്ങളില്ലാതെ കഴിയുക. പക്ഷേ അതത്ര നല്ലതല്ല. നമ്മുടെ ഭക്ഷണത്തിൽ നമ്മൾ ഒരു നുള്ള് ഉപ്പിട്ടില്ലെങ്കിൽ അതിന് രുചിയുണ്ടാകില്ല. അതുകൊണ്ട് ജീവിക്കാനായി നിങ്ങൾ നിങ്ങളെ തന്നെ കൊല്ലാതിരിക്കുന്നതാണ് നല്ലത്......

-ഞാനും അതുതന്നെയാണ് പറഞ്ഞത്, അതെന്നെ ഒരുപാട് ഭയപ്പെടുത്തുമെങ്കിലും. എന്താണ് സത്യമെന്ന് വച്ചാൽ നിങ്ങളുടെ ഊഴമാകുമ്പോൾ, അത് നിങ്ങളുടെ ഊഴം തന്നെയാണെന്നതാണ്, നിങ്ങളുടെ അവസാനമാണെന്നതാണ് ഞങ്ങൾക്കറിയാത്ത കാര്യം......

-ങ്ഹാ, ശരിയാണ്. ഞങ്ങൾക്ക് എങ്ങനെയാണ് ജനിച്ചതെന്ന് അറിയാം പക്ഷേ എങ്ങനെ മരിക്കുമെന്നറിയില്ല.

സങ്കടകരമായ കാര്യങ്ങളെക്കുറിച്ചും നിരാശയെക്കുറിച്ചും മാത്രമേ ഞങ്ങൾ സംസാരിക്കുകയുള്ളൂ എന്ന് കരുതരുത്. അദ്ദേഹം കഥകളും പറയാറുണ്ട്.

അദ്ദേഹത്തിന് കഥ പറയുന്ന ഒരു രീതി തന്നെയുണ്ട്. എന്റെ അമ്മയെപ്പോലെ പറയുന്നതിന് കഥയ്ക്ക് ഒരു വളവും തിരിവുമൊക്കെ നല്കുന്നത് ഞങ്ങളെ ചിരിപ്പിക്കും. എന്നുവച്ചാൽ അവർ കഥയിങ്ങനെ മാറ്റിക്കൊണ്ടിരിക്കുകയും മുന്നോട്ട് പോകുന്തോറും പുതുതായി ഓരോന്ന് കണ്ടുപിടിക്കുകയും ചെയ്യും.

ഉദാഹരണത്തിന് എനിക്ക് ഏറ്റവും ഇഷ്ടമുള്ളത് '*സിഗ്വനാബ*'യുടേതാണ്. നിങ്ങളത് രാത്രിയിൽ കേൾക്കണം. രോമം നിറഞ്ഞ കൈകൾ നിങ്ങളെ പിടിക്കാൻ പോകുന്നത് ആലോചിച്ചാൽ നിങ്ങളതോർത്ത് പേടിച്ച് വിറയ്ക്കും. അവർ പറയുക ആ രോമക്കൈയ്യിൽ തണുത്തുറച്ച തോലാണെന്നാണ്. പക്ഷേ ജോഷെ പറയുക രോമക്കൈ വെറുമൊരു രോമം നിറഞ്ഞ കൈയാണെന്നാണ്. കുതിരയെ തിന്നുന്ന തരം വലിയൊരു ചിലന്തി കാറ്റിലൂടെ നടക്കുന്നത് ഞാൻ ഭാവനയിൽ കാണും. കമ്പിളി നന്നായി പുതച്ചു കിടക്കണം. ഇല്ലെങ്കിൽ, എന്തനങ്ങിയാലും അത് രോമക്കൈയാണെന്ന് നിങ്ങൾ കരുതും.

പുകയും വലിച്ച് കാളവണ്ടിയിലിരുന്ന് അദ്ദേഹം തുടങ്ങും. എല്ലാറ്റിനുമുപരി, ആരെങ്കിലും സന്ദർശകരുള്ളപ്പോൾ കഥ പറയുന്നതിനാണ് താല്പര്യം. പ്രത്യേകിച്ച് പൗർണ്ണമി രാത്രികളിൽ കുറച്ച് സുഹൃത്തുക്കളാരെങ്കിലും വരുമ്പോൾ. ഞാൻ വെറ്റിലയും ചവച്ച് കൂടും. 'മഗായയാണ് ഞാൻ ചവയ്ക്കുക. കുട്ടികൾ പേടിക്കാതിരിക്കാൻ അവരോട് ചേർന്നിരിക്കും

എന്റെ കഥ കേൾക്കാൻ; അവരെ ചേർത്ത് പിടിച്ച്. "പേടിക്കണ്ട മോനെ. അങ്ങനെയുള്ള ഒന്നുമില്ല. ഇതൊക്കെ കഥകളല്ലേ." ആളുകളും ചുറ്റുമിങ്ങനെ ശ്രദ്ധിച്ചുകൊണ്ടിരിക്കുന്നത് ജോഷെക്ക് എന്ത് സന്തോഷമാണെന്നോ. മറ്റെന്തിനേക്കാളും '*സിഗ്യനാബ*'യുടേത് പോലെ അദ്ദേഹം കഥകളിൽ മസാലകൾ ചേർക്കുമ്പോഴാണ് എനിക്ക് രസം. ങ്ഹാ, ഇവിടുള്ള കുറെ ആളുകൾ *സിഗ്യനാബയെ* കണ്ടിട്ടുണ്ടെന്ന് അവകാശപ്പെടുന്ന കാര്യം സത്യമാണ്. ഒന്നുകിൽ അവൾ അവരുടെ നേരെ ചാടുകയോ അല്ലെങ്കിൽ ദൂരെ അവളെ അവർ കാണുകയോ ചെയ്തിട്ടുണ്ടെന്ന്. പക്ഷേ ചെപ്പെക്ക് മാത്രമേ നിങ്ങളെ ഒന്ന് പേടിപ്പിക്കുകപോലും ചെയ്യാതെ, നന്നായി കഥ പറയാൻ പറ്റൂ. ലോകമൊന്നാകെ ആണയിടുകയും പ്രേരിപ്പിക്കുകയും ചെയ്യുന്നത് അവർ *സിഗ്യനാബ*യെ കണ്ടിട്ടുണ്ടെന്നാണ് അവരുടെ ഭാവനയിൽ മാത്രമാണ് ഞാൻ വിശ്വസിക്കുന്നത്.

ആലോചിക്കാതിരിക്കുന്നതാണ് നല്ലത്. അത് നിങ്ങളെ കലുഷിതമാക്കും.

ഞാൻ ചെറുക്കും, തീർച്ചയായും.

"നീയും" ഞാൻ അഡോൾഫിനയോട് പറഞ്ഞു. എന്തിനാണെന്ന് അറിയില്ലെങ്കിൽ പോലും അവൾ ചെറുക്കും.

വൈകിട്ട് 4 മണി

കുറച്ച് ദിവസങ്ങൾക്ക് മുൻപ് അധികാരികൾ വന്നിരുന്നു. പക്ഷേ ഞാന തിന് അത്ര പ്രാധാന്യം കൊടുത്തില്ല. ജോഷെ ഗ്യാർദദോ ജീവിച്ചിരിപ്പുണ്ടോ. ഞാൻ ചെപ്പെയോട് കാര്യം പറഞ്ഞെങ്കിലും വിഷമിപ്പിക്കേണ്ടെന്ന് കരുതി, അവർ പറഞ്ഞതെല്ലാം തന്നെ പറഞ്ഞില്ല. ഞാനവരോട് പറഞ്ഞു, “അതെ, അദ്ദേഹം ഇവിടെയാണ് ജീവിക്കുന്നത്. നിങ്ങൾക്കെന്ത് വേണേം?” “അതിപ്പൊ നിനക്കെന്താണ്? ഞങ്ങൾക്ക് അയാളുമായിട്ടാണ് ഇടപാട്, നീയായിട്ടല്ല, നിന ക്കെന്താ ചെവി കേൾക്കില്ലേ?” എന്നാൽ ശരി. സ്ഥലം വിട്ടോളൂ. ഇനിമുതൽ ഒരാൾക്ക് തന്റെ രക്തബന്ധങ്ങളെക്കുറിച്ച് ആരായാൻ പോലും കഴിയില്ല; അതാണ് ഞാൻ ചോദിച്ചത്. അത് എനിക്ക് പ്രധാനം തന്നെയാണ്. അവരെന്നെ, വേണ്ടാത്ത കാര്യങ്ങളിൽ തലയിടുന്ന തള്ളയെന്നാണ് വിളിച്ചത്. അതായത് ദൈവം തന്നതിൽ സംതൃപ്തിയില്ലാത്ത തരം സ്ത്രീ. തീരത്തിനപ്പുറത്ത് ദൂരെ പോയിരിക്കുന്നതിനാൽ ഒന്ന് രണ്ടാഴ്ചയ്ക്ക് അദ്ദേഹം കാണില്ലെന്നും, പോയിട്ടു കുറച്ചായതിനാൽ ഞങ്ങളെ മറന്നുകാണാനിടയുണ്ടെന്നുമാണ് ഞാൻ അവരോട് പറഞ്ഞത്.

-ശരി. ഞങ്ങൾ അയാളെ തേടിക്കൊണ്ടിരിക്കുകയാണെന്നും ഞങ്ങൾ ചില കാര്യങ്ങൾ അറിഞ്ഞിട്ടുള്ളതിനാൽ സൂക്ഷിച്ചിരുന്നോളാനും പറ.

അതോടെയത് അവസാനിച്ചു; അവൻ വീട്ടിൽ വന്നപ്പോഴിത് ഞാൻ പറഞ്ഞു. അവൻ പണിയിലായിരുന്നെന്നും, ദൈവം നിങ്ങളുടെ സാക്ഷി യായതിനാലാണ് എനിക്ക് മറുപടി പറയാൻ കഴിഞ്ഞതെന്നുമായിരുന്നു മറുപടി. “ഞാൻ കുറ്റം ചെയ്തിട്ടൊന്നുമില്ല. ആവശ്യമുണ്ടെങ്കിൽ അവർ വന്നോട്ടെ. നമുക്ക് മറയ്ക്കാനൊന്നുമില്ല.” ഞാൻ ബേജാറായി. അവർ കതകിൽ അടിക്കുന്നതും ചോദ്യങ്ങൾ ചോദിക്കുന്നതും ഞാൻ ഭാവനയിൽ കണ്ടു. അവർ ഞങ്ങളെ ഭയപ്പെടുത്തിയതായിരുന്നു. ചെപ്പെയാകട്ടെ

ഇതൊന്നും തന്നെ ബാധിക്കുന്നതല്ലെന്ന മട്ടിലായിരുന്നു. ഒരുപക്ഷേ എനിക്ക് വിശ്വാസം തരാനാവാം.

ങ്ഹാ ഞാനോർക്കുന്നു. എനിക്ക് ധാരാളം പണിയുണ്ടെന്നും, ദയവായി ക്ഷമിക്കണം, നിങ്ങളിവിടെ നില്ക്കുന്നത് കൊണ്ട് എനിക്ക് കുളിക്കാൻ പോകാൻ കഴിയുന്നില്ലെന്നും അവരോട് പറഞ്ഞിരുന്നു. എനിക്ക് സഹായിക്കാനാവില്ല. അവരപ്പോൾ പറഞ്ഞു, കാത്തിരിക്കാമെന്ന്. ഞാൻ ആവർത്തിക്കുകയാണ്, കാത്തിരിക്കാൻ പറ്റില്ല. എനിക്കു കുളിക്കാനാവില്ല. ഞങ്ങൾക്ക് കുളിമുറിയില്ല. അപ്പോഴവർ: "എന്ത് വൃത്തികെട്ട തള്ളയാണിത്. ആരാണിപ്പോ ഇതിനെ നോക്കാൻ പോകുന്നത്. ഈ തള്ളപ്പുലയാടിയെ ആര് ശ്രദ്ധിക്കാനാണ്?" മടുത്തു കഴിഞ്ഞപ്പോൾ അവർ സ്ഥലം വിട്ടു. ഒരു മണിക്കൂറിലധികമെടുത്തു. ഇന്നവർ വന്ന അതേ സ്ഥലത്തായിരുന്നു. "ഞങ്ങൾ തിരിച്ചു വരുന്നുണ്ട്, തിരിച്ചു വരും." ഒടുവിൽ, അവർ സ്ഥലം വിട്ടു.

മാന്യരായ ആളുകളെ തെറിപറയുന്ന കാര്യം വരുമ്പോഴാണ് അവർക്ക് ധൈര്യം.

നിന്നോടിപ്പോ അവരെന്ത് ചെയ്യുകയായിരിക്കും.

എവിടെയാകും.

അവർ നിന്നോട് ആരാണെന്ന് ചോദിക്കുമ്പോൾ നിന്നെ ആര് തിരിച്ചറിയാനാണ്.

ആര് പറയാനാണ്: "ചെപ്പെ. ഇത് ചെപ്പെ ഗ്യാർദദോയാണ്." അവൻ തിരികെയെത്തും. തോല്പിച്ചുകൊണ്ട്. അവർ ഞങ്ങളോടിനി ഏറ്റുമുട്ടാൻ പോവുകയാണ്. അഡോൾഫിനക്കെന്ത് സംഭവിക്കും? എന്റെ കുട്ടികൾക്കെന്ത് സംഭവിക്കും? നുണയാണ് തങ്ങളോട് പറഞ്ഞതെന്ന് അവർക്ക് ബോധ്യമായാൽ ചെപ്പെക്കെന്ത് സംഭവിക്കും? ഒന്നും തന്നെ സംഭവിക്കില്ല. എന്റെ മനസ്സ് അതാണ് പറയുന്നത്. ഇവിടെയുള്ള ആരും തന്നെ പറയാൻ പോകുന്നതുമില്ല. "ഇതാണ് ചെപ്പെ ഗ്വാർദദോ." ഇല്ല, ആരും പറയില്ല. അപ്പോൾ ഏറ്റവും ഭീകരമായത് സംഭവിക്കും. ഞങ്ങളവനെ എവിടെയെങ്കിലും കിടന്നുറങ്ങുന്നത് കണ്ടെത്തും. മൃഗങ്ങൾ എടുത്തുകൊണ്ടുപോവുമോ ഉപദ്രവിക്കുമോ എന്നൊന്നും ചിന്തിക്കാതെയുള്ള കിടപ്പ്: "കാരണം ഒരാൾ മരിച്ചു കഴിഞ്ഞാൽ ഒന്നും തന്നെ അറിയില്ല."

ഒരു പൈൻ മരത്തടിയിൽ നിവർന്നൊരു കിടപ്പ്. ചാഞ്ഞ് വിശ്രമിക്കുകയാണെന്ന മട്ടിൽ. ഉറുമ്പുകൾ പോലും തൊട്ടിട്ടുണ്ടാവില്ല. അവനെ ഞാൻ കണ്ടുകഴിഞ്ഞാൽ പരിഭ്രമിക്കില്ല. കാരണം അവന്റെ സ്വപ്നം സ്വീകരിക്കാൻ ഞാൻ തയ്യാറാവുകയാണ്.

അവന്റെ സ്വപ്നവും എന്റെ പേക്കിനാവും. ഞാൻ കരയാനൊന്നും പോകുന്നില്ല. കാരണം അവന്റെ സ്വപ്നമാണ് എന്റെ പ്രതീക്ഷ. അവന്റെ വാക്കുകൾ എന്നിലേക്ക് വന്നു കഴിഞ്ഞിരിക്കുന്നു. "ദൈവം മനഃസാക്ഷിയാണ്. ആ മനഃസാക്ഷി നമ്മളും; മറവിയിലാണ്ട ദരിദ്രർ. അവരവനെ മലയിലേക്ക് കൊണ്ടുപോകും.

അവന്റെ കൂട്ടുകാർ അവനെ നോക്കാൻ പോകും. ആകാശത്ത് ജീവികളെ വഴികാട്ടികളാക്കി. അവിടെ വട്ടത്തിൽ പറക്കുന്ന വണ്ടുകളുണ്ടാകും. സാവധാനം താഴ്ന്നിറങ്ങിയും, ചുറ്റും എല്ലാം കാണുന്ന തങ്ങളുടെ കണ്ണുകളുമായും, അവനെ തങ്ങളുടെ കൊക്കുകൾ കൊണ്ട് കടന്നു കളയാൻ കാത്തിരിക്കുന്ന കറുത്ത പക്ഷികളും ഉണ്ടായിരിക്കും. അവർക്കവനെ കണ്ടെത്താൻ കഴിയില്ല.

പൈൻ മരത്തിൽ മലർന്ന്, ഹോണ്ടുറാസിലെ പൈൻമരക്കാടുകളിൽ നിന്ന് കൂട്ടമായി വരുന്ന ആടുകളെ പോലെ കടന്നുവരുന്ന തണുത്ത മലങ്കാറ്റ് നുകർന്ന്. എല്ലാവരുമപ്പോൾ, ചെപ്പെ ഇവിടെയുണ്ടെന്ന് പറയും. ഞാനെത്താൻ വൈകും. ഷാൾ പുതച്ചു വരുന്ന ഞാൻ പിറകിലായിരിക്കും. കാരണം, ഈശോയെ ഇവിടെ വല്ലാത്ത തണുപ്പാണ്. എന്റെ പല്ലുകൾ കൂട്ടിയിടിക്കുന്നു, താടി വിറയ്ക്കുന്നു ശരീരമാകെ ഒരു തണുപ്പ് അനുഭവപ്പെടുന്നു. തണുത്ത കാറ്റ് വീശുന്ന മലയുടെ വളരെ ദൂരത്തേക്ക് അവരവനെ കളയാൻ ചെന്നിരിക്കുന്നു.

കൂട്ടുകാർ അവനെ പുഴുവരിച്ച മട്ടിലാണ് കാണുക. ചില പുഴുക്കൾ ചെപ്പെയെ തിന്നുകൊണ്ട് ഷർട്ടിന്റെ ബാക്കി ഭാഗമെടുത്ത് അവരവനെ വൃത്തിയാക്കും. മലവെള്ളം കൊണ്ട് കുളിപ്പിക്കും. പുതിനച്ചാറിന്റെ സത്ത് കൊണ്ട് അവനെ ലേപനം ചെയ്യും. കാരണം ഞങ്ങൾ അത്രയ്ക്ക് തയ്യാറായിട്ടാണ് പോകുന്നത്. അവരവനെ പുതുവസ്ത്രം അണിയിക്കും. ഞായറാഴ്ചകളിൽ അവൻ ധരിക്കുന്ന നല്ല തൂവെള്ള ഷർട്ടും, ഇടവകയിലെ കൂട്ടുകാരെ കാണാൻ പോകുമ്പോൾ ധരിക്കുന്ന വരയൻ പരുത്തി പാന്റും. കഴിഞ്ഞ മൂന്നു ദിവസങ്ങളായി ഈ പാവം മനുഷ്യൻ എത്ര ക്ഷയിച്ചുപോയിരിക്കുന്നെന്ന് അവർ പറയും. ഒന്നും കഴിക്കാതെ, പാവം. പിന്നെ, ഒരുപാട് മഞ്ഞ് സഹിച്ചും. പിന്നെ തണുപ്പ്. കമ്പിളിയില്ലാതെ. പൈൻമരത്തടിയിൽ വിശ്രമിക്കുകയാണെന്ന കണക്ക്.

ഞങ്ങളവനെ പിറകിൽ ചുമന്നു കൊണ്ടു പോകും. അവരെന്റെ മുന്നിലായിട്ട്. കാരണം, അത്രയധികം നടക്കാൻ എനിക്ക് ശക്തിയില്ല. പിന്നെ ഉണക്കച്ചുള്ളി തട്ടി തുണി കീറാതിരിക്കാൻ ശ്രദ്ധിച്ചാണ് ഞാൻ നടക്കുന്നത്. പാതയിലൂടെ നായ്ക്കളുടെ കുര. ഞങ്ങൾ പട്ടണത്തിലൂടെ പോയി അവന് വേണ്ടി ഒരു പെട്ടി വാങ്ങും. ചായമടിക്കാത്ത പെട്ടി. എന്നിട്ട് പട്ടണത്തിലൂടെ നമ്മൾ പോകും. അപ്പോൾ ആളുകൾ പറയും "അതാ അവർ, ചെപ്പെയെ കൊണ്ടു പോകുന്നു." ഞാനപ്പോഴും തണുപ്പുകൊണ്ട് വിറച്ചിരിപ്പാണ്; എന്റെ ശരീരം മാത്രം, മനസാക്ഷിയല്ല.

ഇതെല്ലാം എന്റെ ഹൃദയം എന്നോട് പറഞ്ഞതാണ്. എന്നോടാണോ അതോ അഡോൾഫിനയോടാണോ സംസാരിച്ചതെന്ന് എനിക്കറിയില്ല. ഒരു പക്ഷെ നിഴലുകളുമായുള്ള സംഭാഷണം.

പിന്നെ ഇതാ ഈ നിമിഷം വരേക്കും എന്റെ ഹൃദയം എന്നോടൊരിക്കലും നുണ പറഞ്ഞിട്ടില്ല.

വൈകിട്ട് 5 മണി

അതൊരു പരുക്കൻ ദിവസമാണെന്നാണ് അഡോൾഫിന എന്നോട് പറഞ്ഞത്. ഒടുവിലത് ഏതാണ്ട് അവസാനിച്ചു.

ഗ്യാരാമോ മരങ്ങളിൽ താണുകൊണ്ടിരുന്ന സൂര്യനെ ഞാൻ നോക്കി നിൽക്കാൻ തുടങ്ങി. ‘‘ഈ മാന്യന് എന്തു പറ്റിയെന്നാണ് ഞാൻ ആലോചിക്കുന്നത്.’’ ഞാനവളോട് പറഞ്ഞു. അവൾ ചോദിച്ചു: “ഏത് മാന്യൻ?” “അവരു കൊണ്ടുപോകുന്ന, ആ കണ്ണ് പുറത്ത് തള്ളിയ..... പാവം എന്തു പറ്റിയോ ആവോ”

“അതേക്കുറിച്ച് ആലോചിക്കേണ്ട, മുത്തശ്ശി. എന്താണ് ചെയ്യേണ്ടതെന്ന് അദ്ദേഹത്തിനറിയാം.” കണ്ണുകളിൽ നിന്ന് കണ്ണീര് വരുന്നത് ഞാൻ കണ്ടു. അഡോൾഫിനയുടെ കണ്ണുകൾ കണ്ണീര് കൊണ്ട് നിറഞ്ഞിരിക്കുന്നു. “നിർത്ത്,” ഞാനവളോട് പറഞ്ഞു. “മറന്നുകള. നമുക്ക് കുറച്ച് കാപ്പി കുടിക്കാം. പിള്ളേര് ചോള വട്ടിയിൽ കളിക്കുകയാണ്. അവർക്ക് വിശക്കുന്നുണ്ടാവും.” “ഞാൻ കഴിച്ചു മുത്തശ്ശീ, മുത്തശ്ശിക്കുള്ളത് എടുത്ത് വെച്ചിട്ടുണ്ട്.” കുട്ടികളും കഴിച്ചിരുന്നു. അധികാരികൾ പോയതും ഞാനവർക്ക് ഭക്ഷണം കൊടുത്തിരുന്നു. ഞാനവളോട് പറഞ്ഞു: “കരയണ്ട മോളെ, നിനക്കെന്താണ് പറ്റിയത്?” “ഒന്നുമില്ല, ഞാൻ മരിയ റൊമീലിയയെ കുറിച്ച് ആലോചിക്കുകയായിരുന്നു. ചലാറ്റക്കുള്ള ബസിൽ ഞങ്ങൾ ഒരുമിച്ചുണ്ടായിരുന്ന കാര്യം. അവരവളെ കൊന്നിരുന്നെങ്കിൽ എന്തായേനെ? മുത്തശ്ശീ, ഞാനവളെ അവിടെ കണ്ടപ്പോൾ ഇവിടെ ഞാൻ മുൻപ് വന്നപ്പോഴെല്ലാം കണ്ട പെണ്ണ് തന്നെയാണെന്ന് തിരിച്ചറിയുവാൻ പറ്റിയിരുന്നില്ല. തീരുമാനിച്ചുറച്ച അവളുടെ ആ പോക്ക്. എന്നാലോ വെറും കുട്ടിയും! കുറച്ച് കാലം കഴിഞ്ഞാൽ

നമുക്കെന്തായിരിക്കും അവൾ?" ഞാനവളോട് പറഞ്ഞു: "പക്ഷെ മോളെ, കരയേണ്ട കാര്യമൊന്നും ഞാൻ കാണുന്നില്ല. നടക്കേണ്ട കാര്യം കഴിഞ്ഞു. പിന്നെ നിന്നെ പറ്റിയാണെങ്കിൽ, നീ വളരാൻ തുടങ്ങുന്നതേയുള്ളൂ. എന്നോട് നിനക്കിങ്ങനെ സംസാരിക്കാൻ മാത്രം ലോകത്തിന് എന്താ പറ്റിയത്. വയസ്സിയെ പോലെയാണ് നിന്റെ സംസാരം." അവളുടെ മറുപടി: "മുത്തശ്ശീ, പപ്പ ഒരുപാടെന്നെ സഹായിച്ചിട്ടുണ്ട്. ഞാൻ വളരെ ചെറുതായിരിക്കുമ്പോൾ തന്നെ, നമ്മളീ സഹിക്കുന്ന അന്യായങ്ങളുടെ ആരംഭത്തെക്കുറിച്ച്, ചെപ്പെമുത്തശ്ശൻ പറയുന്ന മനഃസാക്ഷിയെക്കുറിച്ച്, എന്നോട് പറഞ്ഞിട്ടുണ്ട്. ലോകത്തിന് സംഭവിക്കുന്നതെന്തെന്ന് വച്ചാൽ ഒന്നിൽക്കൂടുതൽ മരിയ റൊമേലിയമാർ ഉണ്ടെന്നാണ്. നമ്മളിനിയും അത് ശ്രദ്ധിക്കാനുണ്ട്." ഞാൻ പറഞ്ഞു: "ശരി മോളെ, കാര്യങ്ങൾ അങ്ങനെ കിടക്കട്ടെ. അകത്തേക്ക് പോകാം. വല്ലാത്ത മൂടലുണ്ട്, നിനക്ക് അസുഖം വരും. പിള്ളേരുടെ ഒച്ചയില്ലല്ലോ, പിന്നാലെ തൊടിയിൽ അവരുണ്ടോ എന്ന് പോയി നോക്കാം. എടുത്തു കൊണ്ടുവാ. വല്ല പ്രാണികളും കടിക്കണ്ട." അവൾ തുണിതല പ്പുകൊണ്ട് മുഖംഗ് തുടച്ചു. ഞങ്ങൾ അകത്തേക്ക് പോയി.

അവളപ്പോൾ പറയുകയാണ്: "മുത്തശ്ശി, പപ്പക്ക് എന്താ പറ്റിയേ ആവോ. അവർ തിരിച്ചുകൊണ്ടു വരുമോ അതോ നമ്മൾ മറക്കാൻ ശ്രമിക്കണോ." ഞാനും അതുതന്നെയായിരുന്നു ചിന്തിച്ചുകൊണ്ടിരുന്നത്. "ജീവിതത്തെ ക്കുറിച്ച് ഒരുപാട് പപ്പ എനിക്ക് മനസ്സിലാക്കി തന്നു. ഞാൻ സ്വയം ഒറ്റക്കാവു ന്നതിൽ പേടിയുണ്ട്. അറിയാലോ, മമ്മയുടെ കാര്യം മറ്റൊന്നാണ്. കുഞ്ഞനിയന്മാർക്ക് മമ്മയുടെ സമയം മുഴുവൻ വേണം. ജീവിതത്തിന് വേണ്ടി ഉരുകി മരിക്കുകയാണ്. മമ്മയുടെ ജീവിതം ഒരുപാട് വീട്ടുകാര്യങ്ങളിൽ മാത്രമായി.

ഞാൻ പറഞ്ഞു: "നിനക്കു ഞാനും മുത്തശ്ശൻ ചെപ്പെയുമുണ്ട്; അദ്ദേഹത്തിനും അദ്ദേഹത്തിന്റേതായ സിദ്ധാന്തങ്ങളുണ്ടെന്നറിയാലോ. മാത്രമല്ല, സമൂഹത്തിൽ ഒരു നേതാവിന്റെ സ്ഥാനവുമുണ്ട്. അവർക്ക് എത്രക്ക് ബഹുമാനം അവനോടുണ്ടെന്നത് നിനക്കിനി കാണാം. "മുത്തശ്ശിക്കൊരു കാര്യമറിയോ," അവളെന്നോട് പറഞ്ഞു "അറിയോ മുത്തശ്ശി, പ്രൈവറ്റ് മാർട്ടിനെസിന്റെ ശവശരീരം ഞാൻ കണ്ടു." ഞാൻ ചോദിച്ചു: "എവിടെ മോളെ."

അവൾ പറഞ്ഞു: "എന്റെ ഭാവനയിൽ. ഒരു വെളിപാടു പോലെ. അയാളുടെ കണ്ണുകളും വായും തുറന്നിരുന്നു. അവർ അയാളുടെ കണ്ണുകളടയ്ക്കാൻ എത്ര ശ്രമിച്ചാലും അതങ്ങിനെ തുറന്നുവരും. ആ വലിയ കാൽവിരലുകൾ എത്ര അവർ പിടിച്ചു വലിച്ചിട്ടും, അയാളുടെ വായ അടഞ്ഞില്ല. ആ ശരീരത്തിന് ചുറ്റും അയാളുടെ അമ്മയും സഹോദരിമാരും കരയുന്നു ണ്ടായിരുന്നു. വായ അടയ്ക്കാൻ പറ്റാത്തതുകൊണ്ട്, പ്രാണികൾ

വായ്ക്കകത്ത് കയറിയിട്ടുണ്ടായിരുന്നു. ഉള്ളിൽ പുഴുവരിക്കാതിരിക്കാൻ അവർ വായ്ക്കകത്ത് ഒരു നാരങ്ങ തിരുകി.

ഞാനവളോട് പറഞ്ഞു: "അത് എന്റെ കൂടി പേടിസ്വപ്നമാ!" അവൾ പറഞ്ഞു: "ഇല്ല, ഞാനത് സത്യമാണെന്നാണ് കരുതുന്നത്, സത്യമായേ പറ്റൂ."

ഞാൻ ചോദിച്ചു: "അത് സാധ്യമല്ല. അതെങ്ങിനെ പറ്റും?"

അവൾ പറഞ്ഞു: "എന്റെ മനസ്സ് എന്നോട് പറഞ്ഞു. ഇതുവരേയ്ക്കും എന്റെ മനസ്സ് എന്നോട് കള്ളം പറഞ്ഞിട്ടില്ല."

മെഴുകുതിരികൾ കത്തിക്കുമ്പോൾ എന്നിലൂടെ ഒരു വിറയൽ കടന്നു പോയി.

■

www.ingramcontent.com/pod-product-compliance
Lightning Source LLC
LaVergne TN
LVHW090334051026
849518LV00005B/1957
* 9 7 8 8 1 8 4 2 3 0 7 1 0 *